द म्यूट अँकिलट्

राधिका नाथन

अनुवाद
माधुरी परांजपे

मेहता पब्लिशिंग हाऊस

✆ +91 020-24476924 / 24460313 / Mob. No. 9545000513
Email : production@mehtapublishinghouse.com
Website : www.mehtapublishinghouse.com

◆ *या पुस्तकातील लेखकाची मते, घटना, वर्णने ही त्या लेखकाची असून त्याच्याशी प्रकाशक सहमत असतीलच असे नाही.*

THE MUTE ANKLET by RADHIKA NATHAN

First Published in India by Westland Ltd in 2013
Translated into Marathi Language by Madhuri Paranjape

द म्यूट् ॲंक्लिट् / अनुवादित कादंबरी

अनुवाद : माधुरी परांजपे

Email : author@mehtapublishinghouse.com

मराठी अनुवादाचे व प्रकाशनाचे हक्क : मेहता पब्लिशिंग हाऊस, पुणे.

प्रकाशक : सुनील अनिल मेहता, मेहता पब्लिशिंग हाऊस,
१९४१, सदाशिव पेठ, माडीवाले कॉलनी, पुणे ४११०३०.

मुद्रक : ट्रिनिटी ॲकॅडमी फॉर कॉर्पोरेट ट्रेनिंग लिमिटेड

मुखपृष्ठ : मेहता पब्लिशिंग हाऊस

प्रथमावृत्ती : फेब्रुवारी, २०२१

किंमत : ₹ ४००

P Book ISBN 9789353175337
E Book ISBN 9789353175672
E Books available on : amazonkindle Apple Books Google Play Books

---

कान्ति, कमलम् आणि बाग्यम्:
माझ्यातील कथाकथनकाराला
घडविल्याबद्दल धन्यवाद

लेखिकेची टिप्पणी

या पुस्तकातील इंग्रज-म्हैसूर युद्धाचा अहवाल मेजर डिरॉम लिखित 'A Narrative of the Campaign in India which terminated the War with Tippu Sultan in 1792' या पुस्तकावर आधारित आहे. अस्तित्वात नसलेल्या किल्ल्याचा परिसर युद्धभूमीत परिवर्तित करताना मी काही सूट घेतली आहे. या पुस्तकातील कालखंडाच्या संदर्भात पाहिले, तर मदुराई यापूर्वीच ब्रिटिश मुलखात समाविष्ट झाले होते. ते स्वतंत्र संस्थान नव्हते. या कथानकातील कल्पनेत रंगविलेले महाराजसुद्धा तिथे नव्हते.

'Nature' या मासिकात प्रोफेसर रोद्दम नरसिंहा लिखित लेखात आणि तत्पश्चात एका चित्रात मी सर्वप्रथम म्हैसूरच्या क्षेपणास्त्रांचा तसेच कॉनग्रीव्ह क्षेपणास्त्रांशी त्यांचा संबंध असल्याचा उल्लेख वाचला होता. ब्रिटिश सैन्यामध्ये क्षेपणास्त्रांचा स्फोट होताना उठलेला नारिंगी रंगांच्या ज्वाळांचा लोळ आणि सैरावैरा पळणारे ब्रिटिश सैन्य असे युद्धाचे दृश्य त्या चित्रात रंगवले होते. अमेरिकेच्या राष्ट्रगीतातील ओळीमागे प्रेरणाभूत झालेली क्षेपणास्त्रे मूळ म्हैसूर क्षेपणास्त्रांचे नंतरच्या काळातील रूप आहे, असे म्हणता येईल.

मनोगत

अनुवाद करण्यासाठी हे पुस्तक वाचायला सुरुवात करताच प्रस्तुत लेखिकेच्या इंग्रजी भाषेवरील प्रभुत्वाची जशी जाणीव झाली, तशीच त्या तोलामोलाचा मराठी अनुवाद करण्याच्या जबाबदारीचीही जाणीव झाली.

कादंबरीची नायिका उमा ब्रुक ही जन्माने, रूपाने इंग्लिश; परंतु संस्काराने भारतीय. नायिकेच्या या प्रतिमेच्या संदर्भात सांगायचे, तर एखाद्या इंग्लिश मॅनेक्विनला मराठी साज, वेषभूषा करताना येईल, तसा अनुभव लेखिकेच्या पल्लेदार, भारदस्त इंग्रजी लेखनशैलीला मराठी भाषेचे वळण देताना आला. त्या प्रतिमेचे इंग्लिशपण झाकले जाईल आणि मराठी साज तिला शोभून दिसेल, अशी दुहेरी काळजी घेणे जरुरी होते.

कादंबरीचा अठराव्या शतकाच्या उत्तरार्धातील कालखंड युद्धाची पार्श्वभूमी, संस्थानी वातावरण आणि उच्चभ्रू इंग्लिश समाजजीवन या संदर्भात स्थलकालानुरूप शब्दयोजना करणे आव्हानात्मक असले तरी आनंददायक होते.

आधीच इंग्लिश लोक मितभाषी. त्यातून पुस्तकात वर्णनात्मक भाग जास्त, संवाद कमी आहेत. हावभावाने आणि हातवाऱ्याने व्यक्त होणाऱ्या त्यांच्या भावना– उदा. खांदे उडवणे, भुवई उंचावणे, ओठ मुडपणे इत्यादी शब्दांत व्यक्त करणे, हे भाषा-अभिव्यक्तीला चालना देणारे होते.

मराठी माध्यमातून शालेय शिक्षण, साहित्याची आवड, विपुल वाचन आणि मराठीवरील प्रेम तर होतेच. काही अनुवादित साहित्य वाचल्यावर हे जमू शकेल असे वाटल्यामुळे मी या क्षेत्राकडे वळले. मेहता पब्लिशिंग हाऊसने मला ही संधी उपलब्ध करून दिली, त्याबद्दल त्यांचे मन:पूर्वक आभार.

– माधुरी परांजपे

१७६७, दक्षिण भारतीय संस्थाने

पायांत घालायचे ते कडे जाडजूड, कडक व लोखंडाचे बनविलेले होते. त्याच्या घडणीत कोणतीही कलात्मकता नव्हती. त्याच्या गोलाकार पृष्ठभागावर कोणतीही नाजूक कलाकुसर नव्हती आणि त्यांच्या आतील पोकळ भागातून घरंगळणाऱ्या अमूल्य रत्नांची किणकिणही ऐकू येत नव्हती.

लोहाराच्या कार्यशाळेच्या काळपट, मळकट भिंतीवरील तांब्याच्या दिव्याच्या अंधूक उजेडात ते कडे निस्तेज दिसत होते. लोहाराच्या शिकाऊ मदतनिसाने ते निरखून पाहिले आणि आपल्या शिणलेल्या डोळ्यांवर हातांचे तळवे घासले. त्याच्या मनातील अस्वस्थता त्याच्या कपाळावरील आठ्यांतून उमटली. आपले काम सांगितल्याप्रमाणे झाले असेल ना, असा विचार त्याच्या मनात चमकून गेला. असा विलक्षण नग घडवून घेण्याचा हेतू तरी काय असेल? परंतु त्याची पैशाची निकड इतकी तीव्र होती की, या संदर्भात कोणतेही प्रश्न विचारायचे धाडस त्याला झाले नाही.

रात्रीचा पहिला प्रहर होता. बाहेरच्या रस्त्यावरील संमिश्र कोलाहल वातावरणात भरून राहिला होता. तो खोलीबाहेर आला आणि खांबाला रेलून उभा राहिला. तोंडातील पानाची पिक टाकून बाजाराचे निरीक्षण करत उभा राहिला. तारामंडल पेठेतील दिव्यांनी उजळलेल्या रस्त्यावरून म्हैसूरचे सैनिक गस्त घालत फिरत होते. भिंतीवर लांबवर त्यांच्या सावल्या पडल्या होत्या. वरच्या पट्टीतील आवाजात ते तावातावाने बोलत होते. त्यांच्या वागण्याबोलण्यात एक प्रकारची गुर्मी होती. त्याने आपली चंची उघडली. काही नागवेलीची पाने, चुना आणि पुष्कळशी तंबाखू बाहेर काढली आणि तो पानाचा नवीन विडा बनवू लागला. मनाची अस्वस्थता शांत करण्याचा आणि पकडलो गेलो तर काय होईल, हा विचार मनातून काढून टाकण्याचा तो प्रयत्न करीत होता.

१

१७९१, दक्षिण भारतीय संस्थाने

बघताक्षणीच दोन गोष्टी कॅप्टन अ‍ॅश्टन ट्रेव्हेलियनच्या एकाच वेळी लक्षात आल्या. पहिली गोष्ट, ती तरुण स्त्री इंग्रज होती किंवा निदान युरोपियन होती आणि दुसरी तिच्याबरोबर असणारी एतद्देशीय माणसे तिचे सेवक होते.

किलकिल्या डोळ्यांनी अ‍ॅश्टनने एकटक निरखून पाहिले. अंधूक उजेडात आणि एवढ्या दुरूनही तिची हस्तिदंती कांती आणि सोनेरी छटांनी चमकणारे तिचे रुपेरी केस लपून राहत नव्हते. एवढ्या रात्री बाहेर पडण्याचे तिला कोणतेही प्रयोजन नव्हते. युद्धभूमीजवळील मंदिराच्या भग्न अवशेषांकडे येण्याचे तर मुळीच नाही. ती पुढे काय करते ते बघण्यासाठी अनवधानाने अंधारातून बाहेर डोकावायला आलेला अ‍ॅश्टन परत मागे सरकला. त्याच्याकडे किंवा स्थानिक लोकांकडे तिचे अजून लक्ष गेले नव्हते, असे वाटत होते. हेतुपुरस्सर आणि झपाझप पावले टाकत ती त्यांच्या रोखाने येत होती. चालताना तिच्या उंच, सडपातळ शरीराची लयबद्ध हालचाल होत होती. तिच्याबरोबर दोन माणसे होती. ती माणसेही तिच्याबरोबर वेगाने चालली होती.

दिवसभर पूर्ण तेजाने तळपणारा आणि अंगाची काहिली करणारा उष्णकटिबंधीय सूर्य अस्तास गेला होता; परंतु उन्हाच्या झळा अजूनही जाणवत होत्या. त्या निश्चल संध्याकाळी वाऱ्याची झुळूकही येत नव्हती. पश्चिम क्षितिजावर गडद राखाडी रंगाच्या आकाशात संध्यारंगांची पुसटशीही छटा नव्हती. निरभ्र आकाशाच्या पोकळीत अगणित तारे लखलखत होते. पूर्ण चंद्रबिंब आणि त्याच्या पाठोपाठ उगवलेला सायंतारा क्षितिज रेषेपासून वर चढले होते. त्यांच्या स्थानावरून रात्रीचा उशिराचा प्रहर जाणवत होता. मंदिराच्या भग्न अवशेषांसभोवतीचा जमिनीचा ढाळ / उतार

चंद्रप्रकाशात निथळून निघाला होता. मंदिरासभोवती प्राय: पडीक माळरान होते. त्यावर तुरळक झाडांच्या छाया विखुरल्या होत्या. दक्षिण-पश्चिम (नैर्ऋत्य) दिशेला किल्ल्याची पूर्वेकडची भव्य तटबंदी होती. चार आठवड्यांपासून कॅप्टन ॲश्टन याच किल्ल्यावर कब्जा मिळविण्याचा प्रयत्न करीत होता.

एका स्थानिक माणसाचा भसाडा आवाज तेथील शांततेवर ओरखडा उमटवत गेला. 'वरेत्तुम्, वरेतुत्म्' त्याने आपल्या भाषेत मोठ्या आवाजात हळी दिली. तो काही पावले दूर अंतरावरून चालत येत होता. ॲश्टनचे अस्तित्व त्याला अद्याप जाणवले नव्हते. हातातील भाला तो उतावीळपणे जमिनीवर आपटत होता. मंदिराच्या कळसावरून एक घुबड घुत्कारत होते.

अधिक स्पष्ट दिसावे म्हणून ॲश्टन लपला होता त्या खांबाच्या सावलीत सरकून बसला. त्याच संध्याकाळी काही वेळापूर्वी त्याच्या हाताखालील अधिकाऱ्याने तक्रारवजा सुरात त्याला विचारले होते की, त्याच्यावर कधी कोणत्या गोष्टीचा परिणाम होतो की नाही? सद्य:स्थितीत एका इंग्रज मुलीचे दर्शन ही त्याला उकसवणारी गोष्ट असू शकते, असा विचार त्याच्या मनात येऊन गेला. त्याने आधीच सैल झालेला, नकोसा वाटणारा आणि घामाने भिजलेला मानेभोवतालचा रुमाल अजून खाली ओढला. हाताच्या मागच्या बाजूने पुढे आलेले केस मागे सारले आणि जिथे त्याचे शिपाई, स्थानिक सैनिक, लपून बसले होते, त्या जागेकडे दृष्टिक्षेप टाकला. ते अजून सावध, सतर्क असतील का अशी शंका त्याच्या मनाला चाटून गेली. ते सावध नसतील, तर त्याचे संभाव्य साहस चांगलेच अंगाशी येऊ शकते, या विचारांनी तो स्वत:शीच उपरोधिकपणे हसला.

यापूर्वी झालेल्या म्हैसूर युद्धांमध्ये पराक्रमी टिपू सुलतानाच्या हातून दारुण पराभव झाल्यापासून अमाप संपत्ती घशात घालण्याचे ईस्ट इंडिया कंपनीचे स्वप्न या देशाच्या उष्ण हवेत विरून जाणार, हे उत्तरोत्तर स्पष्ट झाले होते. टिपूचा पराभव होईपर्यंत इंग्रज शासनाधिपती आणि सेनापती स्वस्थ बसणार नव्हते. दक्षिण भारतीय द्वीपकल्पावर रणधुमाळी चालूच होती. ॲश्टन मूठभर इंग्रज सैनिक आणि स्थानिक शिपायांच्या छोट्या तुकडीचे नेतृत्व करीत होता. एका व्यापक युद्धनीतीचा तो एक भाग होता. या युद्धनीतीच्या यशाबाबत तो साशंक होता, तरीही ॲश्टनने प्रयत्नांची पराकाष्ठा करून अनेक अडथळ्यांना तोंड देत मदुराईच्या किल्ल्याचा वेढा नेटाने लावून धरला होता.

या सर्वांवर कळस म्हणून दोन आठवड्यांपूर्वी त्याच्या खबऱ्यांनी फ्रेंचांच्या संभाव्य आगमनाची बातमी आणली होती; परंतु अजूनही आशेचा एक किरण दिसत होता. तो लपला होता तिथेच, काही पावलांवर असलेल्या कुठल्याशा भुयारी मार्गाच्या रूपात.

त्या संध्याकाळी काही वेळापूर्वी त्याच कथित भुयारी मार्गाचा ठावठिकाणा शोधण्यासाठी तो भग्न मंदिराशी येऊन पोहोचला होता. त्या भुयारी मार्गातून किल्ल्यात प्रवेश करून किल्ला ताब्यात घेण्याचा मार्ग सुकर होण्याची शक्यता होती. आग ओकणाऱ्या सूर्याच्या उन्हात, दिलासा देणारी वाऱ्याची हलकीशी झुळूकही नसताना ॲश्टनने आपल्या शिपायांसह भुयारी मार्गाचा माग काढणारा एखादा अडसर किंवा भगदाड शोधण्याचा निष्फळ प्रयत्न केला होता. त्यांची शक्ती आणि उत्साह पूर्णपणे शोषून घेऊन मनमोहक रंगांची उधळण करीत सूर्य सरतेशेवटी अस्तास गेला होता. मुक्कामाच्या ठिकाणी परतण्यापूर्वी काही क्षण आराम करण्याची सूचना ॲश्टनने आपल्या शिपायांना दिली होती.

तो स्वत: एका दगडी चौथऱ्यावर चढला आणि एका खांबावर डोके टेकून आडवा झाला. सभोवतालच्या एकमेकांत मिसळून गेलेल्या पिंपळ आणि कडुलिंबाच्या वृक्षांनी वर विशाल छत्र धरले होते. वृक्ष निश्चल उभे होते, पानांची हलकीशीही सळसळ कानांवर पडत नव्हती. धुळीचा आणि सुकलेल्या वनस्पतींचा दर्प हवेत भरून राहिला होता. परक्या भाषेतील संभाषणाची अगम्य, अस्पष्ट कुजबुजही हळूहळू विरत गेली. अधूनमधून कानांवर पडणारा नि:श्वास किंवा खाकरण्याचा आवाज सोडला, तर त्या कुंद सायंकालावर दाट नीरवतेची एक चादर पांघरली गेली होती. निर्विकारपणे उभ्या असलेल्या वृक्षांवरून दृष्टी फिरवत ॲश्टन मोहिमेतील पुढील संभाव्य उपाययोजनांवर विचार करीत स्वस्थ बसला होता.

त्याच क्षणी एकाएकी त्या नीरव शांततेत काहीतरी घासल्यासारखी खरखर ऐकू आली. ॲश्टनने चंद्रप्रकाशात उजळलेल्या परिसरावर शोधक नजर फिरवली. तोच एक दगडाची शिळा जागच्या जागीच वळून फिरत असल्याचे त्याच्या दृष्टीस पडले. झटक्यासरशी उठून तो खांबामागे सरकला. त्याने आपल्या माणसांना जवळातल्या जवळ अंधाऱ्या सांदी-कोपऱ्यात सरपटत जाण्याची खूण केली. स्तब्ध आणि चिंताग्रस्त अवस्थेत ते सैनिक वृक्ष आणि झुडपांमागे चवड्यांवर उकिडवे होत लपून बसले.

शिळा सरकवून काही स्थानिक माणसे बाहेर पडली. ते पाच जण होते. त्यातील चार जण उघडे आणि अनवाणी होते. त्यांनी चोळणासदृश धोतर नेसले होते. चांगल्या कपड्यांतील, त्यांचा म्होरक्या वाटणारा तरुण स्थानिक भाषेत बराच वेळ बोलत होता. त्याचे हातवारे आणि हावभावांवरून तो प्रक्षुब्ध झाल्यासारखा वाटत होता. इतर चौघे त्याच्याशी सहमत असल्यासारखे किंवा त्याला चिथावणी देत असल्यासारखे वाटत होते. ॲश्टनने त्यांची देहबोली, त्यांच्या मशाली आणि त्यांचे आपापसातील संभाषण लक्षपूर्वक टिपले होते. त्यावरून आपल्या उपस्थितीविषयी त्यांना निश्चितच कोणतीही शंका आली नव्हती, याची त्याला

खात्री वाटली.

त्यांच्यावर तुटून पडून त्यांना बंदी करण्याचा विचार काही क्षण ॲश्टनच्या मनात घोळला. त्याच्याकडे दहा शिपाई होते. ते फक्त पाचच जण होते. त्यांच्या कमरेला गुंडाळलेल्या पट्ट्यात खोचलेल्या तलवारी आणि काही जणांच्या हातातील भाले त्याच्या दृष्टीस पडले होते; पण त्यांनी बंदूक जवळ बाळगल्याची कोणतीही खूण दिसत नव्हती. ॲश्टनचे कुतूहल चाळवले गेले होते. त्याने प्रतीक्षा करण्याचे ठरविले. त्याने त्याच्या माणसांना जागीच थांबण्याचा इशारा केला.

काही क्षणांतच ती तरुण इंग्रज स्त्री तिच्या अनुयायांसह भग्नावशेषांच्या आणि त्या स्थानिक लोकांच्या रोखाने जात असल्याचे त्याने पाहिले. तिच्या आगमनाने त्यांच्यात संचारलेला जोश पाहून ॲश्टन काय समजायचे ते समजला. ते तिचीच प्रतीक्षा करत होते. त्यांनी आपला मोहरा तिच्याकडे वळविला. त्यांच्या म्होरक्याच्या चेहऱ्यावर खुनशी हास्य उमटले.

ती स्त्री आता त्यांच्याजवळ येऊन पोहोचली होती. ॲश्टनला आता ती अधिक स्पष्टपणे दिसत होती. तिची वेषभूषा निराळीच होती. स्थानिक पद्धतीने, क्लिष्ट प्रकारच्या निऱ्यांनी तिच्या उंच, शेलाट्या शरीराभोवती गुंडाळलेली ती एक प्रकारची साडी होती, हे त्याच्या लक्षात आले. नोकरांसारखे दिसणारे तिचे साथीदार नि:शस्त्र होते. त्यांच्या हातात फक्त फुले आणि पाण्याची लोटी होती. ती कंपनीच्या एखाद्या अधिकाऱ्याची मुलगी असेल का? देशाच्या या भागात अशी कुणी मुलगी असल्याचे त्याच्या तरी ऐकिवात नव्हते.

ती स्थानिक माणसे दृष्टीस पडताच ती अचानक थांबली. आत्यंतिक भीतीची लहर तिच्या चेहऱ्यावर उमटून गेली. आपल्या मोक्याच्या जागेवरून तिला बघत असताना तो चमकला आणि त्याचा हात नकळत त्याच्या पिस्तुलाकडे गेला.

तो स्थानिक म्होरक्या वेगाने ॲश्टनच्या जवळून धावत गेला आणि अक्राळविक्राळपणे धमकावत तिच्या जवळ जाऊ लागला. त्याचा रागाने चढलेला आवाज भिंतींवर आपटून घुमत होता. दाणदाण पावले टाकत तो तिच्या अवतीभवती फिरू लागला. त्याच्या आक्रमक आविर्भावाने दचकलेल्या घुबडांचा आणि वटवाघुळांचा एक थवा एकाएकी भुरकन दूर उडून गेला. त्यांच्या पंखांची फडफड मंदिराच्या घुमटात घुमत राहिली. तिच्याबरोबर आलेले सेवक गर्भगळित होऊन थरथर कापत मट्कन खाली बसले आणि गयावया करून त्या म्होरक्याकडे दयेची भीक मागू लागले. त्याने निर्दयपणे हातातील भाल्याने त्यांना बेदम मारहाण करीत लोळवले. ॲश्टनला त्याच्या जागेवरून त्या तरुणीचा चेहरा दिसत नव्हता. तो म्होरक्या आड येत होता. म्होरक्याने तिला धरून खसकन पुढे ओढले. ॲश्टनने कान देऊन ऐकायचा प्रयत्न केला; परंतु तिचे शब्द त्याच्यापर्यंत पोहोचू शकत

नव्हते. एकतर तिचा आवाज त्या माणसाच्या आरडाओरडीमुळे दबला गेला होता किंवा ती काही बोलतच नव्हती.

त्या माणसाच्या धक्क्याने तोल जाऊन ती कोलमडली आणि नंतर धडपड करू लागली. त्याला जोरात दूर ढकलत त्याच्या पकडीतून सुटण्याचा प्रयत्न करू लागली. तिच्या ढकलण्याने त्याचा तोल गेला; पण तो लगेच सावरला. त्याच्या रागाचा पारा अधिकच चढला. वळून त्याने तिच्या तोंडावर एक सणसणीत चपराक लगावली. त्या धक्क्याने दिङ्मूढ झाल्यासारखी ती स्तब्ध झाली. एक क्षणभर तिने प्रतिकाराचा पवित्रा घेतला; पण तिचे अवसान गळून गलितगात्र होत ती खाली कोसळली. तो माणूस जवळजवळ फरपटत ओढतच तिला भुयाराच्या प्रवेशद्वाराकडे घेऊन जाऊ लागला.

ॲश्टनने स्वत:शीच एक शिवी हासडली. त्याच्या पुढ्यात घडणाऱ्या थरारनाट्याने तो चक्रावून गेला. ती भयभीत झाली आहे, कोणत्या तरी संकटात सापडली आहे, हेही त्याला कळत होते; पण ते संकट नक्की कोणते आहे, हे त्याला उलगडत नव्हते.

भुयारी मार्गापर्यंत पोहोचण्यासाठी ॲश्टन उभा होता, त्या जागेजवळूच जाणे त्यांना भाग होते. ॲश्टन आपल्या माणसांना शोधण्यासाठी वळला. त्याच्या दृष्टीस पडलेल्या दोघांना त्याने हाताने इशारा केला. मग दृढ निश्चयाने उद्भवणाऱ्या प्रसंगाला तोंड देण्यासाठी तो सज्ज झाला.

तो म्होरक्या भुयारी मार्गाच्या दिशेने चालू लागला. तोंडाने शब्दांचा भडिमार चालूच होता. त्याला कुणाचेही भान नव्हते. आता ॲश्टन लपला होता त्या जागेपासून दोन फुटांपेक्षा कमी अंतरावर तो येऊन ठेपला. शांतपणे अचूक निशाणा साधत उसळी घेत ॲश्टन त्याच्या दिशेने झेपावला. एकाएकी झालेल्या आवाजाने दचकून तो म्होरक्या मागे वळला आणि काय होतंय ते कळायच्या आधीच तो ॲश्टनवर जाऊन आदळला. ॲश्टनने त्याच्या पोटात एक जबरदस्त ठोसा मारला आणि त्याच वेळी म्होरक्याच्या हातातील भाला लाथेने उडवला. भाला खणखणाट करत जमिनीवर जाऊन पडला. म्होरक्याने उपजत प्रेरणेने स्वत:ला सावरले. हवेत हातवारे करत आपल्या हल्लेखोराला चुकविण्याचा तो प्रयत्न करू लागला. एक पाऊल मागे सरकत, उजवा हात मागे नेऊन जोराने झटका देत ॲश्टनने सर्व शक्तिनिशी त्याच्या हनुवटीवर जोरदार प्रहार केला. पाठोपाठ डाव्या हाताने पोटात गुद्दा लगावला. तो माणूस तोल जाऊन, झोकांड्या खात, हेलपाटत खाली पडला. त्याच्या जबड्यातून रक्ताचे ओघळ वाहू लागले.

या संधीचा फायदा घेत ॲश्टनने त्याचे दोन्ही हात त्याच्या पाठीशी नेत धरून ठेवले आणि बंदूक त्याच्या शरीरावर दाबून धरली. ''याच्यात फारसा

काही दम दिसत नाही,'' आपल्या शिपायांना उद्देशून ॲश्टन म्हणाला. शिपायांच्या चेहऱ्यावर उत्कंठा आणि विजयाचा भाव होता. ॲश्टनच्या बरोबर विनाविलंब त्याला साथ देत तेही प्रतिस्पर्ध्यांना भिडले होते.

म्हणण्यासारखी लढाई झालीच नाही. त्याच्या शिपायांनी प्रतिस्पर्ध्यांवर मात केल्याचे पाहून ॲश्टन सुखावला. त्या चकमकीत रक्त वाहिले होते, पण ते प्रतिस्पर्ध्यांचे होते. तो हल्ला इतका अनपेक्षित होता की, त्यांना प्रतिकार करण्याची संधीही मिळाली नाही. ॲश्टनच्या अंदाजाप्रमाणे त्यांच्याजवळ बंदुका नव्हत्या.

त्यांचा म्होरक्या जमिनीवर निपचित पडून होता. त्या संध्याकाळी प्रथमच त्याची बडबड बंद झाली होती. आपल्या शिपायांना पकडलेल्या माणसांवर लक्ष ठेवण्याचा इशारा करत जमिनीवर पडलेली हॅट उचलण्यासाठी ॲश्टन खाली वाकला. त्याने हॅटवरील धूळ झटकली. बंदूक कमरेच्या पट्ट्यात खोचत तो त्या मुलीच्या दिशेने वळला. ती थरथर कापत होती. जवळून तिच्या डोळ्यांतील भीती त्याला अधिकच प्रकर्षाने जाणवली.

तो तिच्याकडे वळताच ती एक पाऊल मागे सरकली. ॲश्टन थबकला. आपल्यापासून तिला कोणताही धोका नसल्याची त्याने खूण केली. सुटका झाल्याचा कोणताही भाव तिच्या चेहऱ्यावर नव्हता. तिचा थंड प्रतिसाद पाहून तो काहीसा गोंधळला. त्याच्या गळ्यात हात टाकून त्याला मिठी मारण्याची गरज नव्हती. तिचे एक स्मितहास्य पुरेसे होते. त्याचे मन खट्टू झाले.

एक एक पाऊल टाकत तो तिच्या दिशेने पुढे सरकला. तिच्यापासून दोन फूट अंतरावर तो थांबला. ''तुम्ही ठीक आहात ना?'' त्याने हळुवार आवाजात विचारले.

चुकार वाऱ्याच्या झुळकीत पिंपळाची पाने सळसळली. तिने लावलेल्या विदेशी अत्तराचा मंद सुगंध दरवळला. त्या हुलकावणी देणाऱ्या सुगंधाने त्याला कोड्यात टाकले. त्याच्यावर लुब्ध झालेल्या स्त्रियांच्या नेत्रकटाक्षांची त्याला सवय होती; परंतु ही स्त्री वेगळी होती. तिच्या गहिऱ्या निळ्या डोळ्यांत त्याला कृतज्ञतेचा लवलेशही दिसला नाही, तिच्या डोळ्यांत फक्त भयचकित भारावलेपण होते. तिचे ओठ थरथरत होते. धक्का बसल्याने थरथरत असावेत, त्याने अनुमान बांधले. घामाने डवरलेले आपले कपाळ त्याने पुसले.

त्या स्त्रीने एक आवंढा गिळला. ओठांवरून जीभ फिरवली आणि शिपायांकडे भयभीत नजरेने पाहिले. तो त्याचा प्रश्न पुन्हा विचारण्याच्या तयारीत असतानाच भानावर येत तिने सावकाशपणे मान हलवत त्याच्या प्रश्नाला होकार दिला.

ॲश्टन किंचित पुढे झुकला. त्याच्या मनावरचे ओझे उतरले होते. ''मला खात्री आहे, आपल्या रक्षणकर्त्याचे नाव जाणून घेण्यास तुम्ही उत्सुक असाल,''

त्याने हसत हसत उसन्या प्रसन्न स्वरात विचारले.

त्याची कौतुकमिश्रित शोधक नजर तिच्यावर खिळली होती. उंच, कमनीय बांधा असलेली अशी सौंदर्यवती त्याने दीर्घकाळ पाहिली नव्हती. ती अजूनही त्याच्याकडे आ वासून आणि विस्फारलेल्या डोळ्यांनी रोखून पाहत होती. जवळून तिच्या चेहऱ्यावर कडक उन्हामुळे उमटलेले लालसर चट्टे दिसत होते. तरी चेहरा काळपट लाल झाला नव्हता. कदाचित ती या भागात दीर्घकाळ राहिली नव्हती. "तुमची परवानगी असेल, तर मी माझी ओळख करून देतो. कॅप्टन ट्रेव्हेलियन, बंदा सेवेला हजर आहे. मिस–?" वाक्याचा शेवटचा सूर प्रश्नार्थक ठेवत, केसातून हात फिरवत तो तिच्या उत्तराची प्रतीक्षा करत थांबला.

तिच्या तोंडून अस्फुट हसल्यासारखा आवाज आला. "मिस ब्रुक" तिने कापऱ्या आवाजात उत्तर दिले. मग एक दीर्घ श्वास घेऊन निश्चयपूर्वक हात त्याच्याजवळ नेला. तिची बोटे हवेत विचित्र, विवक्षित आकृतिबंधात फिरल्याचे आणि त्याच्या रोखाने खाली आल्याचे त्याच्या नजरेने टिपले. काय होत आहे हे कळण्याआधीच त्याच्या छातीत प्रचंड कळ आली. त्याच्या गुडघ्यातील त्राण नाहीसे झाले, हात लुळे पडले आणि आपण सख्त रस्त्यावर धाड्कन पडत असल्याचे त्याला कळले. कळ त्याच्या छातीतून मस्तकात पोहोचली.

वेदनेने गलितगात्र होत, असाहाय्यपणे त्याने पाहिले की, तिने वाकून त्याच्या हातातील बंदूक काढून घेतली आहे आणि त्याच्या छातीवर घट्ट रोवली आहे. तिचा खणखणीत आवाज मोठ्याने घुमला. "तुमची शस्त्रे खाली टाका. अन्यथा तुमच्या कॅप्टनला ठार करीन."

ड्रॅगनला मारणे आणि संकटात सापडलेल्या सुंदरींची सुटका करणे, यांसारखी समाधान देणारी दुसरी कोणतीही गोष्ट नाही. या विचारासह वेदनामुक्त करणाऱ्या परम सुखकारक काळोखाने त्याला वेढले.

२

चढत्या सकाळच्या स्वच्छ सूर्यप्रकाशात ते शांत दालन उजळून निघाले होते. शिगेला पोहोचलेल्या मनातील उत्कंठेला आवर घालत उमा ब्रुक पिसाच्या लेखणीच्या टोकाशी हाताने चाळा करीत बसली होती. तिची दृष्टी वारंवार प्रवेशद्वाराकडे वळत होती. तिच्या मनातील कल्लोळ थांबण्याचे नावही घेत नव्हता. सकाळपासून ती मनाला बजावत होती की, कालच्या प्रकरणाला अजूनही चुकीचे वळण लागू शकते; परंतु कोणतीही कुशंका तिच्या मनात उसळणाऱ्या उल्हासाचा आवेग रोखण्यास असमर्थ होती.

तिने परिधान केलेली पोपटी हिरव्या रंगाची साडी तिच्या कांतीशी आणि केसांच्या रंगाशी मेळ खात नव्हती; परंतु तिच्या आयाची ती मनपसंत साडी होती. उमाने ती नेसावी, असा तिचा आग्रह असे. लहानपणी तिला सांभाळणारी दाई आता तिची विश्वासू मैत्रीण झाली होती. कमरेखाली रुळणाऱ्या तिच्या भरदार लांबलचक वेणीच्या पेडातून फुले माळून आयाने तिची सुंदर केशभूषा केली होती. तिने उमाच्या पापण्यांवर काजळाची ठळक रेषा ओढली होती. तिला कुणाची दृष्ट लागू नये, म्हणून गालावर काजळाचे बोट टेकवले होते. तिच्या रूपसौंदर्यावर तिच्या दिवंगत वडिलांखेरीज दुसऱ्या कुणीही टिपण्णी करण्याचे धाडस केले नव्हते. आयाने तर कधीच नाही. त्यामुळे उमा आपल्या रूपाकडे कधी फारसे लक्ष देत नसे.

दुसऱ्या मजल्यावरील ते दालन आयताकृती, विशाल आणि हवेशीर होते. कमी उंचीवरील लाकडी तुळयांनी छत तोलून धरले होते. खाली काळ्या संगमरवराची फरसबंदी होती. तिच्या अनवाणी पायांना फरशीचा थंडावा जाणवत असे. दालनाच्या बाजूच्या दोन भिंतीतील एकास एक लागून असलेल्या सलग अर्धवट उघड्या गवाक्षांतून प्रकाश झिरपत होता. त्या प्रकाशात बाकीच्या दोन

भिंतींवरील नयनरम्य नैसर्गिक रंगांतील भित्तिचित्रे उजळून निघाली होती. दालनात सजावटीचे फारसे सामान नव्हते; परंतु उमा तिथे मजेत असे.

एक दीर्घ नि:श्वास सोडत हातातील पिसाची लेखणी तिने दौतीत टाकली. गेला तासभर ती 'मॅकबेथ'मधील एका विशिष्ट पानाचा अनुवाद करण्याचा प्रयास करीत होती; पण त्या कामावर लक्ष केंद्रित करणे तिला जड जात होते. शेक्सपिअरच्या नाटकांचा तो ग्रंथ तिने पट्कन बंद केला; परंतु लगेचच तो ग्रंथ इतक्या बेपर्वाईने हाताळल्याबद्दल तिला वाईट वाटले. ती लिहीत बसली होती त्या उतरल्या मेजावर काळजीपूर्वक तिने तो ग्रंथ ठेवला. तो ग्रंथ तिच्या वडिलांच्या मौल्यवान ठेव्यातील एक होता. तिच्या मनातील अस्वस्थता त्याच्यावर काढणे योग्य नव्हते. मानेने तिच्या कृतीचा सौम्य निषेध दर्शविणारी त्यांची मूर्ती तिच्या मनश्चक्षूंसमोर उभी राहिली. ते हयात असते तर तिच्या आदल्या रात्रीच्या साहसाबद्दल ते काय म्हणाले असते, असा विचार तिच्या मनात आला.

ती खुर्चीवरून उठली. हाताची बोटे मोडली. काही क्षणांनंतर सावकाश येरझाऱ्या घालू लागली. त्या सकाळी तिची भेट घेण्याव्यतिरिक्त जास्त अगत्याचे दुसरे कोणतेही काम महाराजांना नसणार, अशी तिची अटकळ होती. म्हणून पहाटेपासूनच ती त्यांच्या बोलावण्याची अधीरतेने प्रतीक्षा करीत होती. फिरण्यासाठी दालनात पुष्कळ मोकळी जागा होती. काही काळ इकडेतिकडे फिरल्यानंतर धातूच्या कड्यांनी लटकवलेल्या झोपाळ्याच्या चकचकीत मुलामा दिलेल्या, गुळगुळीत लाकडाच्या फळीवर ती धपकन बसली. गवाक्षाच्या बाजूला भिंतीशी अर्धवट रेलून बसलेली आया पेंगत होती. हलणाऱ्या झोपाळ्याच्या करकरीने तिने डोळे उघडून पाहिले.

''महाराजांनी मला अजून कसं बोलावलं नाही?'' जमिनीवर पायाने ठेका धरीत फुरंगटून उमाने विचारणा केली.

काही महत्त्वाच्या कामात गढून गेल्याच्या आविर्भावात आयाने आजूबाजूला पाहिले. तिच्या वयाला शक्य होईल तेवढ्या चपळाईने आया उठून उभी राहिली. दरवाजापर्यंत जात ती बाहेर डोकावली. आजूबाजूला चिटपाखरूही नाही, असे काहीसे मोघम पुटपुटली.

उमाला हसू आले. किडकिडीत, बुटक्या आयाला कामाची आवड होती. तिचे वय झालेले असताना आणि आदल्या रात्रीच्या प्रसंगाचा सर्वांवर ताण असतानाही सकाळी सकाळी डुलक्या घेणे तिला मान्य नव्हते. खुरडत खुरडत, गंभीर मुद्रेने ती उमाजवळ आली. तिच्या केसात माळलेला जाईचा गजरा व्यवस्थित बसविला, तिच्या साडीचा पदर सारखा केला. नंतर ठीकठाक करायला काहीच न उरल्यामुळे आपल्या हडकुळ्या हाताने तिची हनुवटी उचलून धरत तिने उमाच्या

चेहऱ्याचे बारकाईने निरीक्षण केले.

''तुझा चेहरा आणि हातसुद्धा अजूनही लालसर दिसत आहेत. दुपारच्या उन्हात बाहेर जाऊ नये, एवढे तरी तुला कळायला हवे होते,'' ती तमिळ भाषेत म्हणाली. तेवढी एकच भाषा तिला अवगत होती.

''सकाळपासून सतत माझ्यामागे भुणभुण लावली आहेस,'' तमिळमध्ये उत्तर देत उमा उद्गारली. लटका निषेध दर्शवत तिने ओठांचा चंबू केला. ''एक तर कुणी अज्ञात बागुलबुवा वाईट हेतूने अंधारात दबा तरी धरून बसलेला असतो किंवा तळपणारा सूर्य मला भाजून काढणार असतो. या दालनात मला डांबून ठेवण्यासाठी तू वर्षानुवर्षं या दोन सबबी पुढे करीत आली आहेस. तुला शक्य असते तर तू मला कडी-कुलपातच ठेवले असतेस.''

''त्याचा काही उपयोग झाला असता तर ना,'' आयाने तिचे बोलणे मनावर न घेता जाहीर केले.

उमा गालातल्या गालात हसली. आया नाराज झाल्याचे पाहून, मान तिरकी करत त्या वृद्ध स्त्रीच्या दिशेने तिने हात पुढे केला. ''तुला माझी काळजी वाटते हे मला समजतं; परंतु या क्षणावर माझं नाव कोरलं आहे. मला त्याचा पुरेपूर आनंद उपभोगू दे ना, आया.''

''काय अघटित घडू शकले असते हा विचार माझ्या मनात आल्याशिवाय कसा बरं राहील, कन्नू?'' उमाशी बोलताना ती नेहमी वापरायची त्याच लाडिक नावाने तिला संबोधित आया म्हणाली. ''एकट्याने बाहेर पडणं किती धोकादायक आहे तुला माहीत आहे.''

''हे बघ, आया,'' तिचे बोलणे उडवून लावत उमा म्हणाली. ''फक्त एकदाच चोरांनी वाटेत माझ्यावर हल्ला केला होता; पण तू तर असं भासवतेस की ही रोज घडणारी घटना आहे. अनेक वेळा मी फिरायला बाहेर पडले आहे हे तुला माहीत आहे.''

आयाने असहमती दाखवत ओठ मुरडले. ''ते प्रकरण वाटते तितके साधे नव्हते. त्यांनी फक्त तुलाच लक्ष्य केले होते आणि एकदा काही माणसांनी तुझ्या दालनात घुसायचा प्रयत्न केला होता, तो प्रसंग?'' आया किंचित शहारली. ''ब्रुकसाहेब हयात होते तोपर्यंत त्यांनी कधीही तुला एकटीने बाहेर जायची परवानगी दिली नाही. अंधार पडल्यावर तर नाहीच नाही. महाराजसुद्धा–''

वैतागलेल्या उमाच्या तोंडून नापसंतीचा सूर निघाला. आया बोलताबोलता थांबली. मग एक दीर्घ श्वास घेऊन, ठामपणे आपले बोलणे पुढे चालू ठेवले. ''तुझी गोष्ट वेगळी आहे आणि हे तुला माहीत आहे, कन्नु.''

उमा चट्कन उठली. त्या धक्काने झोपाळा हिंदकळला. ''मी वेगळी नाही.''

ती तावातावाने म्हणाली. हलणाऱ्या झोपाळ्याच्या कड्यांच्या कर्रऽकर्र आवाजातही तिचे बोलणे ऐकू आले.

आयाच्या कपाळावरील आठी अधिकच ठळक झाली. बोलावे की न बोलावे या द्विधा मन:स्थितीत ती पडली. मग समजावणीच्या स्वरात म्हणाली, ''परंतु काल जे घडले त्यावर अजूनही माझा विश्वास बसत नाही.''

आयाचा नरमाईचा सूर आणि तिने केलेले विषयांतर, यावरून तिला हा वाद पुढे वाढवायचा नाही असा उमाने निष्कर्ष काढला. तरीही आत कुठेतरी आयाला खूप काळजी वाटत होती हे नक्की. तिच्या मनाचे समाधान झाले नव्हते.

भविष्यातील अनिश्चितता उमाला हतबल करीत होती, हे आया जाणून होती. बाहेर लढाईच्या धुमश्चक्रीत दिवसेंदिवस आणि आठवड्यांमागून आठवडे आपल्या दालनात डांबून ठेवल्याने उमाच्या मनाला उभारी कशी ते येत नव्हती. त्यावर कहर म्हणून रामूला देवी आल्या. आपल्याला यातून काहीतरी मार्ग काढलाच पाहिजे, असे उमाला वाटू लागले.

आठवत होते तेव्हापासून त्यांचा जुना सेवक रामू त्यांच्याकडे कामाला होता. त्याचे हाल तिला बघवत नव्हते. रामूच्या प्रेमळ आठवणींनी तिला ठोस पावले उचलायला उद्युक्त केले होते.

''पवित्र जल (तीर्थ), आणण्यासाठी भुयारी मार्गातून मंदिरात जाण्याची अवदसा तुला झालीच कशी? ही कल्पनाच अचाट आहे.'' आया तक्रारीच्या सुरात म्हणाली.

खांदे उडवत उमा उडवाउडवीच्या सुरात म्हणाली, ''मला विचारशील तर सताड उघड्या महाद्वारातून आणि मदुराईच्या बाजारातून घोडा उडवत जायलाच मला आवडलं असतं; परंतु सैनिक या गोष्टीला कबूल होतील, याची मला खात्री वाटत नव्हती.''

भुयारी मार्ग हा तिच्यापुढे एकमेव पर्याय होता. त्या अंधाऱ्या भुयारी मार्गातून ती सरळ किल्ल्याबाहेर पडली असती आणि पुढे सरळ हौदापर्यंत पोहोचली असती. हौद मंदिरापासून केवळ पाच मैल अंतरावर होता. भुयारी मार्गाचा दरवाजा कसा उघडायचा, हे महाराजांनी तिला फार पूर्वी शिकवले होते. तेव्हा तिने तो भुयारी मार्ग ओझरता पाहिला होता. भुयारी मार्गातील काही दगडी, ओबडधोबड पायऱ्या उतरून जाण्याची सूट महाराजांनी दिली होती; पण लगेच तिला माघारी वर बोलावून घेतले होते. जीवन-मरणाच्या आणीबाणीच्या प्रसंगीच हा मार्ग वापरायचा असतो हे त्यांनी तिच्या मनावर बिंबवले होते.

भुयारी मार्गाने किल्ल्याबाहेर पडताना आपण खूप मोठे साहस, पराक्रम

करत आहोत, असे तिला वाटले होते; परंतु संध्याकाळी उशीर करून मंदिरातून परतताना मात्र तिला मनात धाकधूक वाटत होती.

उमा परत झोपाळ्यावर येऊन बसली आणि पायाने झोपाळा मागे रेटत तिने झोका घेतला. झोपाळा परत मागेपुढे झुलायला लागला. आयाने तिला गंभीरपणे न्याहाळले. ''महाराज नक्कीच रागावणार. ते देतील त्या शिक्षेला तू पात्र आहेस हे मला तुला सांगायलाच हवे. तू तेवीस वर्षांची झाली आहेस. तरी अजूनही तू बालिश आणि उच्छृंखल आहेस. तुझ्या वयाची असताना मला तीन मुले झाली होती.''

उमा हसली. आया चिरतरुण दिसत असे. तिचे नक्की वय कुणाला कळलेही नसते. प्रसंगानुरूप उमाला रागे भरताना उमाच्या वयाची असताना आपण नाना प्रकारच्या गोष्टी केल्याचा तिचा दावा असे. त्यावरून तिचे वय ५० ते ७०च्या दरम्यान कितीही असण्याची शक्यता होती. मुलांना जन्म दिला, ही तिची सर्वांत जास्त वेळा मारलेली फुशारकी होती.

''कन्नू, तू नक्की केव्हा किल्ल्याबाहेर पडलीस सांग बरं.''

''दुपारच्या जेवणानंतर लगेच मी बाहेर निसटले. बाहेर पडताना मला कोणतीही अडचण आली नाही. भुयारी मार्गाचे दार उघडल्यानंतर क्षणभरच मी विचलित झाले. दगडाचा केवढा मोठा आवाज झाला होता. आत मिट्ट काळोख होता. कोळिष्टके लटकलेली होती; पण माझ्याजवळ मशाल होती आणि बरोबर सेवक होते. वाटेत एक-दोन विंचू दृष्टीस पडले तेवढेच; पण बाकी सर्व ठीक होते. कोणतीही अनुचित घटना घडली नाही. भुयारी मार्गाच्या बाहेर आल्यावर दुपारचा वेळ मजेत गेला. देवळाजवळील भाताच्या शेतात मी आराम केला.'' आयाच्या चेहऱ्यावरील क्रोध पाहून उमाला हसू फुटले.

किल्ल्याच्या बाहेरील आश्रयदात्या वडाच्या झाडाखाली ग्रीष्मातील ती दाहक आणि थकवून टाकणारी दुपार व्यतीत करणे हा खूपच आल्हाददायक अनुभव होता. तिचा फिका गौरवर्ण आणि रुपेरी केस नेहमीच अवांछित लक्ष वेधून घेत असत. उन्हामुळे लाल झालेल्या तिच्या त्वचेची त्यात भरच पडत असे. म्हणूनच किल्ल्यातील राजवाड्यापर्यंतच्या तीन मैल लांबीच्या रस्त्यावरून परतण्यासाठी अंधार पडेपर्यंत वाट पाहण्याचे तिने ठरविले होते. अपेक्षेपेक्षा जास्त वेळ विश्रांती घेतल्यानंतर तिने मंदिरात जाण्याची जोखीम पत्करली होती. मंदिरातील पुजारी तिला जवळून ओळखणाऱ्या निवडक लोकांपैकी एक होता. त्याने तिला गाभाऱ्यात प्रवेश दिला. मंदिरातील विशेष महत्त्वाच्या आरतीस तिने थांबावे असा त्याने आग्रह धरल्यामुळे तिला नको असतानाही उशीर होत गेला. आयाखेरीज कुणालाही तिच्या पलायनाचा सुगावा लागणार नाही, अशी तिने स्वतःची

समजूत घातली. प्रार्थना आटोपल्यानंतर सेवकांबरोबर मार्गाकडे परतताना उशीर झाल्यामुळे उमा चिंताग्रस्त झाली होती; पण आधी युवराज आणि नंतर त्या इंग्रज माणसाशी गाठ पडेल, याची मात्र तिला सुतराम कल्पना नव्हती.

"महत्त्वाच्या चर्चेसाठी महाराजांनी तुला तातडीने बोलावले आहे, असा दासींनी मला निरोप दिला. मी खोटे कारण पुढे करताच युवराजांच्या लक्षात आले की, काहीतरी गडबड आहे."

उमाचा आनंद मावळला. किंचित भीतीने तिने ओठ घट्ट मिटले. लहानपणापासूनच युवराजांचा तिच्यावर रोष होता. तिच्याविषयी त्यांना असूयाही वाटत असे. त्यांच्या वडिलांचा, महाराजांचा, चांगुलपणा आणि बुद्धिमत्ता त्यांच्याकडे नव्हती. उमाच्या मते त्याच भुयारी मार्गातून येऊन भुयाराच्या तोंडाशी तिची वाट पाहत थांबणे, हा तर मूर्खपणाचा कळसच होता.

"निदान जवळ बंदूक तरी ठेवायची होती," ती संतापाने फुणफुणत उद्गारली. उत्तरादाखल आया काहीतरी अगम्य पुटपुटली.

उमा झोपाळ्यावरून उठली. तिने आळस दिला. "अजून महाराजांनी मला का बरं बोलावलं नाही?" तिने रडवेली होत विचारले. ती गवाक्षाकडे गेली. त्याला रेटून उभे राहत तिने शंभराव्या वेळी बाहेर डोकावून पाहिले. निराशेने ओठ दुमडले. प्रांगणात चिटपाखरूही नव्हते. निरोप घेऊन येणारी दासी तर मुळीच नाही.

"थोडा वेळ स्वस्थ का बसत नाहीस, बाळ?"

उमाने गवाक्षावरील खरखरीत, ओलसर वाळ्याच्या पडद्यावरून हात फिरवला. त्यातून दरवळलेला सुगंध श्वासात भरून घेतला. आम्रवृक्षाच्या पानांआडून उष्ण कटिबंधीय सूर्य तळपत होता. बाहेरील भिंतीजवळील अनेक वृक्षांवर किल्ल्याला पडलेल्या वेढ्याच्या जखमांच्या खुणा दिसत होत्या. काही वृक्ष उन्मळून पडले होते, काही दुरुस्तीसाठी आणि इंधनासाठी तोडावे लागले होते.

कडक वैशाखातील लखलखीत, निरभ्र, फिक्या निळ्या रंगाच्या आकाशाकडे उमा टक लावून बघत होती. आधीच ग्रीष्माचा ताप असह्य होता. त्यावर कडी म्हणजे इंग्रजांनी किल्ल्यात येणारे सगळे कालवे अडविले होते. महाराजांसारखी व्यक्ती शत्रूच्या हल्ल्याचे लक्ष्य ठरू शकते, तर त्यांच्या पश्चात त्या सर्वांपुढे काय वाढून ठेवले असेल?

आदल्या रात्री खूप उशिरा, पहाटेच्या सुमारास उमाला झोप लागली होती. विचित्र, अस्वस्थ करणारी स्वप्ने पडून तिला जाग आली होती. मोठ्या संकटातून तिची कशीबशी सुटका झाली होती. त्यामुळे तिची चाळवलेली झोप समजण्यासारखी होती, असे तिने स्वत:ला समजावले. नकळत ती शहारली. दहा शत्रू सैनिकांच्या

गराड्यात ती एकटी स्त्री होती. तिच्या रक्षणासाठी युवराजांच्या माणसांना प्राण पणाला लावून लढण्याचे आदेश मिळणार नाहीत, ही गोष्ट तिच्या लक्षात आली. तो हादरवून टाकणारा, निर्वाणीचा क्षण ती परत जगली. तिच्या हाताला कंप सुटला होता. थरथरणारा ओठ तिने दाताखाली दाबून धरला होता. साडीचा पदर मुठीत घट्ट धरून ठेवल्यामुळे चुरगळला होता. त्या वेळच्या आपल्या क्षणिक कमकुवतपणाची आठवण येताच ती खजील झाली.

त्यानंतर तो माणूस तिच्याशी बोलला होता.

तो उंच होता. त्याचे शरीर पीळदार होते. त्याने मान कलती केल्यामुळे असेल किंवा तिच्या तेव्हाच्या दयनीय अवस्थेमुळे तिला तसे वाटले असेल, परंतु त्याची शरीरयष्टी भारदस्त असल्याचे तिला स्मरण झाले. त्याच्या गहिऱ्या काळ्या डोळ्यांत प्रामाणिक सद्‌भावना आणि काळजी दाटून आल्याची अस्पष्ट नोंद तिने घेतली होती.

कॅप्टन ट्रेव्हेलियन– हे त्याचे नाव होते तर. टेहळणी करण्याच्या तिच्या छोट्याशा दुर्बिणीतून किल्ल्यावरून अनेक वेळा शत्रूचे सैनिक, विशेषत: त्यांच्या कॅप्टनचे तिने निरीक्षण केले होते. त्याचे नाव काय असावे हा विचारही तिच्या मनात येऊन गेला होता. महाराजांना ते नक्कीच माहीत असणार; परंतु का कोण जाणे त्यांना विचारणे तिला जमले नाही. महाराजसुद्धा अनेकदा इंग्रजांच्या लष्करी तळाचे, बहुतेककरून इंग्रज कॅप्टनचे निरीक्षण करीत उभे असत.

आदल्या रात्री सुरुवातीला समोर उभ्या ठाकलेल्या भयानक प्रसंगाने ती गर्भगळित झाली होती. तसेच कॅप्टन ट्रेव्हेलियनच्या कृतीने बुचकळ्यातही पडली होती. त्याने कुतूहलाने विस्फारलेल्या डोळ्यांनी तिला वरपासून खालपर्यंत न्याहाळले, त्या क्षणीच तिला त्याच्या कृतीचा उलगडा झाला होता. त्याला समोर जे दिसत होते किंवा जे दिसत आहे असे त्याला वाटत होते, त्याचे यथार्थ आकलन तिला झाले होते. त्याने एका युरोपियन स्त्रीशी, ती इंग्रज नसेलही कदाचित, एका क्रूर एतद्देशियाने गैरवर्तन केल्याचे पाहिले होते. तिचा वर्ण गौर आणि केस रुपेरी नसते, तर तो कदाचित प्रकट झाला नसता. प्रसंगाचे अवधान राखत तिने परिस्थितीचा आढावा घेतला होता. शत्रू सैनिकांचा शिथिल झालेला पवित्रा, कॅप्टनने परत कमरेला लटकवलेले पिस्तूल आणि त्या दोघांमधील कमी झालेले अंतर तिच्या नजरेतून सुटले नव्हते.

वेढ्यादरम्यान एकांतात व्यतीत केलेल्या अनेक दुपारच्या वेळात आणि गोळीबाराच्या फैरी झडत असताना सकाळीही उमा स्वत:शी काल्पनिक कथा रंगवित असे. युद्धकालीन परिस्थितीत तिने गाजवलेल्या पराक्रमाची वर्णने त्यात असत. एका दृश्यात किल्ल्यात घुसणाऱ्या शत्रुसैन्याच्या कॅप्टनवर चालू स्थितीत

असलेल्या एकमेव बंदुकीतील शेवटची गोळी ती झाडत असे. दुसऱ्या एका दृश्यात ती शत्रूच्या तोफेवर अचूक मारा करत त्यांच्या सैन्याची पार धूळधाण उडवून देत असे; पण काल संध्याकाळी प्रत्यक्षात जे घडले ते मात्र कधीच तिच्याही सुपीक डोक्यातून साकारले नसते.

मनातील उत्कंठा आणि उसळणारा उत्साह अनावर झाल्यामुळे परत एकदा तिला हसू फुटले. कॅप्टन ट्रेव्हेलियन वेढ्याचे नेतृत्व करीत आहे आणि त्याच्या हाताखाली दोन अधिकारी आहेत– एक स्थानिक आणि एक इंग्रज हे तिला माहीत होते. यापूर्वी बुरुजावरून तिने त्यांच्यावर टेहळणी केली होती आणि महाराजांना बोलतानाही तिने ऐकले होते. त्याचे अधिकारी अननुभवी होते. कॅप्टनचा एकदा निकाल लावला, की त्यांना हाताळणे चतुर महाराजांना अजिबात कठीण नव्हते.

"काल जे घडले त्याची माझ्याकडून माहिती करून घेण्यापेक्षाही अधिक महत्त्वाचे दुसरे कोणते काम महाराजांना असू शकते?" हात पाठीमागे ठेवून एक सुस्कारा टाकत तिने नाराजी प्रकट केली.

"ते मला बहुतेक टेकड्यांपलीकडे हद्दपार करणार असतील. तुझ्यावर लक्ष ठेवण्यापेक्षा ते केव्हाही चांगले," आयाने प्रत्युत्तर दिले.

आपल्या विजयाने रोमांचित झालेली उमा स्वत:शीच मंद हसली. तिने आपल्या साडीच्या पदराशी चाळा केला. काल तिच्या खोडसाळपणाने उचल खाण्यापूर्वी कॅप्टनचा हळुवार भाव आठवून ती काहीशी अस्वस्थ झाली. तिने जर तिच्या आईचे रंगरूप घेतले असते, तर तो इतका हळुवार झाला नसता, या जाणिवेने तिचा वैरभाव पुन्हा उफाळून आला. तिने आयाला विचारले, "त्याला कुठे कैद करून ठेवले आहे, त्याची माहिती मिळाली का?"

"तो उत्तरेकडील बंदिस्त संकुलात अंगणासमोरील एका दालनात आहे. दालनावर कडक पहारा आहे, असे मला कळले आहे." आयाने उत्तर दिले. "आपल्या दासीने सांगितले की, दोन तासांपूर्वी तो शुद्धीवर आला आहे. महाराजांनी वरदनला त्याला काय हवे नको ते बघायला सांगितले आहे. त्याच्यासाठी खास आंबिल तयार करण्यात आली आहे."

"सगळं सोडून..." संतप्त आवाजात उमा ओरडली. "कक्षातील सर्वांत चांगल्या दालनात त्याची राहण्याची व्यवस्था आणि पप्पांचा सर्वांत चांगला हुजऱ्या त्याच्या दिमतीला... व्वा! महाराजांचा विचार तरी काय आहे? त्याला कोठडीत का नाही टाकले?"

"ते तू महाराजांनाच का विचारत नाहीस?" आयाने ताड्कन उत्तर दिले.

"अस्सं! त्यांना विचारायची माझ्यात हिंमत नाही, असे तुला वाटत असेल,

तर तू मोठी चूक करत आहेस. मी त्यांना ते विचारणारच.'' उमाने स्पष्ट केले. परत येरझारा मारताना तिचा क्रोध अनावर झाला होता. ''मी त्याचा तिरस्कार करते,'' फिरताना मध्येच थांबत ती आवेशाने म्हणाली.

''कुणाचा?'' आयाने विचारले. उमाच्या बोलण्याचा रोख पाहून तिच्या कपाळावर आठ्या पडल्या होत्या. तिने ओठ घट्ट मिटले होते.

''मला म्हणायचं होतं... त्यांचा. तेच बलाढ्य इंग्रज.'' उमाने घाईघाईने आपली चूक सुधारली. तिच्या चेहऱ्यावर गोंधळल्याचा भाव होता. काही झाले तरी तो इंग्रजाच्या सैन्यात केवळ एक अधिकारी होता. तिला त्याच्याशी काही देणंघेणं नव्हते. तिला त्या सर्वांचाच तिरस्कार वाटत होता.

''हे बघ, बाळे,'' आयाने तिला ताकीद देत बजावले. ''ब्रुक साहेबांनी यापूर्वी ही तुला सांगितले आहे. कुणाबद्दलही ग्रह करून घेताना काळजीपूर्वक विचार केला पाहिजे. ते स्वतः–''

''माझ्या वडिलांना मध्ये आणू नकोस. ते असाधारण होते. ते खरोखरच अपवादात्मक होते.'' उमा म्हणाली.

आयाने एक दीर्घ निःश्वास सोडला; पण ती काहीशा कळकळीने आणि चिंतातुर आवाजात म्हणाली, ''कमीत कमी महाराजांचे म्हणणे तू ऐकून घेशील आणि या बाबतीत त्यांच्याशी वाद घालणार नाहीस, असे मला वचन दे. काय योग्य आहे ते त्यांना चांगले कळते.''

''ठीक आहे, ठीक आहे.'' बाहेर पावलांची चाहूल लागताच अधीरतेने दरवाजाकडे धावता धावता उमा म्हणाली.

''चला बोलावणे आले. धावू नकोस गं बाई,'' आयाने ओरडून सांगितले. तिचे बोलणे ऐकल्याचे कोणतेही चिन्ह उमाने दर्शवले नाही. आलेल्या दासीला संपूर्ण निरोप सांगण्याची संधी मिळण्याआधीच उमा वेगाने तिच्या अंगावरून पुढे निघून गेली.

३

महाराजांचा निरोप मिळताच झपाझप पावले टाकत उमा दालनाबाहेर पडली. दालनाबाहेरील छोट्याशा अंगणात पाऊल टाकताच गरम हवेच्या झोताने तिचे स्वागत केले. त्याची दाहकता तिच्या त्वचेला जाणवू लागली. दुपारच्या प्रखर सूर्यप्रकाशापासून बचाव करण्यासाठी तिने डोळे किलकिले केले आणि किल्ल्यातील मुख्य संकुलाच्या दिशेने ती निघाली. महाराज तिथे तिची प्रतीक्षा करणार होते.

भगभगीत उन्हात किल्ल्यावर हल्ला करण्याचे दुस्साहस इंग्रज सैन्याने केले नव्हते. गोळीबाराचे आवाज येत नसल्यामुळे त्या दुपारी नीरव शांतता होती. त्या शांततेत दुरून पक्ष्यांचा क्षीण कलरव कानांवर पडत असल्याचा उमाला भास झाला.

उमाला तिचे घर अत्यंत प्रिय होते. तिचे दालन, तिच्या वडिलांचा अभ्यास कक्ष, महाराजांचा क्रीडा कक्ष, संगीत कक्ष, तरण-तलाव आणि सभोवतालचे मैदान यांचा अंतर्भाव असलेल्या तिच्या निवासस्थानाला घर असे संबोधणे काहीसे अप्रस्तुत होते. थोड्या अंतरावरून घोड्यांच्या टापांचे आणि त्यांना हुकूम सोडणाऱ्या माणसांचे आवाज तिच्या कानांवर पडत होते. पायवाटेच्या बाजूबाजूने सावलीतून चालत थोड्याच वेळात ती उत्तरेकडील विशाल बंदिस्त संकुलापर्यंत पोहोचली. तेथील भव्य कमानीदार उत्तुंग छताखाली ती अगदीच खुजी वाटत होती. त्या ठिकाणी आल्यावर आपण अगदी नगण्य आहोत, असे तिला नेहमीच वाटत असे.

त्या प्रशस्त दालनात पोहोचताच युवराज आधीच तिथे उपस्थित असल्याचे तिला आढळले. आदल्या रात्रीच्या घटनांचा त्यांचा अहवाल बहुधा त्यांनी महाराजांना ऐकविला होता. तिने आत प्रवेश करताच महाराजांनी वळून मानेनेच तिच्या आगमनाची दखल घेतली. पंचावन्न वयाचे महाराज दिसायला रुबाबदार

होते. हाताने मिश्यांना पीळ देताना त्यांचे काळेभोर डोळे उमावर स्थिरावले, तेव्हा ते विचारमग्न असल्याचे वाटत होते. मान वर करून उमाने त्यांच्याकडे बघितले. त्यांची नजरानजर झाली. अस्वस्थ मनाने हातांची चुळबुळ करण्याची ऊर्मी दाबत उमा साडीच्या पदराशी चाळा करत तशीच उभी राहिली.

आपल्या आईकडून रूप, स्वभाव आणि मूल्ये यांचा वारसा मिळालेल्या युवराजांचे महाराजांशी नेहमीच खटके उडत असत. उमावरून त्या दोघांमधील ताण अधिकच वाढत असे. त्यांच्या काळ्या-निळ्या पडलेल्या जबड्याकडे चोरटा कटाक्ष टाकताच आदल्या रात्री त्या इंग्रज कॅप्टनने लगावलेला ठोसा चांगलाच जबरदस्त असला पाहिजे, याची उमाची खात्री झाली. युवराज अजूनही तिच्यावर प्रचंड संतापले आहेत, हे तिला कळत होते. घडलेल्या सर्व प्रकाराचा ठपका तिच्यावर ठेवण्याचा त्यांनी आपल्याकडून आटोकाट प्रयत्न केला होता, यात काहीच संशय नव्हता.

यापूर्वी कधीही उमाने महाराजांना विचलित झालेले पाहिले नव्हते. त्यांचा धीरगंभीरपणा उमाला नेहमीच आश्वासक वाटत असे. आदल्या रात्री प्रचंड गोंधळ घालत ते सगळे किल्ल्यावर पोहोचले, तेव्हा महाराज उशिरा रात्रीचे भोजन घेत होते. त्यांच्या भोजनात त्यांनी व्यत्यय आणला होता. बेशुद्ध पडलेल्या कॅप्टनला उचलून ते थेट भोजनगृहात आले होते. कॅप्टनचे डोके मागे लटकत होते, हात वळलेले होते. त्याला पाहताच क्षणभर महाराज स्तब्ध झाले होते. प्रत्येक जण अहमहमिकेने बोलत होता. हाताच्या इशाऱ्याने महाराजांनी त्या सगळ्यांना गप्प केले.

"याच्यावर हल्ला करून किती वेळ झाला?" एकाएकी त्यांनी उमाला विचारले. प्रश्न विचारताना त्यांनी आपली सूचक नजर तिच्याकडे वळवली.

"वीस मिनिटे," तिने विचारले तेवढ्याचेच उत्तर दिले. परिस्थितीचे गांभीर्य तिच्या लक्षात आले. त्याला जिवंत ठेवायचा, तर प्रत्येक क्षण महत्त्वाचा होता.

इंग्रज कॅप्टनवर तिने प्रहार करताच आपली कट्यार उपसून युवराज त्याच्यावर धावून गेले होते. शत्रूला वाचवताना तो वार स्वत:वर झेलण्यासाठी तिला अक्षरश: त्यांच्या मार्गात आडवे व्हावे लागले होते. ते तिच्या आयुष्यातील अत्यंत घृणास्पद कृत्य होते, असे तिचे मत झाले होते. त्यानंतर उमा तिरस्कारयुक्त नजरेने युवराजांकडे बघत असताना, युवराजांना सर्व सोडून त्यांच्या रक्तबंबाळ झालेल्या दातांकडे लक्ष द्यावे लागले होते. ते काम झाल्यावर परिस्थितीवर आपली हुकमत प्रस्थापित करण्यासाठी ते विनाकारण शिपायांवर ओरडत होते. त्यात अनेक मूल्यवान क्षण वाया गेले होते. त्यानंतर कुठे परिस्थितीचे गांभीर्य त्यांच्या निर्बुद्ध डोक्यात शिरले होते.

भोजन अर्धवट सोडून कॅप्टनचे जवळून निरीक्षण करण्यासाठी महाराज

झपाट्याने चालत त्याच्यापर्यंत पोहोचले.

"तुझा नेम चुकला का?'' त्यांनी क्षणभराने उमाला विचारले. त्यांचे डोळे किलकिले झाले होते, ओठ घट्ट आवळून धरले होते आणि मानेतील एक शीर ताडताड उडत होती. उमा हे भयचकित होऊन बघत होती.

त्यांच्या प्रश्नाचा रोख लक्षात येऊन उमाने 'नाही' असे उत्तर दिले. प्रत्यक्षात त्याला ठार मारायचा तिचा उद्देश होता का, हे त्यांना जाणून घ्यायचे होते. तिने जाणूनबुजून वर्मस्थानापासून अर्धा इंच दूर प्रहार केला होता. अन्यथा तो इंग्रज जागीच मृत झाला असता.

उमाच्या उत्तराने महाराजांच्या मनावरील ताण ओसरल्यासारखे वाटले. वर्मावरील प्रहाराची तीव्रता कमी करण्यासाठी प्रतिरोधात्मक उपाय म्हणून ते बेशुद्ध पडलेल्या कॅप्टनच्या कपाळावर जोराने बुक्के मारू लागले. नसबिंदूवर उताऱ्याची उपाययोजना करण्यात त्यांचे हात व्यस्त होते. एक एक क्षण पुढे सरकत होता. दालनातील प्रत्येक जण आपल्या कार्यमग्न धन्याकडे बघत उभा होता. कॅप्टनच्या छातीवर प्रहार झाला त्या बिंदूवर त्यांची बोटे हळुवारपणे आणि सफाईदारपणे फिरत होती. त्यांचे ओठ नि:शब्द मंत्रोच्चार करताना हलत होते आणि त्यांची एकाग्र दृष्टी बेशुद्ध माणसावर खिळली होती.

अशा निर्वाणीच्या क्षणी जीवन आणि मृत्यू यावर असलेली महाराजांची हुकमत पाहून उमा भारावल्यासारखी उभी होती. त्या पुरातन विद्येचे काही मोजकेच डाव तिला अवगत होते. तिच्या मर्यादित ज्ञानामुळेच महाराजांच्या कौशल्याचे तिला अधिकच अप्रूप वाटत होते. काही वेळानंतर कॅप्टनचा श्वासोच्छ्वास सहजपणे होऊ लागला आणि तो हळूहळू शांत, स्वाभाविक निद्रेच्या अधीन झाला.

कॅप्टनने उपचारांना दिलेला प्रतिसाद पाहून महाराजांनी एक दीर्घ सुस्कारा सोडला. अतिताणामुळे आपण बोलण्याच्या मन:स्थितीत नाही, हे सूचित करून ते आपल्या शयनगृहाकडे निघून गेले होते.

आताही उमाने त्यांच्याकडे अपेक्षेने पाहिले; परंतु तिच्या अपेक्षेप्रमाणे त्यांच्या तोंडून कौतुकाचा एकही शब्द निघाला नाही. "तर बेटा, रामूसाठी मंदिराचे तीर्थ आणण्यासाठी तू भुयारी मार्गाने किल्ल्यातून बाहेर पडलीस, हो ना?'' त्यांनी शांतपणे विचारले. त्यांचे डोळे निर्विकार होते.

"देवी किती भयानक रोग आहे. त्याची दृष्टी जाण्याची शक्यता होती. आपण पूर्वीही श्रद्धेच्या सामर्थ्यावर चर्चा केली आहे. जे होईल ते स्वस्थपणे बघत बसणे मला शक्य नव्हते.''

"हो तर, नक्कीच. तो भेकडपणा ठरला असता.'' महाराजांनी सहमती दर्शवली.

“मलाही अगदी तसेच वाटले,” उमा सुहास्य मुद्रेने म्हणाली; परंतु महाराज मुद्दामच चेष्टेत बोलत असावेत, अशी शंका येताच ती गप्प बसली.

अतिशयोक्तीपूर्ण सहानुभूतीच्या सुरात ते पुढे म्हणाले, “आपले सैनिक किल्ल्याच्या प्रचंड महाद्वारापाशी आणि सभोवतालच्या तटबंदीजवळ दिवस-रात्र पहारा देत असताना, भुयारी मार्ग हा अर्थातच एकमेव पर्याय तुला उपलब्ध होता. बरेच विचारमंथन केल्यानंतरच तू हा कठोर निर्णय घेतला असशील.”

उमाने ओठ दाताखाली चावला. तिचा चेहरा उतरला. साडीच्या पदराशी चाळा करत ती उभी राहिली. महाराज तिरकसपणे हसले. भुयारी मार्गाचा ठावठिकाणा शत्रूला उघड करण्याच्या युवराजांच्या मूर्खपणाचा समाचार घेताना आयाजवळ तिने उच्चारलेले तिचेच शब्द आठवून ती खजील झाली.

“पिताश्री, एका क्षुल्लक नोकरासाठी तिने राज्याचे गुपित डावावर लावले. एका नोकरासाठी.” युवराज उपहासाने म्हणाले. “सेवकवर्गाशी तिची घसट नेहमीचीच आहे; परंतु या वेळी हद्द झाली. पिताश्री, तिची चांगली पिटाई करण्याची गरज आहे.”

उमाने चिडून युवराजांकडे पाहिले; परंतु त्यावर काही बोलण्याचे तिने टाळले. मुद्दामच दूर कशावर तरी दृष्टी गाडून ती उभी राहिली.

परंतु युवराजांचे एवढ्याने समाधान झाले नव्हते. त्यांनी उघडपणे तिच्याकडे एक जळजळीत कटाक्ष टाकला. “आपण तिला जरा जास्तच स्वातंत्र्य देता. आपण वर्मम विद्या तिला शिकवलीत. मला, तुमच्या पहिल्या अपत्याला, मात्र शिकवली नाहीत,” ते तावातावाने म्हणाले. “माझ्यापेक्षा, माझ्या आईपेक्षा ती तुम्हाला महत्त्वाची वाटते. तिला तिची औकात, लायकी कळत नाही. तिची लायकी तिला तेव्हाच कळली असती जर तिचा जन्म...”

“बस्स!” महाराजांचा कठोर आवाज ऐकताच युवराज बोलता बोलता मध्येच थांबले. युवराजांनी कितीही गर्जना केल्या, तरी महाराजांची अवज्ञा करण्याची त्यांच्यात हिंमत नाही, हे उमा जाणून होती. धुसफुसत उद्दामपणे ते गप्प बसले. त्यांच्या पवित्र्यावरून महाराजांना त्यांचा उघड विरोध दिसून येत होता.

“वर्माच्या ज्ञानापेक्षा तारतम्य, विवेक आणि अचूक पारख याची तुम्हाला अधिक गरज आहे,” महाराजांच्या कठोर स्वरातून त्यांच्या मन:स्थितीची कल्पना येत होती. “मला उमाशी एकटीशी बोलायचे आहे,” महाराजांनी हाताने त्यांना निघून जाण्याची खूण केली.

पाय आपटत बाहेर पडताना युवराजांनी उमाबद्दल अनुदार उद्गार काढले. उमाने त्याकडे साफ दुर्लक्ष केले. तरीही युवराजांच्या क्रोधाची तीव्रता पाहून ती

धास्तावली. कुणीही तिच्या आई-वडिलांचा असा उघड उल्लेख करत नसे, महाराजांसमोर तर कधीच नाही.

महाराजांची तिच्यावरील स्थिर नजर असह्य होऊन उमा पुटपुटली, "आपल्याला अडचणीत टाकण्याचा माझा हेतू नव्हता."

"तो अविचार, शुद्ध अविचार होता, उमा," तिला जवळ येण्याची खूण करत महाराजांनी मृदू आवाजात उमाला सुनावले. "तुला चांगलेच ओळखत असल्यामुळे असे काहीतरी होणार, याचा आम्हाला आधीच अंदाज यायला हवा होता. फार फारतर तू तटबंदीवरील पहारेकऱ्यांना सामील होशील एवढाच आमचा अंदाज होता आणि दारूगोळा कसा उडवायचा हे आम्ही तुला शिकवले नाही म्हणून आम्ही आमची पाठ थोपटून घेत होतो." ती त्यांच्या आसनापाशी खाली बसली तेव्हा ते हसत म्हणाले.

"पण मी पुरेशी काळजी घेतली होती. मी बरोबर सेवक घेतले होते." ती गोंधळून, अडखळत म्हणाली.

"काल रात्री आमचा अजिबात डोळा लागला नाही. ब्रुकसाहेब हयात असते तर किती बरे झाले असते. निर्णय घेताना आम्हाला त्यांची मदत झाली असती," महाराज म्हणाले.

"पण महाराज, पप्पांना तर राजकारणात कधीच रस नव्हता. युद्धनीतीवरही त्यांची कोणतीही ठाम मते असण्याची शक्यता नव्हती. तुमच्या कोणत्याही निर्णयाला त्यांनी पाठिंबा दिला असता," महाराजांकडे आत्यंतिक नवलाईने बघत ती उतरली.

"अर्थातच; पण आमची झालेली कोंडी राजकारणाशी नाही, तुझ्याशी संबंधित आहे."

"माझ्याशी?" उमाची भुवई उंचावली. ती थोडीशी दुखावली, चकितही झाली.

"माझी काळजी करण्यासारखे काय आहे? भुयारी मार्गाने किल्ल्याबाहेर पडण्याचा निर्णय योग्य नव्हता, हे मला मान्य आहे; पण यापूर्वी तुम्हाला मनस्ताप होईल असे मी काहीसुद्धा केलेले नाही."

महाराजांनी हसून तिच्याकडे पाहिले. "तू काय केलेस किंवा काय केले नाहीस हा मुद्दा नाही. आम्ही काय करायला हवे हा मुद्दा आहे. तुझ्या बाबतीत आम्ही योग्य निर्णय घेऊ, याची ब्रुकसाहेबांनी खातरजमा करून घेतली असती." एवढेच ते म्हणाले. मग दुःखी आणि पश्चात्तापदग्ध आवाजात ते कुजबुजले, "पोटच्या अपत्यावत त्यांचे तुझ्यावर प्रेम होते."

महाराजांच्या बोलण्याचा रोख लक्षात न आल्याने गोंधळून उमाने मान

खाली घातली. महाराजांनी पूर्वी कधीही केले नव्हते असे ते अनपेक्षित विधान ऐकून तिचे मन एकाएकी अस्वस्थ झाले. ब्रुकसाहेब तिचे मानसपिता होते, हे तिला माहीत होते. महाराणींच्या एका कुत्सित वक्तव्यामुळे उमाला आपल्या जन्माची हकिगत पहिल्यांदा कळली, तेव्हा ती उन्मळून पडली होती. त्या वेळी ती बारा वर्षांची होती. त्या धक्क्यातून सावरायला तिला अनेक महिने लागले होते. त्या अवस्थेत ब्रुकसाहेबांच्या निरपेक्ष प्रेमाने तिला खूपच आधार दिला होता. तेव्हापासून आजतागायत महाराजांनी हा विषय कधीही काढला नव्हता. तिच्या मनाची घालमेल होऊ लागली. जणू ती ज्याला घाबरत होती असे काहीतरी अघटित घडणार होते.

"ते माझे वडील आहेत आणि मी त्यांचीच मुलगी आहे," उमा म्हणाली. शेवटच्या शब्दांवर तिचा गळा दाटून आला. महाराजांनी क्षणभर डोळे मिटले. मग तिला धीर देण्यासाठी हात लांबवून प्रेमाने तिचे मस्तक थोपटले. दोघेही काही वेळ स्तब्ध बसून होते. त्यानंतर आसनावर सरळ बसत महाराजांनी सेवकाला पाचारण करण्यासाठी घंटेची दोरी ओढली.

मग ओठांवर हसू खेळवत, उमाला अधिकच गोंधळात टाकत ते मिश्कीलपणे म्हणाले, "पुढील अर्धा अधिक तास आमच्या आयुष्यातील सर्वांत मजेशीर काळ ठरणार आहे."

ज्या किल्ल्याभोवती तो इतके आठवडे वेढा घालून बसला होता आणि ज्याची केवळ तटबंदीच त्याला परिचित झाली होती, त्या किल्ल्याचे अंतरंग ॲश्टन न्याहाळत होता. दोन सशस्त्र सैनिक त्याच्या दोन्ही बाजूने चालले होते; परंतु आपण बंदिवान आहोत असे ॲश्टनला वाटत नव्हते. अंगणाच्या पलीकडे ते सैनिक त्याला जिथे घेऊन जात होते, तिथे तो रमतगमत चालला होता.

मदुराईच्या किल्ल्यासारखे अनेक छोटे छोटे किल्ले जिंकून घेण्यासाठी सैन्याला ठिकठिकाणी विखरून पाठविण्याच्या युद्धनीतीच्या उपयुक्ततेविषयी ॲश्टनच्या मनात शंका होती; परंतु वरिष्ठांपुढे आपले मत व्यक्त करण्याइतपत ॲश्टनने त्या गोष्टीत लक्ष घातले नव्हते. असह्य उकाड्यात वेगाने आगेकूच करीत आपल्या तुकडीचे नेतृत्व करण्याचे काम अन्य कोणत्याही कामासारखे व्यस्त राहण्यासाठी म्हणून त्याने केले होते. मदुराईच्या किल्ल्यापर्यंत पोहोचल्यावर किल्ल्याला घातलेला वेढा त्याच्या अपेक्षेहून जास्त जिकिरीचा होता, असे त्याला आढळून आले. त्याला मिळालेल्या खलित्यांवरून इतर ब्रिटिश तुकड्या म्हैसूरच्या, त्यांच्या अंतिम लक्ष्याच्या जवळपासही पोहोचल्या नव्हत्या, हे त्याला कळले होते.

मदुराईचा किल्ला चढावाच्या भूप्रदेशावर होता. किल्ल्यावरून गोळीबार करण्यासाठी मोकळे क्षेत्र उपलब्ध होते. हल्ला करण्यापूर्वी आडोशासाठी जवळपास कुठेही ठळक बांधकामे नव्हती. तो कुठूनही किल्ल्याच्या जवळपास आला, की त्याचे सैन्य शत्रूच्या दृष्टिपथात येत असे. जवळपासच्या सगळ्या लहानसहान इमारती त्याने ताब्यात घेतल्या होत्या. एका पुरातन मंदिराच्या प्रांगणाच्या विशाल भिंतीआड त्याने आसरा घेतला होता.

किल्ल्याचा आतला भाग बघताना त्याच्या लक्षात आले की, तटबंदीच्या भिंतीची जाडी सगळीकडे एकसारखी नव्हती. ॲश्टनला सुरुवातीला वाटले होते तेवढ्या मोठ्या संख्येत महाराजांनी सैनिक तैनात केले नव्हते. जिथे त्याने तटबंदी फोडली होती, तिथे दुरुस्ती झाल्याचे त्याच्या नजरेस पडले. त्याने खिंडार पाडले तेव्हाच महाराजांनी त्याच्या सैन्यावर क्षेपणास्त्र सोडले होते. क्षेपणास्त्राचा स्फोट झाल्यावर विखुरलेल्या सैन्याची त्याने पुनर्रचना करण्यापूर्वीच महाराजांनी दगडविटांनी खिंडार बुजविले होते आणि तेथे तोफेची तरतूद केली होती. किल्ल्याबाहेर पडता आलेच, तर परत हल्ला नेमका कुठे करायचा हे आता त्याला माहीत झाले होते, एवढीच एक जमेची बाजू होती. तो स्वत:शीच निर्हेतुकपणे हसला.

अंगणातून जात असताना सराव करणाऱ्या शिपायांच्या एका गटाचे त्याने निरीक्षण केले. त्यांच्यापैकी काही जण तलवारबाजीचा सराव करीत होते. काही कुस्ती करत होते, तर काही जण वजने उचलण्याचा व्यायाम करीत होते. तलवारबाजीसाठी वापरलेल्या तलवारींचा खणखणाट कानाला संगीतासारखा वाटत होता. मध्ये उभा असलेला तलवारवीर एका वेळेला तीन-तीन जणांना हाताळत होता. सूचना देण्याचे, ओरडण्याचे, रेकण्याचे संमिश्र आवाज कानांवर पडत होते. त्यांचा इंग्रजीत अर्थ लावण्याची जरूर नव्हती. अथक व्यायाम करत असताना घामाने निथळणारी त्यांची तपकिरी रंगाची त्वचा चकाकत होती. त्याला तिथे बघून त्यांना बसलेला आश्चर्याचा धक्का बघताना ॲश्टनला गंमत वाटली. त्याच्या कैदेची वार्ता अजून षट्कर्णी झाली नव्हती हे उघड होते. त्यांनी त्याला ओळखले होते की, किल्ल्याच्या आत एका इंग्रज माणसाला पाहून त्यांना आश्चर्याचा धक्का बसला होता, हे त्याला नक्की कळत नव्हते.

असह्य उकाडा आणि स्थानिक परिस्थिती सहन करण्याची त्या माणसांची क्षमता, ही त्यांची जमेची बाजू होती. असह्य हवामान आणि अपरिचित भूप्रदेश, यांमुळे ॲश्टनला मात्र अनेक अडचणींचा सामना करावा लागला होता. उष्ण कटिबंधातील आजारांना त्याची अनेक माणसे बळी पडली होती. 'साहेब, दोन शिपायांना मलेरिया झाला आहे, जखमा चिघळल्यामुळे एकाला ताप आला आहे, दोघांना देवीची लागण झाल्यामुळे इतरांपासून वेगळे ठेवले आहे आणि

दहा जणांना आमांश झाला आहे.' रोज सकाळी त्याच्या सुभेदाराने, त्याच्या हाताखालच्या स्थानिक माणसाने, रामनने, अशा बातम्यांचा पाढा त्याच्यासमोर वाचणे, ही नित्याचीच बाब होऊन बसली होती. रामनची कामावरील निष्ठा वादातीत होती; परंतु आकड्यांचे तपशील लक्षात ठेवण्याची त्याची सवय जरा तापदायकच होती.

"या वेगाने युद्धभूमीवर मरायला आपल्याकडे माणसेच शिल्लक राहणार नाहीत," ॲश्टनने उत्तर दिले होते.

धुळीच्या एका चुकार वावटळीने काही पाने आणि कचरा उचलून सभोवार फेकला. धूळ उडाल्याने ॲश्टनला ठसला लागला. त्याच्या मानेवर आणि कपाळावर जमलेले घर्मबिंदू त्याने रुमालाने टिपले. कोट काढावा का, यावर त्याने विचार केला.

त्याच्या कैदेमुळे हवालदिल झालेला त्याच्या हाताखालचा अधिकारी, लिंडसे त्याला कल्पनेने दिसू लागला. लिंडसेला, त्या तरुण स्कॉटिश माणसाला, प्रत्येक गोष्ट त्याला विचारून करण्याची सवय होती. कधीकधी त्यामुळे ॲश्टनवर संकोचून लज्जित होण्याची वेळ येत असे. चोवीस तासांपूर्वीच फ्रेंच सैन्याच्या संभाव्य आगमनाची बातमी मिळाल्यावर ॲश्टनची त्यावरील निर्विकार प्रतिक्रिया पाहून लिंडसे प्रभावित होऊन उत्स्फूर्तपणे म्हणाला होता, "कॅप्टन, अत्यंत बिकट परिस्थितीतही शांत आणि अविचलित राहण्याच्या तुमच्या क्षमतेचा मला हेवा वाटतो."

"हिंदुस्थानातील तुरुंगात दहा वर्षं काढल्यानंतर एखाद्याच्या व्यक्तिमत्त्वात होणारा बदल पाहणे उत्कंठावर्धक ठरेल," ॲश्टन स्वत:शीच पुटपुटला. एखाद्याच्या जागी तो स्वत:चीच कल्पना करत होता.

सकाळी जागा झाल्यावर त्याच्या अंगावरील कपडे त्याला तोकडे आणि ढगळ होत असल्याचे आढळले. झोपून उठल्यावर त्याला खूपच ताजेतवाने वाटले होते. बऱ्याच दिवसांत त्याला इतके स्वस्थ वाटले नव्हते. त्याला गाढ झोप लागली असली पाहिजे. त्याला इतके बरे कसे वाटत होते? त्याला तर तीव्र वेदना व्हायला हव्या होत्या. त्याने हातपाय वाकवून पाहिले. आपल्या छातीचे बारकाईने निरीक्षण केले. आपल्याला कोणतीही दुखापत झाली नसल्याचे त्याला आढळून आले. त्याला बंदुकीची गोळी लागली नव्हती, एवढे त्याला माहीत होते. ब्रुकबाईंनी त्याला खाली पाडले, या धक्कादायक कल्पनेचा तर साधा विचारही त्याला नकोसा वाटत होता. शिवाय तिने तसे करण्याचे प्रयोजनच काय हेच त्याला कळत नव्हते. आपले स्वातंत्र्य मिळवण्यासाठी तर तिने त्याचा वापर केला नसेल ना?

जाग आल्याबरोबर त्याला त्याचा सुभेदार रामनची आठवण करून देणारा एक

माणूस येऊन सराईतपणे त्याची सेवा करू लागला. प्रथम ॲश्टनला तेलाने मालिश करण्यात आले. त्यानंतर वनौषधींनी सुगंधित केलेल्या कोमट पाण्याने त्याला स्नान घालण्यात आले. त्याचे गणवेशाचे कपडे धुऊन स्वच्छ झाले होते. कपड्याने पुसून बऱ्यापैकी स्वच्छ केलेले त्याचे बूट त्याला परत करण्यात आले. कडकडून भूक लागल्यामुळे त्याला देण्यात आलेल्या कोमट, मिळमिळीत पेजेचा शेवटचा थेंब संपेपर्यंत त्याने फडशा पाडला होता. काही वेळानंतर दोन सैनिक त्याला घेऊन जाण्यासाठी आले. त्यांची नावापुरती सुनावणी होणार होती, हे उघड होते.

नुकतीच घोटलेली हनुवटी कुरवाळत तो हलक्या आवाजात नकळत शीळ घालू लागला. नेहमीप्रमाणे आताही त्याच्या घशाला कोरड पडली होती.

आदल्या रात्री भुयारी मार्गाचा शोध लागल्यामुळे त्याला हर्षवायू झाला होता. भुयारी मार्गाचा शोध हा त्यांच्या मोहिमेसाठी आशेचा शेवटचा किरण होता. आताही चालताना हेलकावणारी तिची प्रतिमा त्याच्या डोळ्यांसमोर तरळली. तिच्या बरोबरील माणसांनी हातात उंच धरलेल्या मशालींच्या उसळत्या ज्वालांच्या प्रकाशात ती अधूनमधून त्याच्या दृष्टीस पडली होती. आदल्या रात्री एकतर आकाशातील चांदण्यांनी आणि त्यांच्यामध्ये झळकणाऱ्या विशाल चंद्रबिंबाने त्याच्यावर गारुड केले होते किंवा असह्य गरमी त्याच्या डोक्यात शिरली होती. त्या वेळी स्वत:हून पुढे होऊन हल्ला करण्याचे दुसरे कोणतेही कारण त्याच्या लक्षात येत नव्हते. संकटात सापडलेल्या सुंदर तरुणीची सुटका करण्याचे स्त्री दाक्षिण्य दाखविणाऱ्यांपैकी तो नव्हता.

घुमट, कमानी आणि खांबांनी मुख्य संकुल सुशोभित दिसत होते. खांबांवर पौराणिक कथेतील दात विचकणाऱ्या प्राण्यांची शिल्पे होती. ती वास्तुकला कोणत्याही एका विशिष्ट शैलीत बंदिस्त नव्हती. कधी ती बाराव्या शतकातील युरोपियन गोथिक शैलीत होती, कधी हिंदू तर अधूनमधून इस्लामिक शैलीत होती. शंखाच्या चुन्याचा मुलामा असलेल्या आणि धातूच्या कड्यांनी सजविलेल्या त्या कलात्मक प्रचंड खांबांकडे तो गावंढळ माणसासारखा भीडभाड न बाळगता पाहत राहिला. प्रत्येक खांब सहज चाळीस फूट उंच आणि अंदाजे सहा फूट रुंद होता. रामन इथे असता तर त्याने खांबाच्या उंचीची आणि रुंदीची अचूक मापे सांगितली असती.

किल्ल्यातील इमारतींच्या भिंतींना तडे गेले होते. पडझड झालेल्या भिंतींच्या आणि भिंतीवरील गिलाव्याच्या धुळीचा एक पातळ थर सर्वत्र पसरला होता. प्रवेशद्वारापाशी घुमटांची तुटलेली छते, मोडलेल्या कमानी आणि छिन्नविच्छिन्न झालेल्या प्राण्यांच्या प्रतिमेवरून त्याच्या सैनिकांनी केलेल्या नुकसानीचा अंदाज येत होता. ते एका बंद द्वाराशी येऊन पोहोचले. द्वारावर सैनिकांचा पहारा होता. आतून

मोठ्या आवाजात बोलण्याचे आवाज ऐकू येत होते; परंतु भाषेच्या अज्ञानाने त्याला अडचणीत टाकले होते. आदल्या रात्री तो माणूस मिस ब्रुकच्या अंगावर ओरडत असतानाही ते त्याला तीव्रतेने जाणवले होते. अनेक भाषा आणि त्याहूनही जास्त बोलीभाषा असणाऱ्या हिंदुस्थानच्या उपखंडावर चार वर्षे युद्धात घालविल्यानंतर आणखी एक स्थानिक भाषा शिकण्याचा नाद त्याने सोडून दिला होता. प्रचंड हातवारे आणि खाणाखुणा करून संवाद साधण्यावरच त्याला समाधान मानावे लागले होते.

उन्हातून एकदम सावलीत आल्यानंतर डोळे कमी प्रकाशाला सरावेपर्यंत तो हात डोक्यामागे बांधून भिंतीला टेकून उभा राहिला. राजवाड्याच्या भिंतींच्या आतील छायेला ग्रासण्यासाठीच जणू तो उष्ण कटिबंधीय सूर्य निर्दयपणे तळपत होता. त्याला अंगावर आता परिचित झालेले स्वेदबिंदू जाणवले. त्याचा सदरा घामाने भिजून अंगाला चिकटला होता. गवाक्षांवरील वाळ्याच्या पडद्यांमुळे आतील हवा शीतल आणि सुगंधित झाली होती. त्याने एक दीर्घ श्वास घेतला. शीळ घालत एका चमकदार संगमरवरी खांबावर दिसणाऱ्या आपल्या धूसर प्रतिमेकडे बघत तो उभा राहिला.

तेवढ्यात एक तरुण मुलगा आतून बाहेर आला. तो आदल्या रात्रीचा माणूस असावा, अशी ॲश्टनला शंका आली. मजबूत शरीरयष्टीचा असूनही त्याची चाल मंदावलेली होती. चौकोनी चेहऱ्यावर ओरखडे आणि जबड्यावर माराच्या खुणांमुळे तो कालचाच माणूस होता असे वाटत होते. दोघांची दृष्टिभेट होताच त्याच्या डोळ्यांत उमटलेल्या तिरस्काराने ॲश्टनची खात्रीच पटली. त्या तरुण माणसाचे उंची, रेशमी कपडे, दागिने आणि पहारेकऱ्यांची अदब, याची ॲश्टनने नोंद घेतली. त्याचा ठोसा खाणारा लेचापेचा सामान्य सैनिक नव्हता हे लक्षात येताच त्याला अतीव समाधान झाले. त्याच्याकडे हसून बघत ॲश्टनने त्याला नाटकीपणाने सलाम ठोकला.

त्या माणसाचा हात विनाविलंब त्याच्या अप्रतिम, रत्नजडित सोन्याच्या कट्यारीकडे गेला. काही क्षण तो घुटमळला. नंतर संताप आणि नापसंतीदर्शक उद्‌गार करीत तो चालू लागला.

काही क्षणांतच ॲश्टनला आत नेण्यात आले. आत प्रवेश करताच त्याच्याकडे हसून बघणारी, एका भव्य सिंहासनावर रेलून बसलेली एक मध्यमवयीन व्यक्ती प्रथम त्याच्या दृष्टीस पडली. त्यानंतर त्या व्यक्तीजवळ उभी असलेली आदल्या रात्रीची ती मुलगी त्याला दिसली.

लोहाराच्या मदतनिसाबरोबर व्यवहार पूर्ण करून त्याच्या दुकानातून बाहेर पडताच त्याच्या प्रतीक्षेत थांबलेले म्हैसूरचे सैनिक त्याच्या दृष्टीस पडले. त्याने स्वत:शीच एक शिवी हासडली. बहुधा कुणीतरी सैनिकांना त्याची खबर दिली होती. सैनिकांनी त्याला पकडताच त्यांच्यामध्ये अल्पकाळ झटापट झाली; परंतु त्याने त्यांच्या पकडीतून स्वत:ची सुटका करून घेतली. अनेक अडथळे चुकवित, फुटेल त्या वाटेने तो पळत सुटला. बाजारातल्या गल्लीबोळातून, पाठलाग करणाऱ्यांना चुकवित पळण्याची वॉरेनला सवय नव्हती. खाणेपिणे आणि आराम करणे एवढेच त्याला माहीत होते. पळण्याच्या श्रमांमुळे आतून एक तीव्र कळ उठली. त्याच्या शरीराने तीव्र निषेध नोंदविला होता. अतिश्रमांमुळे त्याच्या अंगातून वाफा येत होत्या. चेहरा लाल झाला होता. तो पळायचा थांबला. धापा टाकत तो बाजाराच्या चिंचोळ्या गल्लीच्या भिंतीला टेकून उभा राहिला. आता त्याला त्याचा पाठलाग करणारे दिसत नव्हते किंवा ऐकूही येत नव्हते. गल्ली काळोखी आणि निर्मनुष्य होती. बाजारातील कोलाहल क्षीण झाला होता. डोळे मिटून तो कोरड्या जमिनीवर बसला. काही क्षणांनंतर वेदना ओसरली. श्वास स्थिर झाला. सावकाशपणे तो उठून उभा राहिला. त्याने आजूबाजूचा अंदाज घेतला. अंगाला लावलेल्या तपकिरी रंगाला सैनिक फसले नव्हते. त्याने हातांचे निरीक्षण केले. पळून जाताना अडचण येणार नाही, असा त्याने विचार केला. कानांवर पडणारे लहानसहान आवाज आणि आजूबाजूला होणाऱ्या प्रत्येक हालचालीकडे सावधपणे लक्ष ठेवत तो चालू लागला. बाजारातून बाहेर पडून तो त्याच्या तात्पुरत्या निवासस्थानाकडे निघाला.

४

ती एखाद्या पुतळ्यासारखी निश्चल उभी होती. पाठ सरळ, मस्तक उन्नत, हात पुढे एकमेकांत गुंफलेले आणि डोळे सिंहासनावरील व्यक्तीवर खिळलेले होते. ती जिवंत आणि सुखरूप आहे, हे पाहून ॲश्टनला हायसे वाटले. तो स्वत:शीच उपहासाने हसला. खरेतर उद्या तो स्वत: जिवंत आणि सुखरूप असेल का, याची त्याला काळजी वाटायला हवी होती. तिला तिथे पाहून आणि तिचे वर्तन पाहून त्याच्या मनात अनेक शक्यतांचा विचार आला. नकळत त्याने मनात त्यांच्यावर खल केला. आपल्या कालच्या कृत्याचा पश्चात्ताप झाल्यामुळे ती त्याच्याकडे बघणे टाळत असावी, असे त्याला वाटले.

आदल्या रात्री अपुऱ्या उजेडात ॲश्टनला तिचा चेहरा नीटपणे दिसला नव्हता; परंतु हस्तिदंती गौरवर्णी त्वचा आणि तिची ओळख सांगणारे सोनेरी रंगाचे केस लपून राहत नव्हते. तिचा अंडाकृती चेहरा, रेखीव नाक, नाजूक जिवणी आणि तेजस्वी निळे डोळे पाहून त्याला टवटवीत इंग्लिश उद्यानाची आठवण झाली. जाईच्या तीव्र सुगंधाचा दरवळ आला. तो आदल्या रात्रीचा, त्याला भुरळ घालणारा मंद, अद्वितीय सुगंध नव्हता. छातीचा सौम्य उभार झाकणाऱ्या साडीच्या निऱ्यांवरून त्याची नजर चोळीखालील अनावृत्त कमरेकडे गेली. तेथील त्वचा गौरवर्णी, नितळ आणि आकर्षक होती. तिच्या चेहऱ्यावर हास्य नव्हते. एक प्रकारचा हेतुपुरस्सर आणलेला त्रयस्थपणा होता.

"आमच्या गरीबखान्यात आपले स्वागत आहे, कॅप्टन." त्या व्यक्तीच्या बोलण्याने ॲश्टनची विचारशृंखला तुटली. निरुपायाने त्याने आपली नजर तिच्यावरून हटवली.

तिथे औपचारिक दरबार भरला असेल, अशी त्याची अटकळ होती. मिस ब्रुक आणि ती व्यक्ती या दोघांनाच तिथे पाहून त्याला आश्चर्य वाटले. त्या

व्यक्तीचे भव्य आसन, तिची बसण्याची ढब, अर्ध्या छातीवर रुळणाऱ्या पदकातील लखलखणारे मोती आणि माणके यावरून ती व्यक्ती स्वत: महाराजच असावेत, अशी ॲश्टनची खात्री झाली. तुरळक रुपेरी छटा असलेल्या त्यांच्या काळ्या केसांची डोक्यामागे गाठ मारली होती. पांढऱ्या आणि लाल रंगाने चिन्हांकित, घामाने चमकणारा त्यांचा भालप्रदेश सुशोभित दिसत होता. गालावर वळलेल्या आणि चेहऱ्याचा बराच मोठा भाग व्यापणाऱ्या त्यांच्या भरघोस मिश्या, पाहणाऱ्याचे लक्ष वेधून घेत होत्या. लांब, घेरदार अंगरखा आणि धोतर असा सफेद पेहराव त्यांनी परिधान केला होता. ॲश्टन त्यांना सामोरा आला. काय करावे ते न सुचल्यामुळे त्याची थोडी चलबिचल झाली; पण अनपेक्षितरीत्या महाराजांनी हात जोडून त्याला नम्र अभिवादन करताच ॲश्टननेही झुकून त्यांना प्रतिसाद दिला.

ते दालन प्रशस्त आणि हवेशीर होते. अनेक सुशोभित आसने तिथे व्यवस्थित मांडून ठेवली होती. त्यावरून महाराज नियमितपणे तिथे बैठका घेत असत, हे सूचित होत होते. एकमेकांत मिसळलेल्या लाल-पांढऱ्या रेखा आणि वळणदार वक्ररेखा यांच्या नक्षीने जमीन सुशोभित दिसत होती. छत खूप उंच होते. गुळगुळीत संगमरवरी फरशी आणि भक्कम खांबांमुळे तेथील भव्यतेत भर पडत होती.

त्या वैभवशाली दालनावरून ॲश्टनची दृष्टी परत त्याच्या समोरील व्यक्तीकडे गेली. महाराजांच्या चेहऱ्यावर विजयाचे किंवा आत्मसंतुष्टीचे कोणतेही भाव नव्हते. ते नजरेने ॲश्टनला जोखत तर होतेच; परंतु त्या नजरेत सहिष्णुता, सद्‌भावना आणि प्रेमळभाव होता. त्या नजरेने ॲश्टन थबकला. त्याने संपूर्ण लक्ष त्या व्यक्तीवर केंद्रित केले.

"मग आपण कोणता निर्णय घेतला आहे?" भुवई उंचावत महाराजांनी विचारले. त्यांच्या ओठांवर हास्य विलसत होते. ॲश्टन दालनाचे निरीक्षण करत असताना त्यांना गंमत वाटली होती.

तो अनौपचारिक प्रश्न ऐकून ॲश्टनने आश्चर्याने वर पाहिले. त्याने हसून महाराजांना प्रतिसाद दिला. "आपल्या अंधारकोठडीत मुक्काम करण्याची मी आतुरतेने वाट पाहत आहे. बाहेर थोडी गरमी आहे. एखादी काळोखी, थंड जागा राहण्यासाठी चालेल."

त्याच्या उत्तरावर पसंती दशर्वत महाराज गालातल्या गालात हसले. "या मिस ब्रुक." तिच्याकडे सहजपणे हाताने निर्देश करत ते कॅप्टन ट्रेव्हेलियनला म्हणाले. "अर्थात, तुमच्या दोघांची आधीच भेट झाली आहे." आणि महाराज मुद्दामच मिश्कील हसले.

ब्रुक. म्हणजे नाव खरे सांगितले होते तर. त्या नावाच्या उल्लेखाने ॲश्टनच्या

मनात कुठेतरी अंधूकशी स्मृती जागी झाली. आदल्या दिवशी संध्याकाळी निलाजरेपणे जमिनीवर कोसळण्याआधी तिच्यात आंग्लदेशीयत्वाची झलक त्याला दिसली होती. आत्ता तिचा पोशाख तिच्या नावाशी विसंगत होता. तरी त्याच्या अंदाजाला पुष्टी मिळाली होती.

उशिरा का होईना तिने त्याच्याकडे आपला मोहरा वळवला; परंतु त्याच्या हनुवटीच्या दिशेने एक ओझरता दृष्टिक्षेप टाकण्यापुरताच. त्या बदल्यात त्याने मुद्दामच तिला वरपासून खालपर्यंत न्याहाळले. तिची शरीरयष्टी धिप्पाड नव्हती. त्यांच्याहून कमीत कमी तीन इंचांनी उंचीला कमी होती.

"ते मला विसरले नसणार, याची मला खात्री आहे," मिस ब्रुक सभ्य, परंतु धारदार आवाजात, ओठ खाली मुडपत महाराजांना म्हणाली.

पश्चात्तापाचा मागमूसही नाही, ॲश्टनने तिरकसपणे अनुमान काढले. "तुम्हाला न विसरणारा मी काही पहिलाच माणूस नसणार," त्याने धिम्या, किंचित उपहासदर्शक सुरात उत्तर दिले, तसे तिने त्याच्याकडे एक तीव्र कटाक्ष टाकला.

ॲश्टनच्या शब्दांनी वरमल्यामुळे तिचा चेहरा आरक्त झाला. तरीही तिने त्याचा टोला परतवलाच. "कसे आहात? तब्येत ठीक आहे ना?" तिच्या आवाजात थोडीशी गंमत, पण उपहास अधिक होता. गर्वही होता, जो ॲश्टनला खटकला.

उत्तर देण्यापूर्वी थोडे थांबून, महाराजांकडे विचारमग्न दृष्टिक्षेप टाकत ॲश्टन संयत सुरात म्हणाला, "तब्येत खरोखरच चांगली आहे."

महाराजांच्या चेहऱ्यावर पुसटसे हसू होते. त्याच्या उत्तरातील गर्भित प्रश्न कळल्याचे दर्शविण्यासाठी त्यांनी हात हलवला, पण उत्तर देण्याचे टाळले.

तो पुढे काही बोलण्यापूर्वीच ती उसळून म्हणाली, "महाराजांच्या जागी दुसरा कुणी असता तर तुम्ही..."

तिला आवर घालण्यासाठी महाराजांनी खाकरत तिला दटावले, "उमा."

त्यांचा इशारा कळून तिने मान खाली घातली. त्यानंतर काही काळ तिथे शांतता होती.

"मिस ब्रुक फ्रेंच नाहीत आणि माझ्यावर हल्ला करण्यासाठी त्यांच्यावर कुणी सक्तीही केली नव्हती, हेही सिद्ध झाले आहे. तर मग त्या स्त्री वेषातील पुरुष आहेत असा माझा समज झाला, तर ते अप्रस्तुत ठरेल का?" ॲश्टन स्वत:चीच चेष्टा करत हसत म्हणाला.

महाराज हलकेच हसले. "त्या प्रहाराचे एवढे मनाला लावून घेऊ नका, कॅप्टन. त्याने घाबरायला होते हे मान्य आहे; पण एकदा तिने माझे पाय जायबंदी केले होते." ते मोठ्या अभिमानाने म्हणाले.

"अस्सं? तसे असेल तर..." ॲश्टनने बोलायला सुरुवात केली. महाराजांच्या विधानावर त्या दोघांनी एकमेकांकडे टाकलेले प्रेमळ कटाक्ष त्याच्या नजरेतून सुटले नाहीत. त्या कटाक्षाने त्यांच्यातील नाते स्पष्ट होते, असा उपहासगर्भ विचार ॲश्टनच्या मनात आला. हिंदुस्थानातील महाराजांना वश करून त्यांच्या प्रेमात पडणाऱ्या, स्वत:ला बाराव्या शतकातील युरोपमधील भावुक नायिका समजणाऱ्या स्त्रियांपैकी ती एक स्त्री होती. तरी महाराज तिच्या वडिलांच्या वयाचे होते. प्रामाणिकपणे सांगायचे, तर महाराज वयानेच मोठे होते असे नाही, तर विचारानेही परिपक्व होते, असा ॲश्टनच्या मनात विचार आला.

"तुम्ही बसा ना," महाराज म्हणाले. ॲश्टन एका हस्तिदंती आणि अभ्रकाच्या खुर्चीवर सावधपणे बसला. त्या खुर्चीचे पाय जाडजूड आणि आखूड होते. खुर्ची साधी होती. तिची बैठक गादीविरहित होती. याउलट महाराजांचे हस्तिदंती आसन खूपच प्रशस्त होते. त्यावर चढून बसण्यासाठी एक पायरी होती. आसनाची पाठ भक्कम आणि हात बाकदार होते. त्याच्यावरील नाजूक कोरीवकाम उत्तम कारागिरी दर्शवत होते. लाल मखमली उश्यांचे त्यावर आवरण होते. दालनाच्या काळ्या ग्रॅनाइटच्या फरशीवर आसन उठावदार दिसत होते.

"शेवटी तुमची भेट झाल्यामुळे आम्ही सन्मानित आणि आनंदित झालो आहोत." मिश्या कुरवाळत आणि त्यांना पीळ देत महाराज म्हणाले.

"परिस्थिती वेगळी असती तर मलाही तुम्हाला भेटून तसाच आनंद झाला असता, हे मी खात्रीपूर्वक सांगू शकतो." ॲश्टन त्यांच्या अभिवादनाला प्रतिसाद देत म्हणाला. त्याच्या खुर्चीची उंची कमी असल्यामुळे तो पाय पुढे पसरून बसला होता. महाराजांसमोर तो पाय पसरून बसल्यामुळे उमाने त्याच्याकडे तीव्र नापसंतीदर्शक कटाक्ष टाकला.

त्याच्या मार्मिक उत्तरावर महाराज हसले. "तुम्हाला आता बरे वाटत असेल, अशी आम्ही आशा करतो. कालच्या घटनेनंतर तुमच्या पोटाला मानवेल असा पेज हा एकमेव पदार्थ होता. तुम्हाला साग्रसंगीत भोजन दिले नाही, यात आमच्या आदरातिथ्यात कोणतीच कसर नव्हती."

"तुमचे आदरातिथ्य माझ्या अपेक्षेपलीकडे चांगले आहे," ॲश्टन कोरडेपणाने महाराजांना दिलासा देण्यासाठी म्हणाला.

"म्हणूनच जागे झाल्याबरोबर तुम्ही चादरींच्या गाठी मारायला लागलात का?"

पलायनाच्या त्याच्या अयशस्वी प्रयत्नासह दिवसभरात घडणाऱ्या सर्व घटनांची इत्थंभूत माहिती महाराजांना कळत होती, हे उघड होते.

"तो माझा क्षणिक मूर्खपणा होता. तुमचे सैनिक आत येताच मी तो प्रयत्न

सोडून दिला. शिवाय इमारतीची रचना माहीत नसल्यामुळे खिडकीतून खाली सरळ तुमच्या अंधारकोठडीतच पोहोचण्याची शक्यता होती.''

''पलायनाचे इतर कोणते विचार तुम्ही करत होता?''

''आग लावून त्यानंतर उडणाऱ्या गोंधळात पळून जाण्याचा मी विचार केला; परंतु चादरींचा दोर बनविण्याच्या युक्तीहून तो वाईट होता. या हवामानात सर्वप्रथम मीच भाजून निघालो असतो.'' ॲश्टनने मिस ब्रुककडे ओझरता कटाक्ष टाकला आणि परत मान वळवली. तिला वश करणे हाच आपल्या सुटकेचा सर्वांत चांगला पर्याय आहे, हा विचार मनात येताच तो कडवटपणे हसला. तसे करण्याची संधी मिळण्याची शक्यता खूपच कमी होती.

तेवढ्यात एक दासी आत आली. महाराजांच्या मागे योग्य अंतरावर उभी राहून मोरपिसांच्या मोठ्या पंख्याने ती वारा घालू लागली. ॲश्टनने कपाळावरील घाम पुसला. मधून मधून त्याच्यापर्यंत पोहोचणाऱ्या पंख्याच्या वाऱ्याने त्याला दिलासा मिळत होता. संगमरवरी फरशी, पडदे आणि शिंपल्यांच्या तावदानांमुळे दालनात चांगलाच गारवा वाटत होता.

''तुमच्या हाताची जखम भरून आलेली दिसते.''

त्या दिवशी पहाट झाल्याबरोबर उत्तरेकडील तटबंदी भेदत असताना युद्धभूमीच्या मधोमध एका क्षेपणास्त्राचा स्फोट झाला होता. बिथरलेले घोडे आणि सैनिक पळत असताना, तसेच व्यूहरचना बिघडू न देण्याचा प्रयत्न करताना खूपच हलकल्लोळ माजला होता. ॲश्टनने घोड्यावरची पकड कायम ठेवली होती; परंतु एका शिपायाला वाचवताना त्याच्या हाताला जखम झाली होती. सुदैवाने हाड मोडले नव्हते.

''इंग्रज सैन्याच्या डावपेचांनी उमासुद्धा प्रभावित झाली होती. खरं ना उमा?'' महाराजांनी खोडसाळपणे हसत विचारले.

आधी ॲश्टनला तो शब्द नीटपणे कळला नाही; पण उमा हे तिचे नाव आहे, हे लक्षात येताच त्याला खूपच आश्चर्य वाटले होते. तिला संभाषणात खेचल्यामुळे महाराजांकडे रागाने बघताना तिचा चेहरा लाल झाला होता. तिने ताठर भूमिका सोडली. मान वर करत, ॲश्टनकडे अर्थपूर्ण दृष्टिक्षेप टाकत ती उत्तरली, ''शिपायांची कामगिरी चांगली होती; पण नेतृत्व अधिक चांगले होऊ शकले असते.''

ती त्याला डिवचण्याचा प्रयत्न करत होती, हे ॲश्टनच्या लक्षात आले. तो आंधळा किंवा बहिरा असता, तरच तिचा आकस त्याच्या लक्षात आला नसता. तिचा तिरस्कार पाहून त्याच्यावर फारसा परिणाम झाला नाही; परंतु त्यामागचे कारण जाणून घेण्यासाठी मात्र तो निश्चितच उत्सुक झाला होता.

ॲश्टनने मनात तिच्या नावाचा मागोवा घेण्याचा प्रयत्न केला. ब्रुक. अनेक स्थानिक संस्थानांच्या बालेकिल्ल्यातून भटक्या लोकांसारखी भ्रमंती करण्याची ख्याती असलेल्या जॉन ब्रुकची ती मुलगी होती का? आपल्या देशबांधवांना उच्च दर्जाचं ज्ञान देण्याच्या एकमेव उद्देशाने ते अधूनमधून एखाद्या ब्रिटिश वसाहतीला भेट देत असत. त्यांच्याशी किंवा त्यांच्या कुटुंबाशी ॲश्टनचा परिचय झाला नव्हता; परंतु या मुलीचे वय आणि प्रवृत्ती लक्षात घेता दोघांच्यात रक्ताचे नाते संभवनीय वाटत होते. काही महिन्यांपूर्वी ब्रुकसाहेबांची निधनवार्ता त्याच्या वाचण्यात आली होती. त्यांच्या पश्चात मदुराईमध्ये एकटीने राहण्याच्या तिच्या निर्णयावरून त्यांचा विक्षिप्तपणा तिच्यातही उतरला असला पाहिजे, हे उघड होते.

त्याच्या उत्तराची प्रतीक्षा करणाऱ्या महाराजांकडे त्याने परत वळून पाहिले. ''कमीत कमी, बिथरले ते घोडेच होते. हत्ती तर नव्हते.'' तो शांत चित्ताने म्हणाला.

महाराजांना हसू आवरले नाही. मोहिमेवर निघण्यापूर्वी काही सेनाधिकाऱ्यांनी किल्ल्याच्या प्रचंड दरवाजाला धडक मारण्यासाठी हत्तींचा उपयोग करण्याचा सल्ला ॲश्टनला दिला होता. मोहिमांसाठी उत्तरेकडून मोठ्या उत्साहाने हत्ती मागवले होते; परंतु कॅप्टन हत्ती वापरायला उत्सुक नव्हता. त्यामुळेच तो वाचला होता. क्षेपणास्त्रामुळे एक जरी हत्ती बिथरला असता, तरी फार मोठी जीवितहानी झाली असती.

''शेवटी आमची सरशी झाली असली, तरी तुम्ही आमचे केलेले नुकसान पाहून मी खूपच प्रभावित झालो होतो. एवढे नुकसान आम्हाला अपेक्षित नव्हते. दैव आम्हाला अनुकूल नसते, तर नुकसानीची व्याप्ती खूपच वाढली असती.'' महाराज कॅप्टनचे कौतुक करत म्हणाले.

''दैव आणि क्षेपणास्त्रे.''

महाराजांनी मानेने कॅप्टनच्या म्हणण्याला सहमती दर्शवली. ''टिपू सुलतानाकडून मला थोडी क्षेपणास्त्रे मिळाली होती; परंतु आम्हाला त्यांच्या वापरासंबंधी प्रशिक्षण मिळाले नव्हते. तरीही आम्ही दूरच्या पल्ल्यावर त्यांचा मारा करू शकलो, याचा मला आनंद झाला हे मान्य केलेच पाहिजे.''

ॲश्टनच्या मोहिमेसंदर्भातील अजून काही घटनांवर त्यांनी आपले मत मांडले. काही बाबतीत त्यांनी टीका केली असली, तरी एकूण संभाषणातील गर्भित कौतुकाचा सूर महाराजांच्या विचारांची परिपक्वता आणि मनाचा दिलदारपणा दर्शवित होता. परिस्थितीचा बदललेला नूर पाहून ॲश्टन अचंबित झाला. महाराजांच्या वागण्याबोलण्यात जेत्याचा कोणताही अभिनिवेश नव्हता.

मिस ब्रुकने ओठ मुडपलेले त्याने पाहिले. महाराजांचे भाष्य पोरीला आवडले नव्हते. ॲश्टनला ताबडतोब तुरुंगात डांबावे, असेच तिला वाटत असण्याची दाट शक्यता होती. महाराजांनाही तसेच वाटत असण्याची शक्यता ॲश्टनने गृहीत धरली होती. अल्पकाळ सुनावणीचे नाटक आणि दीर्घकाळ तुरुंगवास आपल्या वाट्याला येणार, यावर त्याने कोणतीही पैज लावली असती. म्हैसूरमध्ये अनेक मोठ्या व्यक्तींना अशीच तुरुंगवासाची शिक्षा ठोठावण्यात आली होती.

"महाराज," उमा मध्येच म्हणाली. "आपल्या संभाषणाचा अपेक्षित बाज नसल्यामुळे त्या माणसाला आश्चर्याचा धक्का बसला आहे."

कॅप्टन ट्रेव्हेलियन न म्हणता माणूस असा तिने केलेला उल्लेख ऐकून ॲश्टनला गंमत वाटली. तिला नक्कीच त्याला तुरुंगात टाकावे आणि वाघाच्या तोंडी द्यावे, असेही वाटत होते.

क्षणभर थांबून छद्मीपणाने हसत उमा म्हणाली, "या देशातील माणसांमध्ये सुसंस्कृतपणा नाही. मग शत्रूला सरळ उचलून तुरुंगात न टाकण्याचा मनाचा मोठेपणा कुठून असणार?" आपल्याला मिळत असलेल्या सभ्य वागणुकीचे ॲश्टनला आश्चर्य वाटत होते हे खरे होते; परंतु हवा तो परिणाम साधण्यासाठी त्याला वाटत असलेल्या आश्चर्याचा उमा जास्तच बाऊ करीत होती, हे खरे असले तरी तिची आकलनशक्ती उल्लेखनीय असल्याचे तिच्या बोलण्यातून प्रतीत होत होते. अनेकदा त्याच्या निर्विकार चेहऱ्यामुळे त्याच्या मित्रांनासुद्धा त्याच्या मनात काय चालले आहे, हे समजत नसे, हे लक्षात घेता उमाच्या चाणाक्षपणाचे त्याला अधिकच नवल वाटले.

त्याच्या दिशेने पूर्णपणे वळून उमाने रागाने त्याच्याकडे पाहिले. तिच्या डोळ्यांतील काजळरेखा आणि कपाळावरील लहानसा कुंकवाचा टिळा पाहून ॲश्टन बुचकाळ्यात पडला. तिच्या इंग्लिश रंगरूपाशी तिची तमिळ राहणी इतकी चक्रावून टाकणारी होती की, त्याचा त्याच्या डोळ्यांवर विश्वास बसत नव्हता.

ती पुढे काही बोलणार होती; पण महाराजांनी नापसंती दर्शवत नजरेच्या इशाऱ्याने तिला गप्प केले. परत ॲश्टनकडे वळून ते म्हणाले, "गैरमार्गाचा वापर न करता तुम्ही वेढा सन्मानपूर्वक निभावलात. माझा पराभव झाला असता, तरी मातब्बर शत्रूच्या हातून मात खाल्ली गेली, याचे मला समाधान वाटले असते. तुम्ही आमची रसद तोडलीत, पण अवतीभवतीच्या खेड्यांवर युद्धाचा फारसा दुष्परिणाम झाला नाही. तुम्ही शेते जाळली नाहीत किंवा खेडुतांवर अत्याचार केले नाहीत. तुम्ही आमच्या मंदिरांचा वापर केलात, पण अगदी जरुरीपुरताच. आमच्या पूजास्थानांचे पावित्र्य तुम्ही अबाधित राखलेत."

महाराजांनी तोंड भरून केलेल्या स्तुतीने बावचळून ॲश्टन खुर्चीत चुळबुळ

करत तुटकपणे महाराजांना म्हणाला, ''अशा प्रकारची कृत्ये करण्याइतक्या माझ्या भावना कडव्या नाहीत.''

महाराजांचे डोळे लुकलुकले. ''समजलो.''

''पण तुमच्यासारख्या अकार्यक्षम राज्यकर्त्यांपासून या देशाचे रक्षण करावे, असे वाटण्याइतपत त्या कडव्या आहेत, महाराज.'' उमा मधाळ आवाजात मध्येच म्हणाली. उघडउघड कडवटपणे त्याला आव्हान देताना तिचे डोळे आग ओकत होते. ''प्रजेला होणाऱ्या त्रासापासून त्यांची सुटका करून तुमच्या साधुतुल्य चुलतभावाच्या हाती त्यांना सोपविण्याइतपतही त्या भावना कडवट आहेत.''

मदुराईच्या किल्ल्यावरील आपल्या आक्रमणाचे समर्थन करण्यासाठी इंग्लिश कंपनीने महाराजांच्या चुलतभावाच्या वतीने युद्ध करत असल्याचा दावा केला होता. या चुलतभावाचा सिंहासनावर दुरन्वयाने हक्क असल्याचा दावा केला होता. मोहिमेवर निघण्यापूर्वी युद्धनीतीचा भाग म्हणून ॲश्टनने या भावाची भेट घेतली होती. महाराजांशी ओळख झाल्यावर त्याच्यासारख्या तिरस्करणीय व्यक्तीची महाराजांशी बरोबरी होऊच शकत नाही, हे ॲश्टनच्या लक्षात आले. त्या युद्धनीतीची आखणी त्याने केली नसल्यामुळे तिचे समर्थन करण्याची किंवा त्यामुळे खजील होण्याची जरूर त्याला भासली नाही. त्याने नुसतेच खांदे उडवले. वक्तव्यामुळे तो उखडेल असे तिला वाटत असले, तर तिची निराशा होणार होती.

''बाईसाहेब, माझ्यासारखे एक सामान्य प्यादे कोण कुणावर राज्य करतोय, याची शहानिशा करण्याचे धाडस करत नाही.''

महाराजांनी हसून मान किंचित हलवली. ''आपण फार विनयशील आहोत असे भासवत असलात, तरी तुमच्या विधानाचा खरा अर्थ लक्षात येण्याइतपत उमा आणि मी नक्कीच बुद्धिमान आहोत. कोण कुणावर राज्य करतोय याच्याशी तुम्हाला खरोखरच अजिबात देणे-घेणे नाही.''

महाराज त्याच्याकडे विचारमग्न होऊन पाहत होते. त्यामुळे ॲश्टन अस्वस्थ झाला. त्यांनी मिस ब्रुकला आपल्या भाषेत काहीतरी सांगितले. ती त्यांना विरोध करणार असे वाटत होते; पण महाराजांच्या आवाजातील जरब जाणवताच मान हलवून ती निघून गेली.

''आपली चर्चा अशीच पुढे चालू ठेवू. कोण जाणे उभयपक्षी फायद्याच्या एखाद्या करारावर आपले एकमत होईलही.''

जे घडत होते त्याचा उलगडा न झाल्यामुळे ॲश्टनने मानेनेच संमती दर्शवली.

वाढत्या बेचैनीमुळे उमाला झोप लागत नव्हती. ती सारखी या कुशीवरून त्या कुशीवर वळत होती. महाराजांना भेटून आपल्या दालनाकडे परत येत असताना महाराणींच्या दासींनी तिला वाटेतच गाठले होते. त्यांना पटतील असे कोणतेही बहाणे देऊ न शकल्यामुळे निरुपायाने महाराणींना भेटायला जाणे तिला भाग पडले. जवळजवळ तासभर त्यांच्या शाब्दिक माऱ्याला तिला तोंड द्यावे लागले.

बुधल्यासारख्या स्थूल शरीराच्या महाराणी मंचकावर पहुडल्या होत्या. आदल्या रात्री आणि त्याच दुपारी काय घडले, या विषयी तिला खोदून खोदून विचारत होत्या. तरुण मुलींचे आचरण कसे असावे, यावरून त्यांनी तिचे बौद्धिक घेतले. उमाने त्यांच्या चिरंजीवाशी विवाह करावा असाही आग्रह धरला. आकाशस्थ ग्रहांच्या स्थितीवर त्या बराच वेळ बोलत होत्या. त्यांच्या दासींनी सोलून दिलेल्या शेंगांचे दाणे तोंडात टाकून मचमच आवाज करत खाताना उमाच्या पत्रिकेतील ग्रह भविष्यातील मोठ्या संकटाची धोक्याची सूचना देत असल्याचे त्यांनी जाहीर केले.

उमाने महत्प्रयासाने संयम ठेवून महाराणींचे वाक्ताडन ऐकून घेतले. महाराणींची सायंप्रार्थनेची वेळ झाली, तेव्हाच तिची सुटका झाली.

"अशी पत्नी आणि अशा चिरंजीवांशी गाठ पडणे, हे खरेच महाराजांचे दुर्दैव आहे." स्वत:चा बिछाना घालताना आणि दालनातील दिवे विझवत फिरताना आया चरफडत म्हणाली.

महाराणी स्वार्थी, मतलबी होत्या. जेवढ्या आळशी तेवढ्याच वाचाळ आणि रासवट स्वभावाच्या होत्या. उमाचा, आयाचा किंवा त्यांच्या चिरंजीवांच्या वाटेत जो येईल त्याचा उपमर्द करणे, हाच त्यांचा आवडीचा उद्योग होता.

तेवढ्यात उमाला अधिकच अस्वस्थ करणारी बातमी मिळाली. तो इंग्रज माणूस आणि मंत्री यांच्या समवेत महाराजांची दोन तासांहून दीर्घकाळ बोलणी झाली होती. त्यानंतर त्या इंग्रजाबरोबर महाराजांनी भोजन केले होते. भोजनादरम्यान दोघांमध्ये संभाषण रंगले होते. अधूनमधून हास्यविनोदही चालू होता, अशी खबर दासींनी आणली होती. हे महाराजांचे वागणे अतिच मवाळ होते असे तिला वाटले. तिच्या पपांचा अपवाद सोडला, तर इतर जातीच्या दुसऱ्या कुणासमवेतही त्यांनी कधी भोजन केले नव्हते. महाराजांनी त्याला दिलेल्या बहुमानाची त्या इंग्रजाला अजिबात कल्पना नव्हती. त्याच्या वागण्यात थोडी जरी भीती किंवा अस्वस्थता दिसून आली असती, तरी तिला त्याची थोडी दया आली असती; परंतु त्याच्या चेहऱ्यावर उद्धटपणाचा आणि निखालस अनादराचा भाव होता.

मनातील उलटसुलट विचारांच्या काहुरामुळे रात्री बराच वेळ तिला झोप आली

नव्हती. महाराजांचा विचार तरी काय होता? त्यांनी त्या इंग्रज माणसाला तुरुंगात का टाकले नाही? त्याच्या वागण्यातील मोकळेपणा आणि त्याच्या स्मितहास्यांनी महाराजांवर चेटूक तर नव्हते केले? संकटातही जो मानभावीपणाने हसू शकतो, तो कोडगा, बेदरकार आणि बहुधा धूर्तही असला पाहिजे. महाराजांना हे कळत नव्हते का? घडलेल्या घटनांवर उमा जितका जास्त विचार करत गेली, तितकी तिची बेचैनी वाढतच गेली.

अशा प्रकारे बेचैनीत रात्र गेल्यावर, पहाटेच्या सुमारास गोळीबाराचे आवाज कानांवर पडू लागताच काळजी वाटण्याऐवजी तिला दिलासा वाटला, हे चमत्कारिकच होते.

५

उंच छत आणि मजबूत दगडी भिंतींच्या राजवाड्यातील ओसऱ्यांमध्ये प्रकाश अंधूक झाला होता. सूर्य अस्तास जात होता, त्यामुळे गरमीपासून अल्पकाळ सुटका झाली होती. किल्ल्यामध्ये गूढ शांतता होती. दोन्ही बाजूला योद्ध्यांचे दगडी पुतळे पहारा देत होते. त्या लांबलचक ओसऱ्यांच्या वाटेवर खांबांवरील कमानींनी मेहरप धरली होती.

महाराज सावकाशपणे चालत होते. विचारात गढल्यामुळे त्यांचे मस्तक खाली झुकले होते. मागे हातांची घडी घातली होती. त्यांच्या एक पाऊल मागे ॲश्टन चालत होता.

आदल्या दिवशी संध्याकाळी स्वादिष्ट भोजनादरम्यान त्यांनी युरोपमधील राजकारणावर चर्चा केली होती. चर्चेदरम्यान महाराजांच्या चातुर्याचे आणि विवेकाचे लक्षणीय दर्शन घडले होते. भोजनानंतर नम्रपणे ॲश्टनला रजा देण्यात आली. त्याच्या दालनात सैनिकांचा पहारा होता. एक हुजऱ्या त्याच्या दिमतीला होता. त्या रात्री परत त्याला आश्चर्यकारकरीत्या गाढ झोप लागली. गोळीबाराच्या आवाजाने त्याला जाग आली होती. आदल्या दिवसाप्रमाणेच त्याला तेलाने मालिश करण्यात आले. स्वादिष्ट भोजन देण्यात आले. बऱ्याच वेळानंतर मोठ्या आवाजातील आरोळ्या, दंगा, गोंगाटाचे आवाज ऐकू येऊ लागल्यावर त्याने ओळखले की, नुकत्याच झालेल्या चकमकीत इंग्रजांची पीछेहाट झाली होती.

पलायनाच्या अनेक शक्यतांचा त्याने विचार केला होता; पण त्या सर्व अमलात आणण्यासारख्या नसल्यामुळे त्याने सोडून दिल्या होत्या. किल्ल्याच्या अंतर्रचनेचा विचार करता पूर्वेकडील झरोक्यातून खाली उतरल्यास तो आतील चौकात पोहोचला असता आणि उत्तरेकडील झरोक्यातून तो थेट सैनिकांनी व्यापलेल्या मैदानाच्या मधोमध पोहोचला असता, शिवाय त्याच्या दालनात

पहारेकऱ्याचा खडा पहारा होता. पहारेकरी त्याच्या खूप जवळ यायचे, तसेच दरवाजापासून दूर जायचे टाळत होते. त्यांची संख्याही सहापेक्षा कमी नव्हती.

आदल्या दिवशी संध्याकाळी महाराजांवर हल्ला करून त्यांना ओलीस ठेवण्याचा विचार त्याच्या मनात घोळत होता; पण महाराजांची दक्षता आणि त्यांचे गूढ सैनिकी विद्येचे ज्ञान पाहता त्याला फारशी आशा वाटली नव्हती.

सुटकेसाठी मिस ब्रुकला गळ घालणे, हीच सर्वांत आशादायक योजना होती; पण तोच जर त्याला सर्वोत्तम पर्याय वाटत होता, तर मग त्याची परिस्थिती अगदीच केविलवाणी होती. निष्क्रियपणे दिवसभर आपल्या खोलीत बसून राहणे त्याला भाग होते.

शेवटी संध्याकाळी महाराजांचा निरोप आला. महाराज बहुधा त्याच्या सहनशीलतेचा अंत होण्याची वाट पाहत होते; परंतु वृद्ध महाराजांच्या स्वभावात क्षुद्र मनोवृत्तीच्या कोणत्याही खुणा त्याला आढळल्या नव्हत्या. मग महाराज कशाची वाट पाहत होते? महाराजांना त्याच्याकडून काही पदरात पाडून घ्यायचे आहे, असा त्याचा समज झाला. तसे असेल तर सुटकेसाठी सौदा करायला अजूनही वाव होता.

''युद्धभूमीवर शांतता आहे,'' ॲश्टनने संभाषणाला सुरुवात केली.

''तुमच्या अधिकाऱ्यांमध्ये तुमचा धूर्तपणा नाही. त्यांचे बरेच नुकसान झाल्यावर त्यांनी माघार घेतली.'' महाराज किंचित हसून म्हणाले.

घामामुळे ओला चिंब झालेला आणि अंगाला चिकटून बसणारा सदरा ॲश्टनने ओढला. ''ठीक आहे. आमचा पराभव झाला, तर पुढील काही वर्षे माश्या मारीत बसेन.'' तो खांदे उडवत बेपर्वाईने म्हणाला.

''एका मुलीच्या धाडसी कृत्यामुळे तुमच्या दमदार मोहिमेला खीळ बसली, त्याची आठवण काढत तुम्ही वेळ घालवू शकता.'' महाराजांनी हसत सुचविले.

''धाडसी म्हणा, हास्यास्पद म्हणा. काही फरक पडत नाही.'' ॲश्टनने उत्तर दिले.

संधिप्रकाशात झाडांच्या आकृत्या धूसर होऊ लागल्या होत्या. भिंतींजवळ पहाऱ्याच्या जागी अनेक सैनिक जायबंदी झालेले ॲश्टनला दिसत होते. बाहेरील क्षेत्रात जास्त नुकसान झालेले दिसत होते. एकेकाळचे भव्य खांब मोडून दगड-विटांचा ढिगारा होऊन पडले होते. जमिनीवर, झाडांवर, भिंतींवर बारूद-गोळ्यांनी खड्डे पडले होते. मोकळ्या जागेत जागोजागी खड्डे पडले होते.

थोडे अंतर ते मूकपणे चालत गेले. वाटेत एक लहान मंदिर लागले. मंदिरातील अंधारामुळे ॲश्टनला मूर्ती स्पष्ट दिसत नव्हती. मंदिराच्या ओसरीत समया शांतपणे तेवत होत्या. एक माणूस हलक्या आवाजात स्तोत्र म्हणत होता.

डोळे मिटून तो प्रार्थनेत तल्लीन झाला होता. त्याच्या प्रार्थनेत व्यत्यय येऊ नये, म्हणून महाराज पावलांचा आवाज न होण्याची काळजी घेत होते. त्यांची विनयशीलता आणि साधेपणा पाहून प्रभावित झालेला ॲश्टन त्यांच्या मागोमाग चालला होता.

त्या पहिल्या रात्री मिस ब्रुकने लावलेल्या अप्रतिम अत्तराच्या घमघमाटाने ॲश्टनला लपेटून टाकले होते. मूर्तीपाशी ठेवलेल्या फुलांकडे त्याने बारकाईने पाहिले; पण त्याला सुगंध ओळखता आला नाही. मिस ब्रुकसारखी नाजूक आणि निरागस व्यक्ती त्याच्यावर अशा प्रकारचा हल्ला कशी करू शकते? तो मनाशी नवल करत होता.

''अं... आपल्याला सांगायला अवघड वाटणार नसेल, तर मिस ब्रुकने मला कसे धराशायी केले ते कळू शकेल का?''

''हा प्रश्न विचारण्यासाठी तुम्ही एक दिवसाहून जास्त तग धरू शकणार नाही, यावर मी पैज लावली होती.'' महाराज हसून म्हणाले. ''त्या विचाराने तुम्हाला त्रास होतो का?''

''त्या विचाराने मला भंडावून सोडले आहे.'' त्यांच्या हसण्यात सूर मिळवत ॲश्टनने उत्तर दिले.

हलकेच हसून महाराजांनी त्याच्या खांद्यावर थोपटले. त्यांच्या कृतीने आश्चर्याचा धक्का बसल्यासारखा ॲश्टन जागीच थबकला. महाराजांप्रमाणे मित्रत्वाच्या नात्याने समंजसपणे आणि आपुलकीने क्वचितच कुण्या वयस्कर व्यक्तीने त्याच्या खांद्यावर थोपटले होते. आपल्याला महाराज आवडले आहेत आणि त्यांच्याबद्दल आपल्याला आदर वाटतो, हे त्याला आश्चर्यकारकरीत्या जाणवले.

त्याच्या प्रश्नाला महाराजांकडून उत्तर मिळणार नाही, असे वाटत असताच महाराजांनी हळू आवाजात सांगायला सुरुवात केली. ''त्याला थोड् वर्मम म्हणतात. तो एक प्राचीन युद्धकलेचा प्रकार आहे. काही विवक्षित नसबिंदूंवर प्रहार करून एखाद्याला खाली पाडता येते किंवा त्याला पंगू करता येते किंवा कधीकधी ठारही करता येते. त्यासाठी खूप एकाग्रता, शिस्त आणि मानवी शरीरशास्त्राचे सखोल ज्ञान असावे लागते. स्वाभाविकपणे ती कला फक्त थोड्या निवडक लोकांना शिकवली जाते. अनेक वर्षांपूर्वी त्या कलेतील निष्णात तज्ज्ञ गुरूकडून मी ती शिकून घेतली होती.''

''आणि आपण ती कला तिला शिकवलीत,'' महाराजांच्या बोलण्यावरून निष्कर्ष काढीत ॲश्टन उद्‌गारला. त्याच्या उंचावलेल्या भुवईवरून हा निर्णय घेण्यात महाराजांच्या सुज्ञपणावरील अविश्वास व्यक्त होत होता.

''हो,'' मानेने होकार दर्शवत महाराजांनी नि:श्वास सोडला. त्यांच्या स्वरात खंत होती. ''आम्ही ती विद्या कुणाला दिली नव्हती. माझ्या स्वत:च्या मुलालासुद्धा

नाही. अनेक वर्षे मानसिक आणि शारीरिक तप करण्याची क्षमता असलेल्या व्यक्तीच ती आत्मसात करू शकतात.''

ॲश्टन उपहासाने हसला. मग महाराजांनी ती विद्या तिला कशी दिली? त्याच्याकडे बघत महाराजांनी उदासपणे मान हलवली. ''हो. आम्ही जाणतो की, आम्ही सूचनांचे काटेकोर पालन केले नाही.'' अगतिकपणे महाराजांनी खांदे उडवले. ''तिला स्व-संरक्षणार्थ आम्ही ती विद्या शिकवली.'' ते खिन्नपणे हसले. उमाबद्दल वाटणाऱ्या प्रेमाचे आणि हळवेपणाचे प्रतिबिंब त्यांच्या डोळ्यांत उमटले होते.

त्यांच्या चेहऱ्यावरील भाव ॲश्टनने अचूक टिपले. वडिलांना आपल्या आवडत्या अपत्याविषयी वाटतो, तसा महाराजांचा मिस ब्रुककडे ओढा होता, याची त्याला खात्री पटली. मिस ब्रुकचे सर्व आयुष्य किल्ल्यातच गेले असले पाहिजे आणि त्यांच्या डोळ्यांसमोर ती लहानाची मोठी झाली असली पाहिजे.

पाच वर्षांपूर्वी ती उन्हाळ्यातील निवासस्थान असणाऱ्या राजवाड्याकडे जात असताना चोरांच्या एका टोळीने तिचा मेणा अडवून तिला लुबाडण्याचा प्रयत्न केला. रक्षकांनी अर्थातच त्यांना ठार मारले. या भागात चोरांचा हल्ला ही अगदी दुर्मिळ घटना आहे; परंतु तीन वर्षांपूर्वी राजवाड्याच्या इतिहासात प्रथमच राजवाड्याच्या आत दरोड्याचा प्रयत्न झाला होता. देवीच्या कृपेने उमा बचावली. तिच्या आयाला, तिच्या दाईला, त्या रात्री झोप लागत नव्हती. तिने तीन माणसांना उमाच्या दालनात शिरताना पाहिले आणि आरडाओरडा केला. हे सांगत असताना महाराजांच्या डोळ्यांतील क्रोधावरून त्यांचे उमावरील प्रेम अधिक प्रकर्षाने दिसून येत होते. त्या माणसांचे पुढे काय झाले, ते ॲश्टनने सहजपणे ओळखले.

''ब्रुकसाहेबांना वाटले की, तो तिच्या अपहरणाचा प्रयत्न होता. तिचे सौंदर्य आणि एकांतवासातील आयुष्य यामुळे नको त्या माणसांना तिच्याविषयी कुतूहल निर्माण झाले होते. त्या घटनेनंतर प्रवास करणे उमाने बंद केले. आम्ही तिच्या संरक्षणासाठी चोवीस तास रक्षक नियुक्त केले. त्यानंतर असा प्रयत्न पुन्हा झाला नाही. गरज पडल्यास उपयोगी पडतील म्हणून आम्ही तिला आत्मसंरक्षणाच्या काही पद्धती शिकवल्या.'' महाराजांनी दीर्घ श्वास घेतला. ''खरे सांगायचे तर अजूनही या विद्येवर तिचे प्रभुत्व नाही. तुमच्या बाबतीत तुम्हाला जायबंदी कसे करायचे हे तिला माहीत होते; परंतु त्यावरील उतारा माहीत नव्हता. त्या वेळी अर्ध्या तासाचा विलंब झाला असता, तर तुम्ही जिवंत राहिला नसता. आम्ही तिला सगळे डाव शिकवले नव्हते आणि तिने फक्त आणीबाणीच्या परिस्थितीत या विद्येचा उपयोग करावा, या हेतूने काही डावाच्या प्रतिरोधात्मक उपाययोजनाही

शिकविल्या नव्हत्या.''

अॅश्टन आश्चर्याने महाराजांकडे बघत राहिला; पण महाराजांच्या सांगण्यावर त्याचा विश्वास बसला. त्याच्या छातीत उठलेली कळ सुरीच्या वारापेक्षा अधिक तीव्र होती.

''अर्थात तुम्हाला ठार मारण्याचा तिचा हेतू नव्हता. तिला तुम्हाला ठार मारायचे असते, तर तिने क्षणात तसे केले असते. तिने मुद्दामच अशा ठिकाणी प्रहार केला की, ज्यायोगे तुमचे पुनरुज्जीवन करायला आम्हाला अवधी मिळेल. आम्ही तसे इलाज करू शकतो, हे तिला माहीत होते,'' महाराजांनी या मुद्द्याकडे अॅश्टनचे लक्ष वेधले.

ते ऐकून अॅश्टनच्या मनात तिच्याविषयी द्वेष निर्माण झाला. त्याच्यावर, त्याच्या जीवनावर तिचा अधिकार असावा आणि तिने त्याला जीवनदान देण्याचे ठरविले, या गोष्टीचा त्याला राग आला. खरेतर त्याला कृतज्ञता वाटायला हवी होती; परंतु तिच्या कृत्याने त्याचा स्वाभिमान दुखावला गेला होता, हे खरे कारण होते.

''देशद्रोह करायला आणि त्याबद्दल अजिबात खंत वाटून न घ्यायला टोकाचे निर्ढावलेपण लागते. ज्याने तिचे कोणतेही नुकसान केले नव्हते, अशा देशबांधवांवर हल्ला करताना मिस ब्रुकच्या मनात कोणताही किंतु नव्हता.''

अॅश्टनचा शेरा ऐकून महाराज गोंधळले. त्यांनी अॅश्टनकडे एक निसटता कटाक्ष टाकला. महाराजांची भेट झाल्यापासून प्रथमच ते अस्वस्थ झाल्यासारखे वाटले. ''तिने सर्व आयुष्य आमच्यासोबत व्यतीत केले आहे. ती किल्ला हेच आपले घर समजते आणि किल्ल्याला वेढा घालून बसलेल्या तुम्हाला आपला शत्रू समजते, हे स्वाभाविक आहे. संदर्भ माहीत नसताना उमाच्या कृत्याचा धिक्कार करणे तिच्यावर अन्यायकारक होईल.''

ब्रुकसाहेब त्यांच्या विक्षिप्तपणाबद्दल प्रसिद्ध होते. त्यांच्या मुलीने इंग्रजांविरुद्ध पवित्रा घेणे अपेक्षित होते, असे अॅश्टनला वाटले. ती जर संस्थानाबाहेरच कधी गेली नसेल, तर अशा चमत्कारिक कल्पनांचा तिच्यावर पगडा असला तर आश्चर्य नाही. महाराजांनी त्याच्याकडे शोधक नजरेने बघितले; परंतु अॅश्टनने नुसतेच खांदे उडवले. इतरांचे हेतू आणि मते यांची तो चिंता करत नसल्यामुळे महाराजांच्या विधानावर त्याने कोणतेही भाष्य केले नाही.

काही क्षण ते न बोलता तसेच चालत राहिले. संध्याकाळच्या सूर्याच्या पार्श्वभूमीवर एका अर्धवट तुटलेल्या घुमटाची आकृती उठून दिसत होती. विचारमग्न दिसणाऱ्या महाराजांकडे अॅश्टनने एक तिरपा कटाक्ष टाकला. युद्धात आपला पराभव झाला आहे, हे अॅश्टनला कळून चुकले होते. त्याच्या सैन्याने किल्ल्यावर

हल्ला करण्याचे अजून काही प्रयत्न केले असते, तरी महाराजांनी नक्कीच त्याचा धुव्वा उडवला असता. असे आहे तर महाराजांनी त्याला अजून तुरुंगात का टाकले नाही?

आपले काय व्हायचे असेल, ते होईल; पण महाराजांनी चांगली खेळी केली होती, हे अ‍ॅश्टनने स्वत:शी मान्य केले.

''आपली उत्कृष्ट चाल सफल झाली, महाराज. अभिनंदन.'' तो एकाएकी उद्गारला.

''तुम्हाला काय म्हणायचे आहे?'' चालता चालता अचानक थांबत महाराज म्हणाले.

''भुयारी मार्गाची माहिती असल्याचा दावा करणाऱ्या वेषांतरित भिकाऱ्याला आमच्याकडे पाठवायचे आणि भुयारापाशी मला अचानक पकडल्याचे नाटक वठवायचे, ही फार डोकेबाज कल्पना होती.''

दोन रात्रींपूर्वी एक भिकारी भटकत इंग्रजांच्या छावणीत शिरला होता. त्या रात्री अ‍ॅश्टन नेहमीप्रमाणे त्याच्या सैनिकांची आणि दारूगोळ्याची पाहणी करीत होता. हल्लेखोरांच्या भीतीने छावणीत अगदी थोड्याच मशाली पेटवल्या होत्या. अ‍ॅश्टन इतस्तत: फिरत होता. किल्ल्याभोवतालच्या पूर्णपणे सुकून गेलेल्या खंदकातून किल्ल्यात घुसण्याच्या त्याच्या अयशस्वी प्रयत्नावर त्याचे विचारमंथन चालू होते. खिंकाळणाऱ्या घोड्यांच्या, गाईंच्या गळ्यातील घंटांच्या आणि झोपेत विव्हळणाऱ्या जखमी सैनिकांच्या आवाजाची अस्पष्ट नोंद तो घेत होता.

इतक्यात एकाएकी तो भिकारी त्याच्या वाटेत येऊन उभा ठाकला. त्याला पाहताच अ‍ॅश्टन दचकला. धीटपणे अ‍ॅश्टनच्या नजरेला नजर भिडवत तो भिकारी मोठ्या आवाजात काहीतरी बडबडला. तो ठार वेडा वाटत होता. लाल डोळे, लांब वाढलेली गलिच्छ दाढी, केसांच्या जटा, सुरकुतलेल्या शरीराला लावलेले भस्म आणि कमरेला लाज झाकण्यापुरते तोकडे वस्त्र, असा त्याचा अवतार होता; परंतु त्याची नजर मात्र निर्मळ होती.

''माझ्या शिपायांना तो साधू असावा असे वाटले. दोन दिवसांचे रेशन भरेल एवढे हादडल्यानंतर तो तुमच्या भाषेत काही मंत्र पुटपुटत होता. त्यामध्ये भग्नावशेषांचे वर्णन होते. पूर्ण दुपारभर मी त्या भग्नावशेषांच्या आसपास भुयारी मार्गाचा शोध घेण्याचा असफल प्रयत्न केला. तिथेच रात्रीचा मुक्काम करून सकाळी शोधकार्य सुरू करण्याचे मी ठरविले; परंतु त्यानंतर घडलेल्या घटना आणि तिच्याबद्दल आत्ताच आपण मला जे सांगितले, त्या आधारे आपणच त्या माणसाला कामगिरीवर पाठवले होते, असे मी गृहीत धरले...'' अ‍ॅश्टन क्षीण आवाजात म्हणाला.

"तुमची काहीतरी चूक होत आहे. ती कोणतीही चाल नव्हती. आमच्यावर विश्वास ठेवा, कॅप्टन. तिचा जीव अशा प्रकारे धोक्यात घालण्याइतके आमच्यासाठी कोणतेही काम महत्त्वाचे नाही. तुम्हाला भुलविण्यासाठी आम्ही बळेच तिला पाठवले, असे तुम्हाला खरेच वाटते का?" हे विचारताना त्यांच्या कपाळावर ठळकपणे आठी उमटली होती. नुसत्या कल्पनेनेच महाराज उद्विग्न झाले होते.

एक दीर्घ श्वास घेऊन महाराज परत चालू लागले. "कॅप्टन ट्रेव्हेलियन. तुम्हाला भुयारी मार्ग सापडला आहे, हे आम्हाला माहीत नव्हते. आम्ही नक्कीच किल्ल्यात तुमच्या आगमनाची प्रतीक्षा करत बसलो नव्हतो. आम्हाला कुणालाही न सांगता किल्ल्यातील एका माणसाला मदत करण्यासाठी उमा किल्ल्याबाहेर गेली होती. आमच्या एका सेवकाला देवीची लागण झाली होती. तिला त्याच्यासाठी मंदिरातून तीर्थ आणायचे होते. तसे करण्याची आम्ही तिला कधीही परवानगी दिली नसती. शत्रूला जाळ्यात पकडण्यासाठी प्रलोभन म्हणून आम्ही तिचा कधीही उपयोग करून घेतला नसता." या मुद्द्यावर जोर देण्यासाठी त्यांनी नकारार्थी मान हलवली. "तीर्थ घेऊन ती परत येत असताना तुम्ही आमच्या माणसांवर हल्ला केल्यानंतर उद्‌भवलेल्या परिस्थितीत जे करण्यासारखे होते, तेच तिने केले. ती फार चतुर मुलगी आहे. तुम्हाला कैद करण्याची आणि त्यायोगे वेढा उठविण्याची ही नामी संधी आहे, हे तिने ओळखले. तिने तुम्हाला ओळखले होते. गेले काही आठवडे ती सतत छोट्या दुर्बिणीतून तुमच्यावर नजर ठेवीत होती."

"मीही सोयिस्करपणे त्यांना स्वत:ची ओळख करून दिली होती." ॲश्टन स्वत:चीच चेष्टा करत म्हणाला. तेवढ्यात मनात काही विचार येऊन त्याच्या कपाळावर नापसंतीदर्शक आठी उमटली. "आपले चिरंजीव... आपल्याला कळले का त्यांनी कसे..." त्याने बोलायला सुरुवात केली; पण लगेच स्वत:ला आवर घातला. विचारांना वेसण घालत तो थांबला. ती कोणत्यातरी धाडसी किंवा हास्यास्पद कामासाठी किल्ल्याबाहेर गेली होती. तेवढ्यावरून युवराजांनी तिला थप्पड मारली होती. राजवाड्यातील कोणत्यातरी कूट कारस्थानात आपण गोवले गेल्याचे त्याला कळले. कदाचित त्याला पकडण्यासाठी तो जाणूनबुजून लावलेला सापळा नसेलही किंवा तिने ते विचारपूर्वक आखणी केलेले कृत्य नसेलही. ते काहीही असले, तरी परिणाम व्हायचा तोच झाला होता. तो पकडला गेला होता. तेवढेच महत्त्वाचे होते. या विषयावरील कोणताही विचार ॲश्टनने निग्रहाने मनातून काढून टाकला. त्याच्या अवघडलेल्या शरीरावरील ताण ओसरला. त्याने मुद्दामच चेहऱ्यावर उदासीनतेचा मुखवटा चढवला.

महाराज त्याच्याकडे लक्षपूर्वक पाहत होते. मग विषयांतर करीत ते उष्ण कटिबंधातील देशात प्रादुर्भाव होणाऱ्या व्याधींविषयी बोलू लागले. त्यांच्या

संभाषणाचा लवकरच समारोप झाला आणि ॲश्टनची त्याच्या निवासकक्षात रवानगी झाली.

परत कोणताही अनुचित प्रसंग न उद्‌भवता सुखरूप म्हैसूर संस्थानच्या सीमावर्ती भागात पोहोचल्यावर वॉरेनला हायसे वाटले. आता तो सुरक्षित भूमीवर होता, या विचाराने तो उल्हसित झाला. तो त्याच्या राहण्याच्या ठिकाणी पोहोचला. अवतीभवती रेंगाळणाऱ्या नोकरांच्या अनुपस्थितीत आपल्या खोलीत सुरक्षितपणे प्रवेश करताच लोहाराने घडवलेले कडे त्याने बाहेर काढले आणि काळजीपूर्वक कड्याची कळ दाबली. ती गोलाकार नळी मधोमध उघडताच आतील पोकळ भाग त्याच्या दृष्टीस पडला. काम फत्ते झाल्याच्या समाधानाने तो हसला. कड्यात आधी घाईघाईने कोंबून घातलेली गुंडाळी त्याने बाहेर काढली, उघडली आणि परत एकदा नजरेखालून घातली. लहान हिरे आणि पाचू त्याने कड्याच्या पोकळ नळीत टाकले, गुंडाळी पूर्ववत आत सारली. नळीतील रत्नांचा घरंगळण्याचा आवाज त्यामुळे बंद झाला. त्याने कळ काळजीपूर्वक बंद केली आणि कडे खिशात टाकले. पलंगावर आडवे होत यानंतर काय करायचे यावर त्याने विचार केला. सेंट जॉर्ज किल्ल्यावर जाऊन तो गव्हर्नरसाहेबांची भेट घेऊ शकला असता; परंतु तसे काहीही न करता सरळ लंडनला निघून जावे, असाही त्याच्या मनात विचार आला. लंडनमध्ये तो मंत्रिमहोदयांना किंवा शाही प्रयोगशाळांच्या नियामक अधिकाऱ्याला भेटू शकला असता. गव्हर्नरसाहेब त्याला केलेल्या कामाचे उचित श्रेय देतील का किंवा त्यांच्याशी फायद्याचा सौदा करण्याचे अधिकार त्यांना असतील का, या विषयी त्याला शंका वाटू लागली. पंधरा मिनिटे विचारमंथन केल्यावर आधी इंग्लंडला जाण्याचे तिकीट काढून ठेवायचे आणि शेवटच्या क्षणी गव्हर्नरसाहेबांना भेटून गुप्त बातमी उघड करायची, असे त्याने ठरविले. एक दिवस आराम करण्यासाठी एखाद्या लहान शहरात थांबून दुसऱ्या दिवशी निघायचे त्याने निश्चित केले. या विचाराने समाधान पावून त्याने थोडी ताडी मागवली आणि मनोरंजनार्थ एखाद्या नर्तिकेची व्यवस्था होऊ शकेल का, याची विचारणा केली.

६

तीन दिवसांनंतर ॲश्टनने विरंगुळा कक्षात प्रवेश केला. तिथे मिस ब्रुकला पाहून त्याला आश्चर्य वाटले. महाराजांनी पाचारण केले आहे, असा निरोप त्याला मिळाला होता; परंतु त्यांच्या भेटीत तिचा समावेश झाला आहे, याची त्याला कल्पना नव्हती. तिलाही तशी कल्पना नव्हती हे उघड होते. तो आत येताच विस्फारलेल्या डोळ्यांनी मिस ब्रुकने वर पाहिले. बुद्धिबळाच्या पटावर सोंगट्या लावताना तिने हात वर उचलून धरला होता.

"मिस ब्रुक, तुमची परत भेट झाली. फारच छान!" ॲश्टन उल्हसित स्वरात म्हणाला.

त्याला काय उत्तर द्यावे ते न समजल्यामुळे तिच्या तोंडाची नुसतीच उघडमीट झाली. तिने एक दीर्घ श्वास घेतला. "कॅप्टन ट्रेव्हेलियन" ती ताठरपणे उत्तरादाखल म्हणाली. तिने स्थानिक भाषेत रक्षकाला तीक्ष्ण स्वरात काहीतरी विचारले. रक्षकाने दिलेल्या उत्तराने ती नाराज झाल्याचे स्पष्ट दिसत होते. तिने परत निमूटपणे बुद्धिबळाच्या सोंगट्या मांडण्याच्या कामाकडे लक्ष वळवले.

"बाईसाहेब, स्थानिक भाषेवरील तुमच्या प्रभुत्वाबद्दल मला तुमची तारीफ करावीशी वाटते. तुम्ही बोलताना मुळीच अडखळत नाही. तसेच भाषेचा बाज आणि बोलण्याच्या शैलीतही मला कोणताच फरक दिसून येत नाही." तो म्हणाला. त्याला बसण्याची विनंती करण्याचा तिचा कोणताही इरादा न दिसल्यामुळे बुद्धिबळाच्या मेजाच्या विरुद्ध बाजूला असलेल्या एका खुर्चीवर तो स्थानापन्न झाला. तो खुर्चीवर व्यवस्थित रेलून बसला. कोणत्या तरी जलदगती गाण्यावर शीळ घालत त्याने आजूबाजूला पाहिले.

तिच्या डोळ्यांतील विखार तिच्या पुढील शब्दात मात्र उतरला नव्हता.

"धन्यवाद," तिने नीरस सुरात उत्तर दिले.

ॲश्टनची निराशा झाली. ती त्याला हवा तसा प्रतिसाद देत नव्हती. ती उत्तरादाखल काहीतरी खोचक बोलेल, अशी त्याची अपेक्षा होती. ती तिथेच वाढली असल्यामुळे तिला भाषा चांगल्या प्रकारे अवगत असणे स्वाभाविक होते, या गोष्टीचा उल्लेखही तिने केला नाही किंवा स्थानिक भाषेच्या त्याच्या अज्ञानाबद्दल त्याला टोकलेही नाही.

त्या कक्षातील वातावरण, सजावट यावर मालकाच्या व्यक्तिमत्त्वाची छाप होती. त्या ठिकाणी जिव्हाळा आणि वैचारिक प्रगल्भता प्रत्ययास येत होती. त्याने सभोवार पाहिले. तेथील सुंदर वाद्ये त्याने न्याहाळली. व्हायोलिन, हार्पसिकॉर्ड नावाचे एक तंतुवाद्य, ढोलक आणि सतारीशी साम्य असणारे एक वाद्य तिथे होते. दुर्बीण, पंप आणि विद्युत्‌शास्त्रावरील पुस्तके, मालकाचा विज्ञानाकडे असलेला कल आणि कलेची आवड दर्शवित होती. ती पुस्तके मिळवण्यासाठी लागणारा वेळ आणि साधने लक्षात घेता, त्याच्या अपेक्षेपेक्षा जास्त पुस्तके तिथे होती. एका बुटक्या मेजावर काही कागद, शाईची दौत आणि व्यवस्थित रचून ठेवलेली पामवृक्षाची पाने होती. कारभारी दिवाण मेजापाशी जमिनीवर बसून लिहीत असावेत.

उमा पटावर सोंगट्या मांडत असताना ॲश्टन उत्सुकतेने बघत होता. ती खेळाच्या सुरुवातीची रचना नव्हती. खेळाच्या मधूनच सुरुवात केल्यासारखे वाटत होते. सोंगट्यांच्या जागा सहज लक्षात राहतील, इतक्या वेळा ती तो डाव खेळत असली पाहिजे. तो एक तुल्यबळ आणि गुंतागुंतीचा डाव होता.

"मिस ब्रुक, तुम्ही येथील ब्रिटिश वसाहतींना कधी भेट देता का? या बाजूला तुमचे नातेवाईक आहेत का, की तुम्ही इंग्लंडला परत जाण्याचा विचार करत आहात?" ॲश्टनने पुन्हा एकदा संवाद साधण्याचा प्रयत्न केला. तिच्याशी मैत्री केल्याने काही लाभ पदरात पडेल, याची त्याला खात्री नव्हती; परंतु त्याच्या स्वाभाविक खेळकरपणामुळे तिथे उदासपणे विचार करीत किंवा तिच्याकडे विखारभरल्या दृष्टीने पाहत बसून राहणे त्याला शक्य नव्हते.

"नाही," तिने त्याच्याकडे न बघता एकाच शब्दात उत्तर दिले. सोंगट्यांकडे लक्षपूर्वक पाहत ती पटावर झुकून बसली.

"आता तुमचे वडील हयात नाहीत, तर नक्कीच तुम्हाला इथे एकटे पडल्यासारखे वाटत असेल. दिवसभर तुम्ही काय करता?" ॲश्टनने नेटाने विचारले. तिने त्याला कोड्यात टाकले होते. शिवाय रिकामटेकडेपणाने दिवसभर आपल्या कक्षात बसून राहण्याचा त्याला मनस्वी कंटाळा आला होता. बऱ्याच दिवसांत न मिळालेल्या करमणुकीचा हा उत्तम मार्ग आहे, असा विचार त्याच्या मनात आला. या विचाराने तो स्वत:शीच कडवटपणे हसला.

"खास काहीच नाही," तिने रुक्षपणे उत्तर दिले. तिने नाराजीने दरवाजाच्या

दिशेने पाहिले. महाराजांना यावयास विलंब होत होता. याला ॲश्टनच जबाबदार आहे, अशा क्रोधयुक्त नजरेने तिने ॲश्टनकडे पाहिले.

ॲश्टनने तिच्या चेहऱ्याचे निरीक्षण केले. अतिशय सुंदर नाक, ओठांचा नाजूक बाक, गालावर रुळणाऱ्या, सोनेरी उन्हाच्या छटा असणाऱ्या बटा आणि त्याच्याकडे बघणारे निळे डोळे, या सर्वांनी त्याच्या कल्पनाशक्तीला भुरळ घातली.

"तुम्ही कधी कॉर्नची फुले पाहिली आहेत का हो?" त्याने तिला विचारले.

ती गोंधळली. नाखुशीनेच तिने नकारार्थी मान हलवली.

"कॉर्न फुलांचा रंग तुमच्या डोळ्यांसारखा असतो. त्यातील गडद छटांसकट. कॉर्न फुलांसारखे निळे डोळे या वर्णनाशी इतके तंतोतंत जुळणारे डोळे अजूनपर्यंत माझ्या पाहण्यात आले नव्हते."

ती एकाएकी ताड्कन उठून उभी राहिली. उठताना पटाला तिचा धक्का लागला. तिचा चेहरा आरक्त झाला होता. त्याच्या स्तुतीने खुशीत येऊन लाजल्यामुळे नव्हे, तर एखाद्या अगम्य कारणाने संतप्त झाल्यामुळे तिचा चेहरा लाल झाला होता. तिच्या विचित्र प्रतिसादामुळे गोंधळून ॲश्टन सावकाश उठला. आपल्या बुद्धीला बहुतेक गंज चढला असावा, म्हणून आपण अनवधानाने काहीतरी अनुचित बोलून गेलो, असे त्याला वाटले.

"तुम्हाला कॉर्न फुलांचा इतका तिटकारा आहे, हे माझ्या लक्षात आले नाही. मी दुसरी उपमा देऊ शकतो," तो धिम्या सुरात म्हणाला.

"तुम्ही स्वत:ला कोण...?" ती भडकून बोलता-बोलता मध्येच थांबली. महाराजांना आत येताना बघून ती त्यांच्या दिशेने वळली.

त्यांच्याकडे जात तिने त्यांना त्यांच्या भाषेत काहीतरी विचारले. तिच्या आक्रसलेल्या भुवया आणि ठळकपणे कपाळावर दिसणाऱ्या आठीतून तिचा संताप व्यक्त होता. महाराजांनी शांतपणे तिला थोडक्यात उत्तर दिले. मग ते इंग्रजीत म्हणाले, "कॅप्टन ट्रेव्हेलियन आपल्यासोबत राहणार आहेत. तुला त्यांची संगत आवडत नसेल, तर तू जाऊ शकतेस."

एक क्षणभर तिने महाराजांकडे रागाने पाहिले आणि एखाद्या चिडखोर मुलासारखी पाय आपटत ती तिथून बाहेर पडली.

ती त्यांच्यासोबत राहणार नसल्यामुळे ॲश्टनला हायसे वाटले. त्याने महाराजांना अभिवादन केले. उमासोबत नुकत्याच घडलेल्या प्रसंगासारख्या नाट्यप्रसंगांमुळे हटकून त्याचा मस्तकशूळ उठत असे.

महाराजांनी ॲश्टनसाठी आरामदायक दिवाण मागवला. पेयपानाची व्यवस्था झाल्यावर महाराजांच्या आज्ञेने सेवक आणि सुरक्षारक्षक तिथून निघून गेले. सेवक

निघून गेल्यावर तिथे शांतता पसरली. कुठल्याशा मद्याने भरलेला एक पेला महाराजांनी उचलला, घोटाघोटाने पेयाचा आस्वाद घेतला. मिश्यांवरून हात फिरवला आणि हाताने ॲश्टनला ते पेय चाखून पाहण्यास सुचविले.

"जरूर" ॲश्टन हसून म्हणाला. आतील मिश्रण त्याने कुतूहलाने पाहिले आणि हिंमत करून एक घोट घेतला. त्याच्या घशाची थोडी जळजळ झाली. त्या पेयाला मसालेदार, आंबट चव होती. "ताडीखेरीज दुसरे कोणतेही स्थानिक पेय पिण्याची इथे मला संधी मिळाली नाही. इंग्रजांच्या वसाहतीत मिळणाऱ्या नेहमीच्या वाइनवर भागवून मी माझा वेळ फुकट घालवला, यात शंका नाही."

ॲश्टनने कक्षातील आगळ्यावेगळ्या दिसणाऱ्या वस्तूंकडे हाताने निर्देश करत महाराजांना विचारले, "ब्रुकसाहेबांना अनेक गोष्टींची आवड होती का?"

महाराज मस्तक मागे नेत गडगडाट करत हसले. "आत्ता उमा इथे असती, तर तिने तुम्हाला उत्तरादाखल चार खडे बोल सुनावले असते. अशा प्रकारच्या गृहीत धरून केलेल्या विधानांनी तिचा राग नेहमीच उफाळतो."

ॲश्टनला त्वरित आपली चूक लक्षात आली. तो खजील झाला आहे, हे त्याने लपविले नाही. "माफ करा, सर. आपल्याला विविध गोष्टींची आवड आहे का?" आपली चूक दुरुस्त करत त्यानं विचारले.

आपल्याला ॲश्टनच्या आधीच्या प्रश्नाचा राग आला नाही, हे दाखविण्यासाठी महाराजांनी खांदे झटकले. "आम्हाला नवीन विषय शिकायला आवडतात. ब्रुकसाहेबांची आवड मुख्यत्वे साहित्यापुरती मर्यादित होती. बरीचशी पुस्तके त्यांनी आमच्यासाठी मिळवली होती. त्यातील कठीण भाग ते मला समजावून सांगत. त्यांच्या मृत्यूपूर्वी किल्ल्यावरून उंच उडवता येईल असा मोठा हवाई फुगा बनविण्याचा प्रयोग आम्ही करीत होतो."

महाराजांनी त्यांच्या बाजूला असलेल्या हिंदुस्थानी वाद्यांच्या तारांवरून बोटे फिरवली. सुरेल स्वरांनी कक्ष निनादला. त्यांनी पेयाचा दुसरा मोठा घोट घेतला.

"कॅप्टन ट्रेव्हेलियन, आता आमच्या प्रश्नांची उत्तरे देण्याची मेहेरबानी करा. भुयारी मार्गाबाहेर तुम्ही पकडले गेले नसता, तर तुम्ही काय केले असते?"

ॲश्टनची चलबिचल झाली. एक आठवड्याचा कालावधी निघून गेला होता आणि वेढा अयशस्वी झाला होता. महाराजांच्या सैन्याची नुकतीच झालेली आगेकूच आणि इंग्रज सैन्याच्या पीछेहाटीची खबर त्याला त्याचा हुजऱ्या, वरदराजनकडून कळली होती. महाराजांच्या प्रश्नाचा रोख त्याच्या लक्षात आला नव्हता; पण महाराज हेतुपुरस्सर विचारत होते. केवळ वैचारिक चर्चा करण्याचा त्यांचा हेतू नव्हता. त्याने गांभीर्याने मनात उत्तराची जुळवाजुळव केली.

थोडा वेळ शांततेत गेल्यावर ॲश्टनने संयत स्वरात उत्तर दिले, "मी कमीत

कमी भुयाराचे तोंड बंद केले असते. किल्ल्यात घुसलो असतो आणि खिंडार पाडण्यासाठी शेवटच्या हल्ल्याची तयारी केली असती. आपली उत्तरेकडील तटबंदी कमकुवत आहे. आपली एक तोफ निकामी झाली आहे आणि आपल्याकडील सैनिकांची संख्या कमी आहे. माझा विजय झाला असता.'' त्याने आपल्या म्हणण्याला दुजोरा मिळतो का, हे पाहण्यासाठी महाराजांकडे पाहिले.

मानेने महाराजांनी त्याला बोलणे चालू ठेवण्याची खूण केली.

''मी शेवटी तुम्हाला अटक केली असती,'' ॲश्टन विषादाने हसून महाराजांच्या डोळ्याला डोळा भिडवत म्हणाला. ''आणि आपल्या चुलतबंधूंच्या हवाली केले असते.'' आत्ता त्याला महाराजांची ओळख झाली, तशी तेव्हा महाराजांची खरी ओळख होण्याची संधी त्याला कुठून मिळणार होती.

महाराजांच्या चेहऱ्यावरील भाव बदलले नाहीत. आपल्या उत्तराने महाराजांची निराशा तर झाली नसेल ना, अशी शंका त्याला आली; परंतु दुसऱ्या लोकांच्या मतांची तो फारशी कदर करीत असे अशातला भाग नव्हता. तो जागीच मागे सरकून बसला. त्याने मद्याचा एक घोट घेतला. डोळे अर्धवट मिटून त्याने हातातील पेयाचा आस्वाद घेतला.

''ते राहू दे. तुम्ही सरदार घराण्यातील आहात, होय ना? तुमच्या शब्दात सांगायचे तर... मोठ्या लोकांशी घनिष्ठ संबंध असलेल्यांपैकी?'' महाराजांनी पृच्छा केली.

प्रश्नांच्या स्वरूपात अचानक झालेल्या बदलामुळे ॲश्टनने चमकून पाहिले. महाराजांनी त्याच्याबद्दल मिळवलेल्या माहितीचे त्याला आश्चर्य वाटले नाही. आदल्या दिवशी संध्याकाळी बोलण्याच्या ओघात त्याच्या हिंदुस्थानातील वास्तव्याबद्दल त्यांना किती माहिती आहे, हे त्यांनी सांगितले होते. त्याचा सहभाग असलेल्या मुंबईतील लहान मोहिमा, कलकत्त्यामधील त्याचे अल्पकालीन वास्तव्य आणि अखेरीस म्हैसूरला झालेली बदली, असे सगळे महत्त्वाचे तपशील त्यात समाविष्ट होते. ॲश्टनच्या अंदाजानुसार, त्याच्याविषयी एवढी माहिती गोळा करण्यासाठी महाराजांकडे केवळ तीन ते चार आठवड्यांचाच कालावधी उपलब्ध होता.

ॲश्टनला काही मोजकेच मित्र होते. ऐकून घेईल त्या प्रत्येकाला आपली जीवनगाथा ऐकवायला तो कधीच उत्सुक नसे, त्यामुळे त्याच्या इंग्लंडमधील आयुष्याची हकिगत मिळवणे महाराजांच्या खबऱ्यांना नक्कीच कठीण गेले असणार.

उठून उभे राहत, वाकून ॲश्टनने महाराजांची अनुमती घेतली. दोन लांब ढेंगात बाजूच्या टेबलावरील मद्याच्या सुरईकडे जात त्याने स्वत:साठी दुसरा ग्लास

भरून घेतला. "सेव्हरनच्या उमरावाचा मी दुसरा मुलगा आहे. माझ्या वडिलांसकट माझे सगळे पूर्वज सन्माननीय आणि रुक्ष व्यक्ती आहेत." ॲश्टन हसत म्हणाला.

"तुमच्या नीरस लोकांहून वेगळे जीवन जगण्यासाठी, साहस आणि रोमहर्षक घटनांच्या शोधात तुम्ही इथे आलात का?"

"छे छे. अजिबात नाही." तोंड वाकडे करीत ॲश्टनने उत्तर दिले. मग अस्वस्थ होत तो पुटपुटला, "मी एक अतिशय सामान्य माणूस आहे. माझ्या स्वभावात नावालाही भावुकता आणि कल्पनारम्यता नाही, महाराज."

"तरीही तुम्ही इथे ज्या कारणास्तव आलात, त्याचे अतिसामान्य तपशील जाणून घ्यायला आम्हाला आवडेल."

गवाक्षाजवळ जात ॲश्टन गवाक्षाच्या चौकटीला अर्धवट रेलून उभा राहिला. काय उत्तर द्यावे याचा विचार करत हलकीशी शीळ घालत उभा राहिला. तो हसला. जे घडले ते सांगण्याचे त्याने ठरविले. "एका द्वंद्वयुद्धात माणसावर मी गोळी झाडली. तो थोडासाच जखमी झाला; पण माझ्या वडिलांच्या आणि माझ्या संबंधात तणाव निर्माण झाला, एवढंच थोडक्यात सांगता येईल. मुख्य म्हणजे माझ्या वरखर्चासाठी मिळणाऱ्या रकमेत कपात झाली. पैसे मिळवण्यासाठी उद्योगधंदा करणे मला भाग पडले."

"ती एवढी सुंदर होती का?"

महाराजांच्या डोळ्यांतील मिश्कील भाव पाहून आणि द्वंद्वयुद्धाचा संबंध ज्याप्रकारे त्यांनी एका स्त्रीशी जोडला, ते पाहून ॲश्टनला हसू आले.

"मला तर ती आता नीटशी आठवतही नाही," ॲश्टन गमतीने म्हणाला.

"माझ्या उमाएवढी ती नक्कीच सुंदर नव्हती, यावर आम्ही पैज लावायला तयार आहोत." मिश्यांना पीळ देत महाराज म्हणाले. 'माझ्या' या मालकीहक्क दर्शविणाऱ्या सर्वनामाची मनाशी नोंद घेत ॲश्टन शांत बसला. "ब्रुकसाहेब म्हणत असत की तिने लंडनमधील दरबारात हजेरी लावली असती, तर तिथे तिच्या सौंदर्याने सगळ्यांचे डोळे दिपून गेले असते. आमचे राजकवी तिची तुलना हस्तिदंती बाहुलीशी, हंस पक्ष्यांशी करतात."

निरुत्तरित होऊन ॲश्टन महाराजांकडे बघत राहिला. उमा सुंदर आहे हे त्याच्याकडून वदवून घ्यायचे महाराजांच्या मनात होते, असे वाटत होते. क्षणभर एक भयानक शंका त्याच्या मनात तरळून गेली; परंतु ती अशक्यप्राय आहे असे वाटून त्याने मनातून ती झटकून टाकली.

"हस्तिदंती बाहुलीपेक्षा जास्त हत्तीसारखी आहे," तो चरफडत म्हणाला.

"हत्ती!" महाराज आश्चर्याने उद्गारले. "तुम्ही असे कसे म्हणू शकता? ती तर किती सडपातळ आहे."

"शत्रूचे दरवाजे तोडण्यासाठी आपली मदत करणारा तो एक मित्रत्वाने वागणारा प्राणी आहे, असे वाटत असतानाच वळून तो एखाद्याला पायाखाली चिरडून टाकतो." तो खोट्या अगतिकपणे खांदे उडवत म्हणाला. त्याच्या उत्तरावर महाराजांच्या हसण्याचे प्रतिध्वनी कक्षात उमटले. त्यांनी मिश्या कुरवाळल्या आणि काही क्षणांनंतर विचारले, "इंग्लंडमधील आयुष्याची तुम्हाला ओढ वाटते का?"

"इंग्लंडमधील माझं आयुष्य आणि माझे तेथील उद्योगधंदे हे आता खूप दूर राहिल्यासारखं वाटतं. माझ्या गरजा खूप साध्या आहेत– स्वच्छ अंघोळीसाठी अर्धी बादली पाणी, जेवायला मद्दड कोंबडीचे मांस आणि राहण्यासाठी एक कोंदट तंबू, एवढ्याच माझ्या मागण्या आहेत." ॲश्टन बऱ्याच वेळानंतर ओठ मुडपत हसत म्हणाला. ते दोघे काही न बोलता पेयाचे घोट घेऊ लागले.

महाराजांनी त्याला हसून प्रतिसाद दिला. "तुम्ही अजून विवाह का केला नाहीत ते सांगा."

"मला ज्या गोष्टींचा भयंकर तिटकारा आहे, त्यात शीघ्र गतीने अडकण्याचा विवाह हा एक मार्ग आहे म्हणून," तो बेफिकिरीने म्हणाला.

"हेच कारण आहे?"

"हो. खरेच. बायकांची सतत दोलायमान होणारी मानसिक स्थिती, त्यांची भांडणं, क्लिष्ट शब्दप्रयोग यांमुळे माझा प्रचंड मस्तकशूळ उठतो. विवाहानंतर खर्चाची तोंडमिळवणी कशी करायची, याची चिंता करावी लागणार ती वेगळीच. हे सर्व आयुष्यभरासाठी एका स्त्रीशी जखडून घेण्याच्या बदल्यात? या सर्वांपासून दूर राहायचे हे माझे एकमेव उद्दिष्ट आहे." ॲश्टन किंचित छद्मीपणाने हसून म्हणाला. यानंतर ते दोघेही न बोलता पेयाचे घोट घेत बसून राहिले.

"या पेयात काय होते?" ॲश्टनने नेहमी विचारला जाणारा प्रश्न केला. महाराजांचे शांत आणि पाणीदार डोळे त्याचे निरीक्षण करत होते.

महाराजांनी स्मितहास्य केले. "तुम्ही दिसता तसे नाहीत." महाराजांनी मिश्यांना पीळ देत आपले निरीक्षण नोंदवले.

"तसे नसावे. मग तसे आहे असे समजण्याची चूक महागात पडणार नाही का?" असे म्हणत ॲश्टन हसला.

महाराज विचारपूर्वक त्याचे निरीक्षण करत होते. "उमाचा आमच्या चिरंजीवाशी विवाह करावा, असे आम्हाला सुचविण्यात आले आहे."

ॲश्टन एकदम ताठ झाला. "आपले चिरंजीव? तो रानटी माणूस?" त्याच्या तोंडून नकळत आश्चर्योद्‌गार बाहेर पडला; परंतु लगेच त्याने जीभ चावली. आपली प्रतिक्रिया पाहून तो हैराण झाला; परंतु एका क्षणातच तो सावरला. "माफ

करा. महाराज,'' तो कोरडेपणाने म्हणाला. मग काही घडलेच नाही असे दाखवत घोट घेण्यासाठी पेला तोंडाशी नेला.

महाराज त्याच्याकडे बारकाईने पाहत होते. ते किंचित हसले. मग मनाशी काहीतरी पक्के ठरवल्यासारखी त्यांनी एकाएकी आपली मान हलवली. मिश्यांवरून हात फिरवत त्यांनी जाहीर केले. ''आत्ताच तुम्ही विवाह बंधनात अडकणे फायदेशीर नाही असे म्हणालात. तुम्ही उमाशी विवाह केलात, तर तुम्हाला अजूनही तहाच्या अनुकूल अटी पदरात पाडून घेता येतील. मग विवाह तुमच्या फायद्याचा ठरेल. मी तुम्हाला घसघशीत वरदक्षिणा देईन. म्हणजे तुमची पैशाची ददात मिटेल. ही चूक महागात पडण्याचे म्हणाल, तर मी तो धोका पत्करायला तयार आहे.''

ॲश्टनचा श्वास रोखला गेला. काही क्षण तिथे एवढी नीरव शांतता पसरली की, महाराजसुद्धा श्वास रोखून उत्तराची वाट पाहत होते, असे ॲश्टनला वाटले. महाराजांनी त्यांची चाल खेळली होती. ॲश्टनने बुद्धिबळाच्या अर्धवट सोडलेल्या डावातील सोंगट्यांकडे निरखून पाहिले. काळा हत्ती पांढऱ्या सोंगट्यांजवळ धाडसी आव्हानात्मक स्थितीत होता.

७

"मी तुझा विवाह नियोजित केला आहे, हे तुला सांगताना मला खूप आनंद होत आहे." उमा झोपाळ्यावर त्यांच्याशेजारी येऊन बसताच महाराज म्हणाले.

उघड्या गवाक्षातून आत आलेल्या उन्हाच्या कवडशात तिच्या दालनातील प्रत्येक गोष्ट उजळून निघाली होती. महाराज क्वचितच तिच्या दालनात येत असत. दुपारी भोजनोत्तर वामकुक्षीच्या वेळात तर ते कधीच येत नसत. त्यांना तिथे बघताच उमाला आश्चर्याचा धक्का बसला होता. उघडे पुस्तक, मेजावरील कागद, तिची लेखणी, शाईची दौत या सगळ्या गोष्टी ती घाईघाईने काम टाकून उठली होती, हे दर्शवीत होत्या.

महाराजांनी आत प्रवेश करताच दासीला रजा देण्यात आली. दालनात फक्त आया दूर उभी होती. दासीच्या हातातील हलणाऱ्या पंख्याची फरफर थांबल्यामुळे खोलीत शांतता होती. गारवाही कमी झाला होता.

महाराजांच्या बोलण्यामुळे कोड्यात पडलेल्या उमाने नजर उचलून महाराजांकडे पाहिले. त्यांच्या गंभीर डोळ्यांत आनंदाची नव्हे, तर सावधतेची झाक होती.

"मी समजले नाही. माझा विवाह?" तिने अंदाज घेत विचारले.

क्षणभरच महाराजांची आणि आयाची नजरानजर झाली. उमाने त्यांच्या चेहऱ्यांवरचे भाव निरखले. अस्वस्थ होऊन तिने आवंढा गिळला. काहीतरी गौडबंगाल होते खरे.

उमाने कधीच स्वत:च्या विवाहाचा विशेष विचार केला नव्हता. महाराजांच्या सगळ्या कन्या त्यांच्या वडिलांनी ठरविलेल्या वराशी निष्ठापूर्वक विवाहबद्ध झाल्या होत्या. त्यांचे पती घरंदाज कुटुंबातील सुज्ञ व्यक्ती होत्या. महाराज आणि उमाचे वडील आपापसांत उमाच्या लग्नाच्या संदर्भात अनेकदा चर्चा करीत असत. तिच्यासाठी सुयोग्य वर निवडण्यासाठी त्यांचे प्रयत्न चालले होते हे

तिला माहीत होते; परंतु उमाने तिकडे फारसे लक्ष दिले नव्हते. कारण त्यावर अजून कोणतीही ठोस कृती झाली नव्हती.

तिच्या पप्पांपेक्षा महाराजांना तिच्या विवाहविषयक त्यांच्या कर्तव्याची अधिक बोचणी होती. उमाला तिच्या योग्य उपवरांशी भेटण्याची संधी मिळत नाही, ही तिच्या वडिलांची खंत होती.

"उमा, प्रेम नसेल तर विवाह करू नकोस." पप्पांनी अनेकदा तिला आग्रहपूर्वक सांगितले होते. जवळजवळ पूर्ण अपरिचित व्यक्तीशी अविचाराने विवाह न करण्यास त्यांनी तिला सांगितले होते. रोमांचकारक प्रणयाची परिणती विवाहात व्हावी, असा साहित्याकडे ओढ असणाऱ्या त्यांच्या मनाचा कौल होता. याउलट महाराजांचे विवाहसंबंधी विचार व्यवहारी, रुक्ष होते.

अशा वेळी खट्याळपणे हसत उमा वडिलांना टोला मारत असे. "मी प्रेमविवाह केला, तर जेव्हा विवाह फिसकटेल, तेव्हा सगळा दोष मला स्वत:कडेच घ्यावा लागेल. दुसरे कुणी त्याला जबाबदार नसेल."

तिचे पप्पा सुस्कारा सोडून म्हणत, "निदान 'जेव्हा' म्हणू नकोस, उमा. 'जर' तरी म्हण."

महाराजांकडे बघत उमाने संथपणे विचारले, "माझ्या विवाहाविषयी बोलायला ही वेळ खरेच योग्य आहे का?"

"उलट ही अगदी योग्य वेळ आहे, असे मला वाटते." महाराज म्हणाले.

हात लांबवून त्यांनी तिचे डोके थोपटले. एक दीर्घ श्‍वास घेऊन लहान मुलाशी बोलावे तशा हळुवार, संथ आवाजात त्यांनी तिला सांगितले, "कॅप्टन ट्रेव्हेलियनशी मी तुझा विवाह निश्‍चित केला आहे."

हे ऐकताच एका विलक्षण बधिरतेने उमाचे शरीर व्यापून टाकले. तिचे डोके गरगरायला लागले. आपली दृष्टी अंधूक झाल्याचे आणि कानांत घंटानादासारखे आवाज होत असल्यासारखे तिला वाटले. महाराज उठून उभे राहिल्याचे तिला अस्पष्टपणे जाणवले.

काही मिनिटांनी गरगरणे कमी झाले. त्याची जागा क्रोधाने घेतली. संतापाने थरथर कापत ती महाराजांना म्हणाली, "आपल्याला वेड तर नाही लागले?" आपल्या प्रश्‍नाने भयचकित झालेली आया आपल्याला गप्प बसण्याचा इशारा करत आहे, असे उमाला वाटले; पण तिला कशाचीच पर्वा नव्हती. आयाचा हात दूर सारत ती उघड म्हणाली. "आपल्याला नक्कीच वेड लागले आहे. आपण माझा विवाह त्या इंग्रज माणसाशी ठरविणार आणि मी त्याच्याशी विवाह करणार! तो हरामखोर. असा एक माणूस जो हृदयशून्य, बेदरकार आणि निखालस नीच आहे. आपल्या देशाला लुटून भ्रष्ट करणाऱ्या अधम, बदफैली

माणसाशी मी लग्न करावे असे आपल्याला वाटते. एका धूर्त, विश्वासघातकी माणसाला आपण आमंत्रण देत आहात. हे सहन करण्यापलीकडे आहे. म्हातारपणी आपण आपली अक्कल गहाण ठेवली आहे का?'' संताप अनावर झाल्याने उमा चिडून तावातावाने बोलत होती. भान हरपल्यासारखे उमा असंबद्धपणे तेच तेच शब्द परत परत उच्चारत होती. आवेशात जोरजोरात हातवारे करत होती. तिचा श्वास वेगाने होत होता.

''आपल्या लक्षात नाही? आपल्या बहिणीचे काय झाले, याचा आपल्याला विसर पडला आहे का? आपल्याला त्या वेळची परिस्थिती आठवत नाही का? आपल्याला आत्मसन्मान नाही का?''

ते शब्द तोंडातून बाहेर पडताच आपण मर्यादा ओलांडल्याची उमाला जाणीव झाली. दिङ्मूढ झालेल्या आयाकडे, तसेच कष्टी झालेल्या महाराजांकडे तिचे लक्ष गेले. दम घेण्यासाठी ती थांबली. नंतर ते सगळे असह्य होऊन पळतच ती कक्षाबाहेर पडली.

आपण कुठे चाललो आहोत, याचे तिला भान नव्हते. सवयीने ती नेहमीच्या पायऱ्या उतरून पाय नेतील त्या रस्त्याला लागली. बऱ्याच वेळानंतर आपण डोहापाशी येऊन पोहोचल्याचे तिच्या लक्षात आले. ती उमाची निवांतपणे एकांतात बसण्याची जागा होती. महाराणी आणि इतर राजस्त्रियांना डोहाचा वापर करण्यात अजिबात रस नव्हता.

त्या विशाल आणि खोल डोहाला चारही बाजूंनी घाट बांधून काढला होता. तिथे एका पायरीवर उमा पाण्यात पाय सोडून बसली. तिने यापूर्वी कधी बघितली नव्हती, एवढी पाण्याची पातळी खाली गेली होती. ती जवळजवळ पाऊण अंतर खाली उतरली होती. शून्यपणे बाजूच्या उंच भिंतींकडे आणि वरील उघड्या आकाशाकडे बघत ती बसून राहिली. ती याच डोहात रोज पोहायला आणि स्नान करायला येत असे. डोहाच्या उंच भिंतीवर सूर्य चढेपर्यंत पायऱ्यांवर बसून ती वाचनात वेळ व्यतीत करत असे. कधीकधी संध्याकाळी दगडी पायऱ्यांवर पाठीवर झोपून ती निरुद्योगीपणे ढगांकडे बघत बसे. अशा वेळी तिचे मोकळे केस आणि पायघोळ साडी पायरीवर तिच्या सभोवती विखरून पसरत असे. तेव्हा ती आपल्याच कल्पनाविश्वात रमत असे. आजूबाजूला घोंघावणाऱ्या माश्या आणि डोहाच्या पाण्यातील मंद लय तिच्या भावसमाधीचा अधूनमधून भंग करीत असत.

त्या दिवशी तिच्या मनाची प्रचंड घालमेल होत होती. अर्धा तास होऊन गेला, तरी तिचा ऊर धपापत होता. त्या इंग्रज माणसाशी तिचा विवाह! महाराजांना हा घृणास्पद विचार सुचला तरी कसा? ती पाण्याच्या काळसर

पृष्ठभागाकडे पाहत बसून होती. पाण्यातील काळे, चमकदार मासे गोळा होऊन तिचे पाय कुरतडत होते.

वेळ पुढे सरकत होता.

एवढ्यात मागे तिला कुणाची तरी चाहूल लागली. वळून बघितल्यावर महाराज सावकाश पायऱ्या उतरून तिच्या दिशेने येताना दिसले. त्यांची नजर सावध आणि चिंताग्रस्त होती. ते तिच्यापासून एक पाऊल अंतरावर क्षणभर थबकले. जवळची जागा पाहून ते अनौपचारिकपणे खाली बसले. त्यांच्या डोळ्यांतील अबोल गरिमा आणि प्रगल्भता पाहून आपण बोलायला नको होते ते बोललो, याची तिला प्रकर्षाने जाणीव झाली.

महाराजांनी तिच्याकडे पाहिले. त्यांच्या डोळ्यांत पश्चात्ताप आणि अतीव दुःख होते.

"मी ते कधी विसरू शकेन, असे तुला खरेच वाटते का? तिची आठवण होत नाही, असा माझा एकतरी दिवस जातो असे तुला वाटते का?"

उमाने आवंढा गिळला. या व्यक्तीवर तिने शंका घ्यायला नको होती. काही क्षण शांततेत गेल्यावर उमा दाटल्या आवाजात म्हणाली, "मग आपण असे का करीत आहात?"

"आता आपली गाठ कारकुनी करणाऱ्या व्यापारी कंपनीशी राहिलेली नाही." ते संयत स्वरात म्हणाले. "तू हे जाणतेस. म्हैसूर संस्थानाविरुद्ध अनेक आघाड्यांवर लढणाऱ्या व्यापक लष्करी मोहिमेचे स्वरूप या संघर्षाने घेतले आहे. दुसऱ्या देशांच्या वतीने फ्रेंचांविरुद्ध परदेशात चालू असलेल्या अनेक छुप्या युद्धांचा भाग म्हणून ब्रिटिश या मोहिमेला पैसा पुरवतील. उमा बेटी, आपले संस्थान खूप लहान आहे. कुणाची तरी मदत घेतल्याशिवाय मला आता या राज्याचे संरक्षण करता येणार नाही."

"पण महाराज, टिपू सुलतानाची सरशी होत आहे." उमा रडवेल्या स्वरात म्हणाली; पण लगेच उत्तेजित होत म्हणाली, "क्षेपणास्त्रे....."

"मलासुद्धा तसेच वाटत होते; पण हा विजय अल्पकाळ टिकणारा आहे." महाराज मध्येच तिचे बोलणे तोडत म्हणाले. "कॉर्नवालिस मोहिमेत करत असलेले फेरफार माझ्या आधीच लक्षात येत आहेत. टिपू सुलतानाविरुद्ध तीन बलाढ्य संस्थाने इंग्रजांना जाऊन मिळाली आहेत."

महाराजांच्या आवाजातील आर्जव पाहून उमाची भुवई उंचावली. "राज्याच्या हितासाठी तुम्ही या लग्नाचा घाट घातला आहे, हे माझ्या गळी उतरवायचा तुमचा प्रयत्न चालला आहे; पण ते खरे कारण असणे शक्य नाही, हे मी जाणते. आता ज्या परिस्थितीत तो इंग्रज माणूस सापडला आहे, ती बघता तो

कशावरही सही करायला आनंदाने तयार होईल.''

महाराज त्यावर काही प्रतिवाद करणार असे वाटत असताना अचानकपणे ते हसले. तिचा मुद्दा मान्य असल्याचे दर्शवित त्यांनी नुसतेच खांदे उडविले. ''उमा, त्या माणसावर माझा विश्वास आहे. लोकांची पारख करण्याची क्षमता असल्याशिवाय मी राजा होऊच शकलो नसतो. तो एक प्रतिष्ठित असामी आहे. इंग्रज माणसांविषयीच्या पूर्वग्रहाने तुझ्या डोळ्यांवर पट्टी बांधली आहे. मी अनेकदा तुला सांगितले आहे की, सगळे पुरुष तुझ्या...''

''तो माझा पूर्वग्रह नाहीये.'' ती ताड्कन म्हणाली. ''सेंट जॉर्ज किल्ल्याहून परत आल्यावर प्रत्येक वेळी पप्पा तेथील कहाण्या आपल्याला ऐकवित असत. तुम्हाला त्या आठवत नाहीत? तेथील इंग्रजांना ते नीच, पाताळयंत्री म्हणत असत. त्यांच्या लांछनास्पद वर्तनाची, फसवणुकीची आणि कशाकशाची अनेक उदाहरणे... त्यांनी ते अतिशय उद्विग्न होत असत. त्यांच्याविषयी माझा जो ग्रह झाला आहे, त्याला सबळ कारणे आहेत. आपण हे जाणता.''

''ते सर्व विसरून जा उमा. त्या एका पशुतुल्य इंग्रज माणसाची तुझ्या मनातील धूसर प्रतिमा पुसून टाक. मला सांग, ॲश्टनच्या बाबतीत तुझा काय आक्षेप आहे? दुर्बिणीतून तू सतत त्याची टेहेळणी करीत होतीस. तो देखणा, शूर आणि बुद्धिमान आहे, असे तुला वाटत नाही?''

''छे छे. ही सगळी बकवास आहे.'' संतापाने उमाच्या तोंडून शब्द फुटत नव्हता. ''तो पुढे कोणती चाल खेळतो, ते पाहण्यासाठी मी त्याच्यावर हेरगिरी करत होते.''

''तसेही असेल. तुला असे काही आढळले का, की ज्यामुळे तो अयोग्य ठरतो. तो कसा तुझ्या मदतीला धावून आला याचा विचार कर.''

महाराजांच्या डोळ्यांतील भाव पाहून उमा चिंतित झाली. भयभीत झाली. महाराज गंभीरपणे बोलत होते, हे तिच्या लक्षात आले. तिला एका अनामिक संकटाची चाहूल लागली. महाराजांना कॅप्टन मनापासून आवडला होता.

''खरे आहे. सुंदरींची सुटका करण्यासाठी पुढे सरसावलेला शूर सरदारच जणू!'' ती चिडक्या सुरात म्हणाली. त्या वेळी तिला स्वत:ची ओळख करून देताना त्याच्या डोळ्यांतील मिश्कील चमक आणि क्षणभर उमटलेल्या खळ्यांची आठवण येताच तिचा राग परत उफाळून आला.

''तू खात्रीपूर्वक त्याच्यावर आरोप करू शकत नाहीस. तू त्याला संशयाचा फायदा देऊ शकतेस. तू इंग्रज आहेस की दुसरी कुणी आहेस, याचा विचार न करता तो तुझ्या मदतीला धावून आला असेल.''

''माझ्या कातडीचा रंग तपकिरी असता ना, तर तो नुसता तमाशा बघत

उभा राहिला असता किंवा त्याने...'' आपल्या तोंडून भलतेसलते आरोप करणारे वक्तव्य बाहेर पडू नये म्हणून उमाने शरमून जीभ चावली.

''जर तर, पण, परंतु, पर्यायी स्थिती यावर आपण कितीही वेळ बोलू शकतो. तो तुझ्या मदतीला आला हे महत्त्वाचे.'' महाराज परत एकदा संयम राखत म्हणाले, ''त्याच्याकडे पाहिले की, तरुण वयात मी कसा होतो, याची मला आठवण होते, उमा.''

''असे कसे म्हणता?'' उमा अविश्वासाने म्हणाली. ''आपल्यासारखा धीरगंभीर, आस्थेवाईक आणि जबाबदारीने वागणारा माणूस अजूनपर्यंत माझ्या पाहण्यात आला नाही, महाराज. स्वत:ची त्याच्याशी तुलना करणे लाजिरवाणे आहे.''

''कोणतीही गोष्ट करून बघण्यात आपल्याला रस नाही किंवा एखादी गोष्ट करायलाच पाहिजे, असे दडपण आपल्यावर येत नाही, असे त्याचे म्हणणे आहे हे मी मान्य करतो. एक प्रकारची बेदरकार वृत्ती आहे; परंतु वाढत्या वयाबरोबर आपल्यातील त्रुटी तो दूर करेल असे मला वाटते.'' महाराज किंचित हसत म्हणाले, ''त्याच्यासारखा सहजपणे भावनांच्या आहारी न जाणारा मनुष्य कधी नीरस, कंटाळवाणा वाटत नाही. त्याचा तुला फायदा होईल.''

''दुसरे काहीही करायला सांगा, महाराज ते मी करीन; पण त्याच्याशी लग्न करायला तेवढे सांगू नका. मी नाही त्याच्याशी लग्न करू शकत. मी करणारही नाही.''

''युवराजांनी स्वत:च तुझ्याशी लग्न केले नाही, तर माझ्या पश्चात पहिली संधी मिळताच ते तुझा सौदा करतील.'' यावर ती काही युक्तिवाद करणार, तोच महाराजांनी हाताने तिला थोपवले. ''कुणालाही तुझ्या वडिलांचा मृत्यू अपेक्षित नव्हता. माझी वेळ केव्हा येईल, तेही कोणी सांगू शकत नाही. मी गेल्यावर तू एकटी पडशील. तुझ्यासाठी याच्याहून चांगला जोडीदार मला सापडणार नाही. तुझ्या आईच्या बाबतीत मी माझे कर्तव्य बजावले नाही. तुझ्या बाबतीतही त्याचीच पुनरावृत्ती झाली, तर त्या अपराधाचे ओझे घेऊन मी जावे, असे तुला वाटते का?'' महाराजांनी हळुवारपणे विचारले.

''नाही.'' तिला हुंदका फुटला. ''तुम्ही आम्हाला सोडून जाऊ नका.''

काही काळ ते दोघे शांतपणे बसून राहिले. मग महाराज उठून उभे राहिले आणि प्रेमभराने तिच्या खाली झुकलेल्या मस्तकावरून त्यांनी हात फिरवला. ''विचार कर, बाळ.'' ते म्हणाले आणि सावकाशपणे पायऱ्या चढत दूर तिच्या नजरेआड झाले. तिच्या डोळ्यांतील अश्रूंनी त्यांची पाठमोरी आकृती धूसर होत गेली.

महाराजांनी राज्याच्या भल्यासाठी नाही, तर संभवत: राज्याचा भल्याचा

विचार बाजूला सारून विवाहाचा निर्णय घेतला होता. त्यांच्यासाठी सर्वांत महत्त्वाचे काय आहे, या विषयी कुणाला काही शंका असतील, तर या निर्णयाने त्या नक्कीच दूर होतील, उमाच्या मनात विचार आला. तिचे मन अभिमान, कृतज्ञता आणि अपरिहार्य निराशेने भरून आले.

उमाच्या वयाच्या महाराजांच्या मुलींचा संसार मुलाबाळांनी बहरला असताना उमाच्या बाबतीत कर्तव्य पार न पाडल्याचे महाराजांच्या मनावर ओझे होते, हे उमा जाणून होती. सुखी होण्यासाठी विवाह होणे आवश्यक आहे, असे प्रत्येकालाच का वाटते? तिची पुस्तके, बुद्धिबळाचा डाव आणि पपांशी, महाराजांशी होणाऱ्या चर्चा या गोष्टींसह ती पूर्ण समाधानात जगू शकली असती. तिच्या पपांच्या निधनानंतरही तिचे आयुष्य सुखावह होते. तिचे महाराज तिच्या समवेत होते ना.

कुठेतरी पळून जावे, असे तिला वाटू लागले. पपा असायला हवे होते आणि अशाच अनेक अशक्यप्राय गोष्टी हव्या होत्या, असे तिला वाटू लागले. हताशा, घालमेल आणि हतबलता यांनी तिचे मन विदीर्ण झाले; पण तिचा प्रतिकार, विरोध लटका पडणार, हे ती जाणून होती. महाराजांच्या इच्छेविरुद्ध ती जाऊ शकत नव्हती. जी व्यक्ती आयुष्यभर सतत तिच्या सुखासाठी धडपडत होती त्या व्यक्तीच्या इच्छेचा अनादर होईल, असे तिच्या हातून काही घडले नसते. ती त्यांच्यासाठी जिवावरही उदार झाली असती. विवाह ही तर मामुली गोष्ट होती.

ती उठून उभी राहिली. माशांनी त्यांचे काम केले होते. तिची पावले स्वच्छ आणि चमकदार शुभ्र दिसत होती. तिने आपल्या गौरवर्णी त्वचेकडे तिरस्काराने पाहिले.

महाराजांची चूक होत होती. एकदा तह झाला की, तो तिला वाऱ्यावर सोडून देणार होता. तो केवळ योग्य वेळ येण्याची वाट पाहत होता. त्या दुपारपासून महाराजांविरुद्ध तिला फितवण्याचे त्याचे हास्यास्पद प्रयत्न आठवून तिचा क्रोध अनावर होत होता. कोणत्यातरी राक्षसाच्या भाकड गोष्टींवर विश्वास ठेवायला ती तिच्या आईसारखी मूर्ख नक्कीच नव्हती. या खेपेला त्याला आपल्यावर कुरघोडी करू द्यायची नाही आणि आपल्यामुळे महाराजांना दुःखी-कष्टी होऊ द्यायचे नाही, असा मनाशी कठोर निर्धार करून ती घाटाच्या पायऱ्या चढू लागली.

"ती मुलगी लग्न करते आहे."

या विधानापाठोपाठ पसरलेल्या शांततेत ते एकमेकांकडे पाहू लागले. प्लेअर

दिवाणावर पहुडला होता आणि गार्ड काही अंतरावर उभा होता. त्याच्या वागण्याबोलण्यात प्लेअरविषयी आदर आणि जवळीक यांचा विचित्र मिलाफ होता. मध्यान्हानंतरच्या लखख प्रकाशात बंगलीच्या खिडकीतून, हिरवळी पलीकडे, पाँडिचेरीचा खडकाळ समुद्रकिनारा स्पष्ट दिसत होता. फ्रेंच लोकांच्या वसाहतीच्या या शहरावर युद्धाचा फारसा परिणाम झाला नव्हता, तरी शहराची रया गेली होती. गार्डने आणलेल्या बातमीकडे दुर्लक्ष केल्यासारखे करत उत्सुकता नसल्याचे दाखविण्याचा त्याने कसोशीने प्रयत्न केला होता. फ्रेंचांचे स्वातंत्र्य, संपत्ती आणि शान मिळवून देणाऱ्या त्या वस्तूच्या प्राप्तीसाठी शेवटचा अयशस्वी प्रयत्न करून तीन वर्षांहून अधिक काळ लोटला होता. गार्डच्या शब्दांनी त्याच्या अपयशाच्या आणि पराभवाच्या अप्रिय स्मृती जागा झाल्या होत्या.

"लग्न?'' प्लेअरने सौम्य कुतूहल दाखवित विचारले. "करेना का. मला फारशी पर्वा नाही; पण लग्नापेक्षा तिच्या मृत्यूच्या बातमीने एवढे आश्चर्य वाटले नसते. किल्ल्याला वेढा होता ना? आणि लग्न कुणाशी करतेय? ती तेवीस वर्षांची असली पाहिजे. म्हणजे लग्नाचे वय उलटून गेलंय.''

नाट्यपूर्ण परिणाम साधण्यासाठी गार्डने लगेच उत्तर दिले नाही. दिवाणाच्या दिशेने एक पाऊल टाकत त्याने हसत उत्तर दिले. "ती एका इंग्रज माणसाशी लग्न करते आहे. किल्ल्याला वेढा देऊन बसला होता त्याच कॅप्टनशी.''

पाच वर्षांपूर्वी त्यांना पहिल्यांदा मिस ब्रुकचा ठावठिकाणा कळला होता, तेव्हा काही दिवसांच्या अवधीतच त्यांची बहुमोल वस्तू त्यांना हस्तगत करता येईल, अशी आशा वाटत होती. ज्या माणसांच्या मदतीने त्यांनी तसा पहिला प्रयत्न करून पाहिला होता, त्यांना तिच्या अंगरक्षकांनी ठार केले होते. त्या वस्तूविषयी आवश्यक ती माहिती मिळवण्यासाठी त्या मुलीच्या आतल्या गोटाशी गार्डने अनेक वेळा संपर्क साधला होता; परंतु ती वस्तू कोणती आणि कुठे होती याचा कोणताही सुगावा त्यांना लागला नव्हता. गार्डने भाडोत्री माणसांकडून तिचे अपहरण करण्याचा एक अविचारी बेत आखला होता, जो अंगाशी आला होता. त्यामुळे परिस्थिती अधिकच बिकट झाली होती. महाराजांनी तिच्या अंगरक्षकांची संख्या वाढवली होती आणि तिने एकटीने बाहेर जाणे बंद करून टाकले होते. एवढे होऊनही त्यांनी काही प्रयत्न केले होते; परंतु प्लेअरची आशा आता पूर्णपणे मावळली होती. निराश आणि उद्विग्न होऊन ते पाँडिचेरीला परतले होते.

"शत्रुसैन्याच्या कॅप्टनशी लग्न म्हणजे केवढा विरोधाभास! बातमी लक्षवेधक असली, तरी मला तिचा काही उपयोग नाही. त्यामुळे काय फरक पडणार आहे?''

"फरक पडू शकतो. विवाहानंतर ती सेंट जॉर्ज किल्ल्याकडे रवाना होणार

आहे.''

आता मात्र प्लेअरच्या डोळ्यांत आश्चर्य आणि उत्सुकता उमटली. ''सेंट जॉर्ज किल्ला! म्हणजे तिचे वास्तव्य मद्रासमध्ये असणार. तुला खात्रीपूर्वक माहिती आहे का?''

''अलबत, महाराजांची तब्येत वाटते तितकी चांगली नाही, अशी वदंता आहे आणि त्यांना तिच्या लग्नाची काळजी लागली आहे असे म्हणतात. ट्रेव्हेलियनला सेंट जॉर्ज किल्ल्यात हजेरी लावण्यास सांगण्यात आले आहे. ती त्याच्याबरोबर जाणार, हे स्वाभाविक आहे. शेवटी एकदा ती मदुराईच्या किल्ल्यातून मुक्काम हलवणार आहे. या वेळी तिचे प्रशिक्षित रक्षक आणि निष्ठावंत सेवक तिच्याबरोबर नसतील.''

त्या दोन कारस्थानी लोकांनी अर्थपूर्ण नजरेने एकमेकांकडे पाहिले.

''आपल्याला अजून एक संधी आहे.'' गार्डने मान हलवत दुजोरा दिला.

अंगात उत्साह संचारल्यासारखा प्लेअर एकाएकी उठून उभा राहिला. ''ती सेंट जॉर्जला पोहोचण्याआधीच आपण हल्ला चढविला पाहिजे. शक्यतो वाटेतच. विवाह नक्की केव्हा आहे? आपणही सेंट जॉर्ज किल्ल्याकडे कूच केले तर?''

त्या दोघांमध्ये अजून काही प्रश्नांचा आणि मतामतांचा खल झाल्यावर आता कामाला लागायचे आहे, हे गार्डच्या ध्यानात आले. तो स्वत:शीच हसला.

मार्टिन डी लेर्ट दृष्टीस पडताच वॉरेन एकाएकी थबकला. त्या धक्क्याने त्याच्या अंगातील त्राणच नाहीसे झाले. गावाच्या जत्रेच्या प्रवेशद्वाराशीच आपल्या जुन्या वैऱ्याला पाहून त्याला शिव्यांची लाखोली वाहण्याची उबळ त्याने कशीबशी आवरली. मागील काही दिवसांपासून वॉरेनने आपले गोरखधंदे पुन्हा सुरू केले होते आणि एकंदरीत तो खुशीत होता. कडे हस्तगत करून दोन आठवडे उलटल्यानंतर आणि शेकडो मैल दूर आल्यावरही तो फ्रेंच माणूस तिथे अवतीर्ण झाल्याचे बघून काम बिघडण्याच्या शक्यतेची त्याला जाणीव झाली. नेहमीच आपल्या प्रतिस्पर्ध्यांच्या हालचालींवर लक्ष ठेवण्याचे वॉरेनचे धोरण होते. डी लेर्ट पाँडिचेरीच्या फ्रेंच वसाहतीत आहे, अशी वॉरेनची धारणा होती. फार पूर्वी एका संध्याकाळी, एका बेसावध क्षणी तारामंडल पेटशी संपर्क असल्याच्या बढाया वॉरेनने त्याच्यापाशी मारल्या होत्या. ती संध्याकाळ आठवून तो जाम वैतागला. भीतीने त्याची गाळण उडाली होती. त्याने सभोवार पाहिले. जत्रा ऐन भरात आली होती. अवतीभवती गर्दीचे लोंढे वाहत होते. सावधपणे तो जत्रेच्या प्रवेशद्वारापासून मागे सरकला. अजून तो डी लेर्टच्या दृष्टीस पडला नव्हता. जत्रेला आलेल्या अन्य काही फ्रेंच सैनिकांकडे

त्याने दृष्टी टाकली. तो काळजीपूर्वक हालचाल करत होता; परंतु स्थानिक लोकांच्या घोळक्यात तो सहज उठून दिसत होता. खाली वाकत तो एका हातगाडीच्या मागे लपला. लोखंडाचे कडे जवळ बाळगल्यावरून त्याने स्वत:लाच कोसले. फ्रेंचांना त्याचा सुगावा लागला असेल, तर टिपू सुलतानाच्या सैनिकांपर्यंत ही बातमी पोहोचण्यास वेळ लागणार नाही. आपली कोंडी झाली आहे, हे लक्षात येताच घोर निराशा आणि संतापाने त्याला ग्रासले.

८

"बाप रे, कॅप्टन किती अप्रतिम इमारत आहे!" लेफ्टनंट लिंडसे आश्चर्याने उद्‌गारला. प्रचंड ओसऱ्या असलेल्या त्या विशाल मंदिर संकुलाने ॲश्टनही मंत्रमुग्ध झाला होता. मंदिराचे खांब भव्य असूनही नाजूक शिल्पांनी सुशोभित केलेले होते. मंदिराच्या सौंदर्याकडे लक्ष वेधल्यामुळे ॲश्टनच्या विवाहाच्या चौकश्या करण्याचे लिंडसेने थांबवल्यामुळे ॲश्टनला हायसे वाटले.

तेवीस वर्षांचा लिंडसे ॲश्टनहून पाच वर्षांनी लहान होता. त्याचा चेहरा गोल, गोंडस होता. त्याच्यातील स्वाभाविक सळसळता उत्साह अलीकडे काहीसा ओसरला होता. त्याच्या डोळ्यांतही उदासीनतेची झाक दिसत होती. विवाहविधीला सुरुवात होण्याची वाट पाहत तो ॲश्टनच्या शेजारी बसला होता. आता त्याचा आनंद उतू जात होता.

"हे पूजास्थान आहे, हो ना?" उंच छताकडे गावंढळ माणसागत बघत त्याने विचारले.

या मंदिराची रचना पारंपरिक धाटणीच्या मंदिरांशी मिळतीजुळती नव्हती. मंदिरात अनेक गर्भगृहे होती. मुख्य मंदिराशी संलग्न अनेक गर्भगृहे आणि लांब ओसऱ्या होत्या. छताजवळील झरोक्यातून आत येणाऱ्या सूर्यप्रकाशात हवेत तरंगणारे धूलिकण प्रकाशित झाले होते.

"होय," लिंडसेच्या प्रश्नाला उत्तर देत ॲश्टन म्हणाला. "अशी अनेक मंदिरे येथील ग्रामीण भागाची शोभा वाढवतात; परंतु ती एवढी विशाल नसतात. याचा भव्य विस्तार, उंच भिंती आणि लांब-रुंद वाटा यांमुळे हा एक बऱ्यापैकी किल्ला होऊ शकतो." प्रत्येक शिल्पाकृतीचे निरीक्षण करीत आणि त्यावर भाष्य करीत ॲश्टन इकडेतिकडे फिरत होता, तेव्हा लिंडसे त्याच्याचकडे टक लावून पाहत असलेला त्याला आढळला. एका उंच दगडी चबुतऱ्यावर चढून तो

बसला. मंदिराच्या शिल्पकलेच्या वैशिष्ट्यांऐवजी ॲश्टनच्या लग्नाविषयी बोलायला लिंडसे उत्सुक होता. ॲश्टनने आपले लांब पाय पुढे पसरले, डोके एका खांबावर टेकले आणि लिंडसेच्या प्रश्नांना तोंड देण्यास तो सज्ज झाला.

परंतु त्याने लिंडसेच्या चौकश्यांची काळजी केली नसती तरी चालले असते. ॲश्टनने अगदी थोडक्यात विवाहाचे ढोबळ तपशील त्याला पुरवले होते; पण मुळातच भावुक स्वभावाच्या लिंडसेने ॲश्टनच्या कहाणीतील सगळ्या गाळलेल्या जागा आपल्या कल्पनाशक्तीच्या जोरावर स्वत:च मुक्तपणे भरल्या होत्या.

''कॅप्टन, हा विवाह परमेश्वरी योजना आहे,'' लिंडसे आश्चर्याने भारावलेल्या स्वरात म्हणाला.

''विवाहासंबंधी तू योग्य निर्णयाप्रत पोहोचशील, हे मी गृहीत धरायला हवे होते.'' ॲश्टन कोरडेपणाने हसून म्हणाला. लिंडसेला विवाहाचे खरे कारण कळले असते, तर त्या सगळ्या बनावाने तो चांगलाच धास्तावला असता. म्हणूनच ॲश्टनने प्रथमदर्शनी प्रेमाचा मसाला घालून आपल्या कथानकात रंगत आणली होती.

''मिस पेट्रीला ही सगळी हकिगत मला पत्राने कळवायलाच पाहिजे. तू शेवटी प्रेमात पडलास हे कळले, तर नक्कीच तिची उत्कंठा शिगेला पोहोचेल.''

ॲश्टन खाकरला आणि लिंडसेच्या ठासून सांगितलेल्या वक्तव्यावर फुटणारे हसू त्याने दाबले. काहीसे हैराण होऊन त्याने गळ्याभोवतालचा रुमाल खेचून सैल केला.

''कॅप्टन, विवाहाच्या प्रसंगाने तुम्ही धास्तावला आहात का? तसे असेल तर तुम्ही धास्तावण्याचा हा पहिलाच प्रसंग म्हणायचा.'' लिंडसेने आपले मत नोंदवले.

''तसे काही नाही. गरमी, घाम आणि धुळीने हैराण झालो आहे एवढेच.'' ॲश्टन उत्तरला. त्याच्या वधूच्या करामतीचा अनुभव घेतल्यानंतर खरेतर त्याला भीतीच वाटायला हवी होती.

त्या शुभदिनी लख्ख सूर्यप्रकाश पडला होता आणि वातावरण गरम होतं. मंदिराच्या उंच भिंतींमुळे सूर्याच्या प्रखरतेचे थोडे निवारण होत होते; परंतु तरीही उकाडा जाणवत होता. आजचा दिवस दीर्घ आणि कंटाळवाणा जाणार होता, ॲश्टनच्या मनात विचार आला. येथील लोकांच्या पोशाखामागे काही विचार नक्कीच होता. अशा गरमीत कोण मूर्ख गळ्याभोवती रुमाल बांधेल?

''इंग्लंडमध्ये त्या सगळ्या बायका तुझ्यावर फिदा होत होत्या आणि इथे अत्यंत विलक्षण परिस्थितीत तुला तुझी प्रेमिका भेटली. अशाच रोमहर्षकतेच्या

शोधात इथे आलास, हे कबूल कर.'' लिंडसे त्याची पाठ सोडायला तयार नव्हता. ॲश्टनने एक तीव्र नापसंतीदर्शक उद्‌गार काढला.

मुंबईतील एका मित्राने ॲश्टनच्या मैत्रिणींच्या अनेक रसाळ कहाण्या लिंडसेला ऐकवल्या होत्या आणि लिंडसेने त्या चवीने चघळल्या होत्या.

''कोणत्याही रोमांचक घटनेच्या शोधात मी आलेलो नाही. माझे एका माणसाच्या पत्नीशी असलेले संबंध वडिलांना आवडले नाहीत. त्यात मी त्याच्याबरोबर द्वंद्वयुद्धात भाग घेतल्याने परिस्थिती अधिकच चिघळली.'' लिंडसेने आ वासलेला पाहून ॲश्टनला हसू फुटले.

''तू त्या माणसाला द्वंद्वयुद्धासाठी आव्हान दिलेस?''

''देव न करो!'' ॲश्टन घाबरल्यासारखे दाखवत म्हणाला. ''मी केवळ त्याने दिलेल्या आव्हानाला प्रतिसाद दिला. प्राय: अशा गोष्टींना प्रतिसाद देणे मला आवश्यक वाटत नाही.''

लिंडसेच्या चेहऱ्यावरील कौतुकमिश्रित अविश्वासाचा भाव पाहून ॲश्टन उपहासाने हसला, ''माझे वडील प्रचंड संतापले होते. द्वंद्वयुद्ध म्हणजे त्यांच्या मते कळसाध्यायच ठरला. त्यांनी माझी तुटपुंजी वरखर्चाची रक्कम देणे बंद केले. अमीर-उमरावांच्या दुसऱ्या क्रमांकाच्या अपत्यांना असे धक्के नेहमीच पचवावे लागतात. माझ्याभोवती घोटाळणाऱ्या बायकांमधील चांगली वरदक्षिणा देऊ शकेल अशा कोणत्या बाईला पटवायचे, याचा मी विचार करत होतो; परंतु ती वेळ आली नाही. माझ्या सुदैवाने पत्त्यांच्या जुगारात एका श्रीमंत बदमाशाने सैन्य भरतीसाठी त्याला मिळालेले अधिकारपत्रच डावावर लावले.''

''तू ते जिंकलेस आणि तेवढ्यावर तू हिंदुस्थानात आलास?'' लिंडसेने विचारले. आश्चर्याने त्याने तोंडाचा आ वासला होता.

''त्याच्या दुसऱ्या दिवशी आणि नंतरच्या आठवड्यातही मला खास काही काम नव्हते.'' स्वत:च्या आयुष्याबद्दल बोलण्यास ॲश्टन फारसा राजी नसे.

''तुमची नियती तुम्हाला इथवर घेऊन आली आहे, हे तुमच्या कसे लक्षात येत नाही?'' विस्मय भरल्या आवाजात लिंडसेने परत विचारले.

''लिंडसे, तू भलत्याच कल्पना करून घेतो आहेस. मी नियतीचा पाठलाग करत इथे आलो नाही.'' ॲश्टन रुक्षपणे म्हणाला. ''मी पैशासाठी इथे आलो. माझ्या पायांशी लोळण घेणारी कुणी श्रीमंत वारसदारीण मला तिथे भेटली नाही आणि मला माझा निर्वाह करण्यासाठी पैसे मिळवणे भाग होते.''

''ते काही का असेना, कॅप्टन. पवित्र विवाह बंधनात तुमचे नाव गोवले जाईल, असे मात्र मला चुकूनही वाटले नव्हते.'' एक दीर्घ नि:श्वास टाकत लिंडसे म्हणाला.

त्याचे डोके फिरले होते म्हणूनच ॲश्टनने विवाहाला संमती दिली होती आणि तो सगळा नि:संशय तिचाच दोष होता. तो प्राय: समंजसपणे, विवेकाने वागणारा माणूस होता. तिने चुकीच्या नसबिंदूवर प्रहार केला असला पाहिजे. तसे नसते तर त्याने इतकी वाईट परिस्थिती, नुसतीच वाईट नाही, तर अत्यंत हलाखीची वाईट परिस्थिती स्वत:वर कशी ओढवून घेतली असती?

ॲश्टनने एक दीर्घ श्वास घेतला. लग्न करायचेच आहे तर पाठीवरील बंदुकीसह विवाहवेदीवर चढणेच संयुक्तिक होते. इंग्लडला परतल्यावर घरगृहस्थी कशी चालवायची या विषयी तो साशंक होता. तो स्वत:शीच चरफडला. घरसंसाराचे त्याचे ज्ञान अगदीच तुटपुंजे होते. संसार म्हणजे भोकाड पसरणारी मुले, घरभाडे आणि नोकरांचे पगार देणे, एवढेच त्याला माहीत होते.

महाराजांनी उमाशी लग्नाचा प्रस्ताव मांडला, तेव्हा त्याला आश्चर्याचा धक्काच बसला होता. तो प्रस्ताव स्वीकारण्याची त्याची तयारी नव्हती; पण थोडा विचार केल्यावर म्हैसूरच्या कोठड्यांत खितपत पडलेल्या माणसांप्रमाणे पुढील दहा वर्षे तुरुंगात काढावी लागतील, हे त्याला कळून चुकले होते. अविवाहित राहण्याची किंमत एवढ्या हालअपेष्टांनी चुकवणे वाजवी वाटत नव्हते आणि संसार संसार म्हणजे काय? त्यात एवढे अवघड काय असणार? ॲश्टनने आपल्यापरीने समस्या सोडवली; परंतु उर्वरित आयुष्यात उमाचे तोंड बंद करण्याचा मार्ग मात्र त्याला शोधावा लागणार होता. आयुष्यात वाट्याला आलेल्या दुर्दैवी घटनांवर कुढत बसण्याचा त्याचा स्वभाव नसल्यामुळे एकदा निर्णय घेतल्यावर ॲश्टनने वेळ न घालविता विवाहाचा प्रस्ताव स्वीकारला होता.

दूरगामी विचार करता झाले ते बरेच झाले म्हणायचे, असा ॲश्टनने विचार केला. लिंडसे आणि रामन दोघेही अननुभवी होते. आज ना उद्या केव्हातरी ते दोघे शत्रूच्या हातून मारले गेले असते आणि त्याचे सैन्य सुलतानाविरुद्ध युद्ध करण्यासाठी अन्यत्र कामाला आले असते. ॲश्टनने उमाशी विवाह करण्याची तयारी दाखवताच महाराजांनी युद्धविरामाच्या खलित्यासह दूत रवाना करण्याचा हुकूम दिला होता.

महाराजांनी विवाहासाठी उमाला कसे राजी केले, ते जाणून घ्यायला ॲश्टन उत्सुक होता. महाराजांच्या उपस्थितीत त्याची उमाशी एक औपचारिक, तणावपूर्ण भेट झाली होती. प्रामाणिकपणे सांगायचे तर हा विवाह म्हणजे सुटकेसाठी त्याने चुकवलेली किंमत होती.

"धन्यवाद, कॅप्टन." ती त्या भेटीत कोरडेपणाने म्हणाली होती. "दीर्घ वैवाहिक सहजीवनासाठी मी मला शक्य ते सर्व करेन." तिच्या आवाजावरून ते आनंदाने दिलेले वचन न वाटता धमकी दिल्यासारखे वाटत होते.

तिने जिथे त्याच्या छातीवर प्रहार केला होता, त्या जागेला त्याने स्पर्श केला. तिच्या आणि महाराजांच्या स्वभावाची जी ओळख त्याला झाली होती, त्यावरून दोन सैनिक किंचाळणाऱ्या वधूला ओढत मंडपात घेऊन येतील, हा अतिप्रसंग निर्माण होण्याची शक्यता नव्हती. हा विवाह तिच्या भल्यासाठीच असेल, असे महाराजांना प्रामाणिकपणे वाटत होते. तरीही तिच्या संमतीची कारणे अनुत्तरितच होती. त्यामुळे मनातून अ‍ॅश्टन काहीसा साशंकच होता; परंतु आपल्या नेहमीच्या सवयीने त्याने तो विचार झटकून टाकला. मध्यरात्री तो झोपेत असताना त्याला ठार मारण्याचा एखादा अघोरी, तपशीलवार बेत तिने आखला नसला म्हणजे मिळवली, अशी आशा करताना त्याचे त्यालाच हसू आले.

काही दरबारी लोकांचे विवाहस्थळी आगमन होण्यास सुरुवात झाली. अ‍ॅश्टनच्या हुजऱ्याने त्याला मुहूर्ताची वेळ झाल्याची सूचना केली. त्यांनी विवाह मंडपात प्रवेश केला.

मंदिराच्या तटबंदीच्या आतील मोकळ्या अंगणात नारळाच्या झावळ्यांनी शाकारलेले छत होते. फुलांच्या माळांनी सुशोभित केलेल्या बांबूच्या खांबांचा छताला आधार दिला होता. खांबाला बांधलेल्या दोन मोठ्या केळीच्या खुंटांची खोडांची वर कमान केली होती. एका पाठोपाठ एक पाहुणे येऊ लागले, तसा बोलण्याचा कलकलाट वाढू लागला. अधूनमधून हास्याची कारंजी उडू लागली. थोड्या अंतरावर उभा असलेला भडक रंगांचा एक अस्पष्ट घोळका म्हणजे लग्नाचे वऱ्हाडी होते. त्यांनी परिधान केलेल्या उंची कपड्यांवरून ते राज्यातील प्रतिष्ठित स्त्री-पुरुष असावेत, असा अ‍ॅश्टनने सहजपणे अंदाज बांधला.

तालबद्ध मंत्रोच्चारणाने अ‍ॅश्टनचे मंडपात स्वागत झाले. एका दरबारी माणसाने त्याला चंदनाचे गंध दिले. त्याच्या कपाळावर आणि गळ्यावर चंदनाचा जाड लेप लावण्यात आला. त्याच्यावर गुलाबपाणी उडविण्यात आले आणि धूमधामात त्याला आत नेण्यात आले. एका उघड्या, जाडजूड व्यक्तीने अ‍ॅश्टनचे लक्ष वेधून घेतले. त्याच्या कपाळावर भस्माचे ठळक पट्टे होते. तो एका उंच चबुतऱ्यावर उभा होता आणि अग्नी चेतवण्यात मग्न होता. डोळे विस्फारून आणि तोंडाचा आ वासून लिंडसे सभोवार बघत उभा होता.

"अग्नीला आम्ही पवित्र मानतो," अ‍ॅश्टनशी जोरदार हस्तांदोलन करीत मुख्यमंत्री म्हणाले. ते गौरवर्णी होते. त्यांचा चेहरा चिंचोळा आणि नाक बाकदार होते. ब्रिटिशांबरोबर झालेल्या तहाने त्यांना सर्वांत जास्त आनंद झाला होता. त्यांच्या चेहऱ्यावर प्रसन्न हास्य विलसत होते. अ‍ॅश्टनला खूश करण्यासाठी ते उत्सुक होते. इंग्लिश बोलता येणाऱ्या पाहुण्यांपैकी ते एक होते. त्यांच्या रेशमी

पगडीच्या चमकणाऱ्या सोन्याच्या जरीकडे ॲश्टन भान विसरून पाहत होता.

''मला त्या अग्नीत भस्मसात करण्याचा तुमचा बेत नाही, हे ऐकून मला बरे वाटले.'' ॲश्टन रुक्षपणे म्हणाला.

ॲश्टनचा शेरा ऐकून मंत्रिमहोदयांना धक्काच बसला. हसावे की नापसंती दर्शवावी ते त्यांना कळेना. म्हणून मग त्यांना आपला मोहरा लिंडसेकडे वळवला. तो सर्वत्र कुतूहलमिश्रित आश्चर्याने पाहत उभा होता. लिंडसेने मंत्रिमहोदयांकडे बघून स्मित केले. ॲश्टनने धूर्तपणे लिंडसेची मंत्रिमहोदयांशी ओळख करून दिली. लिंडसे त्यांना एकामागोमाग एक प्रश्न विचारत होता आणि विवाह विधीमागील धार्मिक संकल्पना त्याला समजून देण्याचा मंत्रिमहोदयांनीही चंग बांधला होता.

महाराज ॲश्टनच्या बाजूला येऊन उभे राहिले. त्यांनी त्याच्याशी हस्तांदोलन केले, पण त्याचा हात न सोडता ते त्याच्याकडे बघून कसनुसे हसले. त्यांच्या डोळ्यांत काळजी दाटून आली होती. खरेतर लग्नाच्या भरीस पाडले म्हणून ॲश्टनला महाराजांचा प्रचंड राग यावयास हवा होता; पण का कोण जाणे, त्याचा महाराजांवर राग नव्हता. त्यांच्यामध्ये लोकांना वश करण्याचा स्वाभाविक गुण होता. ॲश्टनच्या मनात ना त्यांच्याबद्दल अढी होती ना त्यांच्याविषयी चीड होती.

लग्नाच्या परमोच्च प्रसंगासाठी मुहूर्त बघून मुक्रर केलेल्या दिवसाची वाट बघताना ॲश्टनचे काही दिवस अत्यंत मजेत गेले. महाराज आणि ॲश्टन कधी बुद्धिबळाच्या खेळाचा आनंद घेत, तर कधी तलवारबाजीचा सराव करीत. ॲश्टनही बुद्धिबळ खेळण्यात आपल्याइतकाच निपुण आहे, ही महाराजांसाठी समाधानाची गोष्ट होती. तलवारबाजीत मात्र ॲश्टन महाराजांहून सरस होता; परंतु महाराजांनी त्याला ब्रॉडस्वॉर्ड घेऊन खेळण्याचे आव्हान केले, तेव्हा महाराजांची सरशी झाली. आगामी विवाहाविषयी दोघांमध्ये परस्पर मूक संमतीने कोणतेही बोलणे झाले नाही. केवळ तहाच्या तपशिलासंबंधी बोलणी करण्यासाठी ते चर्चेला बसत असत. महाराजांच्या मंत्रिमहोदयांनी मुत्सद्देगिरी दाखवत काही कठीण अटी घातल्या होत्या; परंतु आधी होऊन गेलेल्या तहाचा आणि सेंट जॉर्ज किल्ल्यावरून सुरुवातीला आलेल्या सूचनांचा विचार करता एकंदरीत इंग्लिश सेनाधिकाऱ्यांना मंजूर होईल, असा तह पदरी पाडून घेण्यात आपल्याला यश आले, असे ॲश्टनला वाटत होते. युद्धशास्त्राच्या काही अमूर्त संकल्पना आणि इंग्लंडमधील प्रचलित राजकीय परिस्थिती यावर दोघांमध्ये चर्चासत्रे झडत. संध्याकाळच्या भोजनानंतर काही रात्री देशी मद्याचा आस्वाद घेताना महाराजांनी आपल्या गत आयुष्यातील किस्से मोकळेपणाने त्याला ऐकविले होते. महाराजांच्या सहवासाने ॲश्टनला उत्तरोत्तर त्यांच्याविषयी आपुलकी आणि आदर वाटू लागला.

“आता मी दिलेला शब्द मोडणार नाही,” ॲश्टन हलक्या आवाजात पुटपुटला. महाराजांनी हसून त्याला प्रतिसाद दिला. त्यांच्या चेहऱ्यावरील ताण थोडा कमी झाला.

मंत्रिमहोदयांशी चाललेले संभाषण लिंडसेने आवरते घेतल्याचे पाहून, तसेच त्याचे विस्फारलेले डोळे आणि आ वासलेले तोंड पाहून त्याच्या वधूने मंडपात प्रवेश केल्याचे त्याला कळून चुकले. त्याच वेळी आता आपले काही खरे नाही, ही अपरिहार्य जाणीवही त्याला झाली.

१

उमाने मंडपात प्रवेश केला. तिचे मस्तक उन्नत होते. कोणत्याही परिस्थितीत आपली मनोवृत्ती विचलित होऊ द्यायची नाही, असा तिने मनाशी निश्चय केला होता. रेशीम आणि सोन्याच्या जरीने शाही विणकऱ्यांनी विणलेली तिची लाल रंगाची साडी अप्रतिम परंतु जड होती. वेणीमध्ये फुले गुंफली होती. जाई आणि झेंडूच्या फुलांनी गुंफलेला तिच्या मस्तकावरील साज जड होता, तर अंगावरील आभूषणांचे वजन टनावारी होते. त्याच्या ओझ्याखाली आपल्याला दाबून टाकायचा हेतू असावा, असे उमाला वाटले. राजपुरोहितांनी चेतवलेला अग्नी स्थिरपणे प्रज्वलित झाला होता. त्यामुळे उकाडा आणि परेशानी वाढली होती. होमाच्या धुरापलीकडे कॅप्टनची उंच धिप्पाड मूर्ती मृगजळावत आभासी वाटत होती.

"आमचे विवाह अग्नीच्या दिव्य साक्षीने होतात." मंत्रिमहोदय दुसऱ्या एका इंग्रज माणसाला, बहुधा तो लेफ्टनंट असावा, विवाहविधी विशद करून सांगत होते. राजपुरोहित हसून समारंभाला सुरुवात होणार असल्याची खूण करीत असल्याचे उमाला दिसले.

पुढील काही वेळ आपल्यापुढे एखाद्या नाटकाचे सादरीकरण होत आहे, असे उमाला वाटले. परस्परांशी ताळमेळ नसणाऱ्या विभिन्न प्रतिमा आणि ध्वनी यांची एक विसंगत मालिकाच सुरू असल्याची अलिप्त जाणीव तिला होत होती. सनईवर वाजत असलेली तिची आवडती धून, कदलीफळ आणि हळद यांच्या प्रतीकाचे महत्त्व विशद करून सांगणारा राजपुरोहितांचा दमदार आवाज, महाराणीचा तिरसट चेहरा आणि होमात टाकण्यात येणाऱ्या तुपाच्या धारा, हे सर्व ती त्रयस्थपणे पाहत होती.

तिच्या बाजूला येऊन तिचा हात हातात घेत तिच्याकडे बघणाऱ्या महाराजांच्या डोळ्यांतील दुःखी भाव तिला अस्पष्टपणे जाणवले, तसेच महाराजांच्या हाताखाली

ओंजळ धरण्यासाठी तिच्या दुसऱ्या बाजूला येऊन उभ्या राहिलेल्या तिच्या नियोजित वराचा निर्विकार चेहराही तिला दिसला. तिच्या स्वत:च्या मनातील सुन्नपणाही तिच्या चेहऱ्यावर दिसत असेल का, असा विचार तिच्या मनात आला.

राजपुरोहितांनी विवाहाच्या प्रतिज्ञा विशिष्ट स्वरांत उच्चारण्यास सुरुवात केली. "तुझे रक्षण करण्याचे, तुझा मित्र आणि सहचर बनण्याचे आणि माझी सर्व मालमत्ता, तुझ्याबरोबर वाटून घेण्याचे वचन-"

"मी ही सुंदर कन्या तुझ्या स्वाधीन करतो," हे वचनबद्ध शब्द उच्चारून महाराजांनी औपचारिकपणे हात काढून घेतले. कॅप्टनने आपल्या हातात तिचा हात घेतल्याचे उमाने बघितले. तिच्या मनातील बधिरता जाऊन दु:खाने तिच्या मनाचा ताबा घेतल्याचे तिला जाणवले.

होमातील ज्वाळांचे तांडव चालू होते. ढोल आणि सनयांवर आनंदी गाणे वाजू लागले. फुले आणि अक्षतांचा वर्षाव झाला आणि पावित्र्य, शाश्वत प्रेम आणि मैत्रीची महती सांगणाऱ्या पुरातन वचनांचा जयघोष झाला.

हे सर्व चालू असताना चेहऱ्यावर तटस्थ भाव दर्शविण्याइतपत वराच्या मनात कडवटपणा होता.

मंत्रिमहोदयांनी अंगठी बाहेर काढली. नवरदेव नुसताच अंगठीकडे बघत राहिला, तेव्हा नापसंती दर्शवत महाराजांनी अंगठी घेण्याची मानेनेच त्याला सूचना केली.

कॅप्टन ट्रेव्हेलियन भानावर आला. एक पाऊल पुढे येत मंत्रिमहोदयांच्या हातातून ती अंगठी उचलली आणि आयाने प्रेमाने मेंदीने रंगवलेल्या उमाच्या बोटात सरकवली.

महाराजांनी नि:शब्दपणे कॅप्टनशी हस्तांदोलन केले. उमाच्या डोक्यावर हळुवार प्रेमाने थोपटून ते वळले; परंतु ते वळण्यापूर्वी उमाने त्यांच्या डोळ्यांत तरळणारे अश्रू पाहिलेच. या माणसाच्या सुखासाठी भविष्यात तिच्या वाट्याला जे जे येईल ते स्वीकारणे सार्थकी लागेल, या विचाराने तिला अतीव समाधान वाटले.

दुसऱ्या एका इंग्रज माणसाने सुहास्य मुद्रेने ॲश्टनचा हात दाबला. लेफ्टनंट लिंडसे अशी त्याची उमाशी ओळख करून देण्यात आली. त्यानंतर ते सगळे भोजनासाठी निघाले.

भोजनासाठी मांडलेल्या चांदीच्या ताटांकडे उमा विमनस्कपणे बघत होती. मी विवाहित स्त्री आहे... मी विवाहित स्त्री आहे... या तिच्या मनात परत परत उद्‌भवणाऱ्या विचाराव्यतिरिक्त दुसऱ्या कोणत्याही गोष्टीचा विचार करण्याचा ती

केविलवाणा प्रयत्न करीत होती.

मी यातूनही बाहेर पडेन, आपल्या सभोवती बघत तिने विचार केला. त्या सभागृहातील उत्सवी वातावरणात प्रत्येक जण मजेत आणि आनंदी दिसत होता. त्याउलट तिच्या हृदयात आणि पोटात विलक्षण खळबळ माजली होती. ते क्लेशदायक दडपण तिच्या देहबोलीतून व्यक्त होत होते.

''भात हा आमचा मुख्य आहार आहे. आम्ही त्याचे विविध प्रकार करतो. आमच्या निष्णात बल्लवाचार्यांनी तुमच्यासाठी अनेक पक्वान्ने बनविली आहेत.''

मुख्यमंत्री महोदय दक्षिण भारतीय स्वयंपाकातील बारकावे कॅप्टनला समजावून सांगत होते. उमाने चोरून त्याच्याकडे एक दृष्टिक्षेप टाकला. कॅप्टन आसनावर मागे रेलून बसला होता. त्याने एक हात मागे टाकला होता आणि दुसरा केसातून फिरवत होता. त्याचे मन इतरत्र असल्यासारखे तो आळसावल्यासारखा अवतीभवती बघत होता. त्याने काळे केस विंचरून मानेवर बांधले होते. काही बटा कपाळावर रुळत होत्या. रोमन माणसासारख्या असलेल्या त्याच्या नाकाचा आणि करारी जबड्याचा प्रभाव डोळ्यांतील कायमस्वरूपी मिश्कील भावाने उणावला होता. संकोचून उमाने दुसरीकडे नजर वळवली.

याउलट, लिंडसे मात्र उत्सुक नजरेने सगळीकडे बघत होता. त्याची नजर समोरील प्रत्येक दृश्य टिपत होती.

मसाल्यांचा सुगंध दरवळला. सेवकांनी पक्वान्ने वाढण्यास सुरुवात केली. दूध, साखर घालून बनविलेले गोड पदार्थ सर्वप्रथम वाढण्यात आले.

''उसापासून बनविलेली जगातील सर्वोत्तम साखर'' मंत्रिमहोदयांनी जाहीर केले. तांदळावरून साखरेकडे मोर्चा वळवत उत्साहाने पंक्तीच्या दुसऱ्या टोकाकडून ओरडून सांगितले.

''खरे आहे, लंडनमध्येही तिला नावाजतात,'' सहजपणे मिठाई चाखत अ‍ॅश्टन उत्तरला.

''हे, हे सगळेच बढिया आहे. कुठून सुरुवात करावी तेच कळत नाही.'' लिंडसे म्हणाला.

''गोड पदार्थांपासून सुरुवात करतात, असे दिसते. गंमत आहे. गोड पदार्थ ते सुरुवातीला खातात,'' कॅप्टन म्हणाला. इतरांचे बघून त्याने सावधपणे मिठाई चाखून पाहिली.

काटेकोरपणे परंपरा पाळणारे काही पाहुणे पंक्तिप्रपंच करत दुसरीकडे निघून गेले. काही जण महाराजांच्या आदरापोटी तिथेच थांबले. महाराजांनी परदेशी माणसाबरोबर भोजन करण्याचे औदार्य दाखविले होते. मंत्रिमहोदय देखरेख ठेवत आजूबाजूला घोटाळत होते. त्यांना सहभोजन करायचे होते; परंतु अतिशय सनातनी असल्यामुळे

परदेशी माणसांच्या पंक्तीला बसण्याची त्यांच्या मनाची तयारी होत नव्हती.

उमाकडे वळून लिंडसेने चांदीच्या पात्रांसंबंधी काही टिप्पणी केली.

"चांदीच्या पात्रांचा असाच दुसरा संच वरदक्षिणेत दिला आहे," मंत्रिमहोदयांनी सहज सांगावे असे सांगितले. लिंडसेसारखा उत्सुक श्रोता भेटल्यामुळे मंत्रिमहोदयांच्या अंगातही उत्साह संचारला होता. आपल्या परंपरांविषयी बोलून झाल्यावर ते मिरीच्या व्यापाराच्या ऐतिहासिक महत्त्वाच्या मुद्द्याकडे वळले. "खूप प्राचीन काळापासून आमचा देश मिरीच्या व्यापारात आहे. आमच्या प्राचीन काव्यामध्ये रोमन साम्राज्याशी होणाऱ्या व्यापाराचा, तसेच आमचे मसाल्याचे पदार्थ भरभरून घेऊन आमच्या बंदरातून निघणाऱ्या युनानी गलबतांचा उल्लेख सापडतो."

लिंडसे मान डोलावून ऐकत मंत्रिमहोदयांना प्रोत्साहित करत होता. अधूनमधून उमाकडे बघून हसत होता. त्याला कसा प्रतिसाद द्यावा, हे न कळल्यामुळे उमा गडबडून गेली.

"भोजनासाठी उत्कृष्ट भाज्यांची निवड केली आहे." सेवक अधिक पदार्थ घेऊन आले तसे मंत्रिमहोदय उद्गारले. ऑबर्जिन्स, प्लेनटेन्स, भाज्यांच्या गुणवत्तेविषयी ते बरेच काही सांगत होते.

"मिरी घालून बनवलेल्या असाव्यात," ॲश्टनने मिश्कीलपणे टिप्पणी केली. उमाला हसू फुटणार होते; पण वेळीच तिने ते दाबले. ॲश्टनच्या बोलण्यावर हसू आल्याच्या आपल्या कमकुवतपणावरून तिला स्वत:चाच राग आला.

"अर्थात, जे सर्वोत्तम तेच केवळ तुमच्यासाठी," उमाकडे चट्कन लक्षात येणार नाही अशाप्रकारे हाताने निर्देश करीत महाराज हसून म्हणाले.

उमाने धुसफुसत महाराजांकडे कटाक्ष टाकला. "पण त्यांच्या पोटाला ते मानवणार नाही," कॅप्टनकडे तीव्र दृष्टिक्षेप टाकत उमाने त्याला टोला लगावला.

कॅप्टनच्या भुवया उंचावल्या आणि तो गालातल्या गालात हसला, तेव्हा उमा हिरमुसली. तिला खिजवण्यासाठी त्याने तिच्या टोमण्याचे आश्चर्य वाटल्याचे दाखविले, असा तिचा ग्रह झाला.

"मिसेस ट्रेव्हेलियन, त्या साडीत वावरणे किती गैरसोयीचे होत असले पाहिजे."

गोंधळून उमा आधी नुसतीच लिंडसेकडे बघत राहिली; पण मग लिंडसे तिलाच संबोधत असल्याचे आणि तीच मिसेस ट्रेव्हेलियन असल्याचे तिच्या लक्षात आले. या अनपेक्षित धक्क्याने तिला घास गळ्यातच अटकल्यासारखे वाटले. तिच्या तोंडून शब्द फुटेना. तिने नुसतीच मान हलवली. "हं, मी... होय..." कसाबसा आवंढा गिळत उमा एवढेच बोलू शकली.

लिंडसेने ट्रेव्हेलियनकडे पाहिले, आपण काहीतरी भलतेच बोललो हे त्याच्या लक्षात आले. गोंधळलेल्या, कावऱ्याबावऱ्या नजरेने तो समोर बघत राहिला.

"तुमच्याकडे इंग्लंडमध्ये या भाज्या मिळतात का?" मंत्रिमहोदयांनी मध्येच लिंडसेला घाईघाईने प्रश्न केला. त्यांची आणि महाराजांची नजरानजर झाली. त्यांना वाटणारी काळजी उमाला जाणवली. कपाळावर हाताचा तळवा दाबून धरत परत तिने बळेबळेच लक्ष तरुण लिंडसेवर केंद्रित केले. बेधडकपणे लिंडसे परत बोलू लागला,

"मी स्कॉटलंडच्या पर्वतमय प्रदेशाचा रहिवासी आहे. यातील काही भाज्या मी कधी पाहिल्याही नाहीत. त्यांची चव घेणे तर दूरच." जवळून निरीक्षण करण्यासाठी पानातील काही भाज्या उचलून लिंडसे म्हणाला.

"स्कॉटलंडचे? मग तुम्ही इंग्रजांच्या बाजूने का लढता?" महाराज तिच्याकडे तीव्र दृष्टीने पाहत असतानाही उमा ओठ मुडपत उपहासाने पुटपुटली. आदल्या दिवशीच कधी नव्हे ते चिडून महाराज तिला रागावले होते. ती हेकटपणे वागते आहे आणि वस्तुस्थिती समजून घेत नाही, असे त्यांचे म्हणणे होते.

"मी ब्रिटिश सैन्यात आहे." त्याने मोघमपणे उत्तर दिले.

"ते ठीक आहे; परंतु हे युद्ध मुख्यत्वेकरून एका चहाच्या कंपनीसाठी होत आहे, खरे ना?" उमाने निरागसपणे हसत विचारले.

महाराजांनी तिच्याकडे डोळे वटारून पाहताच बळेच वरमल्यासारखे दाखवत तिने नजर खाली वळवली. लिंडसे मनात उत्तराची जुळवाजुळव करत असताना एक क्षणभर तिथे शांतता पसरली.

"आम्हाला असे वाटले की, राज्याच्या कायदेशीर हक्कदाराने महाराजांच्या चुलतबंधूंनी–"

उमाच्या बाजूला बसलेल्या कॅप्टनने लिंडसेला मध्येच अडविले. मग कॅप्टन आपल्या मिश्कील, मध्यम पट्टीतील स्पष्ट आवाजात म्हणाला, "प्रियतमे, मी युद्धाबाबतच्या तुझ्या शंकांचे निरसन केले आहे, असे मला वाटले. लिंडसे, माझ्या प्रिय पत्नीला सतत माझ्या क्षेमकल्याणाची काळजी वाटते आणि मी निवडलेल्या सैनिकी पेशाविषयी ती मलाही सतत प्रश्न विचारून भंडावून सोडत असते."

लिंडसेने समजल्यासारखे दाखवत मान हलवली. त्याने हिंदुस्थानात येण्याचा निर्णय घेतल्यावर त्याच्या कुटुंबालासुद्धा कशी काळजी वाटत होती, ते सांगायला त्याने सुरुवात केली.

मुद्दाम खिजवण्यासाठी ॲश्टनने तिला उद्देशून वापरलेली प्रेमाची संबोधने कानांवर पडताच उमाला भाताच्या घासावर ठसका लागला आणि ती असंबद्धपणे

अडखळत काहीतरी पुटपुटली. ॲश्टनने मान वळवून तिच्याकडे पाहिले. त्यांची नजरानजर होताच दोघांच्या डोळ्यांची जुगलबंदी झाली. त्याने चिकनचा एक मोठा घास घेतला. भुवई उंचावत नजरेने सर्वांसमोर त्याला विरोध करण्याचे तिला आव्हान केले. उमाने वळून महाराजांकडे पाहिले; परंतु तेसुद्धा ओठ आवळून हसू दाबत असल्याचे पाहून तिची घोर निराशा झाली.

"कच्च्या आंब्याची पचडी. आंबट-गोड लागते." पानात वाढलेल्या दाटसर पदार्थांच्या चवीचे वर्णन करत मंत्रिमहोदयांनी घाईघाईने संभाषणात मध्येच तोंड घातले. संभाषणाने अनिष्ट वळण घेऊ नये, हाच त्यांचा उघड प्रयत्न होता.

कॅप्टनला कशी खरमरीत उत्तरे देता आली असती, याचा मनोमन विचार करत उमा दातओठ खात गप्प बसली. तिने परत लक्ष लिंडसेकडे वळविले. तो पाकात निथळणाऱ्या जिलबीचा तुकडा मोडत होता. तो गोड पनगमसुद्धा ओरपत होता, असे तिने पाहिले. त्यांची नजरानजर होताच तो हसला. ती नाखुशीनेच हसली. "आमच्या मिठाया तुमच्या रसनेला मानवलेल्या दिसतात, लेफ्टनंट. तुम्हाला आवडल्या?"

"होय तर, बाईसाहेब. हे तर भलतेच चविष्ट आहे. तुम्हाला काय वाटते कॅप्टन?"

"ओह, मला मसालेदार पदार्थ जास्त आवडतात." ॲश्टनच्या ओठांवर हसू आणि डोळ्यांत उघडपणे गमतीचा भाव होता. जणू त्याला खोडसाळपणा केल्याशिवाय राहवत नव्हते. निरुपाय झाल्याने उमाने ओठ चावला.

लिंडसेने मिटक्या मारीत चटणीचा आस्वाद घेतला. "कॅप्टन, तर मग हे खाऊन पाहा, याची चव स्वर्गीय आहे. लिंबाचा स्वाद असलेले शेवयासदृश इडिअप्पम काट्याने उचलत लिंडसे मोठ्याने म्हणाला. "तुम्ही खूपच हात राखून खात आहात कॅप्टन."

"त्याचे काय आहे लिंडसे, मला बेतानेच खाल्ले पाहिजे. या सगळ्या सुगरणपणे बनविलेल्या पदार्थांवर मला ताव मारून चालणार नाही. उर्वरित लढाईसाठी मला तंदुरुस्त राहिले पाहिजे." तिच्याकडे बघत कॅप्टनने उत्तर दिले.

कुणीतरी त्याच्या खोडसाळ वक्तव्याचे भाषांतर केल्यानंतर लोक हसू लागताच गोंधळून उमाने वर पाहिले. मान तिरकी करत महाराजांनी कॅप्टनला हलकेच, पण प्रेमाने दटावले.

उमाने जमलेल्या इतर लोकांवर नजर टाकली. युद्धाला स्थगिती मिळाल्यामुळे आणि तात्पुरती का होईना युद्धापासून सुटका झाल्यामुळे अधिकारी मनमोकळेपणाने हसत होते.

"इंग्रज लोक हाताने का जेवत नाहीत? चमच्याने खाणे आणि हाताने खाणे

यात चवीत फरक आहे.'' सशाच्या मांसाचा तुकडा धरलेला हात हलवत जनरलने तमिळमध्ये पृच्छा केली.

एका दरबाऱ्याने त्याचे तत्परतेने इंग्रजीत भाषांतर केले. गालाला खळ्या पाडून हसत ॲश्टनने तिच्याकडे पाहिले आणि तो मोठ्या आवाजात म्हणाला, ''खास करून ती विशिष्ट बोटे असतील तर नक्कीच,'' उमाकडे पाहत तो निलाजरेपणे हसला.

सगळे जण चेष्टामस्करीच्या सुरात हसू लागल्यावर मोठाच कल्लोळ झाला. उमा रागाने लाल होताच लोक अधिकच मोठ्याने हसू लागले. उमाने आपल्या नवरदेवाला घास भरवावा, असे कुणीतरी धाष्ट्र्याने सुचवताच महाराजांनी घाईघाईने हस्तक्षेप करत विषय बदलला. हातात धरलेल्या पाण्याच्या फुलपात्रावरची उमाची पकड नकळत घट्ट झाली. स्वत:च्या रागावर महत्प्रयासाने ताबा ठेवत तिने अत्यंत तिरस्काराने कॅप्टनकडे जळजळीत कटाक्ष टाकला.

महाराजांनी तिच्याकडे दयार्द्र दृष्टीने पाहिले; परंतु त्यांच्या ओठांवरील हसू उमाच्या नजरेतून सुटले नाही. माझ्याशी प्रतारणा केलीत, अशा भावनेने तिने त्यांच्याकडे पाहिले. महाराजांनी समजावणीच्या आविर्भावात घाईघाईने हात वर केला आणि ते हलक्या आवाजात पुटपुटले. ''रागावू नकोस, बाळे. युद्ध खूपच लांबले होते. भोजनसमारंभात हास्यविनोद आणि मजा करण्याची आयतीच संधी मिळत आहे.''

भोजन चालू होते. हास्यकल्लोळ वाढतच होता. उमा मान खाली घालून बसली. डोके दुखू लागल्याची संवेदना तिला होऊ लागली. भोजन झाल्यावर इंग्रज पाहुणे, महाराज आणि दरबारी दरबार हॉलकडे रवाना झाले आणि उमा तिच्या दासींसह तिच्या दालनाकडे निघाली. तिच्या नेहमीच्या आशावादी मनात दु:खी विचारांनी गर्दी केली होती. तो असंस्कृत माणूस– देव ना करो– तिचा नवरा म्हणवत होता.

डी लेर्ट आणि त्याचे सहकारी सैनिक सहज जत्रेला आलेल्या माणसासारखे वावरत होते. ते सैनिकी गणवेशात नव्हते. ते मुद्दामच अधूनमधून जत्रेत विक्रीस ठेवलेल्या वस्तू बघत आणि एकमेकांशी बोलत जात होते; परंतु ज्या पद्धतशीरपणे ते सर्वत्र नजर ठेवून होते आणि सर्वत्र पांगत होते, त्यावरून आपल्याला शोधून काढणे हाच त्यांचा मुख्य उद्देश होता, या विषयी वॉरेनच्या मनात कोणतीही शंका नव्हती.

ते फ्रेंच आहेत म्हणून लोकांना सावध करण्याचा विचार वॉरेनच्या मनात आला; पण त्याने तो बेत रद्द केला. स्थानिक शिपायांना त्याचे म्हणणे कळले नसते

आणि कळले असते, तरी त्याबाबत काही करण्याची गरज त्यांना वाटली नसती. शिवाय ते धातूचे कडे त्याने जवळ बाळगले असल्यामुळे एवढा मोठा धोका पत्करण्यासारखा नव्हता. वाळलेल्या गवताच्या गंजीने भरलेल्या एका हातगाडीजवळ येऊन तो थांबला आणि भीतीने गाळण उडाल्यामुळे प्राप्त परिस्थितीतून मार्ग कसा काढता येईल, याचा विचार करत तिथेच उभा राहिला.

वॉरेनच्या विचारांची शृंखला अचानक तुटली. कुणीतरी स्थानिक भाषेत जोराने ओरडत त्याला बाजूला ढकलत होते. एक रक्षक त्याला वाटेतून दूर होण्यास सांगत होता. त्याच्यामागून एक सुंदर स्त्री पुढे निघून जाण्यासाठी सावकाश चालत येत होती. तिच्या चालण्या-बोलण्यावरून आणि तिच्याबरोबर असलेल्या लवाजम्यावरून ती सरदार घराण्यातील स्त्री असावी, असा वॉरेनने तर्क केला. रक्षकाने त्याला जोराने बाजूला ढकलले.

वॉरेनने डी लेर्टवर लक्ष ठेवण्यासाठी पाहिले असता तो त्याच्याच दिशेने येत असल्याचे त्याला दिसले; परंतु तो अजून त्याच्या दृष्टीस पडला नव्हता. क्षणार्धात वॉरनने निर्णय घेतला. त्या रक्षकाला हाताने बाजूला सारले, त्या तरुण स्त्रीच्या पुढ्यात नाटकीपणाने गुडघे टेकून बसला आणि धातूची ती वस्तू अतीव प्रेमाने आणि आदराने तिला भेट करत आहोत, अशा आविर्भावात तिच्या पुढे केली. वॉरेनची सूचना न समजल्यामुळे लोहाराने धातूची नळी न बनवता एक कडे बनवले म्हणून वॉरनने मनोमन त्याचे आभार मानले. मोठ्याने ओरडत रक्षक वॉरेनजवळ आला; परंतु त्या तरुण स्त्रीने हाताने त्याला थांबण्याची खूण केली. ती बराच वेळ वॉरेनकडे रोखून बघत होती. वॉरेनची नजर तिच्या नजरेला भिडली. त्याचे हृदय जोरात धडधडत होते. एक लडिवाळ हसू तिच्या चेहऱ्यावर उमटले. पुढे झुकून तिने वॉरेनने दिलेली वस्तू हातात घेतली आणि निघून गेली.

१०

“त्या बाईचा असा संताप येतो ना! असे ना का महाराणी. तिचे आशीर्वाद घ्यायला मी तुला पाठवायलाच नको होते,” आया धुसफुसत म्हणाली. उश्यांची मांडामांड करताना होणाऱ्या तिच्या आविर्भावातून तिची चिडचिड व्यक्त होत होती. उमा महाराणीचे आशीर्वाद घ्यायला गेली असताना त्यांचे उपदेशामृत तिला ऐकून घ्यावे लागले होते.

संधिप्रकाश सरत आला होता. गवाक्षातून बाहेरील झाडे अंधूक दिसत होती. उमाच्या दालनात लांब साखळ्यांवर लटकविलेल्या पितळी दिव्यांमधील स्थिरपणे तेवणाऱ्या ज्योतींनी दालनाला उत्सवाचे स्वरूप आले होते; परंतु उत्सवाचा आनंद वधूच्या मनात नव्हता. आयाने नुकताच तिचा साजशृंगार केला होता; परंतु अजूनही उरलीसुरली कामे करताना तिची चुळबुळ चालली होती. दालनात इकडून तिकडे फिरताना तिच्या मनातील चलबिचल स्पष्ट दिसत होती. दासींना तर ती उमाच्या जवळपासही फिरकू देत नव्हती.

“ग्रहांचे संकेत अत्यंत शुभ आहेत. तुझा विवाहदिन मी तपासून पाहिला. इतका शुभ दिन शोधून सापडणार नाही.” उमाच्या कपाळावर कुंकवाचा ठसठशीत टिळा लावताना महाराणींनी आढ्यतेखोरपणे जाहीर केले. “तुला थोडीशी जरी समज असेल, तर तू माझा सल्ला ध्यानात ठेवशील आणि आपल्या स्वैर वर्तनाला आळा घालशील. सगळेच जण तुझ्याशी प्रेमाने वागतील असे नाही, त्यातून नवरा तर नाहीच.” उमाने तिला अपेक्षित वाकून नमस्कार न केल्यामुळे तिने मुद्दाम मोठ्या आवाजात सुनावले.

लग्नाच्या आदल्या आठवड्यात कॅप्टनशी समोरासमोर भेट होण्याचे प्रसंग उमाने टाळले होते. फक्त एकदाच त्यांची अल्पकाळ भेट झाली होती. स्त्रियांच्या निवासस्थानांच्या मोठमोठ्या लाकडी खिडक्यांना झरोके होते. त्यातून राजवाड्याचे

निरनिराळे विभाग दिसत असत. तिथून तिला कधीकधी कॅप्टनचे दर्शन घडत असे. याखेरीज तिच्या दासी आणि आया कॅप्टनशी संबंधित बातम्यांचे बारीकसारीक तपशील तिला पुरवीत असत.

त्याच्यासाठी आयोजित केलेला नृत्याचा कार्यक्रम त्याने आवडीने बघितला होता. सेनापतींबरोबर सैन्य हटविण्याच्या योजना तो आखत असल्याचे तिच्या कानांवर आले होते. तसेच महाराजांबरोबर हास्यविनोद करतानाही तिने त्याला पाहिले होते. तेव्हा त्याच्या गालांवर खळ्या पडत असत. इंग्लंडमध्ये आणि हिंदुस्थानात खेळविल्या जाणाऱ्या कोंबड्यांच्या झुंजीतील फरकाच्या बारकाव्यांबाबत त्याने युवराजांशी चर्चा केल्याचे तिला समजले होते. एकदा एक अनोळखी धून शिळेवर वाजवत तो जात असताना ती शीळ तिला ऐकू येईल इतक्या जवळून ती गेली होती; पण ती तिथे असल्याची गंधवार्ताही त्याला नव्हती.

त्याशिवाय महाराज आणि कॅप्टन या उभयतांमधील बहरणाऱ्या मैत्रीचे तिला वैषम्य वाटत होते. ते अनेकदा घोड्यावरून रपेट करायला जातात, बुद्धिबळ खेळतात आणि अनेक विषयांवरील परस्परांच्या शंकांचे निरसन करतात, असेही तिने ऐकले होते. महाराजांनी त्याच्यासाठी नाट्यप्रयोगाचे आणि संगीताचे कार्यक्रमही आयोजित केले होते. ते आपला बहुतेक वेळ कॅप्टनबरोबर व्यतीत करीत असत.

अशा वेळी महाराज त्यांच्यात सहभागी होण्यासाठी तिला आमंत्रण देत असत; परंतु तिच्या मनातील कडवटपणा आणि असूया त्या दोघांच्या सौहार्दपूर्ण संबंधात सहभागी होण्यापासून तिला परावृत्त करीत असत. त्याने महाराजांना, तिच्या जीवनातील एकमेव सुहृदाला, भुरळ घालून तिच्यापासून हिरावून घेतले होते. यामुळे तर ती कॅप्टनचा जास्तच तिरस्कार करू लागली होती.

उमा अस्वस्थपणे तिच्या दालनात येरझाऱ्या घालीत होती. आता त्याला टाळणे तिला अशक्य होते. आज त्यांची पहिली रात्र होती.

"प्रवेश करताच नमस्कार कर. नम्रपणे वाग. भिऊ नकोस," आया तिच्यावर सूचनांचा भडिमार करीत होती.

"मी का म्हणून भिऊ?" उपहासाने ओठ मुरडत उमाने प्रश्न केला. ती त्याला स्पर्शही करू देणार नव्हती. ती काही कोणी नाजूक बाहुली नव्हती. या विचाराबरोबर आपोआप वर्मावरील आघातासाठी तिची बोटे शिवशिवली. तो तिच्यावर जबरदस्ती करू शकणार नाही, हे तिला पक्के माहीत होते. ती त्याला तसे करूही देणार नव्हती. तरीही एक अनामिक अस्वस्थता तिचा पिच्छा पुरवत होती.

"मुली, त्या सुरात बोलू नकोस," आयाने बजावले आणि तांदळाच्या खिरीचा

वाडगा तिच्या पुढ्यात सरकवत तिला थोडे खाऊन घेण्याचा आग्रह केला. उमाने तिचा हात दूर केला. चिंतेमुळे तिची नेहमीची भूक नाहीशी झाली होती.

"तुला मार्गदर्शन करण्यासाठी तुझी आई आज असती, तर किती बरे झाले असते." आयाने उसासा टाकला. "ती इतकी गोड, लडिवाळ मुलगी होती. तिच्या एवढी सुंदर मुलगी मी अजून पाहिली नाही. ती गायला लागली की, दिवसभर तिचे गाणे ऐकत बसून राहावे असे वाटायचे. कधी ती कृष्णाला आळवीत बसली की, कृष्ण स्वर्गातून समोर अवतीर्ण होईल, असे वाटायचे."

"ती मूर्ख होती." उमा ताड्कन म्हणाली आणि तिने जीभ चावली. आपण काय बोलून गेलो या विचाराने ती हैराण झाली. आयाला धक्काच बसला. जे ऐकले त्यावर आपला विश्वास बसत नाही, या नजरेने तिने उमाकडे पाहिले. त्या नजरेने उमाची अस्वस्थता एकाएकी नाहीशी झाली. त्याची जागा रागाने घेतली. ती रागाच्या भरात अद्वातद्वा बोलू लागली.

"हे बघ, तू नेहमी तिची तारीफ करतेस. ती अशी होती अन् ती तशी होती. माझ्याकडे बघ, तिने जिला जन्माला घातले तिच्याकडे बघ. तिच्या मूर्खपणाचे जिवंत उदाहरण. इतका मूर्खपणा तिच्या हातून कसा घडला? त्याचे खरे रूप तिला ओळखू येऊ नये?"

"तुझ्या भावना एवढ्या तीव्र आहेत, हे मला माहीत नव्हते. तुला काय उत्तर द्यावे मला कळत नाही," आया नरमाईने म्हणाली. तिच्या डोळ्यांत पाणी आले. तिच्या चेहऱ्यावर उदासी होती. उमाला वाईट वाटले; परंतु तिच्या मनात सतत जे खदखदत होते, ते तिने बोलून टाकले होते. ते व्यक्त केल्यामुळे तिला हलके वाटले.

"पण माझ्या राणी, तिने अनैतिक असे काहीच केले नव्हते. तो तिचा लग्नाचा नवरा होता."

"ती अनैतिक होती असे मला म्हणायचे नाही," तिच्या आईवर आयाचे पोटच्या मुलांपेक्षाही जास्त प्रेम होते. ती तिचे समर्थन करणार, हे उमाला माहीत होते; पण तिच्या स्वत:च्या भविष्यात जे वाढून ठेवले होते, त्याच्या विचाराने तिचे मन:स्वास्थ्य हरवल्यामुळे तिचा राग परत एकदा उफाळून आला होता. "ती मूर्ख होती एवढेच मी म्हटले. एका निर्मनुष्य देवळात दोन दासींच्या साक्षीने एकमेकांच्या गळ्यात हार घातले म्हणजे लग्न झाले, यावर कोण विश्वास ठेवेल?"

"महाराजांजवळ हे बोलू नकोस. त्यांचे काळीज विदीर्ण होईल," आया म्हणाली आणि न बोलता ताटे आवरू लागली.

उमा अस्वस्थपणे येरझाऱ्या घालीत होती. काही काळ शांततेत गेल्यावर

आयाचा उतरलेला, उदास चेहरा पाहून तिचे मन द्रवले. आयाजवळ जात ती म्हणाली, ''मी दिलगीर आहे, आया. तुझ्याजवळ मी असे बोलायला नको होते. ती तुझी खूप लाडकी होती.'' उमा पुटपुटली. आयाजवळ खाली बसत तिने त्या वृद्धेचा हात हातात घेतला.

आयाने आपल्या हडकुळ्या, सुरकुतलेल्या, जीर्ण बोटांनी तिची हनुवटी कुरवाळली आणि तिच्या डोळ्यांत पाहत म्हणाली, ''उमा, लाडके, माझ्या राणी, सुखी हो.'' ती प्रेमाने ओथंबलेल्या स्वरात म्हणाली.

''मला आशीर्वाद दे. तू मला सर्वांत जवळची आहेस. माझे मनोबल वाढेल असा आशीर्वाद दे,'' उमाने खाली वाकून तिला नमस्कार करत म्हटले, तेव्हा तिला रोखत, रडत ती असंबद्ध, अडखळत पुटपुटली, ''देवीला जे योग्य वाटेल, ते तुला प्राप्त होवो,'' ती हळुवारपणे म्हणाली.

''अलीकडे बऱ्याच दिवसांत एवढा चांगला सराव करायला मिळाला नव्हता.'' सेवकांच्या हातात त्यांच्या तलवारी देत महाराज म्हणाले.

दुसऱ्या सेवकाकडून टॉवेल घेत ॲश्टनने हसून प्रतिसाद दिला. गेले काही दिवस अत्यंत चुरशीचे आणि मनाला उल्हसित करणारे खेळ तो खेळत होता. चेहऱ्यावरचा आणि हातांचा घाम पुसून त्याने टॉवेल परत केला आणि हसतखेळत बोलत ते बाहेर पडले.

दरवाजातून बाहेर आल्यावर ॲश्टन त्याच्या कक्षाकडे जाण्यास वळता वळता त्याला महाराजांचा चेहरा चिंताग्रस्त झालेला दिसला.

''काही समस्या आहे का, महाराज?''

महाराजांची चलबिचल झाली. ओठ घट्ट मिटून श्वास घेत त्यांनी अंगणाच्या दिशेने हाताने निर्देश केला. ''जरा थोडा वेळ माझ्याबरोबर येता का?''

ॲश्टन संभ्रमात पडला. घामाने चिंब झालेल्या आपल्या सदऱ्याकडे त्याने पाहिले. घामाने अंग चिकट झाले होते. थंडगार पाण्याने स्नान करावेसे त्याला वाटत होते.

''मला जे सांगायचे आहे ते लांबणीवर टाकता येण्यासारखे नाही.''

ॲश्टनने मानेनेच संमती दिली. न बोलता ते अंगणातील बैठकीकडे चालू लागले. कुणीही त्यांच्यामागे आले नाही. कुणाला बोलणे ऐकू येणार नाही, एवढ्या दूर ते जाऊन बसले. महाराजांनी इतक्या हळू आवाजात बोलायला सुरुवात केली की, ॲश्टनला कान देऊन लक्षपूर्वक त्यांचे बोलणे ऐकावयास लागत होते.

"जॉन ब्रुकबद्दल तुम्हाला काय माहिती आहे?" महाराजांनी विचारले.

"कुणीतरी त्यांचे डोके ताळ्यावर नाही, असे म्हणताना ऐकल्याचे आठवते. ब्रुकसाहेबांच्या भारतीय जीवनशैलीचा, भारतीय पोशाखाचा स्वीकार करण्यावरून तो माणूस बोलत होता."

यावर महाराज थोडा वेळ काहीच बोलले नाहीत. त्यांच्या मनात कोणतातरी संघर्ष चालल्याचे वाटत होते.

"तुम्ही माझे स्नेही आहात," दीर्घ श्वास घेत महाराजांनी उसासा सोडला. मग कृतनिश्चयाने त्यांनी वर पाहिले. "हे मी तुम्हाला यापूर्वीच सांगितले नाही ही माझी चूकच झाली. ते सांगण्याची जरूर नाही असे मला वाटत होते; पण मला जरा अपराधी वाटते आहे. आधीच माझ्या मनावर अपराधीपणाचे ओझे आहे. त्यात याची भर मला नको आहे; परंतु त्याहीपेक्षा हे तुम्हाला माहीत असायला हवे, असे मला वाटते. त्यामुळे तुम्ही उमाला अधिक चांगल्या प्रकारे समजून घेऊ शकाल... आजच्या रात्रीच्या संदर्भात."

"आजच्या रात्रीविषयी..." ॲश्टनने तोंड वाकडे केले. त्याच्या विवाहाच्या वैधतेविषयी त्याच्या मनात आशंका होती. काही क्षण त्यावर मनात मंथन केल्यावर त्याने आपली शंका बोलून दाखवली; पण महाराज नुसतेच विमनस्कपणे हसले. "तुम्ही एक सन्माननीय व्यक्ती आहात. माझ्या नजरेत आणि देवाच्या नजरेत तुम्ही विवाहित आहात. आपली नजर कशी बदलायची, याचा मार्ग तुम्ही शोधून काढाल असा मला विश्वास वाटतो."

त्यांना सांगायला काय जाते, ॲश्टनच्या मनात विचार आला. त्यांच्या मनात आणखी वेगळ्याच गोष्टीची चिंता असावी असे त्याला वाटले. महाराजांचे डोळे काळजीने झाकोळून गेले होते.

महाराजांनी संयत स्वरात बोलायला सुरुवात केली. वर्षानुवर्षे मनात वाहिलेल्या ओझ्याने त्यांचा प्रत्येक शब्द प्रयासाने फुटत होता. "उमाविषयी काही गोष्टी तुम्हाला माहीत असायला हव्यात. ते सांगणे सोपे नाही. प्रत्यक्षात तुमची पत्नी, ही माझी भाची आहे. माझ्या बहिणीची, माझी प्रिय बहीण, मीनाची मुलगी आहे. ब्रुकसाहेब तिचे मानसपिता आहेत." महाराजांच्या दाटलेल्या आवाजावरून महाराजांना हे सांगताना खूप दुःख होत असल्याचे ॲश्टनच्या लक्षात आले.

"मग तिचा खरा जन्मदाता कोण?" महाराजांच्या डोळ्यांतील भाव पाहून प्रश्न विचारण्यापूर्वीच ॲश्टनला त्याचे उत्तर मिळाले. उमाला इंग्रजांबद्दल वाटत असणाऱ्या द्वेषामागील कारण एकाएकी त्याला उमगले.

"वॉरेन नावाचा इंग्रज माणूस. हे घडले तेव्हा मी माझ्या चुलतभावाविरुद्ध युद्धात गुंतलो होतो. कुटुंबाकडे लक्ष द्यायला मला वेळ नव्हता. युद्धस्थितीमुळे

मीनाला गुपचूप वेषांतर करून उत्तरेकडील प्रांतात पाठविले होते.'' दूरच्या तटबंदीकडे बघत महाराजांनी उसासा सोडला. ''म्हैसूर आणि ब्रिटिशांमध्ये अल्पकाळ शांतता होती. म्हैसूरच्या आजच्या सुलतानांच्या वडिलांनी सेंट जॉर्ज किल्ल्याच्या दरवाजाला धडक दिली होती.''

दूरच्या ढगांकडे नजर लावून महाराजांनी आवंढा गिळला. ''युद्ध समाप्तीनंतर मी माझ्या बहिणीला भेटलो, तेव्हा ती गर्भवती होती.'' महाराजांची गाढ नजर आपल्याला समजून घेण्यासाठी ॲश्टनला गळ घालीत होती. ''तो सोनेरी केसांचा आणि त्याच्या निळ्या टोपीशी साम्य असणाऱ्या निळ्या डोळ्यांचा वॉरेन नावाचा माणूस होता आणि त्याने तिला फसविले, एवढेच मला माहीत आहे.''

महाराज पुढे बोलण्याची वाट पाहत ॲश्टन थांबला. महाराजांच्या डोळ्यांत पाणी तरळत असल्याचे त्याला दिसले. ॲश्टनकडे वळून, शून्य दृष्टीने पाहत महाराज आठवणींना उजाळा देत होते. ''मी माझ्या बहिणीला धुत्कारले. तिने गुप्तपणे उमाला जन्म दिला. मी माफ करेन म्हणून तिने वाट पाहिली आणि भग्न हृदयाने तिने या जगाचा निरोप घेतला.'' महाराजांनी हताशपणे डोळ्यांवर हात फिरवला. ''मी पहिल्या वेळी उमाला पाहायला गेलो तो दिवस मला अजूनही आठवतो.'' हातांनी त्यांनी लहान मुलीची खूण केली. ''ती सोनेरी केसांची, निळ्या डोळ्यांची बालिका माझ्याकडे बघून इतकी गोड हसली आणि माझ्या मनात एकच विचार आला, पण का... का म्हणून...'' त्यांनी दीर्घ उसासा सोडला. ''तिचे केस आणि डोळे काळे असते तर!''

''तुम्ही तिच्या वडिलांचा शोध घेतला नाहीत?'' ॲश्टनने विचारले. त्याच्या मनात महाराजांविषयी आत्यंतिक कणव दाटून आली.

''काय उपयोग झाला असता? माझी बहीण मरण पावली होती. उमाचा त्याग करण्याची माझी तयारी नव्हती. ब्रुकसाहेबांशी माझा दोस्ताना होता. धर्मशास्त्रांचा आणि साहित्याचा मनमुराद अभ्यास करण्यासाठी मी त्यांना आमच्याबरोबर येऊन राहण्याचे आवाहन केले. देवीच्या साथीत त्यांची पत्नी आणि तीन वर्षांची मुलगी दगावल्यामुळे ते दु:खीकष्टी होते. उमा त्यांच्या मुलीच्याच वयाची होती. त्यांच्याबरोबर त्यांची मुलगी म्हणून उमाला राजवाड्यात आणण्याची संधी मी साधली. माझ्याप्रमाणे त्यांचीही तिच्यावर माया होती. जणू ती त्यांचीच मुलगी होती. कॅप्टन ती चारचौघींसारखी साधारण मुलगी असती तर, असे मला किती राहून राहून वाटत होते, हे तुम्ही पाहायला हवे होते.''

''कोणत्या अर्थाने ती सर्वसाधारण मुलगी नाही?'' ॲश्टनने विचारले.

ॲश्टनच्या प्रश्नाने महाराजांना आश्चर्याचा धक्का बसला. ॲश्टनला आपल्या म्हणण्याचा रोख कळला नाही हे ध्यानात येऊन किंचित हसत त्यांनी नकारार्थी

मान हलवली. ‘‘तिचे रंगरूप तमिळ मुलीसारखे हवे होते, असे मला म्हणायचे होते. ती इथल्या मुलींपेक्षा वेगळी दिसते, त्यामुळे तिला सगळ्यांकडून वेगळी वागणूक मिळते. तिच्या आवडीनिवडींवरसुद्धा त्याचा परिणाम होतो. ती आहेच वेगळी.’’

आपल्याशी उमाचा विवाह जुळवण्यामागे महाराजांचा नक्की काय हेतू असावा, हा विचार काही काळ त्याच्या मनात डोके वर काढत होता. टिपू सुलतानाकडून पदरात पडली असती त्यापेक्षा चांगली तहाची कलमे त्यांनी कॅप्टनशी तह करून मिळवली होती, यात शंका नव्हती. तसेच त्यांच्या मित्राच्या मुलीचा विवाह तिच्याच जातीच्या माणसाशी व्हावा, यासाठी प्रयत्नशील असणाऱ्या महाराजांना ॲश्टनच्या रूपात उमासाठी वर मिळाला होता. हे म्हणजे सोन्याला सुगंधच म्हणण्यासारखे होते, असा ॲश्टनने निष्कर्ष काढला. तोही त्यांना सोईस्करपणे बरा सापडला होता.

‘‘आमच्या समाजातील मान्यवर पॉलिगर वरांशी तिचा विवाह जुळविण्याचा मी प्रयत्न केला होता; परंतु त्यातून काहीच निष्पन्न झाले नव्हते. सेंट जॉर्ज किल्ल्यातील इंग्रज समाजाशी तिची ओळख करून देण्याचे ब्रुकसाहेबांच्या मनात होते. एखादा सैनिक किंवा कारकून तिला पसंत पडेल, अशी त्यांना आशा होती; पण मला ते चालण्यासारखे नव्हते. राजाची राणी बनण्याचीच तिची योग्यता होती.’’

‘‘मी माझ्या वडिलांचे दुसरे अपत्य असल्याकारणाने मी एक निर्धन माणूस आहे.’’ ॲश्टन पुटपुटला.

‘‘सध्या तुमची परिस्थिती बिकट आहे खरी; पण तुम्ही निभावून न्याल.’’ महाराजांनी हसून म्हटले.

काही वेळ शांततेत गेल्यावर ॲश्टन म्हणाला, ‘‘तुमच्याशी तिचे काय नाते आहे हे तिला माहीत आहे, असे मी धरून चालतो. तुमच्यावरील आदरापोटी तिने लग्नाला संमती दिली, खरे ना?’’

‘‘तिला माहीत आहे. माझ्यावरील तिच्या आदराचा निलाजरेपणाने फायदा उठवीत मी विवाहासाठी तिचे मन वळविले.’’

‘‘परंतु ती माझा पराकोटीचा तिरस्कार करते, या अत्यंत महत्त्वाच्या मुद्द्याकडे तुम्ही दुर्लक्ष केलेत. हे तुमच्या स्वभावात बसण्यासारखे नाही.’’ ॲश्टन म्हणाला. यावर महाराज काय म्हणतात, याची त्याला उत्सुकता लागून राहिली होती.

ती मामुली गोष्ट आहे अशा अविर्भावात महाराजांनी हात झटकला. ‘‘ती तुमच्याबरोबर सुखी होईल, याची मला पूर्ण खात्री वाटते. तिच्या तुमच्याविषयीच्या भावना निवळण्यासाठी मी तिला पुरेसा वेळ दिला नाही इतकेच.’’

आकाशात उगवणाऱ्या चांदण्यांकडे महाराज एकटक बघत होते. ''ती अजून लहान आहे. तिच्या पूर्वेतिहासामुळे तिची मते दूषित झाली आहेत.'' बऱ्याच वेळाने ते म्हणाले.

''ब्रुकसाहेबसुद्धा इंग्रजच होते, याचा विचार ती करत नाही का?'' उमाची मन:स्थिती समजून घेण्याच्या तीव्र इच्छेपोटी नव्हे, तर निव्वळ कुतूहलापोटी ॲश्टनने विचारले.

''ते इंग्लिश होते, हे ती मानायलाच तयार नाही, असे मला वाटते. आमच्यासारखे कपडे घालणारे, आमच्यासारखा आहार घेणारे, आमच्यातलेच एक हीच जन्मापासून तिला त्यांची ओळख होती. तिच्या जन्माचे रहस्य तिला कळण्यापूर्वीपासून ती त्यांना ओळखत होती.''

महाराज बोलायचे थांबले. मग सावकाश उठून उभे राहिले. ॲश्टनही उठून त्यांच्या पाठोपाठ निघाला. त्या वृद्ध माणसाच्या चेहऱ्यावरील दीनवाणा भाव पाहून त्याला वाईट वाटले.

''मी तुमच्यावर कोणतेही उपकार करत नाही आणि तुम्ही माझे कोणतेही देणे लागत नाही. तुम्हाला काही सुचविण्याचे माझे धार्ष्ट्य पाहून तुम्हाला आश्चर्य वाटले असेल; परंतु तुम्हाला शक्य तेवढ्या संयमाने आणि प्रेमाने तिला वागवा, एवढेच माझे मागणे आहे.''

इतर कोणत्याही गोष्टीपेक्षा महाराजांचे हे बोलणे भविष्यात त्याला बाध्य ठरणार आहे, हे ॲश्टनला कळून चुकले आणि महाराजांनाही ते कळले आहे, अशी त्याला शंका आली. हे सांगण्यासाठी महाराजांनी किती अचूक वेळ निवडली होती; परंतु महाराजांच्या भावना तो समजू शकला. त्यांच्या आर्जवी डोळ्यांत त्या स्पष्टपणे उमटल्या होत्या.

काही क्षण शांततेत गेल्यावर महाराजांच्या विनंतीला ॲश्टनने मानेने मूक संमती दर्शवली आणि हात पुढे केला. आपल्या दोन्ही हातांत त्याचा हात घेऊन महाराजांनी प्रेमभराने आणि विश्वासाने तो दाबून धरला.

त्या दिवशी ॲश्टनने तिच्या रूपावरून काढलेल्या प्रशंसोद्‌गारांना उमाने दिलेली तिखट प्रतिक्रिया त्याला आठवली. आता नवीन मिळालेल्या माहितीच्या संदर्भात तिच्या विचित्र वागण्याचा अर्थ त्याला उलगडला. त्या निळ्या डोळ्यांतून तिरस्कार उफाळला होता, यात आश्चर्य ते कोणते होते?

धन्य आहे. आज त्यांची पहिली रात्र होती. आपल्याला गर्भवती करून नंतर तो वाऱ्यावर सोडून देणार, एवढा तिचा त्याच्यावर विश्वास.

११

त्याच दालनाच्या प्रवेशद्वाराशी पोहोचताच उमा जमिनीला खिळल्यासारखी उभी राहिली. आयाने तिला हलकेच आत ढकलले आणि दार लावून घेतले. दालन सुंदर सजवले होते. मंचकाच्या सभोवती जाई आणि झेंडूच्या फुलांच्या माळांची सुंदर सजावट केली होती. फुलवाल्यांनी कमाल केली आहे, असे उमाला वाटले. मधोमध असलेला मंचक प्रशस्त, रिकामा आणि भीतिदायक वाटत होता.

तो लगेच दृष्टीस न पडल्यामुळे भीतीने आवंढा गिळत तिने सभोवार पाहिले. गवाक्षाच्या झडपांना सहजपणे रेलून, छातीवर हाताची घडी घालून कॅप्टन ट्रेव्हेलियन उभा होता. धूपाच्या वलयांकडे बघत विचारमग्न अवस्थेत, परंतु आरामशीरपणे तो उभा होता. त्याने रात्री झोपताना घालायचे कपडे घातले होते. त्यामुळे एक प्रकारची जवळीक निर्माण झाल्यासारखे वाटत होते. जी तिला नको होती आणि तिला आवडलीही नाही. उमाच्या मनात एक अतर्क्य अशी भीतीची लहर उमटली. निष्ठुरपणे तिने ती झटकून टाकली.

तिच्या मनातील विचार ओळखल्यासारखे सावकाशपणे वळत त्याने तिला वरपासून खालपर्यंत न्याहाळले.

आयाने दुसरी एक भरजरी साडी आणि दागिने घालण्याचा आग्रह धरला होता. त्यामुळे अधिकच उकडत होते. अस्वस्थपणे चुळबुळ करीत उभे राहायची ऊर्मी आणि ताठ मानेने उभी राहायची गरज, या संघर्षात तिची द्विधा मन:स्थिती झाली होती.

"आलीस? तू आहेस कुठे याचा मी विचार करीत होतो." ॲश्टन तिच्याकडे पाहून हसत म्हणाला. तिच्या दिशेने काही पावले पुढे येत तो मंचकाच्या बाजूच्या मेजापाशी येऊन उभा राहिला. हसताना क्षणभर त्याच्या गालांवर उमटलेल्या खळ्यांकडे पाहत उमा जागीच उभी होती.

“यापूर्वी मला तुझ्याशी बोलायचे होते, पण...” खांदे उडवत तो म्हणाला.

“कशाबद्दल?” उमाने कठोर स्वरात विचारले.

“खास असे काही नाही,” त्याने उत्तर दिले. “आत तर ये. तिथेच खिळल्यासारखी उभी आहेस.” तो जोराने हसला.

ती घाबरली आहे असा त्याचा समज झाला आहे का? मान ताठ ठेवत उमा पुढे आली. तिच्या हातांच्या मुठी वळल्या होत्या. तिने सरळ त्याच्या नजरेला नजर भिडवली. ट्रेव्हेलियनला कमी लेखून चालणार नव्हते. स्वत:ला हवा तसा तह पदरात पाडून घेऊन त्याने महाराजांना उल्लू बनवले नव्हते का? तिच्याशीही तो घिसाडघाई न करता अक्कलहुशारीनेच वागणार, असा तिचा कयास होता.

तिच्या मनाचा थांग लागतो का ते अजमावण्यासाठी त्याने तिच्याकडे शोधक नजरेने पाहिले. मग मनाशी काही निर्णय घेतल्यासारखे करून तो म्हणाला, “आपली परिस्थिती चमत्कारिक झाली आहे, हे मी जाणतो. विवाहापूर्वी आपण प्रेमात पडलो नव्हतो म्हणून आपण प्रियाराधन करू शकलो नाही; परंतु आपल्याला केव्हातरी सुरुवात करायलाच हवी आणि ही आपली पहिली रात्र आहे.”

पहिल्या रात्रीचा त्याने सूचक उल्लेख केला, यात नवल नव्हते. पाच मिनिटेही साधारण विषयांवर बोलण्याची सभ्यता या माणसात नव्हती. त्याच्या डोळ्याला डोळा भिडवत उमाने भुवई उंचावली.

“हा जो देशी समारंभ झाला म्हणजे विवाह झाला असे तुम्हाला म्हणायचे आहे का?” तिने प्रश्न केला. काही वेळापूर्वी तिच्या आईचा आपण विवाहित आहोत असा जो समज होता, त्यावर आयाशी झालेले बोलणे तिला आठवले.

तिच्या प्रश्नाने तो उघडउघड चपापल्यासारखा वाटला. उमाने आपण त्याला कोंडीत पडकले आहे हे हेरले. तिच्या प्रश्नाचे उत्तर देण्याचे टाळण्यासाठी तिच्याकडे न बघता त्याने बाजूच्या टेबलावरील फळांच्या बशीमधील आंब्याची फोड उचलून तोंडात टाकली.

एकाच वेळी क्रुद्ध आणि उदास विचारांनी तिच्या मनात काहूर उठले. तिच्या आईसारखी ती मूर्ख नव्हती आणि असाहाय्यसुद्धा नव्हती. जर त्याने तसा काही प्रयत्न केला, तर आत्मसंरक्षण कसे करायचे हे तिला माहीत होते. पूर्ण आत्मविश्वासाने आणि तिरस्काराने ती त्याच्या उत्तराची वाट पाहत थांबली.

“एकमेकांची अधिक चांगली ओळख करून घेतली तर हरकत काय आहे? तू उभीच राहणार का?” मंचकाकडे हाताने निर्देश करीत तो म्हणाला.

ओळख करून घ्यायची म्हणजे तुला नक्की काय म्हणायचे आहे, यावर ते अवलंबून आहे, उमा मनात म्हणाली. जवळीक करण्याच्या विचाराने तिच्या पोटात खड्डा पडला; परंतु तशी वेळ येणार नाही अशी खात्री असल्यामुळे मनातील

भीती तिने झटकून टाकली. दाणदाण पावले टाकत मंचकापाशी जात ती मंचकावर बसली. आपण त्याला एका क्षणात लोळवू शकू, हे ती पक्के जाणून होती.

तिच्याकडे साशंक नजरेने पाहत तो उभा होता. मग तिच्याकडे बघत त्याने स्मित केले.

''एवढ्या रात्रीही अजून गरमी आहे,'' काही क्षण शांततेत गेल्यावर तो म्हणाला.

पुढे काय करायचे याचा विचार करीत उमा गप्प बसून राहिली.

''सकाळचा कार्यक्रम खूप छान झाला. तो अग्नी आणि तो उघडाबंब भटजी. त्या सगळ्यांशी नक्कीच काही सांकेतिक कल्पना निगडित असल्या पाहिजेत. या हवामानातही इंग्रज पुरुष गळपट्टी घालतात, हे तर हास्यास्पद आहे.''

''तुमच्या आढ्यताखोर बोलण्यात मला रस नाही,'' उमाने ताठरपणे उत्तर दिले.

ॲश्टनने भुवई उंचावली. सावकाशपणे एक एक शब्द उच्चारत तो म्हणाला, ''समजलो. सौजन्यपूर्ण संभाषणावर काट, फुलांविषयी बोलायचे नाही, हवामानाचा विषय बाद... शिवाय...''

त्याचा चेष्टेचा सूर पाहून उमाचा पारा चढला. त्याचे हास्य, आर्जवी बोलणे, यावरून तो समजूतदारपणाचा आभास निर्माण करत आहे, हे तिच्या लक्षात आले. तिला आता सावधगिरी बाळगायला हवी. त्याच्या जाळ्यात सापडता कामा नये.

काही वेळ वाट पाहून त्याने परत बोलायला सुरुवात केली. ''मला वाटते तू नेहमीच भारतीय पेहराव करतेस. तुझ्या अंगावर, हातात, गळ्यात, कमरेभोवती आणि पायांत टनावारी दागिने असले पाहिजेत. तुला इतकी दागिन्यांची आवड नसेल, असा माझा समज होता.''

उमाने दात-ओठ खाल्ले. तिच्या आवडीनिवडी माहीत असल्याचे गृहीत धरून चालला आहे. पप्पांच्या विरोधाला न जुमानता आपल्या इतर बहिणींप्रमाणेच आपणही नाक टोचून घ्यायला हवे होते आणि त्याला खिजवण्याकरता मोठी नथ घालायला हवी होती, असे तिला वाटले.

ती काही न बोलल्यामुळे त्याने परत सुरुवात केली. ''त्या साडीत जीव उबून गेला असेल. तुला साडी बदलायची नाही का?''

''तुम्ही माझी चेष्टा करता आहात का?'' तिने विचारले. तिचा चेहरा लाल झाला होता.

तिची प्रतिक्रिया पाहून आश्चर्याने त्याच्या भुवया उंचावल्या. मग तो मोठ्याने

हसला. ''मी एक साधा, निरागस प्रश्न विचारला, बाईसाहेब. निदान सुरुवातीला तरी.'' तो डोळे मिचकावत म्हणाला.

''मला आपले पाचकळ विनोद आवडत नाहीत.''

''पण मला आवडतात; तुला दुसरे काही आवडत नसेल तर.''

तो हसत तिच्या दिशेने जवळ येत म्हणाला. त्याची धिप्पाड, भरदार शरीरयष्टी पाहून उमाला एकाएकी भीती वाटू लागली. स्वत:ला नकळत ती मागे सरकली.

थांबत तो म्हणाला, ''तुला घाबरायचे कारण नाही.''

''मला घाबरायचे कारण काय? त्या रात्री आपण भेटलो तेव्हा काय झाले ते विसरलात वाटते?''

तोंडातून शब्द बाहेर पडताच उमाने स्वत:च्या उतावळेपणाबद्दल स्वत:लाच कोसले. त्याच्या चेहऱ्यावर एखाद्या परक्या माणसासारखा त्रयस्थ भाव प्रकटला. अस्वस्थ होऊन तिने एक आवंढा गिळला. तिने अशा प्रकारे त्याला डिवचायला नको होते. हे म्हणजे पायाखालची वाळू सरकण्यासारखे होते. अशा वेळी कोणतीही हालचाल न करता स्तब्ध उभे राहायचे असते.

दिव्याच्या प्रकाशात त्याचा चेहरा, दगडातून घडवल्यासारखा रेखीव दिसत होता. तो अगदी स्तब्ध उभा होता; पण त्याच्या मनात अंगार फुलल्याचे तिला जाणवले. तिच्या अंगातून एक भीतीची लहर सरसरत गेली.

एक क्षणभर लक्षणीय शांतता पसरली. त्यानंतर तो कडवटपणे हसत म्हणाला, ''या खेपेला उतारा तू स्वत:च देणार, की सकाळी महाराजांना विनंती करणार?'' तो उपरोधाने म्हणाला.

त्याला काय उत्तर द्यावे हे तिला सुचेना. त्याच्यावर तिने हल्ला केला, तर ती महाराजांना तोंड कसे दाखवणार, हेच तो तिला सुचवत असल्यासारखे तिला वाटले. त्याचा मुद्दा सिद्ध करण्याचा तो प्रयत्न करेल, या भीतीने तिचे तोंड कोरडे पडले.

तिचे मौन पाहून तो विषादाने हसला. हा माणूस स्वत:चा कोणत्याही प्रकारचा पाणउतारा खपवून घेणार नाही, हा संकेत तिला मिळाला.

''तुम्ही उत्तरावर विचार करा, बाईसाहेब. तोपर्यंत, स्त्री दाक्षिण्याचा कोणताही आव न आणता मी मंचकाच्या माझ्या अर्ध्या भागावर आडवा होतो.''

काही क्षणांनंतर अस्वस्थपणे ती मंचकापाशी गेली. दालनातल्या एका कोपऱ्यात ठेवलेल्या तिच्या रात्रीच्या कपड्यांची फिकीर न करता ती विशाल मंचकाच्या दुसऱ्या टोकाला अंगाचे मुटकुळे करून बसली. रात्रभर ती पूर्ण जागी आणि स्तब्ध होती. दालनातल्या एकुलत्या एका दिव्याच्या प्रकाशात पोटावर

पालथी पसरलेली ती निश्चल आकृती दिसत नसती, तर त्याच दालनात अजून एक व्यक्ती उपस्थित असल्याचे तिला कळलेही नसते.

वॉरेनने चेहरा हसतमुख ठेवला आणि आपण लगबगीने चालत आहोत, असे भासविले. ती मुलगी कडे घेऊन मागे वळून न बघता निघून गेली होती. तिच्या मेण्यावरील कोरीव नक्षीकाम आणि नमुनेदार आकृत्या वॉरेनने बघितल्या होत्या. त्यावरून तिचा शोध घेणे कठीण जाणार नाही, याचा त्याला विश्वास वाटत होता. त्यापूर्वी डी लेर्टला हुलकावणी देणे आवश्यक होते. त्यासाठी आपल्याजवळ महत्त्वाचे किंवा मूल्यवान काही नाही, याची त्याला खात्री पटविणे हाच एकमेव मार्ग होता. समस्येला सामोरे जाऊन भिडणे, हाच सर्वांत चांगला उपाय आहे, असे त्याने ठरविले.

फ्रेंच सैनिकांच्या सहज दृष्टीस पडेल, अशा बेताने हेतुपुरस्सर तो जत्रेतून बाहेर पडण्यासाठी निघाला. तो दिसताच त्यांची आपसात काही चर्चा झाली. त्याला अडवायचे की जाऊ द्यायचे, यावर ते चर्चा करीत असणार हे त्याने ओळखले. वॉरेन कशाच्या मागावर आहे, याची डी लेर्टला साधारण कल्पना होती; पण ती वस्तू नक्की कोणती, कशी दिसते हे त्याला माहीत असणे शक्य नव्हते. सुलतानाच्या सैनिकांनी ही माहिती त्याला सांगितली असण्याची शक्यता नव्हती. ज्या कुणी फ्रेंच माणसांना खबर दिली होती, त्यालासुद्धा नक्की ठाऊक असणे शक्य नव्हते. कारण त्याला हवी असलेली माहिती गोळा करताना वॉरेनने पुरेपूर सावधगिरी बाळगली होती. काही क्षणांतच ते तिघे जण आक्रमकपणे त्याच्या रोखाने येताना दिसताच, आपल्या अंतिम ध्येयाच्या मार्गातील एक अडथळा समजून त्यांना तोंड द्यायची वॉरेनने मनाची तयारी केली.

१२

मेण्याचे भोई आरामदायक वेगाने धावत होते. मेणा तालबद्ध हेलकावे खात होता. आत बसलेली उमा मंदमंद झुलत होती. आपल्या कामाचा नीरस कंटाळवाणेपणा घालविण्यासाठी भोई हळू आवाजात गुणगुणत होते. त्यांचे गुणगुणणे ऐकत उमा प्रसन्न हसली. मेण्यातील सुशोभित बिछान्यावर बसलेल्या उमाने हात लांबवून आळस दिला, हाताची बोटे मोडली, एक नि:श्वास सोडला आणि गुडघ्यांवर डोके ठेवून बसली. तिला मनस्वी कंटाळा आला होता.

मदुराईहून निघण्यापूर्वी शेवटचे काही दिवस ट्रेव्हेलियन क्वचितच तिच्या दृष्टीस पडला होता. रोज रात्री उमा आपल्याच दालनात झोपत असल्याचे आयाला माहीत होते; परंतु तिने त्याबद्दल ना उमाला छेडले ना कुठे त्याची वाच्यता केली. उमाने आपल्या आईविषयी केलेल्या वक्तव्यामुळे आया दुखावली गेली असल्याने उमाला अपराधी वाटत असले, तरी तिला आपले वर्तन पूर्णत: सयुक्तिक वाटत होते. म्हणूनच शेवटच्या दिवसापर्यंत तिने आयाची नाराजी दूर करण्याचा आपल्याकडून कोणताही प्रयत्न केला नाही.

गरमी असह्य होण्यापूर्वी पहाटेच प्रस्थान करायचा त्यांचा बेत होता; पण ते प्रत्यक्ष निघेस्तोवर अर्धी सकाळ उलटून गेली होती. शक्यतो लवकर निघण्याच्या ट्रेव्हेलियनच्या आग्रहाला न जुमानता प्रस्थान करण्याच्या मुहूर्ताची वेळ भरेपर्यंत महाराणींनी त्यांना निघण्यास मज्जाव केला. तसे न केल्यास त्याचे भीषण परिणाम ट्रेव्हेलियनला आणि राज्याला भोगावे लागतील, असे त्यांनी जाहीर केले होते.

उमाने गाउनचा घेर वर उचलून कड्याकडे निरखून पाहिले. तो दिखाऊ आणि ओंगळवाणा नग एखाद्या राक्षसाकरता घडविल्यासारखा वाटत होता. उमाला त्याचा तिटकारा वाटत होता. ते विचित्र, जाडजूड आणि आवाज न करणारे कडे तिला

मुळीच भावले नाही. ते फेकून द्यावेसे तिला वाटत होते; पण इतकी वर्षे तिच्या आईच्या प्रेमाचे प्रतीक म्हणून आयाने ते जपून ठेवले होते. शेवटचे काही दिवस त्या दोघींच्या संबंधात एवढा तणाव निर्माण झाला होता की, उमा ते स्वीकारेल की नाही, या शंकेने आयाने बिचकतच ते तिच्या हातात दिले होते. आयावर आपले किती प्रेम आहे, हे दाखविण्यासाठी उमानेही ती संधी साधत ते कडे स्वीकारले होते.

आयाने सांगितले की, तिच्या आईच्या मृत्यूपासून ते कडे तिने सांभाळून ठेवले होते. उमासाठी ते तिच्या आईची आठवण आणि संरक्षक ताईत होते. आयासाठीच नाही, तर स्वत:साठीही उमाने ते वापरायचे ठरविले. ते मोठे, बेढब कडे तिच्या गुडघ्याखाली चपखल बसले होते. ते जड कडे तिच्या आईची तिला आठवण करू देणार होते. तिच्या मूर्ख आईप्रमाणे कोणत्याही पुरुषावर भाळायचे नाही, अशी तिने प्रतिज्ञा केली होती. त्याच्या जाळ्यात सापडायचे नाही, त्याला तिचा त्याग करू द्यायचा नाही, हे तिने पक्के ठरविले.

आयाने आता निवृत्त होऊन आराम करावा, असे महाराजांनी जाहीर केले होते. दुसऱ्या काही तरुण दासी उमाबरोबर जातील, असे त्यांनी सुचवले, तेव्हा उमाला खूप वाईट वाटले होते. आया नसली की, उमाला ट्रेव्हेलियनवर विसंबून राहावे लागावे, असा महाराजांचा हेतू असावा अशी उमाला दुष्ट शंका आली.

साश्रू नयनांनी उमाला निरोप देताना आयाने जन्मभर पुरतील एवढ्या सूचनांचा तिच्यावर भडिमार केला. त्यानंतर नववधूने तिच्या दालनातून अंगणात तिची वाट पाहत असलेल्या मेण्यापर्यंत अक्षरश: धूम ठोकली होती. मेण्याच्या दर्शनी खिडकीचा पडदा किंचित बाजूला सारून मेण्यापुढे चाललेल्या सैनिकांकडे तिने हळूच डोकावून पाहिले. लवकरच कॅप्टन त्यांच्यात सामील होणार होता. पहिल्या रात्री तिला भेडसावणाऱ्या सगळ्या शंकाकुशंका तिने निग्रहाने मनातून काढून टाकल्या होत्या. सकाळी ते निघत असताना तिने ट्रेव्हेलियनवर पाळत ठेवली होती.

तिच्या कपड्यांनी आणि वधूबरोबर देण्यात आलेल्या रुखवताच्या सामानाने भरलेले पेटारे वाहून नेणाऱ्या बैलगाड्यांकडे तो थक्क होऊन पाहत होता.

महाराजांशी हस्तांदोलन करून कॅप्टन बाहेर येण्याआधीच उमा मेण्यात जाऊन बसली होती. काहीतरी विचारण्यासाठी कॅप्टन वळला, तेव्हा उत्साहाने मंत्रिमहोदयांनी त्याला माहिती पुरवली, "आम्ही मिठाया, साड्या, चांदीची भांडी, दिवे, झुंबर आणि इतर शोभेच्या वस्तू तुमच्याबरोबर पाठवीत आहोत. तुम्ही मद्रासमध्ये स्थिरस्थावर झाल्यावर मागाहून लाकडी सामानाच्या वस्तू पाठवू." त्यावर संमती दर्शवत तो आपल्या घोड्याच्या दिशेने निघाला.

ते दुपारच्या भोजनासाठी थांबतील तेव्हा कॅप्टनशी समोरासमोर भेट होईल,

हे उमाला माहीत होते. घामाने निथळणाऱ्या दोन भोयांच्या पाठी तिला लहानशा फटीतून दिसत होत्या. धीटपणे फट थोडी मोठी करून ती आजूबाजूच्या ग्रामीण प्रदेशाकडे पाहू लागली. मैलोन्‌मैल पसरलेला उजाड, भकास मैदानी प्रदेश जीवनदायी पावसाच्या प्रतीक्षेत असीम संयमाने आकाशाकडे डोळे लावून पाहत असल्यासारखा वाटत होता. लाल माती प्रकाशात मंदपणे चमकत होती. आकाश भगभगीत पांढरे होते. निर्दयपणे तळपणारा सूर्य त्यांची शक्ती शोषून घेण्यासाठी त्यांच्या बरोबरीने मार्गक्रमण करीत होता.

तिच्यापुढे चालणाऱ्या बैलगाड्या आणि त्यांच्यापुढे चालणारे पायदळाचे सैनिक तिला दिसत होते. तिने मान उंचावून पाहिले. रस्त्यावर उठणाऱ्या धुरळ्यामुळे तिला स्पष्ट दिसत नव्हते; परंतु तो मेण्याच्या पुढे आहे हे तिला माहीत होते. मेण्यामागोमाग व्यापाऱ्यांचा तांडा येत होता. बैलगाड्यांच्या चाकांची लयबद्ध करकर आणि बायका-माणसांच्या बोलण्याचे आवाज तिच्यापर्यंत पोहोचत होते. ती आत सरकून बसली.

लवकरच ते एका गावापाशी थांबले. ती जागीच चुळबुळ करत बसली. आपल्या पायघोळ झग्याच्या झालरींवरून अस्वस्थपणे तिने हात फिरवला. तिचा नवीन पोशाख पाहून आयाने नापसंतीने नाक मुरडले होते, त्याची तिला आठवण झाली. काही वर्षांपूर्वी तिचे वडील सेंट जॉर्ज किल्ल्यावर गेले असताना त्यांनी तिच्यासाठी पायघोळ झगे आणले होते. गमतीने तिने कधीकधी ते घालून पाहिले होते. कडक उन्हाळ्यात टेकड्यांवर फिरतानाही प्रसंगावशात ती ते घालत असते. त्या पेहरावात मिस ब्रुक या नावाला साजेल अशी तिची प्रतिमा मनावर ठसत असे. एका ख्रिस्ती धर्मोपदेशकाने एकदा तिच्या वडिलांना गाठून असंस्कृत लोकांच्या संगतीत आपल्या मुलीला वाढवणे किती अविचारीपणाचे आहे, या विषयावर त्यांचे बौद्धिक घेतले होते. त्या आठवणीने तिला हसू आले.

तिचा विवाह निश्चित झाल्याबरोबर तिच्या जुन्या झग्यांसारखे झगे शिवण्याचा महाराजांनी शिवणकाम करणाऱ्या बायकांना हुकूम दिला होता. आता तिच्याकडे चार-पाच, झालरींचे घोळदार पोशाख होते. अशा पोशाखांबरोबर कमरेखालचा भाग झाकण्यासाठी उत्तरीय नसल्यामुळे तिला चुकल्यासारखे वाटत होते. तसेच आपण अनावृत असल्यासारखे किंवा अर्धवट पोशाखात असल्यासारखे तिला वाटत होते.

गाउन घातल्यामुळे तिला संकोचल्यासारखे वाटत होते. गाउन पायांवरून ओढत ती अजून थोडा वेळ मेण्यातच बसून राहिली. आपला पोशाख आपल्याला शोभतोय का आणि कॅप्टनला काय वाटेल, हा विचार तिच्या मनात आला. कॅप्टनला काय वाटेल हा विचार मनात आलाच कसा, असे वाटून तिला स्वत:चाच

राग आला. रागाच्या भरात ती उठून उभी राहिली.

"मिसेस ट्रेव्हेलियन, कशा आहात तुम्ही?" उत्साही आवाजात तिचे कुणीतरी स्वागत केले.

लिंडसे तिच्याकडे बघून हसत होता. त्याला एकट्यालाच उभे असलेला पाहून अ‍ॅश्टन कुठे आहे हा विचार तिच्या मनात आला. आपले केस सारखे करत ती घुटमळत हसली. लिंडसेला कसा प्रतिसाद द्यावा, ते तिला समजेना. तो निर्धाराने मैत्रीचा हात पुढे करत होता. ती त्याच्याकडे पाहून क्षीणपणे हसली.

"गावामध्ये एक छोटीशी अडचण उद्‌भवली आहे. कॅप्टन गावकऱ्यांशी बोलणी करण्यासाठी गेले आहेत. काळजी करू नका. ते नक्की अडचण सोडवतील." तो म्हणाला. मेण्यावरून हात फिरवत तो नवलाईने म्हणाला. "चांदीचे नक्षीकाम आहे."

त्याचे कौतुकोद्‌गार ऐकताच उमाचा संकोच कमी झाला. अतीव स्नेहपूर्ण नजरेने त्याच्याकडे पाहत ती हसली.

वडाच्या झाडाच्या फांद्या हलल्या. हवीशी वाटणारी झुळूक आली. तिने भरभरून श्वास घेतला. झाडाच्या घनदाट सावलीत ती उभी राहिली. कडक उन्हापासून थोडासा दिलासा मिळाला. वडाच्या पारंब्यांवर झोके घेत खेळणारी गावातील काही मुले तिच्याकडे टक लावून पाहत होती.

लिंडसेसुद्धा तिच्याकडे बघत होता. "मिसेस ट्रेव्हेलियन, मी तुमच्या सौंदर्याची तारीफ केली तर चालेल का? तुम्हाला पाहताक्षणीच तो तुमच्या प्रेमात पडला, असे तो म्हणाला त्याचा अर्थ आत्ता माझ्या लक्षात येत आहे."

उमा एक क्षणभर हतबुद्ध होऊन लिंडसेकडे बघत राहिली. मग मात्र तिला हसू आवरेना. हसू दाबण्यासाठी ती जोरजोरात खोकू लागली. लिंडसे धास्तावला. त्या माणसाने आणखी कोणत्या थापा मारल्या आहेत कोण जाणे. तिचा त्यावर विश्वास बसणे शक्य नव्हते. ती कल्पनाच हास्यास्पद होती.

"तुम्ही ठीक आहात ना?" त्याने काळजी वाटून विचारले.

"हो, मी ठीक आहे. कोणत्या परिस्थितीत तो पडला, हे त्याने तुम्हाला सांगितले का? मला म्हणायचे आहे, प्रेमात?"

लिंडसे हसला. "तो आपल्या भावनांबद्दल फारसे बोलत नाही, हे आत्तापर्यंत तुमच्या लक्षात आले असेलच; परंतु मला ते रोमांचक वाटते. तुम्ही कसे भेटलात आणि त्यानंतरचे शुभ वर्तमान मी लगेच मिस पेट्रीला पत्रातून कळवले. मी मिस पेट्रीशी लग्न करणार आहे." गोड लाजत त्याने माहिती दिली.

सेवकांनी जाजम पसरले. सुशोभित चटईवर त्यांनी जेवणाचे पदार्थ मांडले. लिंडसेने हाताने बसण्याचा इशारा केला. उमाला क्षणभर आश्चर्य वाटले. तिच्या

वडिलांनी तिच्यावर केलेल्या संस्कारानुसार परपुरुषाबरोबर जेवण घेण्यात काही गैर नसले, तरी ती सावकाशपणे आणि थोडी दूर बसली. त्यांच्या आजूबाजूला त्यांच्या ताफ्यातील लोक दुपारची वामकुक्षी घेत विश्रांती घेत होते.

तिच्या बाजूला स्थानापन्न होत लिंडसे म्हणाला, ''हे गाव किती सुंदर आहे. आमच्या देशातील सहलीची मला आठवण होते. ती इथे माझ्या समवेत असती, तर मजा आली असती. माझ्याबाबतही तसेच घडले. मिस पेट्रीला बघताक्षणीच हिलाच आपला जन्माचा जोडीदार बनवायचे मी ठरविले.''

त्यानंतर काही काळ दोघे शांत होते. चटईवर हात फिरवत आपल्या वतीने संभाषण पुढे कसे चालू ठेवायचे, याचा उमा विचार करत होती.

''ते मंदिर आहे का?'' पांढऱ्या-लाल रंगातील दूरच्या इमारतीकडे निर्देश करीत लिंडसेने विचारले.

गावातील मंदिर तिथून दिसत होते. त्याचे पाचराच्या आकाराचे छत उंच होते. जवळच गवताळ जमिनीवर काही गाई निवांतपणे चरत होता. थोड्या दूर अंतरावर उजाड शेते होती. त्यांच्याही पलीकडे नारळाच्या वाड्या होत्या, त्याकडे उमा बघत होती.

''होय. ते एक प्रसिद्ध गणेश मंदिर आहे.''

''गा-ने-शा. तो देव आहे का?''

''होय. हत्तीचे मस्तक असलेला. तो शुभारंभाचा देव आहे. कोणत्याही कार्याचा प्रारंभ करण्यापूर्वी कार्यात विघ्न येऊ नये म्हणून त्याची प्रार्थना करण्याची प्रथा आहे.'' उमा म्हणाली. ती आनंदाने त्याला माहिती देत होती.

''अरे हो. आता आठवले. भुयारी मार्गाजवळील मंदिरसुद्धा त्याचेच होते ना? तो इतका लोकप्रिय आहे का?''

''हो तर,'' उमा हसली.

''मला म्हणायचंय की हत्तीचे मस्तक असलेला देव थोडा हास्यास्पद वाटतो.''

''हास्यास्पद?'' उमाने भुवया उंचावत कठोर चेहऱ्याने विचारले.

तो घाईघाईने स्पष्टीकरण देऊ लागला. ''तुमच्या भावना दुखावल्या गेल्या असल्या तर मी दिलगीर आहे. इंग्लिश माणसाच्या दृष्टिकोनातून हास्यास्पद आहे, असे मला म्हणायचे होते. हिंदू धर्मातील धार्मिक विधी वगैरे तुमच्या अंगवळणी पडले असले, तरी माझे म्हणणे तुम्हाला पटले असेल. तुम्हाला वाटेल हे खूप... मला म्हणायचे आहे... अं... म्हणजे गा-ने-शा-ची मूर्ती पाहून भक्तिभाव जागृत होतो आणि...''

त्याचे बोलणे रुचत नसले, तरी उमाला तो अधिकच भावला. तो चाचरत होता, अडखळत होता आणि खरोखरच भांबावून गेला होता, दिलगिरी व्यक्त करत

होता. त्याचा जास्त अंत बघू नये म्हणून ती म्हणाली, ''तर मी सांगत होते की, गणेशाचे वाहन उंदीर आहे, हे कळले तर तुम्हाला अधिकच गंमत वाटेल.''

''उंदीर?'' संभाषणाने गमतीचे वळण घेतले, तेव्हा दिलासा वाटून तो मोठ्याने हसला.

''सांकेतिक प्रतीके आणि धार्मिक विधी तुम्हाला सर्वस्वी अपरिचित असल्यामुळे त्यामागील सखोल तत्त्वज्ञान तुम्ही समजू शकत नाही. प्रत्यक्षात माझे वडील हिंदूंच्या देवदेवतांवर एक पुस्तक लिहिणार होते. त्यातही अनेक पंथ आहेत. उदाहरणार्थ, महाराजांचा सिद्ध परंपरेवर विश्वास होता; परंतु त्या गोष्टी तुम्हाला कंटाळवाण्या वाटतील. म्हणून सांगत नाही.''

''हो. महाराज एक विलक्षण व्यक्ती आहेत. त्यांच्याशी केलेल्या तहामुळे मला आनंद झाला. त्यांच्या चुलतबंधूंना राजा घोषित करणे महाराजांवर अन्यायकारक झाले असते.'' लिंडसे म्हणाला. त्यांच्या या वक्तव्याने त्याने उमाचे मन कायमचे जिंकले.

निघण्यापूर्वी महाराजांचा निरोप घेणे तिला खूप जड गेले होते. निघताना त्यांनी साश्रू नयनांनी तिच्या मस्तकावर थोपटले होते. त्या आठवणीने विषण्ण होऊन तिने सुस्कारा सोडला.

तिच्या अपेक्षेप्रमाणे तिच्या सुरक्षिततेची काळजी वाटत असल्याचे कारण पुढे करत तिने काही काळ मदुराईत राहावे, असे ॲश्टनने धूर्तपणे सुचविले होते. युद्ध संपल्यानंतर तो तिला न्यायला येईल, असे तो म्हणाला होता. उमाला ते मुळीच मान्य नव्हते. ती त्याच्याबरोबर सेंट जॉर्ज किल्ल्याला जाणार असल्याचे तिने सांगून टाकले. नंतर केव्हातरी ती महाराजांना भेटावयास येईल, परंतु कॅप्टनला ती मोकळे सोडणार नव्हती. तो माणूस खूप कावेबाज आहे, असे तिला वाटत होते. तिच्या घरच्या मंडळींप्रमाणे ती त्याच्या आकर्षक, देखण्या व्यक्तिमत्त्वाला कदापि भुलणार नव्हती. त्याचे वागणे नेहमी सहज, मोकळे होते. गमतीशीर बोलून लोकांना हसवायचे कसब त्याच्याकडे होते. एखाद्या कमकुवत मनाची व्यक्ती सहज त्याच्या भुरळ घालणाऱ्या व्यक्तिमत्त्वाला बळी पडू शकते, हे मान्य करणे तिला भाग होते.

''होय. ते महाराजांवर अन्यायकारक झाले असते. मी तुमच्याशी सहमत आहे.'' तिच्या उत्तराची वाट पाहणाऱ्या लिंडसेला ती म्हणाली. ॲश्टन कुठे आहे, हे बघण्यासाठी तिने आजूबाजूला चोरटा कटाक्ष टाकला.

ते लक्षात घेऊन लिंडसेने विचारले, ''तुम्ही अजूनही ॲश्टनला शोधत आहात का? मी सांगितले ना, तो बोलणी करायला गावात गेला आहे. तो गावातील मुखियाशी बोलणी करतो आहे. आपल्याला पाणी हवे आहे. गावातील

विहिरीचे पाणी कोण वापरू शकतो, यावरून थोडा गोंधळ झाला होता. काही वादाचे विषय आहेत असे दिसते.''

''ओह,'' ती कपाळाला आठ्या घालीत म्हणाली. ''गावातील विहिरीच्या पाण्याच्या वापरासंबंधी काही नियम आहेत. प्रकरण नीटपणे हाताळले नाही, तर गावातील लोक हमरीतुमरीवर येतील.''

''काळजी करू नका, मिसेस ट्रेव्हेलियन. आपल्या कॅप्टनला अशा गोष्टींची चांगली जाण आहे. तो अशा चर्चा सहजपणे हाताळू शकतो. वेढा घालण्यापूर्वी आम्ही कूच करत असताना वाटेत एका मंदिरात मुक्काम करण्याची परवानगी देण्यासाठी त्याने गावकऱ्यांना राजी केले, त्यावर तुमचा विश्वास बसतो का?'' तो प्रसन्न हसत म्हणाला.

''अस्सं,'' ओठांना मुरड घालत ती म्हणाली. तिच्या स्वरावरून तिला संतोष झाल्यासारखे वाटत नव्हते; पण ती तरी काय करणार? ''म्हणे यशस्वी बोलणी केली.'' ती स्वत:शी पुटपुटली. एक माणूस सैनिक, तोफगोळे घेऊन येतो आणि मंदिरात उतरण्यासाठी विचारणा करतो, त्याला कुणी वाटाघाटी म्हणत नाही.

''तुम्हाला तो बहादूर माणूस वाटतो असे दिसतंय.'' आपले कडवट विचार व्यक्त होऊ न देता तिने नीरस स्वरात विचारले. चेहऱ्यावरील काही अवखळ बटा तिने मागे सारल्या आणि उत्सुकतेने लिंडसेच्या उत्तराची वाट पाहत थांबली.

''हो तर. तो मला मिळालेला सर्वांत चांगला कॅप्टन आहे.'' त्याने नि:संदिग्धपणे उत्तर दिले. ''तो बुद्धिमान, निष्पक्ष, शूर आहे आणि तो किती खेळकर स्वभावाचा आहे, मिसेस ट्रेव्हेलियन.''

लिंडसे किंचित तिच्या बाजूला झुकला. उत्साहाने त्याचे डोळे चमकत होते. तो पुढे म्हणाला, ''मुंबईमध्ये मला त्याचा एक मित्र भेटला. त्याच्या म्हणण्यानुसार तो मुळातच खुशालचेंडू माणूस आहे. मला त्याचे अनेक किस्से माहीत आहेत. लंडनमध्ये एक बाई होती...''

लिंडसेने जीभ चावली. संभाषणात औचित्यभंग झाल्याचे लक्षात येऊन त्याने गोंधळून असाहाय्यपणे उमाकडे पाहिले. काही क्षण त्यांच्यामध्ये विचित्र शांतता होती. तिला त्याची दया आली.

''तुमचे शहर कोणते? मिस पेट्री कशी आहे ते सांगा, लेफ्टनंट लिंडसे.'' विषयांतर करीत ती म्हणाली. लिंडसेला वाटलेला दिलासा त्याच्या चेहऱ्यावर उघड दिसत होता. तिने दासीला जेवण वाढण्याची मानेने खूण केली.

कॅप्टनच्या अनुपस्थितीमुळे ती मोकळेपणाने लिंडसेशी अवांतर गोष्टींविषयी बोलू शकत होती. असाधारण अशा मिस पेट्रीविषयी बोलून झाल्यावर आणि तमिळ

लोकांच्या परंपरांबद्दल प्रश्न विचारून होईपर्यंत उमाचे जेवण झाले होते. देवदेवतांविषयी अधिक माहिती करून घेण्यात अजून पंधरा मिनिटे गेली.

"तुमची हरकत नसेल तर मी मेण्यात थोडी विश्रांती घेते," ती थोड्या वेळाने म्हणाली.

ती मेण्यात जाऊन बसली. ट्रेव्हेलियनची वाट पाहण्यात तिला स्वारस्य नव्हते. गाउनच्या वेषात त्याच्या उद्दाम नजरेस पडणेही तिला नको होते.

काही वेळानंतर तिला ट्रेव्हेलियनचा अस्पष्ट आवाज ऐकू आला. तिने मेण्याचा पडदा किंचित सारून पाहिले असता दूर जाणारी त्याची पाठमोरी आकृती तिला दिसली. खूप वेळानंतर तिचा मेणा जमिनीवरून उठला आणि तिने सुटकेचा नि:श्वास टाकला.

१३

दुपारनंतर त्यांचा कबिला उत्तर दिशेने पुढे निघाला. वाटेत लहान लहान खेडी, सुकून गेलेले ओढे आणि युद्धाने वाताहत झालेला ग्रामीण भाग लागला. ते एका गावात शिरले, तेव्हा गावातील माणसे थबकून त्यांच्याकडे बघू लागली. उमाने घाईघाईने मेण्याचा पडदा सारला. तिची उपस्थिती ही काही असाधारण गोष्ट नव्हती, असे तिला आढळून आले. शिवाय ते लवकरच ब्रिटिशांच्या आधिपत्याखाली असलेल्या प्रदेशात प्रवेश करणार होते.

तिने आपल्या बोटातील नवीन अंगठीला किंचित स्पर्श केला. किल्ल्यामधील जीवन कसे असेल? तिच्या मनात विचार आला. तेथील इंग्रज माणसांमध्ये तिच्या जन्मदात्यासारखा कुणीतरी भेटण्याची शक्यता होती; मात्र जॉन ब्रुकसारखा दुसरा माणूस तिथे असण्याची शक्यता नव्हती, या विचाराने ती खिन्न झाली.

तेवढ्यात एकाएकी एक अस्वस्थ करणारा विचार तिच्या मनात आला आणि चमकून ती ताठ बसली. तेवीस वर्षं म्हणजे तसा फार मोठा कालावधी नव्हता. वॉरेनला ओळखणारे कुणीतरी तिथे असण्याची शक्यता होती. एकाएकी तिचे मन भयभीत झाले. तिच्यासारखा दिसणारा एक भयंकर म्हातारा जिवंत असण्याची आणि सेंट जॉर्ज किल्ला ज्या शहरात होता, त्या मद्रासमध्ये असण्याचीही शक्यता होती. त्या शक्यतेने तिचे हृदय धडधडू लागले. तो समोरासमोर भेटण्याच्या कल्पनेनेच संतापाने तिची काया थरथरली. तो तिथे असलाच तर त्याला शोधून काढायचेच, असा तिने निर्धार केला. आयाकडून वेळोवेळी मिळालेल्या माहितीचे तुकडे जुळवत ती बराच वेळ स्तब्ध बसून होती.

सूर्य पश्चिम क्षितिजाकडे कलला, तोवर मोठा पल्ला गाठून ते त्रिचीला पोहोचले होते. आता कॅप्टनला टाळणे अशक्य होते. मेण्याच्या बाहेर त्याचा

खेकसल्याचा आवाज ऐकत ती दाताखाली ओठ चावत आत बसून राहिली.

"किती हा वेळेचा अपव्यय! रस्ते चांगले असते आणि वाहने सुस्थितीत असती, तर आपण केव्हाच इथे पोहोचलो असतो." मेणा खाली ठेवल्याचा अवकाश, ॲश्टनने तक्रारीचा सूर लावला.

ती मेण्यातून बाहेर पडण्याची तो उतावळेपणे वाट बघत उभा होता.

दिवसभर त्याची चिडचिड चालू होती. मद्रासला लवकरात लवकर पोहोचण्याची त्याची घाई चालली होती. तिथे पोहोचल्यावर तिची व्यवस्था कशी करायची आणि युद्धाबाबत पुढे काय योजना आहे, हे जाणून घेण्यास तो उत्सुक होता.

मदुराईहून निघण्यापूर्वी महाराजांचा निरोप घेताना ती त्याची वाट न पाहता आधीच मेण्यात जाऊन बसली होती. दुपारच्या जेवणासाठी त्याची वाट पाहण्याचे सौजन्यही तिने दाखवले होते. एखाद्या पर्दानशीन बाईप्रमाणे मेण्यात बसून राहणेच तिने पसंत केले होते; मात्र लिंडसेशी हास्यविनोद करायला तिला कोणतीच आडकाठी नव्हती. गावातील प्रमुख व्यक्तींशी बोलणी करून तो परतल्यावर लिंडसेने तिच्याशी झालेले संभाषण त्याला ऐकविले, तेव्हा त्याला आश्चर्य वाटले होते. तिला विनोदबुद्धी असेल असे त्याला वाटले नव्हते. लिंडसेशी तिचे सूर जुळले याचेही त्याला नवल वाटले. लिंडसे स्कॉटिश असल्यामुळे तिच्या तिरकस बुद्धीला त्याच्याशी मैत्री करायला हरकत नसावी, असा विचार त्याच्या मनात आला.

दुपारचे जेवण घेताना गावकऱ्यांशी झालेल्या वाटाघाटीसंदर्भात तो लिंडसेपाशी तक्रार करीत होता. "या गावकऱ्यांच्या सतरा भानगडी असतात. सध्या ते ब्रिटिश मुलखात आहेत; पण गावचा कारभार अत्यंत गलथानपणे चालतो. जातिभेद आणि एकमेकांवर कुरघोडी करण्यात त्यांचे गलिच्छ राजकारण चालते. कुठून सुरुवात करावी तेच मला कळत नव्हते." बरीच बोलणी झाल्यावर शेवटी एकदा ॲश्टन त्यांच्या शंकाचे निरसन करू शकला. "त्यांच्या कृष्ण भगवानासारखा शिष्टाई करण्यात मी माहीर आहे असे ते म्हणाले. त्यांचा तो कृष्ण भगवान त्यांच्या त्या प्राणी-मुखी देवांपैकी नसला म्हणजे मिळवलं."

"कॅप्टन, मिसेस ट्रेव्हेलियन सांगत होत्या की, कृष्ण 'मनमोहन' होता. त्यांची प्रशंसा तुम्हाला तंतोतंत लागू पडते." लिंडसे हसत हसत म्हणाला.

ॲश्टनने भुवया उंचावल्या. मेण्याकडे तो अति त्रासिक मुद्रा करून बघू लागला. तो तिला हाक मारणारच होता, तेवढ्यात ती मेण्याबाहेर पडू लागली. पायघोळ झगा वर ओढून घेतल्यामुळे तिची रेखीव पावले दृष्टीस पडत होती. त्याच्या म्हाताऱ्या मावशीच्या काळातला वाटावा असा फिकट निळ्या रंगाचा

पोशाख तिने परिधान केला होता. तसे कपडे दहा वर्षांपूर्वीच कालबाह्य झाले होते. तो झगा ढगळ होत होता. त्याला चुण्या पडल्या होत्या आणि तो अंगाला नीटपणे बसत नव्हता; परंतु त्या झग्यात ती अस्सल इंग्लिश स्त्री वाटत होती आणि तिच्या अप्रतिम सौंदर्याला कुठेही बाधा पोहोचत नव्हती. तिचे केस साधेपणाने वर बांधले होते आणि कानांतील मोत्यांची कर्णफुले सोडली, तर तिने दुसरे कोणतेही दागिने घातले नव्हते.

ती दृष्टीस पडताच ॲश्टनचे डोळे विस्फारले. आता तिच्याकडे बघण्याची त्याची नजर बदलली. फाटक्या कपड्यांतही ती अतिशय सुंदरच दिसेल, या तथ्याला त्या जुनाट कपड्यांमुळे पुष्टी मिळाली होती. अगदी प्रथम त्याने तिला देशी कपड्यांत पाहिले होते ते तो विसरला होता. आता त्याला फक्त ती वधूवेषातच आठवत होती. कपाळावर भस्माची ती विद्रूप चिन्हे नसल्यामुळे आणि दागिन्यांनी मढवलेली नसल्यामुळे ती नाजूक आणि साधी दिसत होती. निर्मात्याने तिच्या कपाळी जो वेगळेपणाचा शिक्का मारला होता, तो पुसून टाकण्याचा प्रयत्न शेवटी तिने सोडून दिला होता. लक्ष वेधून घेणारे निळे डोळे, रेशमासारखे तलम केस, हृदयाकृती चेहरा, सिंहकटी आणि आकर्षक बांधा आणि सुदैवाने झग्याचा फार खोल नसणारा गळा, हे सर्व तिच्या सर्वांगावरून फिरणाऱ्या त्याच्या नजरेने टिपले.

मेण्यातून बाहेर पडून ती उभी राहिली. तिने झग्याची कॉलर वर ओढून घेतली. दाताखाली ओठ दाबून धरत तिने इतक्या साशंक आणि अनिश्चित नजरेने त्याच्याकडे पाहिले की, आश्चर्याने कोणती प्रतिक्रिया द्यावी, हे न कळल्यामुळे तो गडबडला. तिच्या सौंदर्याने तो किती प्रभावित झाला आहे, हे तिला कळू नये म्हणून त्याने मुद्दामच चेहरा त्रासिक केला. त्याने नुसत्या मानेनेच तिची दखल घेतली. नंतर ते सगळे धर्मशाळेकडे चालू लागले.

''गुड इव्हिनिंग. हे सगळं किती छान आहे नाही, मिसेस ट्रेव्हेलियन?'' लिंडसे उत्साहाने म्हणाला. कॅप्टनने उमाला दिलेला थंड प्रतिसाद आणि कॅप्टनच्या उपेक्षेने लाल झालेला उमाचा चेहरा पाहून लिंडसेलासुद्धा काय करावे ते कळेना; परंतु उमाने लगेच स्वत:ला सावरले, हे ॲश्टनच्या लक्षात आले. उमाने लिंडसेला हसून प्रतिसाद दिला. आतापर्यंत झालेल्या प्रवासाबद्दल ते दोघे हसतखेळत, आनंदाने वार्तालाप करत मंडपम्च्या दिशेने निघाले. त्या दोघांमधील मैत्रीपूर्ण वार्तालापाचे ॲश्टनला नवल वाटले. काही सधन आणि परोपकारी हिंदूंनी प्रजेच्या सोयीसाठी वाटेवर उदार मनाने बांधलेल्या अनेक बांधकामांपैकी ते एक मंडपम् होते. संध्याकालीन प्रकाशात ते भव्य, पण सुनसान वाटत होते. आतमध्ये एक सभागृह होते. त्याचे भक्कम दगडी छत

खांबांनी तोलून धरले होते. रात्रीच्या मुक्कामासाठी तिथे आपली व्यवस्था करून घ्यावी लागत असे. उमाचे स्वत:चे सेवक तिच्यासाठी खोलीची व्यवस्था करायच्या कामाला लागले होते. खलाशी आजूबाजूच्या जागेत तंबू उभारायला आणि सर्वांसाठी जेवणाचा प्रबंध करण्याच्या तयारीला लागले. तिच्या घरच्या शयनगृहातील मोठ्या मंचकाच्या आणि मऊ कापसाच्या बिछान्याऐवजी एका छोट्याशा कोंदट खोलीतील टणक पलंगावर तिला भागवावे लागले.

"इथे जेवणाखाण्याची सोय असलेली निवासस्थाने असती, तर किती बरे झाले असते." ॲश्टन कुरकुरला. पडदा लावून तयार केलेल्या तात्पुरत्या आडोशामागे उमाची दासी तिला घेऊन गेली. त्यांच्या पाठमोऱ्या आकृतीकडे काही क्षण गोंधळल्यासारखा पाहत तो उभा राहिला. मग गर्रकन वळून चालू लागला.

"चल, लिंडसे, परत आपल्या तंबूत मुक्कामाला. गेले काही आठवडे मदुराईत आराम केला असला, तरी आपण त्या सुखासीन आयुष्यामुळे सुस्त पडलो नाही."

"मिसेस ट्रेव्हेलियनना जरा जड जात असेल. मिस पेट्रीशी लग्न करून मी तिला इथे घेऊन आलो नाही ते बरेच झाले. तिच्या नाजूक तब्येतीला हे मानवले नसते." त्याने आपले मत नोंदवले. मग घाईघाईने पुस्ती जोडली, "मिसेस ट्रेव्हेलियनसुद्धा अर्थातच नाजूक, कोमल प्रकृतीच्या आहेत; पण त्यांना येथील हवामानाची आणि राहणीसरणीची सवय आहे."

लिंडसेची सारवासारव पाहून ॲश्टनने हसू लपविले.

उमाकडून वरदक्षिणेच्या रूपात त्याला सेवकांची एक फौजच प्राप्त झाली होती. वरदन् त्याचा वैयक्तिक सेवक म्हणून काम करीत होता आणि आता त्याच्यासोबत होता. त्याच्यासारखा माणूस ॲश्टनला शोधून सापडला नसता.

सेवकाने आणून दिलेल्या चहाचे घुटके घेत तो निवांतपणे एका मोठ्या दगडाला टेकून बसला. अंधार वाढत होता. त्याच्या आजूबाजूला चाललेली घाई, गडबड पाहत तो भविष्यात कराव्या लागणाऱ्या युद्धांचा विचार करीत होता.

तेवढ्यात वरदन् त्याच्यासाठी हात-पाय धुवायला कोमट पाणी, गरम जेवण आणि कामचलाऊ पलंग घेऊन आला. पलंगावर पडताच खरेतर ॲश्टनला झोप लागायला हवी होती; पण तासभर होऊनही झोप न लागण्यामुळे तो पलंगावर कूस बदलत तळमळत पडून होता. मग एक शिवी हासडत तो उठला. शर्ट आणि विजार चढवून तंबूबाहेर पडला.

दूरवर भुंकणाऱ्या कुत्र्यांच्या आणि गाईंच्या गळ्यात बांधलेल्या घंटांच्या

किणकिणी व्यतिरिक्त कोणताही आवाज ऐकू येत नव्हता. झाडांची सळसळ सुखावह वाटत होती. मंडपाच्या दूरच्या एका खांबावर एक मशाल जळत होती; पण दिसण्यापुरता चंद्राचा प्रकाश पडला होता. ठिकठिकाणी शेकोटीतील निखारे चमकत होते. तेवढ्या उजेडात गाड्या, घोडे आणि उकाड्यांमुळे बाहेरच पथाऱ्या टाकून पडलेले शिपाई ॲश्टनच्या दृष्टीस पडत होते.

अपरिहार्यपणे त्याच्या मनात उमाचा विचार आला. पायघोळ झग्यातील तिची प्रतिमा त्याच्या डोळ्यांपुढे आली. त्याच्या मनात तिच्याविषयी आसक्ती निर्माण झाली. तीसुद्धा त्याच्याप्रमाणे जागी असेल का, असा विचार त्याच्या मनात आला. "सुतराम शक्यता नाही" तो स्वत:शीच पुटपुटला. "ढाराढूर झोपली असेल. घोरतही असेल."

त्यांच्या पहिल्या रात्रीच्या आठवणीने तो अस्वस्थ झाला. आपली ताकद सतत सिद्ध करण्याची गरज त्याला वाटत नसे. म्हणूनच त्या रात्री तिच्या आव्हानात्मक शब्दांना त्याने दिलेली प्रतिक्रिया त्याला हैराण करीत होती. त्या रात्री कधी नव्हे एवढा तो संतप्त झाला होता. तिच्या वर्तनाने त्याच्या मनात जागृत होणाऱ्या भावना त्याला सर्वस्वी अपरिचित होत्या.

हात डोक्यामागे गुंफत त्याने वर रात्रीच्या निरभ्र आकाशाकडे पाहिले. आकाशात चांदण्या चमचमत होत्या आणि तेजस्वी चंद्र विहरत होता.

त्याच्या विवाहाच्या वैधतेविषयी अजूनही त्याच्या मनात शंका असल्यामुळे मद्रासमधील चौकसखोर समाजात त्याच्या तथाकथित पत्नीबरोबर राहायचे म्हणजे गवगवा होणार होता. त्याने स्वत:चाच धिक्कार केला. तिने वर्मम हल्ला करून त्या सर्वांना ठार केले तर गोष्ट वेगळी.

अमेरिकेतील युद्धातील पराभवानंतर माघारी परत आलेल्या लॉर्ड कॉर्नवॉलिसने येथील मोहिमेची सूत्रे हातात घेतल्याचे काय परिणाम होऊ शकतात, यावर ॲश्टनने विचार केला. मद्रासला शक्य तितक्या लवकर पोहोचण्याची निकड होती. वाटेत म्हैसूरच्या सैन्याशी आमनेसामने भेट न होईल तर बरे, असे त्याला वाटत होते. कारण सपाट भूप्रदेशावर, त्याचे निम्मे सैन्यच हाताशी असताना कोणतेही युद्ध जिंकण्याची त्याला आशा नव्हती. त्याचे निम्मे सैन्य त्याने मदुराईतच ठेवले होते. त्या प्रदेशात मुख्यत्वे करून ब्रिटिश सैन्याच्या मोठ्या प्रमाणावर हालचाली सुरू होत्या. काही दिवसांपूर्वी ब्रिटिश सैन्याच्या एका तुकडीने त्रिचीहून म्हैसूर संस्थानाच्या सीमांतर्गत भागातील युद्धभूमीकडे कूच केले होते.

ॲश्टन समोरील दृश्याकडे बघत उभा होता. काहीतरी त्याला खटकत होते, पण ते नक्की काय होते ते त्याला समजत नव्हते. सर्वत्र शांतता

तशीच होती. आपल्या कल्पनेचे खेळ असावेत, असे त्याला वाटले. हात लांबवून त्याने आळस दिला. तो वळणारच होता, एवढ्यात त्याला सामानाच्या गाड्यांपाशी लहानशी हालचाल झाल्याचे जाणवले. तो स्वत: एका अंधाऱ्या कोपऱ्यात असल्यामुळे दिसत नव्हता; पण काहीतरी हालचाल नक्कीच झाली होती. त्याच्यासारखाच झोप न येणारा कुणीतरी असेल, असे त्याला वाटले. त्याने उतावीळपणे काही न करायचे ठरविले. त्याच क्षणी आधी काय खटकत होते तेही त्याच्या लक्षात आले. तिथे एकाही पहारेकऱ्याला गस्त घालत जाताना त्याने पाहिले नव्हते.

ती आकृती ज्याप्रकारे अंधारात राहून नक्की काय शोधायचे आहे ते माहीत असल्यासारखे एका गाडीकडून दुसऱ्या गाडीकडे जात होती, ते विचित्र वाटत होते. ॲश्टन आवाज होऊ न देता अगदी सावकाशपणे गाड्यांच्या दिशेने निघाला. आपण सफेद सदऱ्यावर काळा कोट घालावयाला हवा होता, असे त्याला वाटले. ती काळी आकृती एका गाडीवर चढली. गाडीतील खोक्यांमागे ती अर्धवट लपली होती. त्या गाडीतील सामानाची ती व्यक्ती तपासणी करीत होती.

तेवढ्यात एक पोर केकाटले, कुणीतरी खोकत काहीतरी पुटपुटले, झोपलेल्या व्यक्तींची चाळवाचाळव झाली. ती आकृती सावध पवित्र्यात उभी राहिली, ॲश्टनच्या दिशेने वळली. ॲश्टन तिच्या दृष्टीस पडला होता. मग हळूच जमिनीवर उडी मारत ती तिथून निघून जाऊ लागली. एक शिवी देत तो त्या व्यक्तीच्या मागोमाग जाऊ लागला. लांब लांब ढेंगा टाकत त्यांच्यातील पन्नास फूट अंतर कापून त्याला गाठण्याचा प्रयत्न करू लागला.

ती व्यक्ती सरळ जवळील नदीच्या पात्राच्या दिशेने धावू लागली. कुणीतरी नदीत उडी मारल्याचा स्पष्ट आवाज ऐकू आला. नदीच्या पैलतीरावर असलेल्या बागेपर्यंत पोहत जाणे सहज शक्य होते. त्याच संध्याकाळी काही वेळापूर्वी ती फळबाग त्याच्या दृष्टीस पडली होती. ॲश्टनने आपला वेग कमी केला. जागे झालेल्या काही शिपायांच्या दिशेने तो वळला.

"येथील पहारेकरी कुठे आहे?" चोरटा पळून गेल्यामुळे झालेली निराशा लपवत त्याने सौम्यपणे आणि शांतपणे विचारले.

पहारेकरी पुढे आला. "सर, पहारा सोडून एकच मिनिटासाठी मी दूर गेलो होतो." भीतीमुळे दबकत तो म्हणाला. ॲश्टनने त्याच्याकडे निरखून पाहिले. तो त्या घुसखोराचा साथीदार तर नसावा ना, अशी ॲश्टनला शंका आली.

"या परिसरात पाच जणांनी गस्त घालायची आहे आणि दोघांनी गाड्यांवर

लक्ष ठेवायचे आहे,'' त्याने हुकूम दिला. चोरटा जरी परत येण्याची शक्यता त्याला वाटत नव्हती, तरीही त्याने पहारा वाढविला होता. तो चोरटाच असला पाहिजे. गाड्या जाळून टाकण्याचा इरादा नसेल, तर शत्रूच्या हेराला गाड्यांकडे लक्ष देण्याचे काहीच प्रयोजन नव्हते. त्याच्या तंबूकडे परत जाण्यासाठी वळतावळता अ‍ॅश्टन परत थबकला. काहीतरी नवीन सुचल्यासारखे त्याने विचारले, ''ती कोणती गाडी आहे?''

''ती तुमची वैयक्तिक गाडी आहे, सर,'' पहारेकऱ्याने उत्तर दिले.

परतताना अ‍ॅश्टनचा चेहरा कठोर झाला होता. कुणाला तरी त्याच्या पत्नीच्या सामानात रस होता.

१४

दुसऱ्या दिवशी लखलखीत सूर्यप्रकाश होता. लोकांनी आळस, सुस्ती झटकून टाकली. रात्री शांत झोप लागल्यानंतर उमा सकाळी लवकर जागी झाली. तिला खूप ताजेतवाने वाटत होते. आजूबाजूचा प्रदेश बघण्याची इच्छा झाल्यामुळे ती पट्कन तयार झाली. तिने नवीन पायघोळ झगा घातला. या वेळी तिचा संकोच कमी झाला होता. झपझप चालत ती मंडपम्च्या बाहेर पडली आणि जरा दूरवर गेली. तंबूतील माणसे त्यांच्या नित्यकर्माला लागली होती. त्यांचा कलकलाट ऐकत ती रमतगमत चालत होती.

कावळे आणि मैनासुद्धा जाग्या झाल्या होत्या. कलकलाट करत पिंपळाच्या झाडावरून दूर उडत जाताना त्यांना पाहण्यासाठी तिने वर बघितले. युद्ध सुरू झाल्यापासून सकाळी त्यांची गाणी ऐकत जागे होणे बंद झाले होते, तसेच संध्याकाळी त्यांना राजवाड्याच्या घुमटाकडे परत येताना पाहण्यासाठी फिरायला जाणेही बंद झाल्यामुळे ती उणीव तिला जाणवत होती.

सभोवतालची जमीन कोरडी आणि सख्त झाली होती. सर्वत्र नीरस तपकिरी रंगाची छटा पसरली होती. मात्र दूरवरील शेतांमध्ये आणि फळबागांमध्ये थोडी हिरवळ दिसत होती. नद्यांचे गढूळ नाल्यात रूपांतर झाले होते. भुसभुशीत पुळणी सकाळच्या उन्हात चमकत होत्या.

सैनिकांच्या कुतूहलाच्या छुप्या नजरा तिच्यावर खिळल्या होत्या. बायका उघडपणे तिच्याकडे पाहत होत्या.

''ही कॅप्टनची बायको असली पाहिजे. ती नुकतीच त्याला येऊन मिळाली आहे, असे मी ऐकले,'' एक बाई तमिळ भाषेत म्हणाली.

''ती किती सुंदर आहे. तिचे केस सोन्यासारखे वाटतात.'' दुसरी म्हणाली.

उमाला हसू आले. तिला भाषा समजत नाही, असे समजून तिच्याबद्दल

चाललेले त्यांचे बोलणे ऐकून तिला गंमत वाटली. ती जवळपास भटकत फिरली. तिला आपले वेगळेपण जाणवत होते; पण पूर्वीसारखी परकेपणाची भावना तिला अस्वस्थ करत नव्हती.

पूर्वी कधी नव्हे इतकी तिला मोकळीक मिळाली होती. महाराणी आणि त्यांच्या मुलींबरोबर उमा क्वचित प्रसंगीच प्रवास करत असे. ती त्यांच्यापेक्षा वेगळी आहे, हे त्या तिला कधीच विसरू देत नसत. कधीकधी ती तिच्या वडिलांबरोबर प्रवासास जात असे; पण तेही खूपच कमी वेळा आणि केव्हातरी. राजवाड्यात राहून वाचन, चर्चा हेच त्यांना आवडत असे. तिचा बहुतेक वेळ तत्त्वज्ञानावरची आणि राजकारणावरची त्यांची अभ्यासपूर्ण वक्तव्ये ऐकण्यात किंवा त्यांच्या कवितांचा अनुवाद करण्यात जात असे.

हा प्रवास पूर्वी केलेल्या प्रवासांपेक्षा खूपच मोठा होता. तिला नव्याने मिळालेल्या स्वातंत्र्याचा उपभोग घेण्यास ती खूप उत्सुक होती. तिने थोडेसे गवत उपटले आणि काटेरी झुडपांची घनदाट झाडी ओलांडून धाडस करून ती नदीच्या दिशेने निघाली. मॉंग्रेल जातीचा एक कुत्रा शेपूट हलवत, उड्या मारत तिच्या मागोमाग आला.

विशाल नदीपात्राच्या भुसभुशीत वाळूतून छोटे छोटे पाण्याचे ओघळ झुळझुळ वाहत होते. त्यांच्या पृष्ठभागावर सकाळच्या सूर्याची सोनेरी वर्तुळे उमटत होती. नारळाच्या वाड्या, कमी उंचीची, शाकारलेली लहानलहान घरे आणि त्यांच्या पलीकडे दूरवरील जांभळ्या रंगाच्या टेकड्यांवर ऊन पडले होते. वारा वाहत होता. नदीच्या पैलतीरावर गावातील माणसे अंघोळी करत होती, कपडे धूत होती आणि सकाळच्या आरतीसाठी लगबगीने मंदिराकडे चालली होती.

एका ओबडधोबड दगडावर बसून बराच वेळ समोरील गावाचे दृश्य बघण्यात उमा दंग झाली होती. हातांनी गवताचे तुकडे करण्याचा चाळा करत बसली असताना तिला पाण्याच्या उडण्याचा आवाज आला. दोन पुरुष जवळच्या किनाऱ्याकडे पोहत येताना दिसले. त्यांच्या येण्यामुळे घाबरून बदके पंख फडफडवत दूर गेली. कुत्रा भुंकत, शेपूट हलवत पोहत येणाऱ्या माणसांच्या दिशेने धावत गेला.

किनाऱ्याला लागण्यापूर्वीच तो माणूस कोण आहे, हे तिला अकल्पित पूर्वज्ञानाने कळले. अंगावरील पाणी झटकत ॲश्टन उथळ पाण्यात उभा राहिला. त्याच्या शरीराचा वरचा उघडा भाग पाण्यात चमकत होता. त्याची विजार भिजली होती. त्याच्या मागोमाग पोहत येणाऱ्या लिंडसेकडे पाहत तो विजयी सुरात काहीतरी ओरडून सांगत होता किंवा त्याला हिणवत काहीतरी सांगत होता. पाण्यातून तो बाहेर आला. जमिनीवर काढून ठेवलेल्या कपड्यांच्या ढिगातून शर्ट काढला.

अंगाभोवती गुंडाळत एक जलद गती, आनंदी धून शिळेवर वाजवू लागला.

उघड्याबंब अवस्थेत त्याला पाहून शरमेने उमाचा चेहरा लाल झाला. त्याची ताकद, शरीरसौष्ठव आणि भरदार खांदे दिसताच ती विचलित आणि संभ्रमित झाली. त्याच्या दृष्टीस पडण्याच्या भीतीने ती लगेच वळली आणि घाईघाईने विरुद्ध दिशेने जाऊ लागली. त्याच्या मुक्तपणे हसण्याचा आवाज तिच्या कानांवर पडला. तिला त्याच्या स्वच्छंदी स्वभावाचा हेवा वाटला.

उमा तिथून निसटली. काही वेळानंतर सर्व जण पुढील प्रवासासाठी निघण्यासाठी तयार झाल्यावर ती लिंडसेशी बोलत उभी होती. ट्रेव्हेलियन त्याच्या सैनिकी गणवेशात खाली उतरला. तिने त्याच्याकडे तिरपा कटाक्ष टाकला. तो खूप देखणा आहे, हे तिला नाखुशीने का होईना स्वत:शी कबूल करावे लागले. ती निष्पक्षपाती व्यक्ती असल्यामुळे तो आकर्षक आहे, किंबहुना रुबाबदार आणि ऐटबाज आहे, हे तिने मान्य केले. सदैव त्याच्या ओठांवर खेळणारे स्मितहास्य, त्याच्या सहज, परंतु तरीही शिस्तबद्ध आणि जाणीवपूर्वक केलेल्या हातांच्या हालचाली आणि त्याचा प्रसन्न स्वभाव, हे मिश्रण भुरळ पाडणारे होते. त्याची ओळख सांगणाऱ्या त्याच्या काळ्याभोर डोळ्यांतील त्रयस्थ मिश्कीलपणा तिला कोड्यात टाकत होता. कॅप्टन ट्रेव्हेलियन ही काय चीज आहे, हा विचार प्रथमच तिच्या मनात आला.

तो तिच्याकडे बघण्यासाठी वळताच आपण लिंडसेशी बोलण्यात गर्क असल्याचे तिने दाखविले. त्याच्याकडे बघण्याचे टाळत तिने चेहरा गंभीर ठेवला.

"लिंडसे, मला माझ्या पत्नीशी खासगीत काही बोलायचे आहे." चकित होऊन उमाने त्याच्याकडे पाहिले. तो कळत-नकळत हसला.

"अर्थात, कॅप्टन," ॲश्टनच्या विनंतीने हर्षभरित होऊन लिंडसे म्हणाला आणि तयार होऊन उभ्या असलेल्या माणसांच्या दिशेने वळला.

ट्रेव्हेलियन दूरवर शून्यात नजर लावून उभा होता. तो द्विधा मन:स्थितीत असल्यासारखा वाटत होता. उमाची उत्सुकता चाळवली गेली. "त्या खोक्यांत एवढे आहे तरी काय?" बैलगाड्यांकडे हाताने निर्देश करीत त्याने विचारले.

पहिल्या रात्रीपासून आत्तापावेतो त्यांच्यामध्ये कोणतेही संभाषण झाले नव्हते. त्या रात्री त्यांच्यात जे झाले त्याला संभाषण म्हणता आले तर... त्यामुळे त्या घरगुती प्रश्नाचे उत्तर देताना उमा गडबडली.

"माझे कपडे आणि लग्नात मिळालेल्या भेटवस्तू आहेत, असे मला वाटते; पण तुम्ही हा प्रश्न का विचारत आहात, ते कळेल का?" उमाने गोंधळून विचारले.

"तुमच्या बरोबर दागदागिने आहेत का?" तिच्याकडे न बघता छावणीवरून

सावकाश नजर फिरवत त्याने विचारले.

"आहेत." तिने उत्तर दिले. "परंतु ते माझ्या दागिन्यांच्या पेटीत आहेत. ती पेटी मी जवळ बाळगते."

"छान! माझ्या आयुष्यात अधिक समस्या निर्माण करण्याचा तुमचा डाव होता की हे सहजगत्या घडले, ते सांगाल का, बाईसाहेब?" त्याने कोरडेपणाने विचारले. नंतर पुसटसे हसत तो पुढे म्हणाला. "काल रात्री तुमच्या गाडीजवळ एका माणसाला घुटमळताना मी पाहिले."

"माझ्या वैयक्तिक वस्तू चोरण्याचा प्रयत्न झाला, असे तुम्हाला म्हणायचे आहे का?" तिने गोंधळून विचारले.

"हो," तिला हाताने हळू आवाजात बोलण्याची खूण करीत तो म्हणाला.

शिपाई आणि छावणीसोबत येणारे मार्गस्थ झाले, तेव्हा तिथे थोडा गोंधळ उडाला होता. त्या कोलाहलात त्यांचे बोलणे कुणाला ऐकू जाणार नाही, अशी उमाला खात्री होती; पण कुणाच्या कानांवर त्यांचे बोलणे पडू नये, याची ॲश्टन काळजी घेत होता.

"आता भुरट्या चोरट्यांचीही मला चिंता करावी लागणार, असे दिसते." ॲश्टन वैतागून म्हणाला.

"तसे काही करण्याचे कोणाला प्रयोजनच काय?" उमाने आश्चर्य व्यक्त केले. "सैनिकांनी भरलेल्या छावणीत गाड्यांजवळ येऊन व्यवस्थित बांधलेली खोकी उघडून बघणे, म्हणजे शुद्ध मूर्खपणा आहे."

तो स्वत:लाही हाच प्रश्न विचारत होता. त्याने उमाकडे काहीशा नाखुशीने, परंतु आदराने पाहिले. "राजवाड्यात वापरात असणाऱ्या चांदीच्या वस्तू किंवा रत्नजडित चमचे किंवा चांदीच्या जरीच्या साड्या, यांपैकी कशाचाही चोरट्यांना मोह पडू शकतो." सहजपणे बोलल्यासारखे दाखवत ॲश्टन म्हणाला.

स्वत:शी विचार करीत, ओठ दाताखाली दाबत, उमाने त्याच्याकडे पाहिले. "याच गाडीत त्याला विशेष रस आहे, असे त्याच्या हालचालीवरून वाटत होते का?"

ॲश्टनच्या कपाळावर आठी पडली. "बाईसाहेब, तुम्हाला काळजी करण्याचे कारण नाही. गाड्यांवरील पहारे वाढवून त्या सुरक्षित राहतील, याची मी खातरजमा करून घेतली आहे."

"फक्त माझ्या वस्तू असलेल्या गाडीकडे त्याने मोर्चा वळवला तर..." उमाने आपला विचार बोलून दाखवला. "हे पूर्वनियोजित आहे किंवा त्याहूनही वाईट म्हणजे हा निकराचा प्रयत्न आहे, असे वाटल्यामुळे तुम्ही चिंतित आहात का?"

उमाचा कयास बरोबर असल्याचे त्याच्या उंचावलेल्या भुवयांवरून आणि

डोळ्यांतील भावावरून स्पष्ट होत होते. ''हे विचित्र आणि चिंताजनक आहे. हा तुमचा कयास बरोबर आहे, हे मी मान्य करतो. तो गाड्यांच्या मागावर असताना मी त्याला पाहिले; पण तो तुमचे सामान असलेल्या गाडीचा शोध घेत होता. ती सापडल्यावर तो गाडीत चढला आणि सामान तपासून बघत असल्यासारखा काही वेळ आतच होता. तात्पुरते काम मिळविण्याच्या बहाण्याने कालच तो आपल्यात सामील झाला होता, असे मला कळले. तुम्हाला वाटते का की, कदाचित युवराज... मोठ्या वरदक्षिणेने ते कदाचित नाराज झाले असावेत?''

उमाने या प्रश्नावर किंचित काळ विचार केला. मग नकारार्थी मान हलवली. ''चोरी करणे हे त्यांचे काम नाही. एखाद्या गोष्टीला त्यांचा विरोध असेल, तर ते काही मोठे काम करतीलही; परंतु इंग्रजांबरोबर झालेल्या तहाने त्यांचा विरोध आता मावळला आहे असे मला वाटते. थांबून प्रतीक्षा करण्याचे त्यांनी ठरविलेले दिसते. त्यांनी मला सुखी जीवनाच्या शुभेच्छासुद्धा दिल्या.'' त्यांनी तिला स्त्रीला शोभेलशा वर्तनावर भाषण सुनविले होते. तसेच महाराजांनी तिच्यावर जी खैरात केली होती तेवढ्या योग्यतेची ती नव्हती, असेही ते म्हणाले होते; परंतु चौर्यकर्म आपल्या पदाला शोभणारे नाही असा त्यांचा ठाम विश्वास होता. शिवाय ब्रिटिशांशी सुलूख करण्याचे फायदे उशिराने आणि नाखुशीने का होईना त्यांच्या लक्षात येऊ लागले होते, असे स्वत: महाराजच म्हणाले होते.

दुरून काही माणसे त्यांच्याकडे कुतूहलाने बघत असल्याचे तिला दिसले. ॲश्टनच्याही ते लक्षात आल्यासारखे त्याने निष्काळजीपणे मान हलवली आणि त्याच्या माणसांना निघण्याची खूण केली. तिच्यापुढे तुटकपणे झुकून तो जाण्यासाठी वळला; पण काही विचाराने परत थांबला. ''तुमच्या अंगाला कसला वास येतो?'' मोठ्या कष्टाने आणि अत्यंत नाखुशीने विचारत असल्यासारख्या स्वरात त्याने विचारले.

''वास येतो?'' तिने रागारागाने विचारले.

''तुम्ही वापरता ते सुगंधी द्रव्य कोणते, असे विचारायचे होते. मला ते ओळखता येत नाही म्हणून विचारले.'' तो विमनस्कपणे म्हणाला. तो छावणीतल्या माणसांकडे कंटाळवाण्या नजरेने पाहत होता; परंतु तो पद्धतशीरपणे कुठे काही वेगळी, संशय येण्यासारखी घटना घडते आहे का ते बघत होता.

''हळद आणि चंदनाचे ते मिश्रण आया खास माझ्यासाठी बनवते.''

''नाही. त्यात आणखी काहीतरी आहे.'' तो ठामपणे म्हणाला.

त्याची चर्या खूपच उदास वाटत होती. तो तिच्याकडे वळला. मनाचा वैचारिक गुंता कमी करण्यासाठी त्याने मान झटकली.

''मारूचा वास असण्याची शक्यता आहे. ती एक प्रकारच्या सुगंधित झाडाची

साल आहे.'' तिने उत्तर दिले. चोरीच्या घटनेशी याचा काय संबंध आहे, ते लक्षात न आल्यामुळे ती गोंधळली. आकस्मिकपणे मानेने निरोप घेत तो निघून गेला. संभाषणाच्या या दोन तुकड्यांचा परस्परांशी काही संबंध नसावा, हे बऱ्याच उशिराने तिच्या लक्षात आले.

ती संपूर्ण सकाळ उमाने मेण्यातील बिछायतीवर बसून काढली. खोक्यातील नेमकी कोणती गोष्ट त्या गूढ आगंतुकाला हवी असावी, यावर सकाळभर ती विचार करत होती. सुभेदार रामन आणि लिंडसे आघाडीवर न राहता मेण्याच्या जवळून जात आहेत. एक मेण्याच्या पुढे आणि दुसरा मेण्याच्या मागे, असे तिला आढळून आले. ट्रेव्हेलियनच्या त्यांना तशा सूचना होत्या, हे उघड होते. एकाच, कंटाळवाण्या वेगाने प्रवास करत ते रस्त्याच्या कडेला असलेल्या पाण्याच्या स्रोताजवळ थांबले. एखाद्या तहानलेल्या वाटसरूची तहान भागवण्यासाठी अशा अनेक विहिरी रस्त्याच्या कडेला असत. सूर्य आकाशात वर चढत होता. सैन्य पुढे गेले; परंतु मध्यवर्ती गोटातील महत्त्वाच्या व्यक्ती थांबल्या. विक्री होण्याच्या आशेने लहान दुकानातील विक्रेते आपला माल घेऊन सरसावले.

लिंडसे, रामन आणि ट्रेव्हेलियन एका पिंपळाच्या सावलीत थांबले होते. ती त्यांच्यात सामील झाली, तेव्हा ट्रेव्हेलियन कंटाळवाण्या प्रवासाबद्दल आणि निरोप्याकडून कोणतीही माहिती मिळत नाही म्हणून कुरकुर करत होता.

''गोगलगायसुद्धा यापेक्षा जास्त वेगाने जाईल. वेग खूपच कमी आहे.'' तो वैतागाने पुटपुटला.

''साहेब, चार दिवसांतच आपण किल्ल्यावर पोहोचू. आपण दिवसाला तीस मैल अंतर कापत जात आहोत.'' रामन म्हणाला. काळ, अंतर आणि वेगाची तपशीलवार आकडेमोड तो करू लागला. त्यावर ट्रेव्हेलियन पुटपुटला, ''त्या आकडेमोडीने मला भंडावू नकोस.''

''हवामानात सुधारणा होण्याची शक्यता आहे. लवकरच पावसाला सुरुवात होईल.'' रामन दिलासा देत म्हणाला.

''तसे झाले तर बरेच होईल. या रंग उडालेल्या निळ्या आकाशाऐवजी ढगांचे पुंजके असलेले गडद निळे आकाश बघायला किती बरे वाटेल.'' एक मोठी जांभई देत ट्रेव्हेलियन म्हणाला.

उमा त्यांना येऊन मिळाली. तिने ॲश्टनकडे पाहिले. तो थकल्यासारखा दिसत होता. चोरट्याच्या चिंतेमुळे त्याला झोप लागत नसावी असे तिला वाटले.

लिंडसेने लहानलहान दुकानांकडे निर्देश केला. त्या दुकानात फळे आणि

लहानसहान आकर्षक वस्तू विक्रीला ठेवल्या होत्या. नुकताच मंदिरातील हत्ती नदीवरून अंघोळ करून आला होता. त्याच्या सोंडेवर धार्मिक चिन्हे रेखून ती सुशोभित केली होती. तो हत्ती येणाऱ्या-जाणाऱ्यांना सोंडेने आशीर्वाद देत उभा होता.

तिचे लक्ष त्याच्याकडे गेले. हत्तीला पाहून उमाला अतिशय आनंद झाला. तिने जवळ उभ्या असलेल्या एका विक्रेत्याकडून केळी घेतली आणि त्या महाकाय प्राण्याला खायला देण्यासाठी घेऊन निघाली. लिंडसेला आपल्या बरोबर चलण्यासाठी तिने हाक मारली. हत्तीने तिच्या हातातील केळी पटकावली आणि सहज मटकावली. हत्तीने आपली सोंड उंचावून, शिकवल्याप्रमाणे आशीर्वाद देण्याच्या आविर्भावात तिच्या डोक्यावर ठेवली. आनंदाने हसत तिने तोंड मागे वळवले, तो ॲश्टन झपाट्याने चालत तिच्या दिशेने येताना पाहून तिला आश्चर्य वाटले. लिंडसेसुद्धा अगदी भयभीत झाल्यासारखा दिसत होता. तिची हसरी नजर पाहून ॲश्टन वाटेतच थबकला. जरी तो ओशाळून हसला, तरी काहीसा घाबरल्यासारखा दिसत होता. हत्ती तिला इजा करणार, असे वाटल्याने त्याच्या तावडीतून तिची सुटका करण्यासाठीच तो पुढे धावला, हे उघड होते. उमाच्या मनात आनंदाच्या उकळ्या फुटत होत्या.

ट्रेव्हेलियनकडे तिरप्या नजरेने पाहत तिने लिंडसेला परत हाक मारली. त्याची चेष्टा करत ती त्याला घाबरू नकोस, असे सांगत होती. तिने हत्तीच्या सोंडेवरून हात फिरवला. हत्तीने त्याचे अजस्र कान मागे-पुढे हलविले. हत्तीच्या झुलण्याबरोबर तीही मागे-पुढे डोलू लागली. तिच्या लांब सोनेरी केसांचा शेपटाही लयबद्धपणे तिच्या कमरेवर हेलकावे खाऊ लागला.

लहान मुलासारखा निरागस आनंद तिच्या मनात मावेना. तो जास्त काळ टिकणार नाही, हे तिला माहीत होते; पण त्या क्षणी सूर्याच्या उन्हात नाहून निघताना आपण मनापासून हसू शकतो, असे तिला वाटले.

"बाईसाहेबांना हत्ती आवडतात," हत्तीला थोपटत रामन म्हणाला. लिंडसे हसत तिच्याजवळ आला आणि त्यानेही हत्तीला केळे देऊन बघितले.

देवळात परतण्याची वेळ झाल्यावर हत्ती देवळाकडे चालू लागला. त्याच्या गळ्यातील घंटा किणकिणत होती. उमा त्याच्या पाठमोऱ्या आकृतीकडे मंद स्मित करत बघत उभी राहिली.

गावात बनणाऱ्या कलाकुसरीच्या वस्तू लिंडसेला दाखविण्यासाठी उमा उत्साहाने त्याला रस्त्यावरील विक्रेत्यांजवळ घेऊन गेली. मोठ्या बांबूच्या टोपल्यांत वस्तू ठेवून काही विक्रेते खाली चवड्यांवर बसले होते. काही लहान दुकानांतून उंच फळ्यांवर त्यांचे सामान पुढ्यात घेऊन बसले होते. एका विक्रेत्याकडून

दुसऱ्या विक्रेत्याकडे जात ती लिंडसेला उत्साहाने प्रत्येक वस्तूची बारकाईने माहिती देत होती. तोही सगळे मनापासून ऐकून घेत होता. ट्रेव्हेलियन रमतगमत त्यांच्या मागोमाग चालत येत होता. तो फारसे काही बोलत नव्हता; पण त्याचे मौन मैत्रीभावपूर्ण होते.

तेवढ्यात ते एका शहाळी विक्रेत्याजवळ आले. त्यांनी शहाळी खाऊन पाहायलाच हवीत, असे उमाने सुचविले. विक्रेत्याने ढिगाऱ्यातून काही शहाळी काढली आणि सफाईदारपणे आपल्याजवळील चाकूने शहाळ्याची कपची उडवली. मग शहाळ्याला एक छोटेसे छिद्र पाडून पोऱ्याकडून दोन कप घेऊन त्यात शहाळ्यातील पाणी ओतून ते कप त्यांना दिले.

"मला कपाची जरूर नाही," असे म्हणत उमाने शहाळे हातात घेतले. सफाईदरपणे वर उचलत तिने ते ओठांजवळ आणले आणि सरळ शहाळ्यातून पाणी प्यायले. तिची कृती आजूबाजूचे विक्रेते कौतुकाने पाहत होते. ॲश्टननेही स्मित केले.

"तुम्हाला कप लागेल, हो ना?" तिने लिंडसेला आव्हान केले. नाटकीपणे तिने शहाळे वर उचलले. लिंडसेने कपाशिवाय पिण्याचा प्रयत्न केला आणि सगळे पाणी त्याच्या गळपट्ट्यावर सांडले.

"कॅप्टन, आता तुमची पाळी," तो गमतीने म्हणाला.

ॲश्टनने बळेच घाबरण्यासारखा चेहरा केला. दुसरे एक शहाळे घेतले. त्याला ते बरेचसे जमले. त्याने शहाळे उंच धरले आणि स्वत:वर खूश होत तो उमाकडे पाहून हसला; परंतु अजून शहाळ्यात पाणी शिल्लक आहे हे त्याला जरा उशिराच कळले. तो घाईघाईने मागे सरकला; पण तोपर्यंत उरलेले पाणी त्याच्या बुटांवर सांडून ते पूर्ण भिजले.

आपला आनंद लपवत उमाने तोंड वळविले. नारळवाल्याकडे जाऊन तिने त्याला शहाळ्याचे दोन भाग करायला सांगितले. ती त्यांच्या भाषेत बोलल्याने त्याला स्वाभाविकपणे आनंद झाला. त्याने त्याचे दोन भाग करून तिच्या हातात दिले. तिने हाताने आतील मलई काढली, तोंडात टाकली आणि बालिश आनंदाने खाऊन टाकली. त्याचे बोटांना चिकटलेले लुसलुशीत रसाळ तुकडे चाटून टाकले, तेव्हा कॅप्टन तिच्याकडे पाहत असलेला तिला आढळला. पट्कन घास गिळून टाकत ती सरळ उभी राहिली आणि बोटे तोंडातून खाली काढली. लग्नाच्या भोजन समारंभात तिच्या बोटांविषयी त्याने काढलेले उद्‌गार आठवून तिचा चेहरा लाल झाला. ती ओशाळली. त्याच्या खिजवणाऱ्या हास्यातून तिच्या मनातला विचार त्याने ओळखल्याचे तिला कळले. सभ्यपणे वागण्याचे हे फळ काय? तिच्या मनात संतापजनक विचार आला. तो हसत असतानाच ती तिरिमिरीने तिथून निघून

गेली.

दिवस चालले होते आणि ते सेंट जॉर्ज किल्ल्याकडे आगेकूच करीत होते.

घरापुढील कडुलिंबाच्या झाडाच्या बुंध्याला एक पाय मुडपून टेकवून वॉरेन उभा होता. एक हात मागे डोक्याखाली टेकवून तो रस्त्यावरून येणाऱ्या-जाणाऱ्यांचे निरीक्षण करत होता. त्याच्या दुखऱ्या बरगड्यांवरून त्याने हलकेच हात फिरविला. डी लेर्टच्या माणसांकडून त्याने जरा जास्तच मार खाल्ला होता. त्यातून बरे व्हायला त्याला जवळजवळ महिना लागला होता. त्याचे शत्रू जवळपासच्या भागातून निघून गेले आहेत, अशी पूर्ण खात्री होईपर्यंत तो आपल्या बिछान्यावर पडून राहिला होता. वॉरेनजवळ कडे न मिळाल्यामुळे ते रिक्त हाताने परत गेले होते. मोक्याच्या क्षणी ते कडे त्या तरुण, सुंदर स्त्रीला भेट देण्याच्या स्वत:ला सुचलेल्या अफलातून कल्पनेबद्दल त्याने स्वत:चीच पाठ थोपटून घेतली. त्यांच्यापेक्षा वॉरेनची परिस्थिती काही वेगळी नव्हती. कडे नक्की कुणाला दिले आहे, हे वॉरेनलासुद्धा माहीत नव्हते; पण वॉरेनजवळ सबुरी होती. म्हैसूरचे सैनिक आणि फ्रेंचांना गुंगारा देण्याचे धाडस दाखविल्यानंतर ते कडे इतक्या सहजासहजी गमावण्याचा त्याचा कोणताही इरादा नव्हता. पद्धतशीरपणे चौकशी केल्यानंतर तो मेणा एका उमराव घराण्यातील स्त्रीचा होता, हे त्याला कळले आणि तत्पश्चात तिच्या निवासस्थानाचा पत्ताही त्याला कळला. त्यात थोडा वेळ गेल्यामुळे त्याला काळजी वाटू लागली होती; पण ती अजूनही तिथेच आहे हे कळल्यावर त्याला हायसे वाटले होते. या पुढचे पाऊल उचलायला तो सिद्ध झाला होता.

त्याच्या मौल्यवान वस्तूची आठवण झाल्यावर तो नेहमीप्रमाणे उत्तेजित झाला होता. त्याबरोबरच तिच्या काळ्याभोर डोळ्यांच्या आणि सुडौल बांध्याच्या आठवणीने तो अधिकच रोमांचित झाला.

१५

एका आठवड्याहून जास्त काळ ते प्रवास करीत होते. जसजसे ते उत्तरेकडे सरकले, तसतशी युद्धाची भीषण छाया त्यांना ग्रासू लागली. ते ब्रिटिशांच्या आधिपत्याखाली असलेल्या प्रदेशातून जात होते; पण टिपू सुलतानाचे भय गडद होते. चिंगलपेट आणि कांजिवरममधून ते जात असताना गावकरी भयग्रस्त झालेले उमाला दिसले. गेल्या दशकातील ब्रिटिश आणि सुलतानाच्या सैन्यातील तुंबळ युद्धे याच प्रदेशात झाली होती.

या वेळी सैन्याचा तळ शहराजवळच पडला होता. तिथे निवासाची सोय उपलब्ध असल्याने ट्रेव्हेलियनने रात्री तिथे थांबण्याचे सुचविले. लिंडसे काही शिपायांबरोबर कसलीशी चर्चा करत थोडा दूर उभा होता. उमा दृष्टीस पडताच ट्रेव्हेलियनने मानेनेच तिला अभिवादन केले. त्यांच्या खोल्या तयार होईपर्यंत उमा काहीशा साशंक मनाने त्याच्यासह वाट पाहत उभी राहिली.

दगडी बांधणीच्या आणि कौलारू छताच्या त्या पथिकगृहात छोट्या लहान खोल्या होत्या. आरामदायक झोपेच्या सोयीसाठी थोडा वेळ थांबावे लागले तरी हरकत नाही, असे ॲश्टनने ठरविले असावे, असा उमाचा कयास होता. शहराच्या मुख्य पाण्याच्या साठ्यात अजूनही थोडे पाणी शिल्लक होते; पण दूरवरची शेते नांगरल्याशिवाय तशीच पडली होती. त्यात हिरवाईची कोणतीही खूण नव्हती.

बंगलोरच्या वाटेवर असलेल्या इंग्रज सैन्याचा तळ जवळच असलेल्या आर्णी गावात होता. ट्रेव्हेलियन आणि रामन त्याबद्दलच बोलत होते. त्यांच्या वाटेत कोणते किल्ले लागतील आणि मार्गात शत्रू सैन्याशी कुठे गाठ पडण्याची शक्यता आहे, यावर दोघांमध्ये चर्चा झाली. त्यानंतर मंदिरांच्या कळसांकडे बघत ते उभे राहिले.

"अजून एक प्रचंड बांधकाम. मंदिराच्या वास्तुकलेतील इतकी विविधता पाहून

मी नेहमीच थक्क होतो.'' ट्रेव्हेलियनच्या उद्‌गारांनी उमाने चकित नजरेने त्याच्याकडे पाहिले. तो एकाग्रतेने आणि उत्कंठेने वास्तुकलेकडे निरखून पाहत होता.

''हे दक्षिणेतील एक भव्य मंदिर आहे. आता भाविक लोक इथे येत नसल्यामुळे ते ओस पडले आहे.'' रामन म्हणाला, ''संध्याकाळच्या आरतीची वेळ झाल्याचे सांगण्यासाठी इथे आता घंटा वाजत नाहीत. दुर्दैवाने शेवटच्या लढाईत सुलतानाच्या सैन्याच्या मार्गात ही खेडी आली. सैन्य शेतांना आगी लावत सुटले. कुटुंबंच्या कुटुंबं देशोधडीला लागली...'' त्वेषाने आणि दु:खाने रामन म्हणाला. त्यामुळे दोघांचे लक्ष त्याच्याकडे वेधले गेले.

ट्रेव्हेलियनने समजल्यासारखे दाखवत मान हलवली. ''गावकरी भयभीत झाल्यास नवल नाही. त्या घटनेला जवळजवळ दहा वर्षं होऊन गेली आहेत. अजूनही झाडांवर तोफेच्या गोळ्यांच्या खुणा आहेत. खूपच तुंबळ युद्धे झाली असली पाहिजेत. तू याच भागातला आहेस, हो ना?'' इंग्रज सैन्यात असलेल्या अनेक भाडोत्री सैनिकांहून वेगळा असलेला सुभेदार हा स्थानिक माणूस होता. तो इंग्रजांच्या बाजूने लढत असल्याचे पाहून तिला आश्‍चर्य वाटले होते. आता तिला त्याच्या कृतीचा अर्थ लागत होता. त्याचे बोलणे ऐकत असताना ती विचारात पडली.

रामनच्या हाताच्या मुठी वळल्या होत्या. डोळ्यांतून संतापाच्या ठिणग्या उडत होत्या. ''येथून काही मैल दूर असलेला माझा गाव म्हैसूर सैन्याच्या मार्गावर होता. मी बाहेरगावी होतो; पण माझा भाऊ आणि त्याचे कुटुंब...'' त्याने आवंढा गिळत घसा साफ केला. ''माझ्या भावाची निर्घृण हत्या झाली. त्याच्या कुटुंबाला बळजबरीने धर्मांतर करण्यास भाग पाडल्यानंतर त्यांना इथून हलविण्यात आले, असे मला कळले. त्याचा बदला घेण्याची मी प्रतिज्ञा केली आहे. मग मला त्यात मरण आले तरी बेहत्तर.'' हे सांगणारा रामन नेहमीचा आकडेमोड करणारा रामन नव्हता.

उमाने आदराने सुभेदाराकडे पाहिले. तो आणि त्याचे कुटुंब ज्या हालअपेष्टांतून गेले, त्याची भीषणता ती समजू शकली; पण या मोहिमेत त्याच्याबरोबर आलेल्या त्याच्या तरुण बायकोची आणि लहान मुलाची तिला काळजी वाटू लागली. महाराजांच्या मंत्र्यांच्या तोंडून येथील रयतेवर होणाऱ्या जुलमांच्या आणि अत्याचारांच्या अनेक कथा तिने ऐकल्या होत्या; परंतु त्या इंग्रजांच्या अपप्रचाराचा भाग म्हणून तिने निकालात काढल्या होत्या. प्रत्यक्ष सुभेदाराच्या तोंडून ऐकलेल्या कहाणीच्या सत्यतेविषयी शंका घेणे कठीण होते. तिने वळून ट्रेव्हेलियनकडे पाहिले. तो भुवई उंचावून उपहासाने तिच्याकडे बघत होता.

त्याच्या उपहासाचा अर्थ तिच्या लक्षात आला. तो आपली टर उडवित

असल्याचे पाहून ती काहीशी चिडली. त्याच्या तोंडावरील मानभावीपणाचे हसू निपटून काढण्यासाठी ती पुटपुटली, ''इंग्रजांच्या सैन्याचे वर्तन यापेक्षा वेगळे नसणार, याची मला खात्री आहे.''

हा तिचा शेरा सुभेदाराने साफ फेटाळून लावला. सुलतानाच्या पिट्ट्यांनी घडवून आणलेल्या अनेक जबरी हल्ल्याच्या हकिगती त्याने सांगितल्या. सरतेशेवटी तिच्या राज्याला वेढा घातला, तेव्हा त्याने किती संयम आणि विवेक दाखविला हे तिच्या निदर्शनास आणून त्याने कॅप्टन ट्रेव्हेलियनची मुक्त कंठाने प्रशंसा केली.

उमाने अस्वस्थतेने जागीच चुळबुळ केली. ट्रेव्हेलियनच्या डोळ्यांतील हसू पाहून ती उखडली.

''ब्रिटिशांची चाकरी आणि त्यांच्याशी असलेल्या संबंधांमुळे तुझा दृष्टिभ्रम झाला आहे, रामन.'' तो अजूनही हसतच सुभेदाराला म्हणाला.

ती सुभेदाराला तेच सांगणार होती. तिच्या तोंडचे शब्द त्याने काढून घेतल्यामुळे आणि तिची अस्वस्थता पाहून त्याची होणारी करमणूक पाहून तिचा अधिकच जळफळाट झाला. रामन गोंधळून त्यांच्याकडे पाहत होता. काही वेळानंतर तो नेहमीच्या आवाजात म्हणाला, ''काही वर्षांपूर्वी काही कुटुंबं परत आली आणि शेती व कपडे विणण्याचे काम करू लागली, हे खरे आहे; पण आता पुन्हा हे दुसरे युद्ध उपटले आहे.''

अजूनही नांगरणीवाचून पडलेली शेते आणि ओस पडल्यामुळे पडझडीस लागलेली घरे पाहून हे युद्धसुद्धा शेवटच्या युद्धासारखेच हमरीतुमरीचे होणार, हे उमाच्या लक्षात आले. गावातल्या मुलांचा म्हणावा तसा दंगाधोपा चालत नव्हता. गावकऱ्यांच्या नजरा धास्तावलेल्या होत्या. समोरून सैन्य आगेकूच करताना दिसताच लोक त्यांच्या वाटेतून बाजूला होत होते. विहिरीवर पाणी भरण्यासाठी जमलेल्या बायका तिथून काढता पाय घेत होत्या, पुरुष गटागटाने राहत होते किंवा दृष्टी वळवून आपापल्या कामाला लागत होते.

''विणकर सोडले, तर दुसरे कुणीही इथे दिसत नाहीत,'' रामनने दीर्घ नि:श्वास टाकत म्हटले.

''ईस्ट इंडिया कंपनीला विणकरांची गरज आहे.'' ट्रेव्हेलियनच्या आवाजात सहानुभूती होती. ''गावातील प्रमुख व्यक्ती आणि दलाल जाती-जातींच्या हेव्यादाव्यात जास्त रस घेताना आणि आपले आर्थिक हितसंबंध जपताना दिसतात.'' कंटाळल्यासारखे डोळे चोळत तो म्हणाला.

त्याच्या शब्दांनी चिडून उमा बाईला अशोभनीय अशा रीतीने फुसफुसली. सुभेदार तिथे असल्यामुळे तिला सुचलेले खरमरीत प्रत्युत्तर न देता ती नुसतीच बराच

वेळ त्याच्याकडे बघत उभी राहिली.

"माझ्या विधानावर तुमचा काय आक्षेप आहे तो सांगणार आहात की, नुसतेच जळजळीत नजरेने माझ्याकडे पाहत बसणार आहात?" सौम्य उत्सुकता दाखवत ॲश्टनने विचारले.

विचारलेच आहे तर त्याला उत्तर द्यायचेच, असे ठरवून उमा कठोर आवाजात म्हणाली, "तुमच्या ईस्ट इंडिया कंपनीने विनाशकारी युद्ध त्यांच्या माथी मारले आहे. त्यांच्या कामाचा योग्य मोबदला न देता त्यांच्याकडून जबरदस्तीने काम करून घेऊन त्यांची परिस्थिती अधिकच बिकट केली आहे. या गोष्टीकडे काणाडोळा करून तुम्ही इथल्या लोकांनाच दोष देत आहात."

उमाची प्रतिक्रिया पाहून रामनचे डोळे विस्फारले आणि किंचित झुकल्यासारखे करीत त्याने तिथून काढता पाय घेतला. महाराजांनी आणि आयाने तिला परत परत बजावून दिलेल्या सल्ल्याचे बारीकसारीक तपशील आठवून उमाने जीभ चावली. तरीही तिचे म्हणणे खरेच आहे, या खात्रीने त्याला आव्हान देत ताठ मानेने ती उभी राहिली.

"पहिली गोष्ट म्हणजे ती माझी कंपनी नाही. मी ईस्ट इंडिया कंपनीचा नोकर नाही, ना मी त्या कंपनीत पैसा गुंतवला आहे. तुम्हाला तसे केल्याने बरे वाटत असेल, तर प्रत्यक्षात काय घडते आहे त्याकडे काणाडोळा करून तुम्ही सगळा दोष ब्रिटिशांच्या माथी मारू शकता."

त्याच्या आवाजातील चिरस्थायी एकसुरीपणा आणि एका चिडखोर मुलासारखी तो तिला देत असलेली वागणूक, यामुळे परत एकदा तिचा राग उफाळून आला.

"अपप्रचार कसा करायचा हे कुणी तुमच्याकडून शिकावे. तुमचा मतलब साधण्यासाठी सगळ्या देशी लोकांना तुम्ही काळ्या रंगात रंगवता."

"देशी राजे एवढे चांगले आणि मोठ्या मनाचे आहेत, तर मग कलकत्त्याचा कलंक हासुद्धा कल्पनाविलास किंवा प्रचाराचा एक भाग आहे, असे म्हणायचे का?"

तिच्या शाब्दिक हल्ल्याला उत्तर देण्याचा त्रास ट्रेव्हेलियनने घ्यावा याचेच उमाला आश्चर्य वाटले. सगळे देशी संस्थानिक उदारमतवादी आहेत, असे म्हणणे माजोरीपणाचे आणि अज्ञानदर्शक आहे, हे ती जाणून होती. तिच्या हावभावातील सूक्ष्म फरक त्याने ताडला असावा. त्याच्या आवाजात आणि डोळ्यांत मिश्कीलपणा होता. "कलकत्त्यामध्ये काय घडले ते मला माहीत नाही, असे तुम्हाला वाटते का?"

"ते कसे शक्य आहे? सर्वांना ती कळविण्याची एकही संधी ब्रिटिश सोडणार नाहीत, याची मला खात्री आहे." तिने उत्तर दिले. ओठांना मुरड

घालत त्याने तिच्या म्हणण्याला दुजोरा दिला.

वाद पुढे वाढविण्यापूर्वी उमा थबकली. तिच्या मनात आधीच पुढील शब्दांची जुळणी झाली होती. बंगालच्या दुष्काळात लाखो माणसे मेली... ती ब्रिटिशांच्याच करणीमुळे, हे वाक्य उच्चारण्यापूर्वी तिने स्वत:ला आवर घातला.

आपल्या अंगात संचारलेला जोश जाणवून तिला नवल वाटले. तिच्या पपांबरोबर आणि महाराजांबरोबर तिची अशीच जुगलबंदी होत असे. ते राजकारण, साहित्य या विषयांवर बोलत असत; परंतु त्यांच्या डोळ्यांमध्ये ट्रेव्हेलियनच्या डोळ्यांत दिसणारी उपरोधिकपणाची झाक नसायची. ट्रेव्हेलियनशी अशाच प्रकारचा संवाद साधता येतो, याचे तिला आश्चर्य वाटले.

तो तोंडभरून हसत म्हणाला, ''माझी हृदयक्रिया बंद पडणार आहे असे वाटते आहे. माझ्या बायकोची तात्पुरती का होईना बोलती बंद झाली आहे. तुमच्याजवळ उत्तर नाही?''

''उत्तर मागण्याचा तुम्हाला काय अधिकार आहे, हे मला विचारायचे आहे. हा प्राचीन देश आहे. त्याला समृद्ध इतिहास, संस्कृती, परंपरा आणि शासन...''

''उदाहरणार्थ, सतीसारखी आपल्या पतीच्या चितेवर आत्मदहन करण्याची शेकडो वर्षे चालत आलेली प्रथा?'' ट्रेव्हेलियनने प्रश्न विचारला.

तिचा चेहरा कठोर झाला. ''तुम्हाला वाटते तितकी ती प्रचलित नाही,'' ती अडखळत म्हणाली. एक दीर्घ श्वास घेऊन ती नेटाने म्हणाली. ''ही समस्या कशी हाताळायची ते महाराजांना कळते. तुमच्या मध्यस्थीची गरज नाही.''

''सद्हेतूने केलेली मध्यस्थी न स्वीकारता तुम्ही आपल्या प्रथांचा अभिमान धरण्यात सार्थक मानणार!'' त्याच्या मानभावी हास्याने तिला चीड आली.

योग्य अशा उत्तराच्या शोधात ती घुटमळली. ''तुमच्या देशात सोडवण्यासाठी पुरेशा समस्या नाहीत का?'' हा प्रश्न विचारणे म्हणजे मुद्द्याला बगल देण्यासारखे होते, तर ''हो, मध्यस्थी करणारे तुम्ही कोण?'' हे हेकेखोरपणाचे वाटले असते.

तिच्या चेहऱ्याचे लक्षपूर्वक निरीक्षण करणारा ट्रेव्हेलियन वादविवादात आपली सरशी होत आहे हे लक्षात न घेता, समजुतीच्या स्वरात म्हणाला, ''तुमच्या परंपरांना हिणवण्याचा माझा हेतू नाही. तुमच्या काही लक्षवेधक तत्त्वज्ञानानी आणि कर्मकांडांनी मी भारावून गेलो आहे.''

''मी यापूर्वीही तुम्हाला सांगितले आहे. भलामण केल्याची भाषासुद्धा मला अपमानकारक वाटते.'' ती ताठरपणे म्हणाली.

काही न बोलता त्याने नुसतीच मान हलवली. क्षणभर दुसरीकडे नजर वळवली आणि हसल्यासारखे दाखवीत तो म्हणाला, ''तर मी काय म्हणत होतो; तुमच्या

काही परंपरा खूपच लक्षवेधक आहेत. जसे हिंदूंच्या मंदिरात असलेले लिंगाचे प्रतीक. आपण त्यावर चर्चा करू.''

''सगळ्या अज्ञानमूलक, गावंढळ...'' ती फुसफुसली. नंतर जमेल तेवढा आत्मसन्मान गोळा करत ती कडक शब्दांत म्हणाली. ''मला वाटते खोल्या तयार झाल्या आहेत. मी निघते, कॅप्टन.'' खोल्या तयार झाल्या आहेत की नाही याची अजिबात पर्वा न करता, मनातून धुमसत ती तडक आपल्या खोलीच्या दिशेने निघाली आणि ती या माणसाची तुलना तिच्या वडिलांशी आणि महाराजांशी करत होती. धन्य आहे.

ती रागाने पाय आपटत निघून जाताना ॲश्टन तिच्याकडे बघत होता. तिच्या मागोमाग जाण्याची ऊर्मी त्याने आवरली. उत्साहाला आवर घातला. तिचे सान्निध्य आणि आपल्या उत्कट भावना, हे दोन विषय सोडून इतर गोष्टींवर लक्ष केंद्रित करण्याचा प्रयत्न केला.

झोपायला जाण्यापूर्वी त्याने गावाकडे एक शेवटची नजर टाकली. यापूर्वीच्या युद्धात ब्रिटिशांच्या झालेल्या दारुण पराभवाच्या आठवणींनी तो अस्वस्थ झाला. प्रवासात त्यांच्यावर शत्रूचा हल्ला होण्याची खूप शक्यता होती. जरी उमाची मानसिकता कट्टर तमिळ असली, तरी तिचे रूप अजिबात देशी नव्हते. त्यामुळे त्याची अस्वस्थता अधिकच वाढली. तिला आपल्यासोबत घोड्यावर बसवून जितक्या वेगाने जाता येईल तितक्या वेगाने इथून निघून जावे, असे त्याला वाटत होते.

अखेरीस दोन दिवसांनी ते मद्रासला पोहोचले. खंदक पार केल्यावर सेंट जॉर्ज किल्ल्याच्या पश्चिमेकडील विशाल द्वाराजवळ नदीवरील पुलावरून ॲश्टनला दगडी भिंती दिसल्या, तेव्हा त्याला हायसे वाटले, तसाच तो निराशही झाला. मद्रासला पोहोचले म्हणून सुटका झाल्यासारखे वाटले; परंतु भिंती तोफेच्या गोळ्यांपासून सुरक्षित नाहीत, हे पाहून त्याचा उत्साह ओसरला. पहाऱ्याची चौकी ओलांडून तो मद्रासच्या गोऱ्या लोकांच्या इलाक्यात शिरला, तेव्हा तो पूर्ण विचारमग्न झाला होता.

समुद्रकिनाऱ्यावर कलत्या दुपारच्या उन्हात वेळ व्यतीत करणे प्लेअरला विशेष आवडत नव्हते. तरीही तिथे लोकांची वर्दळ नसल्यामुळे तो जात होता. गार्ड त्याच्यामागे विशिष्ट अंतरावर येत होता. ते किनाऱ्याच्या दिशेने चालत होते.

समुद्राच्या गाजेमुळे त्यांचे आवाज एकमेकांना ऐकू येत नव्हते.

"सगळ्या आशा फोल ठरल्या. तुला ते सापडेल, असे तू म्हणाला होतास; परंतु तुला कोणताही धागादोरा गवसला नाही, हे कसे घडले?"

"एकदा का ती स्थिरस्थावर झाली की, तिच्या सर्व वस्तू तपासून बघण्यात काळाचा अपव्यय झाला असता, म्हणून प्रवासात तिच्या सामानावर डल्ला मारणे मला इष्ट वाटले. आपल्या भाडोत्री माणसाने त्यांच्या कबिल्यात शिरकाव केला खरा; परंतु त्याला आपले काम पूर्ण करता आले नाही. तेव्हापासून त्या गाडीजवळ जास्त पहारेकरी नियुक्त केले आहेत. त्यामुळे आता ते काम त्यांच्या घरात घुसूनच करावे लागणार आहे."

गार्ड बोलायचा थांबला; परंतु प्लेअरकडून कोणताच प्रतिसाद न मिळाल्यामुळे त्याने पुन्हा बोलायला सुरुवात केली. "या क्षणी तरी ते लोक सेंट जॉर्ज किल्ल्यात पोहोचेपर्यंत वाट बघणेच शहाणपणाचे ठरेल. थोड्या दिवसांचाच प्रश्न आहे."

प्लेअरची घोर निराशा झाली होती. "मदुराईमध्ये आपले प्रयत्न असफल झाल्यावर मी ते मिळण्याची आशा सोडूनच दिली होती; परंतु तू नवीन आशा आणि संधी दाखवलीस. परत प्रयत्न... परत प्रयत्न..., हे असे किती दिवस चालणार? तिच्याजवळ ती वस्तू आहे, हेही नक्की नाही. तिच्या आईने त्याच्याविषयी वाटणाऱ्या तिरस्काराने ते फेकून दिले असेल, तिच्या आईच्या मृत्यूनंतर दुसऱ्या कुणीतरी ते फेकून दिले असेल किंवा ते हरवूनही गेले असेल."

गार्डने सहमती किंवा असहमतीही दर्शवली नाही. कोणतेही उत्तर न देणे उचित समजून तो वाट पाहत उभा राहिला.

प्लेअरने पुढे काय करायचे यावर विचारमंथन केले. "मला वाटते आपण प्रयत्न जोमाने चालू ठेवले पाहिजेत. तिचे मद्रासमध्ये आगमन होईल, तेव्हा मी स्वत: जातीने तिच्या स्वागताला उपस्थित राहीन. मी काही दिवसेंदिवस अधिकाधिक तरुण होत जाणार नाही. या प्रश्नाचा आत्ताच निकाल लावला नाही, तर ते काम कधीच होणार नाही."

गार्डने मानेने संमती दर्शवली. त्याच्या चेहऱ्यावर समाधानाचे हास्य होते.

काही दिवस तिच्या लक्षात येणार नाही अशा बेताने तिच्यावर पाळत ठेवत त्याने तिचा दिनक्रम समजून घेतला. त्याच जत्रेमध्ये अचानक भेट घडल्याचे भासवले, तर तिला ती भेट नियोजित नसल्याची खात्री वाटेल, असे वॉरेनने ठरविले. नोव्हेंबरमधील एका शीत सकाळी, गर्दीमध्ये अस्वस्थपणे निरुद्देश भटकत, जत्रेतील वस्तू पाहण्याचा

बहाणा करत योग्य क्षणाची वाट पाहत तो थांबला. थोड्याच वेळात ती तिथे येऊन पोहोचली. त्या सुंदर मुलीचे केस लांबसडक, चेहरा रेखीव आणि शरीरयष्टी सडपातळ होती. तिच्या उंची कपड्यांपेक्षा आणि तिच्या रुबाबदार राहणीपेक्षाही तिच्या वागण्याबोलण्यात एक प्रकारचा डौल होता, ज्यामुळे लोक सहजपणे तिच्याकडे बघून हसत होते. ती काही दुकानापाशी थांबली; परंतु तिने कोणतीही खरेदी केली नाही. ती एका दुकानातून दुसऱ्या दुकानात निरुद्देशपणे भटकत फिरत होती. ते इतके विचित्र वाटत होते की, ती नक्की काय करते आहे हे त्याच्या लक्षात यायला थोडा वेळ लागला. तिचे डोळे अधूनमधून सर्वत्र भिरभिरत होते. त्यावरून शेवटी त्याच्या लक्षात आले की, ती कुणाला तरी शोधत होती. ती आपल्यालाच शोधत आहे का, हे जाणून घेण्याची हीच वेळ आहे, असे मनाशी योजून तो सावकाशपणे चेहऱ्यावर प्रसन्न हास्य खेळवत तिच्या रोखाने निघाला.

काही मिनिटांतच तो तिच्या नजरेच्या टप्प्यात आला. तेव्हा एखाद्या प्रेमविव्हळ तरुणाला दीर्घकालानंतर त्याची प्रेमिका भेटल्यावर जसा आनंद होतो, तसा आनंदाचा भाव त्याच्या चेहऱ्यावर होता. तो दिसताच तिच्या चेहऱ्यावरील प्रसन्न, लाजरे हास्य त्याच्या नजरेतून सुटले नाही. तो तिच्यामागून जाऊ लागताच ती दुसऱ्या दिशेने वळली; परंतु तिच्या चेहऱ्यावर त्याला दुर्लक्षित केल्याचा भाव नव्हता. अधूनमधून ती मागे वळून त्याच्याकडे पाहत होती, हे तो विजयी मुद्रेने पाहत होता.

१६

"ट्रेव्हेलियन, लेका, तू तह केलास ही अनेक वाईट बातम्यांच्या मालिकेतील एकमेव आनंदाची बातमी आहे.'' जनरल वेलीने अ‍ॅश्टनचे स्वागत करत त्याच्याशी जोरदार हस्तांदोलन केले. वेलीचा उत्साह अ‍ॅश्टनच्या अपेक्षेहून जास्त होता.

त्या दिवशी सकाळी उशिरा त्यांचा ताफा किल्ल्यावर पोहोचला होता. महाराजांनी आधीच पाठविलेल्या व्यवस्थापकाने त्यांच्यासाठी किल्ल्याच्या बाहेर लागूनच बगिचासह एक घर मिळवले होते. ते पाहून अ‍ॅश्टन खूश झाला. चुन्याने रंगविलेल्या प्रशस्त खोल्या, सुंदर स्वागतकक्ष आणि दोन एकरांची सभोवती मोकळी जागा असलेल्या त्या घराकडे बघताच आपण किती भाग्यवान आहोत, ते अ‍ॅश्टनला कळले. वरदक्षिणेचा एक भाग म्हणून मिळालेल्या मुख्य सेवकाने सर्व व्यवस्था चोख ठेवली होती. इतर इंग्रज माणसांना घर मिळवताना किती प्रयास पडले होते, हे अ‍ॅश्टनला माहीत होते. नशिबाने त्याची त्या सर्वांतून सुटका झाली होती. डोक्यावरचे मोठे ओझे उतरल्यामुळे उमाला कुशल सेवकांच्या हाती सोपवून तो घाईघाईने घराबाहेर पडला होता.

भोयांनी त्याच्यासाठी आणलेला मेणा नाकारून तो सावकाशपणे रमतगमत निघाला. गोऱ्यांच्या वसाहतीतील घरांना संगमरवरसदृश मुलामा होता. कलत्या दुपारच्या उन्हात चमकणारी घरे कुतूहलाने पाहत तो चालला होता. किल्ल्याभोवतीचा खंदक पार करून, परेड ग्राउंडच्या बाजूने चालत तो सैनिकांच्या निवासस्थानी पोहोचला. जनरलचे कार्यालय किल्ल्यातील उत्तम दगडी इमारतींपैकी एक होते. त्या प्रशस्त कार्यालयाच्या खिडक्या पूर्वाभिमुख आणि छत उंच होते. अ‍ॅश्टन वरच्या मजल्यावर गेला. खांबाखांबांच्या कॉरिडॉरमधून जात तो जनरलच्या दालनांपर्यंत पोहोचला. खिडक्यांवरील पडद्यांची गुंडाळी करून वर उचलली होती. संध्याकाळचा सुखद वारा आत येत होता. खिडकीतून वालुकामय समुद्रकिनाऱ्याचा प्रेक्षणीय

देखावा दिसत होता. त्या पलीकडे दूरवर नांगरून पडलेल्या जहाजांची शिडे आणि किनाऱ्यावर जोराने येऊन आदळणाऱ्या लाटा दिसत होत्या. सावधान पवित्र्यात उभा राहून ॲश्टनने जनरलना सलाम ठोकला. जनरलने बसायला सांगितल्यावर तो मेजाच्या विरुद्ध बाजूला बसला. युद्ध आघाडीवर असण्याऐवजी जनरल किल्ल्यात असल्याचे पाहून त्याला थोडे आश्चर्य वाटले. जनरल बुटका आणि मजबूत बांध्याचा, लालबुंद कांतीचा गडी होता. कपाळावरचे केस विरळ झाल्याने टक्कल पडले होते. चेहऱ्यावर चिंताग्रस्त भाव होता; पण ॲश्टनच्या कामगिरीबद्दल त्याने त्याचे तोंडभरून कौतुक केले.

"मला वाटले होते की, माझे क्षुल्लक यश महत्त्वाचे नसेल." खुर्चीवर रेलून बसत ॲश्टन हसत म्हणाला. "तुम्हाला तहाची कागदपत्रे नजरेखालून घालायची असतील."

बरोबर आणलेली कागदपत्रे त्याने जनरलच्या सुपूर्द केली. ॲश्टनने महाराजांशी केलेल्या तहाची ढोबळ कलमे जनरलनेच संमत केली असल्यामुळे त्याला आधीच माहीत होती. तरीही उत्सुकतेने त्याने ती कागदपत्रे हाती घेतली.

कागदपत्रांवरून नजर फिरवताना त्याने ॲश्टनच्या आधीच्या शेऱ्यावर मंद स्मित केले. "असे कसे? गव्हर्नर जनरलने स्वत: तुमची पाठ थोपटली असे मी ऐकले. प्रशंसा करण्यासारखे दुसरे काही राहिलेच काय आहे म्हणा. कोईमतूरमधून आपल्याला माघार घ्यावी लागली."

तो स्वत:शीच कागदपत्रातले महत्त्वाचे मुद्दे वाचत होता. वाचता वाचता मध्येच समाधानाने घशातून आवाज काढत होता. अधूनमधून नापसंतीची अठी त्याच्या कपाळावर उमटत होती, तर कधी विजयी मुद्रेने तो मान डोलवत होता. वाचून झाल्यावर त्याने ती कागदपत्रे त्याच्या मजबूत मेजाच्या खणात काळजीपूर्वक ठेवली आणि तो ॲश्टनकडे वळला.

"तुम्हाला कळले असेलच की, पहिल्या मोहिमेत आपला पूर्ण धुव्वा उडाला. सुलतान आपल्या प्रतीक्षेतच होता. त्याने आपल्या पश्चिम सीमेवर आक्रमण करून लुटालूट केली. आपल्याला सैन्याचे पुनर्गठन करावे लागले." तो सुस्कारा सोडत म्हणाला. त्याच्या चेहऱ्यावर उघडउघड निराशा दिसून येत होती. "आपण आता जोमाने सैन्यभरती सुरू केली आहे."

मग येरझाऱ्या घालत तो निरनिराळ्या युद्ध आघाड्या आणि सैन्याच्या स्थितीवर सविस्तर माहिती देऊ लागला. सत्यमंगलम् येथे ब्रिटिश सैन्याचा झालेला पाडाव, कोईमतूरपर्यंतची माघार, बंगालहून मागवलेली जास्तीची कुमक आणि बंगलोरवर आक्रमण करण्यासाठी लॉर्ड कॉर्नवालिस तयार करीत असलेली आखणी या विषयी तो बोलला.

शूर सैनिकांनी पराक्रम करून मिळविलेल्या विजयापेक्षा देशी सत्ताधाऱ्यांच्या विश्वासघातकी, फितूर झालेल्या बांधवांना सोन्याची लालूच दाखवून मिळवलेल्या विजयाच्या कहाण्या जास्त होत्या. खुर्चीत रेलून बसत तटस्थ चेहऱ्याने ॲश्टन जनरलचे म्हणणे ऐकत होता. आपली मते आणि उपहासगर्भ निरीक्षणे त्याने व्यक्त केली नाहीत. काही वेळानंतर जनरल परत आपल्या खुर्चीवर जाऊन बसला.

"माझे अर्धे सैनिक महाराजांजवळ ठेवणे मला योग्य वाटले." ॲश्टन जनरलला वस्तुस्थिती विशद करीत म्हणाला. "परंतु अर्धे सैनिक मी इथे बरोबर घेऊन आलो आहे. सर्वप्रथम आपल्याला सैन्यभरती करावी लागेल. मी लगेच त्यासंबंधी कामाला सुरुवात करतो."

"कर. तुझी हीच गोष्ट मला आवडते. निरर्थक बडबडीवर वेळ वाया न घालविता तू मुद्द्याचे बोलतोस. तुला जास्त माणसे भरती करावी लागतील, तोफखाना वाढवावा लागेल आणि सैन्याच्या दाणागोट्याची व्यवस्था करावी लागेल. ही मोहीम आपल्याला जड जाणार आहे." जनरल आवेगाने म्हणाला. "बिचाऱ्या मेजर लिंटर्नला सैन्यातील ही भागदौड मानवली नाही. त्याची जागा रिकामी आहे. ती तरुण मुले! तू सर्वांत ज्येष्ठ कॅप्टन आहेस असे मी ऐकतो. तुझे अलीकडचे यश लक्षात घेता तुझी लवकरच मेजरच्या हुद्द्यावर पदोन्नती होईल."

क्षणभरच ॲश्टनच्या भुवया उंचावल्या. त्याने सौम्यपणे आभार प्रदर्शित केले. सैन्यात बढती मिळवण्यासाठी त्याने पुरेसे पैसे जमा केले होते. आता ते त्याला दुसरीकडे कुठेतरी वापरता येणार होते.

"आणि, अरे हो. सर, मी लग्न केले... म्हणजे माझा लग्न करण्याचा विचार आहे." ॲश्टनने वेळीच आपली चूक दुरुस्त केली. तो एका स्त्रीला आपल्याबरोबर घेऊन आला आहे, ही बातमी जनरलच्या कानांपर्यंत पोहोचली असेल का?

ही गोऱ्यांची वसाहत होती. त्याला इंग्रज समाजाचे शिष्टाचार पाळणे भाग होते. अफवा लवकर पसरतात. हिंदू पद्धतीने केलेल्या लग्नाचा उल्लेख करावा का, याबद्दल तो साशंक होता.

परस्पर मूक संमतीने तहाच्या कलमात उमाचा कोणताही उल्लेख नव्हता. महाराजांनी त्याच्यावर ठेवलेला विश्वास त्याचे हृदय हेलावून गेला होता. तरीही जनरलच्या कानांवर ती गोष्ट गेली असलीच पाहिजे.

"लग्न?" जनरल बेलीच्या भुवया उंचावल्या.

"हं. तुम्हाला मि. ब्रुक आठवतात का?"

“अर्थातच मला मि. ब्रुक आठवतात. ती लक्षात राहील अशीच वल्ली होती. १८८७ किंवा १८८८ मध्ये ते दर्शन देण्यासाठी इथे अवतरले तेव्हा मी त्यांना भेटलो होतो. चक्रम माणूस होता! देशी पद्धतीचे कपडे वापरायचा. कोणत्या तरी भाषांतराचे किंवा तसलेच काही काम करीत होता. आपल्या धोरणांवर आणि राजकारणावर हास्यास्पद मते व्यक्त करायचा. कोणत्या तरी तमिळ कवीविषयी सतत एशियाटिक सोसायटीशी पत्रव्यवहार करायचा.”

हे वर्णन उमालासुद्धा किती तंतोतंत लागू पडते, या विचाराने आलेले हसू ॲश्टनने दाबले.

“त्यांची पत्नी देवीच्या आजारात गेली. ते आणि त्यांची मुलगी मदुराईच्या महाराजांच्या आश्रयाला होते.” ॲश्टनने अगदी थोडक्यात मुळात हकिगत होती त्याहून बाळबोध रूपाने सांगितली.

“काय म्हणतोस? त्यांना मुलगी होती?”

“मिस ब्रुकला जाण्यासारखे दुसरे कोणतेही ठिकाण नव्हते. म्हणून तिच्या वडिलांच्या निधनानंतर ती राजवाड्यातच राहत होती. तिच्याशी मी विवाह करणार आहे.” शेवटचे काही शब्द त्याच्या स्वभावात न बसणाऱ्या शैलीत तो पुटपुटला.

“बिचारी! देशी माणसाच्या कचाट्यात सापडली. तिला तिथे वाईट वागणूक मिळत नव्हती, अशी मी आशा करतो.” जनरलने काळजी वाटून विचारले.

ॲश्टनच्या डोळ्यांसमोर महाराजांचा चेहरा तरळला.

“नाही नाही, तसे काही नव्हते. महाराज एक सन्माननीय व्यक्ती आहेत. मि. ब्रुकना ते आपला मित्र मानत असत.” ॲश्टन म्हणाला.

जनरलच्या बोलण्यातील गर्भित असभ्यता खोडून काढताना त्याने त्याच्याही नकळत जी तत्परता दाखविली होती, त्याच्यावर विचार करत तो थबकला. कदाचित येथील माणसांच्या बाजूने आणि इंग्रजांच्या विरोधातील उमाच्या तीव्र भावनांवर तो टीका करायचा, ती अन्यायकारक होती, हा विचार प्रथमच त्याच्या मनात आला.

“ते असो; पण आता ती माझी वाग्दत्त वधू आहे. स्वाभाविकच तिला तिथे ठेवणे मला शक्य नव्हते. म्हणून मी तिला माझ्याबरोबर घेऊन आलो आहे. आमच्याबरोबर माणसे होती. लग्न होईपर्यंत मी सैनिकांच्या निवासस्थानात राहीन.” ॲश्टन नाखुशीने म्हणाला.

जनरल बेलीने हात हलवत लग्नाचा विषय दूर सारला. त्याचे लक्ष आता इतर गंभीर समस्यांकडे वळले होते. “तू लगेच सेंट मेरीज चर्चमध्ये लग्न उरकून घे. मी आणि माझी पत्नी तुमच्या विवाहाप्रीत्यर्थ भोजनसमारंभ आयोजित करू.”

आता हा विषय संपला, असे सूचित करणाऱ्या स्वरात तो म्हणाला. त्याने डोळ्यांवरून सावकाश हात फिरवला आणि एक दीर्घ श्वास घेतला. "आपल्याला लवकरच परत कूच करायला हवे."

"मी शक्य तितक्या लवकर त्या कामाला लागतो."

सैन्यासाठी रसद मिळवण्यात येणाऱ्या अडचणी, दलालांशी व्यवहार करताना उद्भवणाऱ्या कटकटी, हिंदुस्थानातील कडक हवामान, इंग्लंडमधील घटना आणि म्हैसूरच्या वाटेत लागणारे अनेक किल्ले, या विषयांवर त्यांनी थोडक्यात चर्चा केली. दोन तासांनंतर ॲश्टन निघण्यासाठी उठला. जाताना दुसऱ्याच दिवसापासून तयारीला लागण्याचे त्याने आश्वासन दिले.

संध्याकाळची दृश्ये आणि कानांवर पडणारे आवाज ऐकत तो रमतगमत चालत होता. आपल्या तपकिरी अंगाभोवती नुसतीच लंगोटी गुंडाळून जाणाऱ्या अर्धनग्न कर्मचाऱ्यांच्या गटात पायघोळ कपडे आणि फेटे घालणारी माणसे उठून दिसत होती. मेणे घेऊन तालबद्ध धावणारे भोई, मालाने खचाखच भरलेल्या बैलगाड्या आणि तुरळक घोडागाड्या रस्त्यावरून जात होत्या. सैनिक आणि शिपाई इकडेतिकडे हिंडत होते. समुद्रावरून येणारे वारे सुखद वाटत होते.

त्याच्या नवीन घरच्या पायऱ्या चढताना 'रुल ब्रिटानिया' हे राष्ट्रगीत तो शिळेवर वाजवत होता. त्याच्या दिमतीला नेमके किती सेवक आहेत आणि या सगळ्यांचा किती भार त्याच्यावर पडणार आहे, त्याचा अंदाज तो ढोबळपणे मनात घेत होता.

उमाने साशंक नजरेने त्या तरुण मुलीकडे पाहिले. एका इंग्लिश दासीला कामावर ठेवावे का, याचा निर्णय तिला घेता येत नव्हता. तिची पहिली पसंती तमिळ दासीला होती. आयाने पाठविलेली तरुण मुलगी मद्रासला आल्यावर दोन दिवसांतच आजारी पडली होती. मदुराईला परतण्याची तिला घाई झाली होती.

मेरी ग्रॅहॅम उमापेक्षा साधारण पाच वर्षांनी मोठी वाटत होती. तिची मुद्रा गंभीर होती, वागण्याबोलण्यात कडकपणा होता आणि आयाप्रमाणेच कपाळावर कायम अठी उमटण्याची पूर्वचिन्हे दिसत होती. तिच्या कपड्यांवरून आणि वागण्याबोलण्यावरून कोणताही मूर्खपणा खपवून न घेणाऱ्या कडक स्वभावाची प्रचिती येत होती.

"इंग्लिश रीतिरिवाजांची तिला चांगली माहिती आहे. गेली अनेक वर्षं ती मद्रासमध्ये राहत असल्यामुळे स्थानिक भाषासुद्धा ती चांगली बोलते." प्रमुख सेवक म्हणाला.

“तुला तमिळ समजते?” उमाने काहीशा आश्चर्याने विचारले.

“मॅडम, माझी आई तमिळ होती,” काही क्षण घुटमळल्यानंतर ती उत्तरली. उमाला लगेच तिच्याविषयी सहानुभूती वाटू लागली. “येथील चर्चमध्ये त्यांनी लग्न केले होते. तरी माझे वडील इंग्लंडला परत गेले, तेव्हा ती कृष्णवर्णीय असल्यामुळे ते तिला बरोबर नेऊ शकले नाहीत. गेल्या वर्षी तिच्या मृत्यूपर्यंत मी तिच्याबरोबर राहत होते.”

“तुला भावंडं आहेत का?” उमाने विचारले. तिचा पूर्वीचा संताप डोके वर काढीत होता.

“हो, एक भाऊ आहे?” मेरीने कबूल केले.

“आणि तो काय करतो?”

“कलकत्त्यामधील शाळेत त्याचे शिक्षण झाले. त्याचा वर्ण थोडा उजळ असता, तर वडील त्याला इंग्लंडला पाठवणार होते; पण त्यामुळे त्याचा काय फायदा झाला असता? त्याला परत इकडेच यावे लागले असते.”

“तो इंग्रजांच्या मुलकी सेवेत शिरू शकला असता, हो ना?” उमाने कुतूहलाने विचारले. ईस्ट इंडिया कंपनीत अनेक कारकून होते आणि ब्रिटिश मुलखांमध्ये मुलकी सेवकांची मोठ्या संख्येने जरुरी होती.

“नाही, मॅडम. मिश्र रक्ताच्या आणि देशी माणसांना मुलकी सेवेत घेण्यास लॉर्ड कॉर्नवॉलिसने बंदी घातली आहे. बिचारा माझा भाऊ प्रामाणिक काम शोधण्याचा प्रयत्न करीत आहे. मला त्याच्यावर भार होऊन राहायचे नाही. तुमची सेविका म्हणून मला काम द्याल, तर उपकार होतील.” मेरीच्या चेहऱ्यावरील उग्रपणा जाऊन तो आर्जवी आणि उत्सुक दिसत होता.

“नक्की देईन.” उमा ताबडतोब म्हणाली.

मेरीबरोबर कामाच्या स्वरूपाविषयी आणि इतर तपशिलांविषयी बोलणी करण्याचा उमाने मुख्य सेवकाला आदेश दिला. स्वत:वर शासन करण्याची येथील लोकांवर बंदी घालणे किती नीचपणाचे आहे. शासन विषयावर तमिळमध्ये लिहिलेल्या अनेक उपलब्ध ग्रंथांचा विचार मनात येऊन त्यातील सर्व सरासर अन्यायकारक बाबींवर तिने चिंतन केले.

संध्याकाळच्या जेवणाची वेळ होईपर्यंत उमाच्या सात्त्विक संतापाची जागा तीव्र संतापाने घेतली होती. ब्रिटिशांच्या आधिपत्याखाली राहण्याच्या नामुष्कीबद्दल स्वत:शीच कुरकुर करीत ती तोऱ्याने जेवणाच्या टेबलापाशी आली. ट्रेव्हेलियनसुद्धा तिथे आलेला पाहून ती दचकली. तो दूर कुठेतरी असून दुसरीकडे राहत आहे, असे तिला सेवकांकडून कळले होते. त्यामुळे जेवणाच्या टेबलापाशीच नाही, तर घरातसुद्धा तो असण्याची तिला अपेक्षा नव्हती. अनेकदा तिच्या पपांबरोबर जेवण घेताना त्यांनी

इंग्लंडमध्ये पाळण्यात येणाऱ्या औपचारिक रीतिरिवाजांची तिला माहिती दिली होती. त्या दोघांनी एकत्र जेवण घेणे अपेक्षित असल्याचे तिच्या लक्षात आले.

तलवारीच्या द्वंद्वयुद्धात प्रतिस्पर्धी ज्याप्रकारे एकमेकांकडे पाहतात, त्या नजरेने त्यांनी काही काळ परस्परांकडे पाहिले. एकमेकांना किंचित झुकून अभिवादन केले आणि एक शब्दही न बोलता जेवणासाठी टेबलाशी बसले.

अनेक दिवस खायला मिळाले नसल्यासारखे ट्रेव्हेलियन ज्याप्रकारे प्रत्येक घासाचा आस्वाद घेत जेवत होता, ते उमा रागारागाने पाहत होती. तिची आई आणि मेरीसारख्या बायकांच्या वाट्याला येणाऱ्या सगळ्या हालअपेष्टांना कारणीभूत असलेल्यांचे प्रतिनिधित्व करणारा, या दृष्टीने ती त्याच्याकडे पाहत होती. भिंतीवरच्या मच्छराकडे पाहावे त्या तुच्छतेने तो तिला वागवीत होता, हे पाहून तिचा स्वाभिमान दुखावला होता.

एकदम आठवल्यासारखे दाखवत त्याने सुरुवात केली. ''मॅडम, आपले लग्न कायदेशीर नाही, हे मला तुम्हाला सांगायलाच हवे.'' त्याचे त्रोटक आणि अनपेक्षित विधान ऐकून उमा बुचकळ्यात पडली.

''कोण म्हणतं असं?'' उमाने उपहासाने हसत विचारले.

जेवणाचा काटा खाली ठेवत तो खुर्चीत टेकून बसला आणि सुस्कारा सोडत म्हणाला. ''इंग्लिश पद्धतीप्रमाणे आपला विवाहविधी मी उद्या आयोजित केला आहे, एवढेच मला तुम्हाला सांगायचे आहे.''

''पत्नीची कोणतीही जबाबदारी न घेता उद्या तुम्हाला मजेत इंग्लंडला परत जाता येणार असेल, तर इंग्लिश पद्धतीने लग्न करून माझा काय फायदा? शिवाय संमिश्र रक्ताच्या स्त्रीला पत्नीचे अधिकार नाकारणाऱ्या पद्धतीसाठी दुसऱ्या समारंभाची कटकट मी का म्हणून सहन करायची?'' हातातील चांदीचे काटे चमचे नाचवत ती म्हणाली. तिच्या हातवाऱ्यांतून तिची चीड दिसून येत होती.

''प्रत्येक गोष्टीवर कडवटपणे टीका करायलाच हवी का?'' वैतागून तिच्याकडे बघत त्याने परत जेवायला सुरुवात केली. एक-दोन घास सावकाशपणे चवीने खाल्ल्यावर त्याने परत बोलायला सुरुवात केली. ''जर आपण दुसऱ्यांदा लग्न केले नाही, तर तुमच्या मद्रासमधील वास्तव्याचे स्पष्टीकरण देणे मला कठीण जाईल. तुमच्या चारित्र्यावर प्रश्नचिन्ह निर्माण होईल. येथील समाजाच्या दृष्टीने तुम्ही माझी पत्नी न होता रखेल ठराल. तुम्हाला कदाचित त्याची पर्वा नसेल, पण मला आहे. महाराजांना आणि तुमच्या वडिलांनासुद्धा ते आवडणार नाही. तुम्ही पाठराखणीशिवाय इथे राहत आहात, ही बातमी पसरण्यापूर्वी आपण लग्न उरकून घ्यायची माझी इच्छा आहे.'' त्याने सांगितले. अधिक काही स्पष्टीकरण द्यायची गरज नाही, असे समजून तो आपल्या जेवणाकडे वळला.

त्याच्या बोलण्यावर विचार करीत उमा गप्प बसून राहिली. मग हळू आवाजात म्हणाली, ''मी एका सेविकेला कामावर ठेवले आहे.''

काही न समजून त्याने वर पाहिले. त्याच्या भुवया उंचावल्या होत्या आणि कपाळावर आठ्यांचे जाळे पसरले होते.

''ती संमिश्र रक्ताची आहे. तिचे वडील तिला इथेच सोडून इंग्लंडला परतले आहेत.'' ती नाराजीच्या स्वरात म्हणाली. त्याच्यावर दोषारोप करण्याच्या आणि त्याला प्रत्यक्ष उदाहरण देऊन समजावण्याच्या दुहेरी उद्देशाबरोबरच तिच्या नैतिक संतापाचे स्पष्टीकरण आणि समर्थनही तिला द्यावयाचे होते. त्याने दिलगिरी व्यक्त केली नाही; तरी कमीत कमी तो अन्याय कबूल करील, अशी तिला आशा वाटत होती.

त्याने नुसतेच खांदे उडवले आणि उपहासाने ओठ मुडपल्याचे पाहून तिची ती आशाही मावळली.

''एवढ्या तेवढ्या कारणाने तुमची मिजास बिघडली नाही, तर उपकार होतील. अशा कंटाळवाण्या वादात भाग घेण्याचा माझा अजिबात इरादा नाही.''

तिने त्याच्याकडे शोधक, पण निर्विकार नजरेने पाहिले. ''ते वर्तन अन्यायकारक आहे, एवढेही मान्य करायला तुम्ही तयार नाही.''

रागारागाने त्याने काटाचमचा खाली ठेवला. ''मी मान्य केले किंवा नाही केले; सहानुभूती दाखवली, नाही दाखवली, तरी त्याचा तुमच्या या दासीला काय फरक पडणार आहे? तसे पाहिले तर याबद्दल तुम्ही एवढे अति संवेदनशील आणि अति भावुक होऊनही काही फरक पडणार नाही. मला कशाबद्दल काहीही वाटत नाही. समजले?''

उपहासाने तिच्याकडे पाहत त्याने परत जेवायला सुरुवात केली. उमा रागाने असाहाय्यपणे त्याच्याकडे पाहत राहिली.

''आपल्या आजूबाजूला जे काही अन्यायकारक घडत आहे त्याचा किंचितही निषेध नाही. एवढी संवेदनशून्यता, एवढे कोरडे, भावनाशून्य शब्द. एखाद्या गैरकृत्याचा तुमच्यावर कोणताही परिणाम होत नाही, याचाच अर्थ तुम्हीसुद्धा ते गैरकृत्य करू शकण्याच्या लायकीचे आहात. तुम्ही कोणताही विचार न करता तिच्या वडिलांसारखेच वागाल, खरे की नाही?''

ती उठून उभी राहिली आणि एक शब्दही न बोलता तिरिमिरीने खोलीबाहेर पडली.

१७

दुसऱ्या दिवशी सकाळी लवकरच ते सेंट मेरीज चर्चमध्ये पोहोचले. त्या दिवशी लखलखीत सूर्यप्रकाश होता. निळ्या आकाशात ढगांचे पुंजके तरंगत जात होते. काही शिपाई आणि एक दोन वाहने सोडली, तर रुंद रस्त्यावर फारशी माणसे नव्हती. चर्चच्या आयताकृती इमारतीकडे आणि उंच मनोऱ्याकडे उमाने दृष्टिक्षेप टाकला. जिन्याने वरपर्यंत जाता आले, तर तिथून समुद्राचा सुंदर देखावा दिसेल, असा उमाच्या मनात विचार आला.

"आलात?" लिंडसेने हसून स्वागत केले. "कॅप्टन, विवाहाप्रीत्यर्थ परत एकदा तुमचे अभिनंदन करू शकतो ना?" ट्रेव्हेलियनशी उत्साहाने हस्तांदोलन करून तो म्हणाला.

"कॅप्टन, लग्नासाठी विशेष परवानगी घ्यायची तुम्हाला एवढी घाई का झाली होती, ते आत्ता कळले. किती सुंदर मुलगी आहे." एक मध्यमवयीन गृहस्थ म्हणाले. मि. मिडलटन अशी उमाशी त्यांची ओळख करून देण्यात आली. ते स्थूल होते. हनुवटीला वळ्या पडल्या होत्या आणि त्यांना भलेमोठे टक्कल होते. त्यांच्या वागण्याबोलण्यात मोकळेपणा आणि स्नेह होता. त्यांनी उमाशी हस्तांदोलन केले. येथील हवामानावर टिप्पणी करत उमाच्या प्रवासाबद्दल, तिच्या नव्या घराविषयी चौकशी करत त्यांनी तिच्याशी संवाद साधला. उमाने त्यांच्या प्रश्नांना यथायोग्य उत्तरे दिली.

उमाला या दुसऱ्या लग्नसमारंभात अजिबात रस नव्हता. अगदी सुरुवातीला ठरविल्याप्रमाणे आणि त्याला त्याच्या कृत्याची किंमत चुकवावी लागेल अशा प्रकारे वागण्याचा निर्णय तिने आदल्या दिवशी घेतला होता. या इंग्लिश प्रथेनुसार लावलेल्या विवाहाने त्याच्या अडचणी वाढणार असतील, तर तो करायला तिची काहीच हरकत नव्हती.

डझनभर खिडक्या असलेल्या चर्चच्या मुख्य प्रेक्षागृहात त्यांनी जोडीने प्रवेश केला. उमाने सभोवार पाहिले. तेथील कोरीव काम, मेणबत्त्या, आसनांच्या रांगा यांच्याकडे तिने प्रथमदर्शीच्या कुतूहलभरल्या नजरेने पाहिले. तिथे एक चित्र तिच्या दृष्टीस पडले. त्यात येशूच्या जीवनातील 'दि लास्ट सपर' या घटनेचे दृश्य आहे, हे तिने ओळखले, तेव्हा तिला सार्थ अभिमान आणि आनंद वाटला. लहान मुलाच्या निरागस आनंदाने तिने नकळत ॲश्टनकडे पाहिले. तो चेहरा निर्विकार ठेवून समोर बघत असलेला तिला आढळले.

"त्या दिवशी तुम्ही वापरलेले सुंदर भपकेबाज कपडे मला अजून आठवतात; पण तो दिखाऊपणा नसतानाही, तुमची जोडी आज तितकीच देखणी दिसते." लिंडसेने मोठ्या आवाजात जाहीर केले.

तिने गडद हिरव्या, शेवाळी रंगाचा सुती पायघोळ झगा घातला होता. तो तिच्या इतर झग्यांसारखाच होता. त्यात ती लपून गेली होती. कानांतील मोत्यांच्या कर्णफुलांव्यतिरिक्त तिने दुसरे कोणतेही दागिने घातले नव्हते. तिचे अप्रतिम दागिने घरी धातूच्या तिजोरीत सुरक्षितपणे बंदिस्त होते. ट्रेव्हेलियनने एक फिकट रंगाचा जुना कोट आणि विजार घातली होती. त्यांची जोडी देखणी दिसत होती, असे तिला वाटले नव्हते. तरीही ती लिंडसेच्या बोलण्यावर हसली.

चर्चमधील धर्मगुरूने मि. ब्रुकबद्दल ऐकले होते. या विचित्र विवाहाबद्दल त्याने त्यांनाच दोषी ठरविले. या लग्नाचा कोणताही डामडौल नाही, म्हणूनही त्याने नापसंती व्यक्त केली. काही मिनिटांतच इंग्लिश प्रथेनुसार विवाहविधी सुरू झाला.

उमाने फारशी उत्सुकता न दाखविता धर्मगुरूंचा प्रत्येक शब्द ऐकला. ट्रेव्हेलियनकडे तिने वळून पाहिले. त्याच्या मानेतील शीर उडत होती आणि दात आवळून धरल्यासारखे तोंड घट्ट मिटले होते. त्याच्या डोळ्यांत कठोर भाव होता आणि तो समोर दृष्टी गाडून उभा होता. तिच्या पहिल्या विवाहाच्या दिवशी तिची जी दारुण मनःस्थिती होती, तशीच आज त्याची मनःस्थिती आहे, हे तिला लख्खपणे जाणवले. ते पहिले लग्न त्याने विशेष गांभीर्याने घेतले नव्हते; परंतु हे लग्न त्याला झटकून टाकता येणार नव्हते.

त्याची बेदरकार वृत्ती हा केवळ मुखवटा असावा, अशी प्रथमच तिला शंका आली. त्याने औपचारिकपणे विवाहाच्या प्रतिज्ञा घेतल्या, तेव्हा त्याचा नेहमीचा खेळकरपणा किंवा रुक्षपणा त्याच्या आवाजात नव्हता. तिला त्याची कीव आली.

विवाहविधी संपताच त्यांनी पुन्हा एकदा अंगठ्यांची देवाणघेवाण केली आणि ते मि. मिडलटनच्या घराकडे निघाले. तिथे त्यांच्या सन्मानार्थ भोजनाचा कार्यक्रम होता. फक्त चार निमंत्रित पाहुणे होते. भारतीय सेवकांनी वाढलेले इंग्लिश जेवण

साधेच होते.

पाहुण्यांमध्ये मिसेस कनिंगहॅम साधारण चाळिशीची विधवा स्त्री होती. मद्रासमध्ये ती दीर्घकाळ राहत होती. सेंट जॉर्ज किल्ल्याला फ्रेंच सैन्याने दिलेला वेढा आणि म्हैसूरशी झालेल्या आधीच्या दोन लढाया यांचा अनुभव गाठीशी असल्यामुळे या युद्धाची तिला फारशी फिकीर नव्हती. तिची बहीण, मिस हेमिंग्वे, इथे नवीन होती. दोन वर्षांपूर्वी योग्य वराच्या शोधात ती हिंदुस्थानात आली होती. त्यांच्या नकली दिखाऊपणाचा उमावर फारसा परिणाम झाला नाही. तिला त्या उथळ स्वभावाच्या वाटल्या. तिच्याविषयी वाटणारी उत्सुकता आणि त्या लग्नाने झालेली निराशा त्यांना लपविता आली नाही. ट्रेव्हेलियनचे लग्न झाले आहे, या गोष्टीवर आपला अजूनही कसा विश्वास बसत नाही, हे त्या ठासून सांगत होत्या. त्याचा उमाला उबग आला.

लेफ्टनंट फेंटनचा चेहरा मांसल होता. त्याच्या चेहऱ्याला कुरळ्या केसांची महिरप होती. असा चेहरा आनंदी स्वभावाच्या व्यक्तीला शोभून दिसणारा असला, तरी त्याचा स्वभाव मात्र दु:खी आणि उदास होता. त्याच्या निळ्या डोळ्यांत एकाकीपणाची झाक होती आणि त्याचा स्वर गंभीर होता. पहिल्या मोहिमेत जखमी झाल्यामुळे तो माघारी परत आला होता, असे उमाला समजले. चालताना त्याला अशोभनीय अशा काठीचा आधार घ्यावा लागत होता. त्याच्या निराश मनाचे ते एक कारण असावे, असा उमाने कयास बांधला.

मिसेस स्मिथ साधारण ३५ वर्षांची होती. नुकतीच ती सेंट विलियम किल्ल्यातून इथे राहावयास आली होती. अभिनंदनपर दोन शब्द बोलल्यावर बाजूला होत ती बहुतेक वेळ मिस्टर मिडलटनबरोबर गुजगोष्टी करीत होती. ती खानदानी स्त्री होती. तिची शारीरिक स्थिती उत्तम होती. तिच्या खरबरीत त्वचेवरून तिला बाहेर भटकंती करण्याची आवड असावी, असे वाटत होते. तिच्या आनंदी चेहऱ्यावरचा धूर्तपणा, तिची चांगली वागणूक आणि समंजसपणाचे बोलणे त्या दोन भगिनींपेक्षा वेगळे आणि स्वागतार्ह होते.

चर्चमधून परस्पर आपली पत्रे आणायला गेलेला लिंडसे तेवढ्यात परत आला. त्याला मिस पेट्रीकडून एक भयसूचक पत्र आले होते.

"हे म्हणजे अतिच झाले. मी तिला विसरलो आहे, असा तिचा आरोप आहे. मी वेळोवेळी संधी मिळताच तिला पत्रे लिहिली आहेत. ती माझ्यावर असा संशय कसा घेऊ शकते?" त्याने रागाने विचारले.

"खरे आहे. कधीकधी पत्रे घेऊन जाणाऱ्या बोटी समुद्रात भरकटतात, हे तिने लक्षात घ्यायला हवे." ट्रेव्हेलियन गंभीर मुद्रा ठेवून म्हणाला. लिंडसेच्या खासगी बाबींविषयी अधिक बोलणे टाळण्यासाठी त्याने मिस हेमिंग्वेकडे मोर्चा

वळवला. ट्रेव्हेलियनची चर्चमधली अस्वस्थता आता नाहीशी झाली होती आणि त्याचा विनोदी स्वभाव पूर्ववत पुन:प्रस्थापित झाला होता, हे उमाला कळत होते. त्याच्या भारदस्त आवाजात सुस्त चेष्टेखोरपणा पुन्हा डोकावत होता.

लिंडसेने मग मिसेस ट्रेव्हेलियनपाशी आपले मन मोकळे केले. त्याच्या भावना किती निर्दयपणे तुडवल्या आणि दुखावल्या गेल्या आहेत, हे त्याने पूर्ण तपशिलांसह सांगितले. मटणाचा एक बेचव तुकडा चघळत उमाने त्याचे म्हणणे योग्य तो शाब्दिक प्रतिसाद देत सहानुभूतीपूर्वक ऐकले.

पाहुण्यांची मन:स्थिती म्हणावी तितकी उत्साहवर्धक नव्हती. युद्धाच्या सावटामुळे ते विमनस्क होते. खाद्यपदार्थांचा पुरवठा, घोडे, सैन्याची स्थिती आणि किल्ले या विषयांभोवती संभाषण फिरत होते. त्यांच्या वागण्याबोलण्यात कमीअधिक प्रमाणात जाणवेल एवढे भय आणि काळजी होती.

त्या आवाजाच्या कल्लोळात हरवत ती विचार करीत होती, की तिच्या दोन्ही लग्नांत एकच गोष्ट सारखी होती. एकाही विवाहात तिला बेहोश करणारा आनंद झाला नव्हता.

काही वेळानंतर ते रमतगमत त्यांच्या घराकडे निघाले. वाटेत दोघांमध्ये नि:शब्द शांतता होती.

त्या आळसावलेल्या दुपारी आमराईत शांतता होती. वॉरेन एका झाडाला रेलून उभा होता. ती येताना दिसताच त्याच्या चेहऱ्यावर विजयी हास्य उमटले होते. ती येणार याची त्याला खात्री होती. तिची दासी योग्य त्या अंतरावर थांबली. ती तरुण मुलगी आधी घुटमळली. मग त्याच्या दिशेने पुढे सरकली, तेव्हा दासीची झालेली चलबिचल स्पष्ट दिसत होती. ती रोज सकाळी मंदिरात जाताना आणि अनेकदा जत्रेला जाताना वॉरेन योग्य अंतर ठेवून तिच्या मागोमाग जात होता, त्याला आठवडा होऊन गेला होता. नंतर तिचे प्रेमळ कटाक्ष, मोहक आरक्त चेहरा आणि लाजऱ्या हास्यामुळे धीट होऊन तो तिच्या अधिकाधिक जवळ येऊ लागला. शेवटी त्याने तिला एकटीने आमराईत भेटण्याबाबत विचारले.

तिचे नाजूक हात हातात घेऊन आपल्या ओठांजवळ नेत तिच्या बोटांच्या मागच्या बाजूचे त्याने चुंबन घेतले. तिच्या सौंदर्याची अडखळत स्तुती केली. तिचा आधीचा बुजरेपणा जाऊन त्याची जागा आनंदाने घेतलेली पाहून त्याला समाधान वाटले. त्याचे सगळेच स्तुतीपर शब्द अगदीच खोटे, नाटकी नव्हते. त्याच्या डोळ्यांत तिला दिसलेली अनुरक्ती त्याचे सर्वांग व्यापून टाकू लागली. त्याला भोवळ आल्यासारखे वाटू लागले.

हळुवार चोरटे स्पर्श, उसासे आणि प्रेमालाप, जे तो नुकतेच व्यक्त करण्यास शिकला होता, यात त्यांची तासाभराची चोरटी भेट संपली. सूर्यास्त होण्याआधी ती निघाली; परंतु जाण्यापूर्वी दोन दिवसांनी त्याच ठिकाणी भेटण्याचे वचन वॉरेनने घेतले. त्याला त्याचे कडे लवकरच मिळणार होते; पण जाता जाता काही दिवस मजा मारायलाही मिळणार होती.

१८

काही दिवसांनंतर उमा लगबगीने भोजनकक्षात आली. त्यांच्या लग्नाच्या दिवसापासून ती आपल्या दालनात एकटीच जेवण घेत होती; परंतु आज लिंडसे जेवायला येणार होता. वरदनकडून तिला कळले होते. वरदन जरी ट्रेव्हेलियनचा नोकर होता, तरी तो अधूनमधून तिच्याशी बोलण्यासाठी थांबत असे. बहुतेक सगळा सेवकवर्ग मदुराईहून तिच्याबरोबर आला होता. ती त्यांना अनेक वर्षांपासून ओळखत होती. ते तिच्याशी निरनिराळ्या घटनांबद्दल बोलत, गप्पागोष्टी करत, कधी तिचा सल्ला विचारीत किंवा त्यांच्या आपसातील वादांमध्ये तिला निवाडा करण्यास सांगत असत.

जेव्हा जेव्हा वरदन बोलण्यासाठी थांबत असे, तेव्हा तो ट्रेव्हेलियनविषयी आदराने आणि कौतुकाने बोलत असे. लोकांना आकर्षित करून घेण्याच्या ट्रेव्हेलियनच्या क्षमतेचे तेव्हा तिला नवल वाटत असे. जेवणाच्या पदार्थांची यादी नक्की करण्यासाठी उमाच्या बाजूला उभा असलेला खानसामासुद्धा वरदनशी एकदम सहमत झाला. शहरातील दुसऱ्या गोऱ्या मालकाहून ट्रेव्हेलियन किती वेगळा आहे, किती आदरणीय आणि न्यायप्रिय आहे, असे तो म्हणाला. त्याला उघडउघड विरोध करणे उमाला जमले नाही. शिवाय लिंडसे जेवायला येणार म्हणून ती खूश होती.

तेवढ्यात ट्रेव्हेलियनचा आवाज तिच्या कानांवर आला. ''मला अतिरिक्त धान्याची रसद गोळा करावी लागणार आहे, लिंडसे. या वाटाघाटी फार तापदायक असतात.''

ती आत आली तेव्हा ट्रेव्हेलियन आणि लिंडसे बोलत होते. ट्रेव्हेलियनच्या तोंडी न शोभणारे प्रापंचिक बोलणे ऐकून उमाने हसू दाबले. एका लहान टेबलावर पेयांचा ट्रे ठेवला होता. हातात मद्याचा ग्लास घेऊन लिंडसे दिवाणावर

आरामशीर बसला होता. हात विजारीच्या खिशात घालून अ‍ॅश्टन नेहमीसारखा रुबाबदारपणे खिडकीच्या चौकटीला किंचित रेलून उभा होता. जवळील कडुलिंबाच्या घनदाट कातर झाडोऱ्यामुळे खोलीत अंधार वाटत होता. धूसर प्रकाशात एक वानर खिडकीतून आत डोकावले आणि आत काही लक्षवेधक न वाटल्यामुळे उडी मारून निघून गेले.

मेरीने उमाच्या केसांचा सैलसर अंबाडा घातला होता. काळ्या बारीक रेघांचा लाल रंगाचा पायघोळ झगा घालायला तिने उमाला मदत केली. मॅडम खूप आकर्षक दिसत असल्याचे तिने सांगितले. तिने खोलीत प्रवेश करताच ट्रेव्हेलियनने तिच्याकडे वळून पाहिले. स्त्री दाक्षिण्य दाखवत लिंडसे आपल्या जागेवरून उठून उभा राहिला. त्या दोघांच्या कौतुकाच्या नजरांनी तिला पसंतीची पावती मिळाली.

ट्रेव्हेलियनने कळेल न कळेल इतपत झुकून तिला अभिवादन केले. तिने त्याचप्रमाणे हलकेच मानेनेच त्याला प्रतिसाद दिला.

"गुड इव्हिनिंग, मिसेस ट्रेव्हेलियन," तिला पाहून आनंदाने प्रसन्न हास्य करीत लेफ्टनंट लिंडसे म्हणाला.

"गुड इव्हिनिंग." हात हस्तांदोलनासाठी पुढे करत ती हसून म्हणाली. लिंडसेने प्रेमाने तिचा हात हातात घेतला.

"तुम्ही सुंदर दिसता."

"तुम्ही खूप व्यस्त असला पाहिजेत. बऱ्याच दिवसांत तुम्ही मला भेटायला आला नाहीत." तिने बळेच फुरंगटल्यासारखे करून म्हटले. ट्रेव्हेलियन त्या दोघांकडे बघत असल्याचे पाहून ती अडखळली. त्याच्या ओठांवर एक अपरिचित हास्य होते. लिंडसे अधूनमधून तिला भेटायला येत असे. काही मिनिटे गप्पागोष्टी करून जात असे. अलीकडे तो आला नव्हता.

"क्षमस्व, मॅडम. तुमचे पतिराज एक कडक शिस्तीचा माणूस आहे. मोहिमेच्या तयारीसाठी ते मला गुलामासारखे राबवत आहेत. तुम्ही त्यांच्याच तोंडून त्याबद्दल शंभर वेळा तरी ऐकले असेल. या विषयावर बोलण्याचा तुम्हाला नक्कीच कंटाळा आला असणार. मी त्याबद्दल बोलावे असे तुम्हाला नक्कीच वाटत नसेल." ती बसल्यानंतर लिंडसे पुन्हा आपल्या जागी बसत म्हणाला.

त्याच्या कामासंबंधी बोलणे दूरच, उमाला आपला नवरा अनेक दिवस दृष्टीसही पडत नसे. तिची खोली सुंदर, उत्तराभिमुख होती. तो तिच्या भागात कधीच येत नसे, हे तिच्या पथ्यावर पडत असे. कधीकधी एकत्र चर्चला जातानाच ते भेटत असत.

"ट्रेव्हेलियन क्वचितच घरात असतात. कोणत्यातरी कामगिरीवर सतत बाहेरच असतात." शब्द तोंडून बाहेर पडताच आपण घाईने बोललो, असे

वाटून तिने जीभ चावली. तिच्या आवाजावरून त्याची अनुपस्थिती तिला जाणवते, असा समज होत होता.

ट्रेव्हेलियनने तिच्याकडे चकित नजरेने पाहिले. "तुम्ही तुमच्या पत्नीकडे दुर्लक्ष करीत आहात." लिंडसे मोठ्याने म्हणाला. उमाला खजील झाल्यासारखे वाटले.

"माझ्या अनुपस्थितीची तू एवढी दखल घेतेस, हे मला माहीत नव्हते. बघावे तेव्हा त्या कागदांच्या ढिगाऱ्यात तोंड खुपसून बसलेली असतेस." तिला कोपरखळी मारताना त्याचे डोळे लुकलुकत होते.

"मला मुद्दाम बघावे लागत नाही. तुमच्या सतत वाजणाऱ्या शिळेवरून तुम्ही घरी आहात, हे मला लगेच समजते." जे सुचले ते उत्तर देत उमा म्हणाली.

ते दोघे एकमेकांकडे बघत राहिले. त्याच्या बोलण्याचे उमाला आश्चर्य वाटले. तोही तिच्यासारखाच आश्चर्यचकित झाला होता, असे तिला वाटले.

ती दिवसभर काय करते हे ट्रेव्हेलियनला माहीत होते, हे तिच्या लक्षात आले नव्हते; पण कागदांच्या गठ्ठ्याच्या त्याच्या उल्लेखाने ते कळत होते. उमाने आपला दिनक्रम व्यवस्थितपणे आखला होता. सकाळी लवकर उठून ती लांबवर फिरायला जात असे, तेव्हा तिचे अंगरक्षक तिच्याबरोबर असत. तिच्या वडिलांनी आखून दिलेल्या वेळापत्रकानुसार दुपारभर ती परिश्रमपूर्वक अनुवादाचे काम करीत असे. कधीकधी तिला एखाद्या शब्दाचा किंवा वाक्यांशाचा सखोल अर्थ उलगडत नसे... तरीही ती काम करीत राही.

"ते अनेकदा शीळ वाजवत असतात, नाही?" लिंडसे हसत तिची री ओढत म्हणाला. आपण अनवधनाने त्याच्या वैयक्तिक गोष्टीचा उल्लेख केला, असे वाटून उमा बावचळली. ती त्याच्या सवयींवर लक्ष ठेवते, असा त्याचा समज होईल असे तिला वाटले. विचार केल्याशिवाय बोलायचे नाही, असे मनाशी ठरविल्यासारखे तिने ओठ आवळले. ट्रेव्हेलियन तिच्याकडे कुतूहलाने बघत होता. त्याच्याकडे तिने जाणीवपूर्वक दुर्लक्ष केले आणि पुन्हा युद्धाचा विषय काढला. त्यावर तेवढीच गरमागरम चर्चा रंगली. उमाची त्वेषाने मांडलेली मते ट्रेव्हेलियनने त्याच्या नेहमीच्या बेदरकारपणे खोडून काढली.

भोजनकक्षाकडे जाताना लिंडसेने गुरांच्या खरेदीतील अडचणींचा पाढा वाचला, तेव्हा परत एकदा हास्याचे फवारे उडाले.

"त्या देशी दलालाकडे एक खरोखरच चांगली योजना होती. आकड्यांमध्ये थोडी हेराफेरी करायची, कुठे गायींची संख्या कमी दाखवायची, कुठे किंमत वाढवायची असे तुम्ही करावे, असे तो म्हणत होता." लिंडसे ट्रेव्हेलियनला म्हणाला, "काय बरं म्हणत होता तो? तुम्ही त्यांचा फायदा बघू नका. तुम्ही

तुमचा फायदा बघा.'' लिंडसे हसला. ''तो पुन:पुन्हा ही गोष्ट आपल्या गळी उतरविण्याचा प्रयत्न करीत होता.''

आपल्याच माणसाची लबाडी पाहून उमा वरमली.

''सगळेच व्यापारी त्याच्यासारखे नसतात.'' तिला सांत्वना देण्यासाठी ॲश्टन म्हणाला.

''मला ते ठाऊक आहे.'' त्याच्याकडे रागाने बघत ती म्हणाली. ''लिंडसे, इतर सैनिकांनी त्याला आधीच शिकवल्यामुळे तो दलाल तसे म्हणत होता. येथील अर्ध्या इंग्रज माणसांनी अमाप संपत्ती कशी गोळा केली, हे तुला माहीत आहे?'' ट्रेव्हेलियनकडे वळत ती अडखळत म्हणाली, ''तुम्ही नाही...''

''अजिबात नाही.'' लिंडसे म्हणाला. ट्रेव्हेलियनने तिच्याकडे केवळ चकित नजरेने पाहिले. ''मॅडम, तुमचे पती असे काही करण्याचा स्वप्नातसुद्धा विचार करणार नाहीत. ते खूप सन्माननीय गृहस्थ आहेत.''

ती घुटमळली. तो खरेच सन्माननीय होता, की त्या दिवशी खोटे काम करण्याची त्याची इच्छा नव्हती, असा विचार तिच्या मनात आला. त्याच्या चारित्र्याविषयी ती साशंक होती ही गोष्ट उघड होती. हिंदुस्थानातील प्रत्येक इंग्रज माणसाचे वर्तन जसे नैतिकदृष्ट्या संदिग्ध होते, असा तिचा समज होता, तसेच त्याचे होते की वरकरणी दिखाव्याला ती खरे रूप समजत होती?

जेवणात पदार्थांची रेलचेल होती. उमाने जे पदार्थ खास करून निवडले होते, ते कुशल सेवक चमकणाऱ्या चांदीच्या पात्रांतून वाढत होते. मदुराईतील जेवणावळीत ज्या प्रकारे लिंडसेने पदार्थांचा फडशा पाडला होता, ते आठवून उमाने काळजीपूर्वक बेत आखला होता. सौम्य चवीचा रस्सा, भाजलेला मासा, भाताबरोबर चिकन-करी आणि शेवटी सुगंधी मसाल्याचे पदार्थ घालून बनतिलेले, तांदळाचे गोड पायसम्, असा बेत होता. दोघेही प्रत्येक पदार्थावर उत्साहाने आणि मनापासून तुटून पडले होते.

''इथे घर चालविणे किती जिकिरीचे वाटते.'' नोकरांकडे बघत लिंडसेने मत प्रदर्शित केले. ''माझे बूट सांभाळणारा माझी दाढी का करू शकत नाही किंवा माझे कपडे धुणारा माझे जेवण का वाढू शकत नाही, याने मी नेहमी कोड्यात पडतो. तुम्हालासुद्धा अनेक नोकर ठेवावे लागले असतील. हो ना?''

''आमच्या दुभाष्याला वाटले की आम्हाला जास्त सेवकांची गरज आहे'' ट्रेव्हेलियन म्हणाला. त्याच्या स्वरातून नवल आणि वैताग दोन्ही व्यक्त होत होते. ''तो मला ठार वेडा समजत असावा किंवा अमीर नबाब समजत असावा. आमच्या वैयक्तिक नोकरांव्यतिरिक्त, आमच्याकडे एक खानसामा, धोबी, झाडूवाला, दासी आणि माझा आवडता हुक्कामॅन आहे. मला हुक्का मुळीच आवडत नाही,

तरीही त्याला ठेवला आहे. मी कधीही वापरत नाही त्या मेण्याच्या पुढे चालण्यासाठी एक माणूस ठेवायचा दुभाष्याने आग्रह धरला, तेव्हा मला त्याला सांगावे लागले, की त्याने नोकरांना काढून टाकावे किंवा मी त्याला काढून टाकतो. वरदनसारखा एक हिरा असला की पुरे.''

महाराजांनी दुभाष्याला पैसे देऊन ठेवले होते, हे उमाला माहीत होते; पण ते पैसे किती दिवस पुरणार? तिच्याजवळ पैसे आणि दागिने होते; पण ट्रेव्हेलियनला ते देण्यात काही अर्थ नव्हता; कारण केवळ ब्रिटिश सैनिकच नाही, तर कोणत्याही ब्रिटिश माणसाला पैसे पुरविणे तिला अत्यंत मूर्खपणाचे वाटत होते. ट्रेव्हेलियनजवळ जास्त पैसे नसावेत असा तिचा कयास होता; परंतु पैसे असले तरी तो ते भपका आणि दिखाऊपणासाठी खर्च करणारा नव्हता असे वाटत होते. येथील देशी किंवा तिच्या ओळखीच्या इतर इंग्रज माणसांप्रमाणे तो औपचारिकतेला महत्त्व देणारा नव्हता. तो आत्मसंतुष्ट होता, दुसऱ्यांचे लक्ष वेधून घेण्याचा आटापिटा करीत नव्हता. म्हणूनच त्याचे हे गुण उमाला मनाविरुद्ध का होईना, भावले होते.

त्याच्याकडे न बघण्याचे ठरवूनही तिचे डोळे अधूनमधून तो बसला होता तिकडे वळत होते. तिच्याकडे बघताना त्याच्या डोळ्यांतील भाव तिला नक्की ओळखता आला नाही, तरी तो वैरभाव नव्हता.

''तुमची मोहीम कुठवर आली? तुमच्या जनरलसाहेबांनी फारशी प्रगती केली नाही असे ऐकते. त्यामुळे परिस्थिती अधिकच बिकट झाली असली पाहिजे. तुमची पुढची योजना काय आहे?'' आवाजात मुद्दामच निरागसपणाचा आव आणत आणि ट्रेव्हेलियनकडे चोरटा कटाक्ष टाकत उमाने विचारले.

गालांवर खळ्या पाडत तो हसला. खट्याळ मुलाकडे बघावे त्या कौतुकमिश्रित नजरेने त्याने उमाच्या नजरेला नजर भिडविली.

''डार्लिंग, मी तुझ्या सगळ्या शंकांचे निरसन केले आहे, असा माझा समज होता. लिंडसे, माझ्या प्रिय पत्नीला माझ्या सुरक्षिततेची काळजी वाटते, हे तुला माहीत आहेच. लिंडसेला चौकसपणे प्रश्न विचारण्याची गरज नाही.'' त्याच्या डोळ्यांत मिश्कील भाव होता. तिच्या लग्नाच्या दिवशी त्याने हेच शब्द वापरले होते, याची आठवण होऊन उमाला हसू फुटले; परंतु लगेच तिने चेहरा कठोर केला. त्याचे बोलणे तिला आवडले नाही, हे सिद्ध करण्याचा तिचा आटापिटा चालला होता.

''आपण मोहिमेविषयी न बोलणेच बरे. मिसेस ट्रेव्हेलियन, तुम्हाला नवीन मित्र-मैत्रिणी मिळाल्या की नाही? येथे जी काही इंग्रज मंडळी आहेत ती तुम्हाला कशी वाटली?'' लिंडसेने विचारले.

"कोणी मित्रमंडळी नाहीत. कधीकधी मी लायब्ररीत जाते आणि काही ओळखीच्या लोकांकडे जाते; पण या भेटी घ्यायला मला विशेष आवडत नाही. मिसेस कनिंगहॅम आणि मिस हेमिंग्वेंच्या डोक्यात खुळ्या कल्पना आहेत. माझ्याकडे पियानो असता, तर मला त्यांची वटवट ऐकावी लागली नसती. मिसेस स्मिथला पैसे मिळणार असतील, तर ती फारसे बोलत नाही. मि. मिडलटनला स्वतःला लुबाडून घ्यायला आवडते, असे दिसते. पत्त्यांचा जुगार खेळून पैसे कमवायचे, या एकमेव उद्देशाने ते या देशात आले आहेत, असे वाटते."

"तुम्ही तुमच्या पतीला तुम्हाला शिकवायला सांगा. मॅडम, ते एक उत्कृष्ट खेळाडू आहेत."

ट्रेव्हेलियनने फारशी उत्सुकता दाखवली नाही. "उलट तुला फिरायला जायला आणि लोकांना भेटायला आवडते, असा माझा समज होता. तू बाहेर असतेस तेव्हा सतत कुणाशी ना कुणाशी बोलताना दिसतेस."

स्वतःशी कितीही ना कबूल केले, तरी त्याच्या वागणुकीचा तिला त्रास होत असे. तो तिच्याकडे पूर्ण दुर्लक्ष करतो आणि तिचे अस्तित्व विसरल्यासारखा वागतो, हे तिला काट्याप्रमाणे टोचत असे. तरीही ती काय करते हे त्याला चांगलेच ठाऊक आहे, हे कळल्यावर तिला हलकासा आनंद आणि समाधान का वाटावे, या विचाराने तिला अधिकच त्रास झाला.

कधीकधी संध्याकाळी ती क्लबमध्ये जात असे हे खरे असले, तरी तिथे जाण्याचा तिचा उद्देश केवळ तिथे भेटणाऱ्या लोकांशी बोलून फार वर्षांपूर्वी मद्रासमध्ये राहून गेलेल्या वॉरेन नावाच्या माणसाची माहिति काढणे हाच होता. ते काम कठीण आणि वेळखाऊ होते, त्यामुळे तिची फारशी प्रगती झाली नव्हती. लोकांशी बोलल्यामुळे येथील इंग्रज सैनिकांच्या गैरव्यवहारांची माहिती मात्र तिला झाली होती.

"मी बोलते... कारण मला माझ्या वडिलांच्या एका मित्राचा शोध घ्यायचा आहे," ती अवघडून म्हणाली.

"तुम्हाला त्याची काय माहिती आहे?" लिंडसेने विचाले. ट्रेव्हेलियनचा हात क्षणभर थबकला. त्याने तिच्याकडे पाहिले, तेव्हा त्याच्या डोळ्यांत एक विचित्र भाव होता. उमाने गोंधळून त्याच्याकडे पाहिले आणि मनाला खटकणारा एक विचार मनात आल्याने तिची चलबिचल झाली. ती सुलतानासाठी हेरगिरी करते असे त्याला वाटले असेल का? ती दिवसभर काय करते ते त्याला कसे माहीत होते?

"तो कुठे राहतो किंवा काय करतो ते मला माहीत नाही. तो अजून जिवंत आहे का, हेही मला माहीत नाही. तो इथेच कुठेतरी राहत होता एवढेच मला माहीत

आहे. माझे पपा त्याला ओळखत होते. त्याचे नाव वॉरेन होते.'' ती खरोखरच कुणाचा तरी शोध घेत होती, हे स्पष्ट करण्यासाठी घाईघाईने तिच्या तोंडून शब्द बाहेर पडले. तिने परत एकदा ट्रव्हेलियनकडे चोरटा कटाक्ष टाकला. तो अगदी स्तब्ध बसला होता. तिने परत बडबडायला सुरुवात केली, ''येथील बहुतेक माणसे नवीन आहेत; परंतु इथे दहा वर्षांहून अधिक काळ वास्तव्य असलेल्या लोकांचा मला शोध लागला आहे. देशी नोकर आणि कारकूनही आहेत. काही आशादायक कळले नाही; परंतु मला तो सापडेल, याची खात्री आहे. तो माझ्या वडिलांचा जवळचा मित्र होता. मृत्यूपूर्वी माझ्या वडिलांची त्याला भेटायची इच्छा होती.''

ट्रेव्हेलियनने सावकाशपणे हातातील चमचा खाली ठेवला. त्याने विचारमग्न नजरेने तिच्याकडे पाहिले. तिने आवंढा गिळला. त्याच्या चेहऱ्यावर बिनधास्तपणाचा भाव होता. तिने सुटकेचा नि:श्वास सोडला. तो काहीतरी टिपण्णी करेल म्हणून तिने त्याच्याकडे अपेक्षेने पाहिले.

''संध्याकाळी हवा ढगाळ असते. क्लबमध्ये जाताना काळजी घ्यायला हवी.'' एवढेच तो म्हणाला. त्याचा आवाज मित्रत्वाचा आणि सहज स्वाभाविक होता. दुभाष्याकडून आणि वरदनकडून तिला कळले होते, की त्याच्या घरातील सर्व नोकरांच्या जातीने मुलाखती घेण्याबाबत तो आग्रही होता. घराच्या सुरक्षिततेबाबत त्याने काळजीपूर्वक उपाययोजना केल्या होत्या. त्यामुळे ती काहीतरी गैरव्यवहार करील, अशी शंका त्याला असावी, असाही विचार तिच्या मनात आला होता. परंतु आता त्याने सर्वसाधारणपणे सल्ला दिल्यासारखा वाटल्याने तिने नाखुशीने मान हलवत त्याला संमती दिली होती.

''खरे आहे.'' लिंडसे नि:श्वास टाकत म्हणाला. ''काही आठवड्यांपूर्वी किती कडक उन्हाळा होता, हे आता खरेच वाटत नाही. आता आभाळाचा एक निळा चतकोरसुद्धा दृष्टीस पडत नाही. बंगलोरच्या परिसरात हवा कशी आहे कुणास ठाऊक. लवकरच कळेल म्हणा.''

''तुम्ही बंगलोरला जाणार आहात?'' ट्रेव्हेलियनकडे आश्चर्याने पाहत उमाने विचारले.

''बंगलोरच्या वेढ्यात सहभागी होण्यासाठी लिंडसे उद्या निघतो आहे. श्रीरंगपट्टणमकडे कसे जायचे ते निश्चित करण्यासाठी मी अजून काही दिवस इथेच थांबणार आहे.'' तो अन्यमनस्कपणे म्हणाला. ते भोजनगृहातून बाहेर पडले.

''मेजर, तुम्ही मोहिमेवर गेलात की मिसेस ट्रेव्हेलियनला एकटे वाटेल.'' त्यांच्या मागोमाग चालत लिंडसे म्हणाला.

आँ? मेजर ट्रेव्हेलियन का? नक्कीच महाराजांबरोबर केलेल्या तहाचे हे बक्षीस आहे. तिच्या मनात कडवट विचार आला. थोड्या वेळाने परत त्यांच्यामध्ये

सामील होण्याची तिची विनंती त्यांनी अमान्य केली.

''अनेक हिंदुस्थानी स्त्रिया आपल्या नवऱ्यांबरोबर मोहिमेत येतात. आमचा सुभेदार त्याच्या कुटुंबाला बरोबर आणतो.'' लिंडसे म्हणाला.

''आणि इंग्रज लोक त्यांच्या...'' तिने वेळेतच जीभ चावली. लिंडसे चुळबुळ करत बसला. इंग्रज त्यांच्या रखेल्या नेतात हे उघड गुपित होते.

''फक्त इंग्रजच नाही.'' ॲश्टन धिमेपणे म्हणाला.

''परंतु या किल्ल्यात फक्त इंग्रज लोकच सतत आणि मोठ्या प्रमाणावर जुगार, धूम्रपान, दारू पिणे आणि... आणि...'' शरमून ती अडखळली.

''वेश्यागमन करतात.'' खवचटपणे हसत ट्रेव्हेलियनने अनुच्चारित राहिलेला शब्द पुरवला. लिंडसेला धक्का बसला. त्यांच्या मागोमाग बैठकीच्या खोलीत जाताना त्याने त्यांच्या डोळ्याला डोळा भिडवणे जाणीवपूर्वक टाळले.

''तेच ते.'' ती फूत्कारली. आपल्या सैनिकांच्या दुर्वर्तनाची ट्रेव्हेलियनला लाज वाटायला हवी. ''आमचा दुभाष्या मेरीला सांगत होता, की पूर्वी तो ज्या इंग्रज माणसाकडे काम करीत होता, त्याच्यासाठी रोज रात्री एक देशी स्त्री त्याला शय्यासोबतीला आणावी लागत असे. याहून जास्त शोचनीय काय असू शकते?''

यावर ट्रेव्हेलियनने कळेल न कळेल इतपत खांदे उडवले. जणू काही अशा क्षुद्र गोष्टींचा विचार करण्याची त्याच्यासारख्या उच्च दर्जाच्या माणसाला गरज नाही, असे त्याला सुचवायचे होते. लिंडसे घाईघाईने खिडकीकडे गेला. डासांची तक्रार करीत मोठा आवाज करीत त्याने खिडकी बंद केली. उमा उपहासाने बोलणे पुढे रेटत म्हणाली, ''काही जणी अशा पुरुषांसाठी बिऱ्हाडही करतात. बायको असल्याचे फायदे मिळतात, वर कोणतीही जबाबदारी नाही.''

''काय सांगतेस?'' ट्रेव्हेलियनने आश्चर्य वाटल्यासारखे दाखविले. लिंडसे त्यांचे लक्ष दुसरीकडे वेधण्यासाठी मुद्दामच तिथून उठून खिडकी बंद करायला गेला होता. त्याचा फायदा घेत ट्रेव्हेलियन अगदी हळू आवाजात कुजबुजला, ''मला लग्नाची बायको असल्यामुळे कळायला मार्ग नाही.''

उमाचा चेहरा आरक्त झाला.

आपले लांब पाय पुढे पसरत तो खाली बसला आणि हात सेटीच्या मागे टाकला. आधीचे संभाषण ही नित्याचीच बाब असल्यासारखे दाखवत त्याने लिंडसेला घरून, इंग्लंडहून आलेल्या बातम्या विचारल्या. विषयांतर करायला उत्सुक असलेल्या लिंडसेने मोठ्याने घरून आलेल्या पत्रांचे तपशील देण्यास सुरुवात केली. उमा गोंधळून आणि वैतागून हातरुमालाशी खेळत बसली.

''इंग्लंडला जाऊन ताबडतोब तिला भेटावे, असे मला फार वाटते.''

''तुम्ही जायला हवे. या युद्धात भाग घेणे इतके महत्त्वाचे आहे का?'' उमाने

सहानुभूती दाखवीत, परंतु उपरोधाच्या स्वरात विचारले.

"तिला सुखसुविधायुक्त जीवन द्यायचे, म्हणजे मला जास्त पैसे मिळवायला हवेत. तिच्याजवळ स्वत:चे फारसे पैसे नाहीत. मला काही बक्षिसाची रक्कम मिळाली, तर मला सैन्यातून बाहेर पडता येईल."

"हे बघ लिंडसे, या फार पुढच्या गोष्टी आहेत. आधी मोहीम यशस्वी व्हायला हवी." उमाने लिंडसेला हेच सांगायला तोंड उघडण्यापूर्वीच ट्रेव्हेलियन नापसंती दर्शवत म्हणाला.

"तंजावरहून तांदूळ, कान्नेयमहून गुरेढोरे, मलबारहून हत्ती, मराठ्यांकडून तट्टे, त्या शिवाय फितूर होणारी देशी माणसे आणि इंग्लंडहून येणारा अमाप पैसा... मोहीम अयशस्वी होईलच कशी?" उमा बाह्यत: हसत म्हणाली, तरी अंतर्यामी ती फार उदास झाली होती.

"आपण युद्धाविषयी बोलायला नको." या विषयावरील उमाच्या मनातील तीव्र भावनांची जाणीव असल्यामुळे ट्रेव्हेलियन जरा ठासून म्हणाला आणि उमाला हसवायचेच, असा निश्चय केल्यासारखे दोघे हलक्याफुलक्या विषयांकडे वळले. इंग्रज स्त्री-पुरुषांच्या विक्षिप्त तऱ्हा, देशी लोकांशी हातवारे करून बोलताना होणारे गैरसमज आणि जोडीला अर्थात मिस पेट्रीचे तोंडी लावणे होतेच.

बऱ्याच वेळानंतर लिंडसेने त्यांचा निरोप घेतला, तेव्हा उमा आणि ट्रेव्हेलियन व्हरांड्याजवळ एकटक समोर बघत उभे होते. व्हरांड्यात येणाऱ्या मंद वाऱ्यात उमाच्या अवखळ बटा वाऱ्यावर उडत होत्या. तिचा पायघोळ झगा सळसळत होता. या वर्षी मान्सून वेळेवर येणार असल्याची चिन्हे दिसत होती.

लिंडसे परत केव्हा भेटेल, भेटेल तरी का, हा विचार तिच्या मनात आला. या विचाराने ती दु:खी आणि निराश झाली. लिंडसे तिला आवडू लागला होता. दूर जाणाऱ्या लिंडसेच्या पाठमोऱ्या आकृतीकडे ती उदासपणे बघत होती. ती किंचित शहारली. लवकरच ट्रेव्हेलियनसुद्धा मोहिमेवर जाणार होता. तिचे मन का झाकोळावे? या अनोख्या भावनेमागच्या कारणांचा मागोवा घेण्याचा प्रयत्न करावेसे तिला वाटले नाही.

तेवढ्यात छतावरून एक पाल नेमकी तिच्या जवळच पडली. तिला घालवण्यासाठी तिने पाय आपटले. पाल पळून गेल्याचे तिने पाहिले. ट्रेव्हेलियनचे मंद हास्य ऐकून तिने मान वर उचलून प्रश्नार्थक नजरेने त्याच्याकडे पाहिले.

"मला वाटले तू किंचाळून पळशील किंवा भिऊन मला येऊन बिलगशील." तो खोडासाळपणे म्हणाला.

त्याच्या बोलण्यावर लाजून हसावे की नापसंती दाखवावी, हे नक्की न समजल्यामुळे गडद होणाऱ्या काळोखात तिची प्रतिक्रिया दिसून येत नव्हती

याचे तिला बरेच वाटले. नुकताच बायकोवरून त्याने तिला मारलेल्या टोमण्याच्या संदर्भात त्याच्या शेऱ्याचा काय अर्थ लावावा, ते तिच्या लक्षात येईना.

"तुला आपल्या विवाहाचा दिवस आठवतो का?" काही काळ शांततेत गेल्यावर त्याने विचारले.

"आठवतो. त्याचे काय?" त्याच्या प्रश्नाने ती गोंधळली. तिने बायकोचे कर्तव्य पाळावे, अशी मागणी तो करेल का असा विचार तिच्या मनात आला. तिने सावकाशपणे मान उंचावून त्याच्याकडे पाहिले. त्याच्या डोळ्यांत मिश्कीलपणा आणि चेहऱ्यावर जाणते हसू होते.

"मला एवढेच सांगायचे आहे, की आपण चर्चच्या रजिस्टरमध्ये सह्या केल्या आहेत. त्यांनी आपल्या लग्नाची रीतसर नोंदणी केली आहे." त्याच्या हास्याचे रूपांतर हशात झाले, तसे त्याच्या गालांवर खळ्या उमटल्या. त्याच्या डोळ्यांत प्रसन्नतेची झाक आली आणि त्याच्या कपाळावरील जुल्फे तालात उडू लागली.

काही क्षणांतच उमाची नापसंती नाहीशी झाली. तो काय सुचवत आहे, हे तिच्या लक्षात येऊ लागले. तिची उत्कंठा वाढत गेली. "त्यांच्याकडे प्रत्येक विवाहाची नोंद असते? विवाहाखेरीज ते कशा कशाची नोंद ठेवतात?"

"जन्म-मृत्यू, नामकरणविधी." तो हलकेसे खांदे उडवत म्हणाला. "तुझ्या वडिलांच्या मित्राच्या नावाचा तुला शोध घेता येईल. त्यांनी लग्न केले होते का किंवा त्यांचा मृत्यू झाला का..." त्याचा स्वर थोडासा सौम्य आणि आपुलकीचा होता.

"हो, हो. कळले," तिने मान हलवली. आपल्या शोधकार्यातील पुढील शक्यतांच्या विचाराने ती उत्तेजित झाली होती. "मी धर्मगुरूची संमती घेईन. आधी ते माझ्याशी अगदीच तुटकपणे वागत होते. कुणीतरी त्यांना माझ्या येथील लोकांशी असलेल्या नातेसंबंधांबद्दल सांगितले असावे. ते माझ्याशी थोडफार बोलले, पण तेसुद्धा ख्रिश्चन नीतिमूल्यांबद्दलच."

खाकरत ट्रेव्हेलियनने घसा साफ केला. तो दूर कुठेतरी बघत उभा होता. ती कठोर स्वरात म्हणाली, "मी देशी लोकांमध्ये लहानाची मोठी झाले म्हणून त्यांनी एवढ्या कडकपणे का वागावे, ते मला समजत नाही."

त्याच्या ओठांच्या कोपऱ्यावर हसू फुटतंय असे तिला वाटले, तरी त्याचे कारण न उलगडल्यामुळे ती पुढे म्हणाली, "तरी अलीकडे ते माझ्याशी चांगले वागू लागले आहेत, हे कबूल केलेच पाहिजे. ते मला चर्चच्या नोंदवह्या नक्की बघायला देतील. मी भेटले की आवर्जून माझ्या तब्येतीची विचारपूस करतात." तिच्या आशा पल्लवित करणारी ही निरीक्षणे एकाएकी थांबली. तो हसू दाबत असल्यासारखा तिला आवाज आला.

त्याच्या डोळ्यांतील हसू बघत उमा उभी राहिली. "तुम्हाला एवढे हसायला काय झाले?" तिने गोंधळून विचारले.

"त्या धर्मगुरूंची आधीची प्रतिक्रिया आणि आता बदललेली मनोवृत्ती यातील कारण मी ताडू शकतो, असे मला वाटते. ज्या अवाजवी घाईने आपला विवाह उरकून घेण्यात आला, त्यावरून त्यांचे काही समज झाले असले पाहिजेत. त्याला कुठे काय माहीत होते? तू गर्भवती नाहीस हे त्याच्या लक्षात येऊ लागले तसे..." ऑश्टन बोलता बोलता मध्येच थांबला. तोंडाचा आ वासून आश्चर्याने डोळे विस्फारून त्याच्याकडे बघणाऱ्या उमाला पाहून तो मोठमोठ्याने हसू लागला.

त्याला हसू आवरत नव्हते. तो तसा हसत असताना उमा तोंडतल्या तोंडात काहीतरी पुटपुटली. रागातही त्याला हसताना पाहून तिला फुटलेले हसू आवरता न आल्यामुळे ती मुद्दामच बाहेरील बागेकडे पाहत उभी राहिली. शेवटी हसून हसून डोळ्यांत आलेले पाणी पुसत तो सरळ ताठ उभा राहिला.

त्याने देऊ केलेल्या मदतीबद्दल खरेतर तिने त्याचे आभार मानायला हवे होते; परंतु तिच्या तोंडून शब्दच फुटेना, म्हणून ती बावचळली. तिने त्याच्याकडे पाहिले, मग बागेकडे, जमिनीकडे पाहिले आणि शेवटी त्याच्या पायांकडे शून्यपणे बघत उभी राहिली.

"मोरोक्कन लेदर," त्याने माहिती पुरवली. तो तिच्याकडे उत्सुकतेने पाहत असल्याचे तिला आढळले. "माझे बूट मोरोक्कन लेदरपासून बनविलेले आहेत."

ते प्रथमच एकमेकांकडे बघत मन प्रसन्न करणाऱ्या सहज मैत्रभावाने हसले.

"तुम्ही दिलेल्या माहितीबद्दल आभारी आहे." ती प्रसन्न हसून म्हणाली. त्याला "गुड नाइट" म्हणून ती वर तिच्या खोलीत पळाली. पलंगावर अंग झोकून टाकत ती छताकडे एकटक पाहत पडून राहिली.

एक हात डोक्यामागे ठेवून आणि पाय खांबावर ठेवून ऑश्टन आकाशात ढगांकडे आणि वाऱ्यावर डोलणाऱ्या झाडांकडे पाहत रेलून उभा राहिला. त्याचे विचार त्याच्या लग्नाच्या बायकोवर केंद्रित झाले. ती प्रत्येक गोष्टीवर वाद घालत असे. त्याने थोडेसे डिवचले, तरी ती त्याचा निषेध करीत असे. त्याच्या चारित्र्यावर बेलगामपणे ताशेरे मारत असे. क्लबमध्ये जाण्याऐवजी तिच्या लेखन-वाचनातून तिला आनंद मिळत असे. शिवाय त्याला भेटलेल्या दुसऱ्या प्रत्येक स्त्रीप्रमाणे ती त्याच्या प्रेमात पडली नव्हती. तिचे कपडे भोंगळ असतात. ती तापट स्वभावाची, साधी सरळ, भावनाप्रधान आणि... ऑश्टनच्या चेहऱ्यावरील भाव निवळला, हुशार, सुंदर आणि निरागस होती.

शिवाय ती प्रतिभावान होती. तिचे चातुर्य पाहून तो आश्चर्यचकित आणि प्रभावित झाला होता. ती तिच्या वडिलांचा शोध घेत होती, हे त्याच्या लक्षात आले नव्हते. त्याच्याशी लग्न करण्याचे ते एक कारण तर नसावे? त्याच्या मनात विचार आला. तिच्या वडिलांचे नाव चर्चच्या नोंदवहीत आहे का, याची ती शहानिशा करणार होती. एकापेक्षा जास्त वॉरेन नावाची माणसे असण्याची दाट शक्यता होती. ती परत त्याची मदत मागेल का? तिने मदत मागावी, असे त्याला वाटत होते. त्या संध्याकाळी तो तिच्याशी बोलत होता तेव्हा ती खूप अशक्त दिसत होती. जेवताना ती ताटात भात चिवडत होती. तिच्या बोटावरील शाईचा डाग लक्ष वेधून घेत होता. दिवसभर त्यांची भेट होत नसे आणि ते एकत्र झोपत नसत, हे बरेच होते. आता त्याला आपल्या इच्छेवर नियंत्रण ठेवावे लागत होते. कोणत्या तरी बहाण्याने तो तिच्या पाठोपाठ तिच्या खोलीत गेला तर काय होईल, हा विचार त्याच्या मनात आला. तो रुक्षपणे स्वत:शीच हसला. त्याने तिच्या खोलीत पाऊल टाकताच तो तिला फशी पाडायला आला असेल, अशी तिला शंका येईल. छे! तो त्याच्या बुटांविषयी बोलला तरी तिला तीच शंका येईल. या परिस्थितीत त्याने लवमात्र जरी आपली इच्छा प्रकट केली, तरी गोष्टी हाताबाहेर जातील. शिवाय त्याला लवकरच युद्धभूमीवर जावे लागणार होते. तो जर युद्धात मारला गेला, तर एक मूल तिच्या पदरात घालून जाणे अविचारीपणाचे ठरले असते.

एवढा सगळा शहाणपणाचा विचार करून झाल्यावरही ॲश्टनच्या मनात एक सल शिल्लक होती. ती वर्मम हल्ला करून आपल्याला जायबंदी करील म्हणून आपण तिला भिऊन असतो, असे तिला वाटते, या विचाराने त्याची चिडचिड होत असे. तिच्यावर हुकमत गाजवता येते, हे दाखविण्याची त्याला खुमखुमी येत असे.

त्याने आपल्या बागेकडे नजर टाकली. इंग्रज माणसांविषयी आणि खुद्द त्याच्याविषयी तिच्या मनातील पूर्वग्रहाशी तिचा संघर्ष चालू होता, हे त्याला कळत होते. एकूण त्यांच्यातीलच बऱ्या-वाईट, हुशार, मूर्ख कोणत्याही व्यक्तींच्या संपर्कात येणे, ही तिच्याबाबत घडलेली एक चांगली घटना होती.

त्याने दीर्घ नि:श्वास टाकला. उद्याचा दिवस तो कामात व्यस्त राहणार होता. रसद गोळा करणे, बैल आणि धान्य मिळवणे, शस्त्रांची दुरुस्ती करून घेणे आणि मोहिमेची तयारी करणे, अशी अनेक कामे होती. तिचा विचार करण्यात वेळ फुकट घालविण्यापेक्षा त्याला पुरेशी झोप घेणे आवश्यक होते. आजूबाजूला काही अनपेक्षित घडत नाही ना, याचा शोध घेत बागेकडे आणि त्या पलीकडील रस्त्यावर शेवटची नजर टाकण्यासाठी तो वळला. प्रवासात त्यांच्या मागावर होता तो माणूस अजूनही त्याच्या मनात दबा धरून बसला होता.

११

रात्री चांगली झोप काढल्यानंतर दुसऱ्या दिवशी उमाने हुरुपाने चर्चकडे मोर्चा वळविला.

समुद्रकिनाऱ्यापर्यंत आणि किनाऱ्याकिनाऱ्याने किल्ल्याच्या खंदकापर्यंत जात तिने सकाळचे फिरणे आटोपले होते. तिथे समुद्रावरून येणाऱ्या वाऱ्याचा सपासप मारा तिच्या चेहऱ्यावर होत होता. पायाशी समुद्राच्या लाटा फुटत होत्या. नेहमीपेक्षा आज ती जोमाने आणि वेगाने चालत होती. तिच्या बरोबरील अंगरक्षकांची त्रेधातिरपीट होत होती. ते तिला तिच्या लहानपणापासून ओळखत होते आणि त्यांच्या कामात वाकबगार होते. त्या दिवशी त्यांना बरोबर न घेता ती भुयारी मार्गातून बाहेर पडली होती, तेव्हापासून ती केव्हाही बाहेर पडली की त्यांना धाकधूक वाटत असे.

सकाळच्या सूर्याच्या उन्हात उभे राहून काही क्षण शांतपणे विचार केल्यानंतर ती घरी परतली, तेव्हा सकाळच्या आरतीसाठी मंदिराच्या घंटा वाजत होत्या. मेरीच्या मदतीने तिने प्रसाधन पुरे केले. तिने घातलेला पायघोळ झगा इतर झग्यांसारखाच साधारण होता, त्याकडे तिने दुर्लक्ष केले. मेरीने तिचे केस नुसतेच वर बांधून त्यावर टोपरे बांधले. उमाकडे अद्ययावत कपडे नाहीत म्हणून मेरीला खंत वाटत असे. उमा कपडे करून तयार होताना नेहमीच ते मेरीला जाणवे. आपल्या मॅडमने गोऱ्या लोकांच्या वसाहतीमधील काही दुकानांना भेट द्यावी, असे तिने हलकेच सुचवून पाहिले. उमाने नुसतेच हसून दुसऱ्याच दिवशी जाण्याचे वचन दिले. मेरी आणि एक अंगरक्षक बरोबर घेऊन ती पायीच चर्चकडे निघाली. ती त्यांच्याबरोबर असली म्हणजे मेण्यातून न जाता गोऱ्यांच्या वसाहतीतून पायी जाण्याला कुणाचाच आक्षेप नसे. या स्वातंत्र्याचा ती पूर्णपणे उपभोग घेत असे.

चर्चमध्ये खिडकीजवळील उजेडाची कोपऱ्यातली जागा निवडून ती स्थानापन्न

झाली. नोंदवहीतील जन्मलेल्यांच्या, विवाहित आणि मृतांच्या याद्या तिने काळजीपूर्वक तपासल्या. वर्षानुवर्षे प्रचंड प्रमाणावर कागदपत्रे जतन करून ठेवण्याची ब्रिटिश लोकांची खासियत पाहून तिला आनंद झाला. त्याचा आपल्या कामासाठी कसा उपयोग करून घ्यायचा, हे थोड्याच अवधीत लक्षात येईल हे तिला कळले.

धर्मोपदेशकांना चर्चची नोंदवही पाहण्यास तिला ताबडतोब संमती दिली. त्यानंतर ते काम करीत असलेल्या कोणत्याशा धर्मादाय संस्थेविषयी ते सांगू लागले. काही काळ त्यांचे बोलणे ऐकल्यावर उमाने नम्रपणे त्यांचा निरोप घेतला. आदल्या दिवशी संध्याकाळी ट्रेव्हेलियनने उल्लेख केलेल्या धर्मोपदेशकाच्या तिच्याविषयी झालेल्या गैरसमजाच्या आठवणीन ती अजूनही संकोचली होती.

त्या सकाळी वातावरण प्रसन्न होते. ढगांच्या पडद्यातून सूर्यप्रकाश झिरपत होता. बाहेर झाडांवर कोकिळा आणि चिमण्या कलकलाट करीत होत्या. अधूनमधून रस्त्यावरून जाणाऱ्या गाडीचा किंवा फिरत्या विक्रेत्यांचा दबका आवाज कानांवर पडत होता. सर्वकाही सुखेनैव चालू होते. लेखणीचे टोक दातानी चावत उमाने वर पाहिले. तिच्या शोधकार्यात ट्रेव्हेलियनने विचारपूर्वक देऊ केलेल्या मदतीची तिला आठवण झाली. दोन दशकांपूर्वी नाहीशा झालेल्या माणसाचा शोध घेण्यातील निरर्थकता आणि मूर्खपणावर त्याने शेरा मारला असता, तरी तिला मुळीच आश्चर्य वाटले नसते. तसे न करता त्याने तिच्या प्रयत्नांना योग्य दिशा आणि वळण दिले होते.

तिची वही नाव आणि तारखांच्या तपशिलाने भरून गेली. तिच्या जन्माच्या कमीत कमी १० वर्षांपूर्वीपासूनच्या नोंदी तिने परिश्रमपूर्वक तपासून पाहिल्या होत्या. वॉरेनसदृश वाटणारी नावे आणि आडनावांची तिने आपल्या वहीत नोंद केली. आयाने तो तरुण वयाचा असल्याचे सांगितल्यावरून तिच्या जन्माच्या वेळेस पंचेचाळीस वयाहून जास्त आणि वीस वर्षांहून कमी वय असणाऱ्यांची नावे तिने पद्धतशीरपणे बाद केली.

हातातील यादी तिने परत परत तपासून पाहिली. दोनच नावांची शक्यता वाटत होती. त्यातला एक मरण पावला होता. दुसरा विवाहित असून त्याला मुलेबाळे होती. त्याच्या मुलांची नावे काही वर्षांच्या अंतराने क्रमाक्रमाने वॉरेन या नावांतर्गत नोंदवहीत आढळून आली.

पारकर वॉरेन, २८, मृत.

वॉरेन जॉन, २७ आणि मिस एमि, विवाहित.

ब्रिटिश लोक मृतांचे दफन करतात, हे तिला माहीत होते; परंतु फ्रेंचांच्या आणि म्हैसूरच्या सैन्याने किल्ल्याला दिलेल्या वेढ्याच्या काळात दफनभूमीचे

स्थलांतर झाल्याचे तिने ऐकले होते. उमा जोमाने उठून उभी राहिली आणि धर्मोपदेशकाच्या मदतनिसाला शोधायला निघाली. तासाभरातच वॉरेन पारकरला दफन केले होते, ती जागा तिला सापडली.

जवळजवळ पंधरा मिनिटे ती आपल्या वहीतील नावांकडे बघत होती. मग मनाशी ठरवल्याप्रमाणे ती दफनभूमीकडे चालत निघाली. तिचे हृदय धडधडू लागले आणि तिचा चालण्याचा वेग मंदावला. मूर्खपणा न करण्याबद्दल तिने मनाला बजावले. केवळ थडग्याकडे पाहून तिला काही जाणवेल, असे समजणे निव्वळ मूर्खपणा होता. तिने स्वत:ला बजावले. तिला काय वाटले, की आकाशातून एका प्रकाशस्तंभाचा झोत त्यावर पडेल? स्वत:लाच ती उपहासाने हसली.

दफनभूमीवर खूपच झाडोरा वाढला होता; पण कबरीकडे जाणाऱ्या पायवाटा मोकळ्या होत्या. ती चालू लागली. एका कडुनिंबाच्या झाडाखाली एकट्याच, स्तब्ध बसलेल्या, बहुधा वेडसर असणाऱ्या माणसाकडे दुर्लक्ष करून, सरळ समोर बघत ती चालत होती. एका कोकिळेची शीळ ऐकू आली. उमाच्या कल्पनेत रमणाऱ्या मनाला ती शीळ शोकाकुल वाटली. मग कोकिळेने मौन धारण केले. वाऱ्याने हलणाऱ्या झाडांच्या सळसळीव्यतिरिक्त दुसरा कोणताही आवाज येत नव्हता. हवा कुंद आणि आर्द्र होती.

उमाच्या अंगावर सरसरून काटा आला. ती थबकली. परत वळून अंगरक्षकांना बोलवावे असे तिला वाटले. ती बाजूच्या दाराने चर्चच्या बाहेर पडली होती. लगेच परतण्याचा तिचा विचार होता. चर्चच्या बाहेर थांबलेल्या अंगरक्षकांना ती चर्चमध्ये नसल्याचे समजण्याची शक्यता नव्हती.

तिने स्वत:लाच फटकारले. या दुपारच्या वेळी तिला कोणता धोका होता?

थडग्यांकडे निरखून बघत ती जात होती. बहुतेक थडग्यांवर कोणतेच अभिलेख नव्हते. काही थडगी भग्न झाली होती. शेवटच्या युद्धात ती थडगी तोफा चढविण्यासाठी वापरली होती. दफनभूमीच्या काही भागात गवत आणि काटेरी झुडपे वाढल्यामुळे जाता येण्यासारखे नव्हते. तिने काही गवत उपटले आणि रस्ता तयार केला. शेवटी तिला हवे ते थडगे सापडले. ती त्या दगडाकडे एकटक पाहत उभी राहिली. तिच्या अंगावर काटा आला. जणू कुणीतरी आतून तिच्याकडे बघत होते. तिने वळून बघितले; परंतु काळ्या, नि:शब्द दगडांखेरीज तिला दुसरे काही दिसले नाही.

सूर्य ढगाआड लपला. प्रकाश वेगाने धूसर होऊ लागला. वारा जोरात वाहू लागला. तो वेडसर माणूस कुठे दिसेनासा झाला. तिला बजावून सांगणारा आयाचा आवाज तिला ऐकू येऊ लागला- ''तरुण मुलींनी कबरस्तानात फिरू नये.''

ती शहारली. एक अस्पष्ट आवाज तिला ऐकू आला. झाडाची फांदी तुटली असावी. ती वळली. भीतीने तिच्या अंगावर काटा आला.

एकाएकी एका अतर्क्य भीतीने तिला ग्रासले. वळून ती झपाट्याने थडग्यांपासून दूर चालायला लागली. ती सभोवताली नजर फिरवत होती. कान कोणत्याही आवाजाचा वेध घेण्यासाठी टवकारले होते. झाडे जोरात हेलकावत होती. एका झाडाच्या मागून काहीतरी चमकल्यासारखे वाटले. आपला पायघोळ झगा वर उचलून, कोण काय म्हणेल याची पर्वा न करता उमाने चक्क धावायला सुरुवात केली. तिच्या नाजूक चपला काट्याकुट्यांपासून तिच्या पायांचे रक्षण करण्यास कुचकामी होत्या. तोल जाऊन ती खाली पडली. धडपडत उठली आणि पुन्हा पळत सुटली. काही देशी माणसे एका गाडीत सामान चढवत असल्याचे दिसल्यावरच ती थांबली. तिची धाप कमी होईपर्यंत एका फाटकाला रेलून ती उभी राहिली.

दफनभूमीकडे तिने वळून पाहिले. लांबून तिथे प्रगाढ शांतता भासत होती.

ती चर्चमध्ये तेथील नोंदवह्यांकडे, खिडकीजवळ पेंगणाऱ्या मेरीकडे परतली, तेव्हा आपण मूर्ख आहोत असे तिला वाटू लागले. तिच्या झग्यावरचे लाल मातीचे डाग आणि पायांवरील, हातांच्या कोपरांवरील ओरखडे तिच्या मूर्खपणाला हसत होते.

ते इंग्लिशमध्ये बोलत होते. सेंट जॉर्ज किल्ल्यातील इंग्लिश चर्चच्या प्रांगणात दुसऱ्या कोणत्याही भाषेत बोलणे मूर्खपणाचे होते. ते दोघे दीर्घकाळ तिथे राहत होते आणि त्या शहराचा कानाकोपरा त्यांच्या ओळखीचा होता. सकाळची उशिराची वेळ असल्यामुळे हवा सौम्य होती. चर्चची रविवारची प्रार्थना संपल्यावर गोऱ्या वसाहतीमधील अनेक रहिवासी रेंगाळत, गप्पा मारीत उभे होते.

"कसून शोध घेतला ना?" प्लेअरने विचारले.

गार्डला कळलेल्या प्रत्येक बारीकसारीक तपशिलाचा अहवाल त्याने निर्विकार आवाजात सांगितला. प्लेअर ज्या झाडाला रेलून उभा होता, त्या झाडाजवळ गार्ड उभा होता. "त्यांच्या एका नोकराला कांजिण्या झाल्या होत्या. त्याच्या जागी मी माझ्या एका विश्वासू माणसाची वर्णी लावली. तिच्या खोलीतील एक मोठी, जड आणि कुलपाने बंदिस्त तिजोरी सोडली, तर त्या घराच्या तसू न तसू भागाची झडती घेतली. तिथे कोणतीही संशयास्पद गोष्ट आढळून आली नाही. तिच्याकडे अनेक प्रकारचे ताईत आहेत असे कळते; पण ते महाराणींनी किंवा तिच्या आयाने तिला दिले असावेत, असा माझा अंदाज आहे. तिजोरीत अनेक मूल्यवान दागिने

आहेत; पण ते एकतर वंशपरंपरागत मिळालेले आहेत किंवा नव्याने घडवून घेण्यात आले आहेत, असे मला सांगण्यात आले.''

प्लेअर नवीन मिळालेल्या माहितीवर विचार करीत होता. असेच काही क्षण गेले. ''तिजोरी किती मोठी आहे? तुझ्या माणसाला त्यासंबंधी अधिक माहिती मिळू शकेल?''

''दुर्दैवाने कालच त्याचा शेवटचा दिवस होता. आजारी नोकर परत कामावर रुजू झाला आहे. तिजोरी मोठी, धातूची बनवलेली आणि चांगलीच जड आहे. शिवाय प्रथेप्रमाणे तिचे पाय जमिनीत गाडले आहेत. तिजोरीची चावी तिच्याजवळ असते; पण त्यातील दागिने घालण्यात तिला रस नसतो. गेल्या काही महिन्यांत तिने ती एकदाही उघडलेली नाही.''

''नाही. तिला दागिन्यांत, रत्नांत रस नाही असे दिसते.'' उमाने चर्चमधल्या विवाहाच्या दिवशी घातलेल्या, उन्हात चमकणाऱ्या साध्या दागिन्यांची त्यांना आठवण झाली. काही अंतरावर चर्चसमोर उभ्या असलेल्या तिच्याकडे पाहण्यासाठी दोघे वळले. ती त्यांच्या दिशेने वळली. तिने त्यांच्याकडे टाकलेला कटाक्ष इतका ओझरता होता, की तिच्या दृष्टीस काही पडले नसले तरी प्लेअर सावधतेने मागे सरकला. ''शहरात युद्धामुळे सध्या मेजवान्यांचे आयोजन होत नाही, हे आपण विसरता कामा नये. ते कडे तिजोरीत असले पाहिजे असा मला संशय आहे. तिजोरीची चावी मिळवण्यात अडचण येऊ नये. ती अंगावर बाळगण्याजोगी लहानशीच वस्तू असली पाहिजे.''

''ती अख्खा दिवस तिच्या बागेत बसलेली असते. क्वचितच, बाहेर पडते, ही खरी अडचण आहे. दिवसातून एकदा मैल दोन मैल फेरफटका मारण्यासाठी ती बाहेर पडते; परंतु तेव्हा तिचे अंगरक्षक तिच्यासोबत असतात. चावी हिसकावून घेण्यासाठी त्या वेळी तिच्यावर हल्ला करणे अविचारीपणाचे ठरेल.'' आपल्या तलवारीला हलकासा स्पर्श करत गार्डने मत मांडले.

''तिच्यावर हल्ला करण्याचा प्रश्नच कुठे उद्‌भवतो? मला रक्तपात नको आहे.''

गार्ड त्यावर प्रतिक्रिया देताना घुटमळला, तेव्हा प्लेअर बुचकळ्यात पडला. ''किल्ली हस्तगत करण्याचा तो एकमेव मार्ग आहे. ती एक लहानसा बटवा सतत आपल्या जवळ बाळगते, ज्यात तिची लेखणी, कागद आणि किल्ल्या असतात. ती कधीच तो इकडेतिकडे ठेवून जात नाही. कालच ती काही कारणाने दफनभूमीत हिंडत होती. मी तिच्या जवळ आलो होतो; पण कर्मधर्मसंयोगाने तिच्या जवळ तो बटवा नव्हता. तो तिच्या खुर्चीजवळ सोडून ती आली होती.''

''तिने तुला बघितले असेल का?''

"अजिबात नाही. मी दूर अंतरावर उभा होतो. तिच्यावर पाठीमागून हल्ला करून तिचा बटवा हिसकावून किल्ली हस्तगत करण्याचा मी विचार केला; पण काय... मी माझे प्रयत्न चालू ठेवेन."

"ती सेंट जॉर्ज किल्ल्यात आल्यामुळे हे कठीण जाऊ नये, असे मला वाटत होते."

प्लेअरच्या बोलण्यातील गर्भित टीका ऐकून गार्डने नापसंती दर्शवली. "आपल्याला कुणालाही तपशील सांगायचे नाहीत किंवा कुणाला विश्वासातही घ्यायचे नाही. सगळे काही आपण एकट्यानेच करायचे म्हटल्यावर वेळ लागणारच."

दोन दशकांपूर्वी इतकी महत्त्वाची गोपनीय माहिती मिळवली, ही काही साधीसुधी गोष्ट नाही, प्लेअर विचार करीत होता आणि अत्यंत अनपेक्षितपणे फ्रेंच किंवा म्हैसूर सैनिकांच्या हाती नाही, तर एका अल्पवयीन पोरीच्या हाती ती पडावी, या दुर्दैवाला काय म्हणावे?

कालच उच्चारल्यासारखे ते शेवटचे शब्द त्याला वारंवार ऐकू येऊ लागले. "ते कोणत्याही परिस्थितीत परत मिळालेच पाहिजे. ते किती महत्त्वाचे आहे हे तुला सांगायला नको. या घडीला तर त्याचे महत्त्व अधिकच आहे. आपल्यासाठी ते किती लाखमोलाचे आहे, हे तुला ठाऊक आहे ना? तुला ते मिळवायलाच हवे, मिळवायलाच हवे."

नदीच्या तीरावरचे ते लहानसे मंदिर निर्जन होते. गुरुजींच्या उपस्थितीत त्यांनी एकमेकांना हार घातले, तेव्हा मीनाची पोरसवदा दासी आणि अंगरक्षक एवढेच त्या घटनेचे साक्षी होते. तिने वॉरेनकडे, आता तिचा पती झालेल्या वॉरेनकडे, काकुळतीने पाहिले. क्षणभर चिंतेने तिला घेरले. त्याच्या लक्षात आले असेल ना? तिने पुन:पुन्हा त्याला प्रथेबद्दल माहिती दिली होती; पण प्रत्येक वेळी तो नुसताच हसून मान डोलवत असे. आताही तो तसेच करत होता. तिच्या बंधूंना न कळविता अशा प्रकारे त्याच्याशी लग्न करण्यात तिची काही चूक तर होत नव्हती ना?

त्याने वाकून तिच्या गालावर थोपटले. ते जोडीने मंदिराबाहेर पडले. त्याचा हात तिच्याभोवती होता. आमराईकडे, त्यांच्या नेहमीच्या संकेतस्थळाकडे, ते गेले. तिच्या बंधूंच्या विचाराने तिचे अवसान गळत होते. तिच्या कृत्याकडे तो पोरखेळ म्हणून पाहणारा नव्हते. त्याना पट्कन राग येत नसे; पण चिडले तर त्याच्या रागाची तुलना वाटेत जे जे येईल ते उद्ध्वस्त करणाऱ्या वादळाशीच करता येईल; परंतु लग्न झाले म्हटल्यावर ते निदान तिचे म्हणणे ऐकून घेतील, अशी तिने स्वत:ची समजूत घातली.

तिचा हात हातात घेऊन प्रत्येक बोटाचे आता आत्मसात केलेल्या लोभसपणे चुंबन घेणाऱ्या माणसाकडे तिने बघितले. ती लाजली. तिचे बंधू आणि तिचे कुटुंब तिच्या मनातून हद्दपार झाले. तिच्या बाजूला उभ्या असलेल्या माणसाने तिच्या मनावर गारुड घातले होते.

२०

त्या दोघी भगिनी तिच्या दिशेने येत असल्याचे दिसताच पायी जाण्याचा निर्णय घेतल्याचा तिला पश्चात्ताप झाला. दुपारी हवा चांगली असेल तर ती एकटीच फिरायला जात असे. तेव्हा भटकंतीचे स्वातंत्र्य आणि त्यातील जोम तिला भावत असे. भोवतालची बदलती दृश्ये पाहत ती जात असे. तिचे अंगरक्षक आणि मेरी शांतपणे फिरण्याच्या तिच्या इच्छेचा मान राखत योग्य अंतर ठेवून तिच्या मागोमाग जात.

बदलते हवामान देशाच्या दक्षिण भागात मान्सूनला सुरुवात होणार असल्याचे संकेत देत होते. त्या दिवशी पुस्तक वाचत घरी राहणे तिने पसंत केले असते; पण कुणाकडून तरी तिच्या शोधकार्यात महत्त्वाचा धागादोरा मिळेल, या आशेने तिने बाहेर पडायचे ठरवले होते. गेली पंधरा वर्षे दुभाष्याचे काम करणाऱ्या एका वृद्ध माणसाशी ती बोलली होती; पण त्यातून काहीच निष्पन्न न झाल्याने ती घराकडे परतली होती. कोणतीही खात्रीशीर माहिती नसताना तो वृद्ध माणूस अवांतर गप्पा मारीत होता.

''विभव नाम संवत्सरात किंवा ते प्रमोद संवत्सरही असू शकेल; फ्रेंचानी म्हैसूरचा पाडाव केला होता. तेव्हा माझ्या वडिलांनी कष्टाच्या कमाईचे पैसे गमावले. मी दुभाष्याचे काम करू लागलो. ज्याच्याकडे मी काम करत होतो तो पैशासाठी काहीही करायला मागे-पुढे पाहत नसे. अगदी निष्ठुर माणूस होता. जेव्हा इंग्रजांचे राज्य आले, तेव्हा सर्व ठीक होते; पण फ्रेंच? त्यांच्या शिक्षा खूप कठोर असत. त्यांनी जुलूम जबरदस्तीने आम्हाला बाटवले. तुम्हा इंग्लिश लोकांप्रमाणे ते सहिष्णू नव्हते. मॅडमचा दुभाष्या चांगला आहे का? माझा एक भाऊ आहे त्याला नोकरीची गरज आहे. खूप चांगला प्रामाणिक मुलगा...''

तो गेला तेव्हा उमाचा जीव भांड्यात पडला. कूम नदीच्या काठाने जाणारा

वळणावळणाचा रस्ता दुपारच्या कलत्या उन्हात शांत पहुडला होता. मैदानी प्रदेशातील टुमदार घरे, घरांच्या पलीकडील आमरायांचा देखावा प्रेक्षणीय होता. एका कोळ्याने कौशल्याने त्याचे मासेमारीचे मोठे सफेद जाळे पाण्यात पसरून टाकले. बदकांचा थवा दचकून पोहत दूर गेला. एक कावळा काव काव करीत होता आणि म्हैस स्तब्ध बसून डुलकी घेत होती. फक्त तिची शेपूट कळेल न कळेल इतपत हलत होती. फाटकांच्या रुंद कमानीखाली सुरक्षारक्षक आराम करत होते.

तिला कुणीतरी हाक मारत होते. मिसेस कनिंगहॅम आणि मिस हेमिंग्वे तिच्या मागच्या खंदकावरील उघड-बंद करता येणाऱ्या पुलाच्या दिशेने येत होत्या. त्यांना टाळण्यासाठी पाण्यात उडी टाकावी, असे तिला वाटले. त्या तिच्यावर चाल करून येत असल्यासारख्या येत होत्या. त्यांच्या बंदिस्त समाजाच्या बातम्या पुरवण्याचा त्यांचा हेतू उघड होता. तिला अभिवादन करून झाल्यावर तिला तिथे पाहून त्यांनी आश्चर्य व्यक्त केले. त्या त्याच बाजूला जात असल्याकारणाने तिच्याबरोबर जाण्याचे त्यांनी ठरविले, तेव्हा उमाचा निरुपाय झाला.

"किती सुंदर दृश्य आहे ना? आत्ताच मी लिडियाला म्हणत होते, की तिने हे दृश्य चित्रबद्ध करावे. मिसेस ट्रेव्हेलियन, तुम्ही चित्र काढत नाही हे फार खेदजनक आहे."

मिस हेमिंग्वे आपल्या बहिणीकडे वळून नाटकी आविर्भावात कुजबुजली, "हेलन, तुला हे बोलून दाखवायलाच हवे होते का? बिचाऱ्या मिसेस ट्रेव्हेलियन. त्यांचे बालपण देशी लोकांमध्ये गेले. त्यांना फक्त वडीलच होते." जणू काही तिचे पालनपोषण माकडांनी केले, असा तिच्या बोलण्याचा ध्वनितार्थ होता, या विचाराने ती उद्विग्न झाली.

"तुमचे पती, कला आणि संगीताचे मोठे भोक्ते आहेत असे ऐकले. तुमची इच्छा असेल तर लिडिया तुम्हाला शिकवील. ती खूप प्रतिभावान आहे." मिसेस कनिंगहॅमने पुस्ती जोडली.

यात ॲश्टनचा गौरव करण्याचा हेतू नव्हता, तर तिच्या क्षमतांवर छुपी टीका करायचा हेतू होता, हे उमाच्या लगेच लक्षात आले.

"माझे आधीच लग्न झाले असल्यामुळे मी तशीही भाग्यवान ठरत नाही का, मॅडम?" उमाच्या प्रतिवाराने त्यांना आश्चर्याचा धक्काच बसला; परंतु त्या लगेच सावरल्या.

"तुमच्या आकलनशक्तीचा मला आदर आहे. तुमचे तारुण्य वाया गेले, ही खरोखरच दुःखाची गोष्ट आहे. इथल्या लोकांमध्ये कला आणि संगीत कौशल्याचा एवढा अभाव आहे की त्यांच्याकडून काही शिकण्याची अपेक्षाच न केलेली बरी.

येथील नर्तक फक्त हात इकडेतिकडे हलवतात आणि तोंडे वेडीवाकडी करतात आणि हेलन, संगीत! हिंदुस्थानी संगीत इतके बेसूर आहे. नुसते जोरात ओरडतात, हो की नाही?''

त्या लगेच हिंदुस्थानी धून गाउन दाखवू लागल्या. गाताना चेहऱ्यावर अतिशयोक्तीपूर्ण हावभाव करू लागल्या.

त्यांनी हिंदुस्थानी गाणे ऐकले नसल्यामुळे त्यांची अशी धारणा झाली असण्याची शक्यता होती. हिंदुस्थानी शास्त्रीय संगीतातले बारकावे आणि जटिलता त्यांना समजावून सांगावी का? परंतु त्यांची मने किती कोती आहेत, हे लक्षात आल्यावर संभाषण न लांबवता जरूर तिथेच प्रतिक्रिया देण्याचे तिने ठरविले.

मान झटकून तिने नि:श्वास सोडला. ट्रेव्हेलियनचेही तिच्या विषयी असेच मत असेल का, या विचाराने ती स्तब्ध झाली; परंतु तसे असणे शक्य नाही. तिने स्वत:ला समजावले. त्या दोघींइतके खालच्या पातळीवर जाऊन त्याने कधी भावनांचे एवढे असभ्य प्रदर्शन केले नव्हते. दुसऱ्यांचे म्हणणे ऐकून घ्यायला ती नेहमीच तयार असते आणि तिचे मन बंदिस्त नव्हते, एवढे तरी त्याला कळले असलेच पाहिजे.

त्या बहिणींची बडबड चालू असताना एक आठवड्यापूर्वी तिने भेट दिलेल्या कबरीचा विचार तिच्या मनात आला. परत दफनभूमीत जाण्याचे धाडस तिने केले नव्हते; पण तिथे घडलेल्या घटनेचा विचार तिच्या मनातून जात नव्हता. तिच्या आईने विवाह केला त्याच माणसाचे ते थडगे होते का? तो आजारी पडून मरण पावला, म्हणून तिला भेटायला आला नव्हता का? कदाचित इंग्लंडमध्ये त्याचा परिवार होता. विचारांचा गुंता सोडविण्यासाठी उमाने मान झटकली. आपल्या इंग्लंडमधील मित्रांना पत्र लिहून वॉरेन पारकरची चौकशी करण्याची ट्रेव्हेलियनला विनंती करावी, असा विचार तिच्या मनात अल्पकाळासाठी आला होता; परंतु त्याची मदत घेणे तिला जड जात असल्याने तिने ती कल्पना सोडून दिली होती. शिवाय अनेकदा तो थकला-भागलेला वाटायचा म्हणून त्याने आधी केलेल्या मदतीच्या बदल्यात कमीत कमी त्याला संध्याकाळी निवांतपणे बसू द्यायचे तिने ठरविले होते.

तिने दीर्घ श्वास घेतला. ते थडगे तिच्या वडिलांचेच होते, हे निश्चितपणे कळत नसल्यामुळे अठ्ठाविसाव्या वर्षी मरण पावलेल्या वॉरेन पारकरचा शोध नाइलाजाने सोडून देऊन तिला यादीतील दुसऱ्या नावाकडे वळावे लागले.

उमाच्या जन्मानंतर पाच वर्षांनी मिस्टर जॉन वॉरेन याने कुण्या एका मिस एमिशी लग्न केले होते. याचा अर्थ तो हिंदुस्थानातच होता आणि तिच्या आईसाठी आला असण्याची शक्यता होती. त्याला कमीत कमी पाच मुले होती.

त्यातील एक मूल मरण पावले होते. तीन वर्षांपूर्वी त्याला दफन केल्याची नोंद होती.

"मिसेस कनिंगहॅम, तुम्ही इथे बराच काळ वास्तव्य करून आहात. तुम्हाला मिस्टर जॉन वॉरेन नावाचा कोणी इसम किंवा त्यांची पत्नी एमि वॉरेन यांच्याविषयी माहिती आहे का?" उमाने एकाएकी विचारले.

"वॉरेन्स?" मिसेस कनिंगहॅमने घुटमळत विचारले. त्यांची ओळख असल्याचे सांगावे की नाही, या द्विधा मनःस्थितीत ती सापडल्यासारखे वाटत होते. "तुम्हाला कदाचित माहीत नसावे. मिस्टर वॉरेन इंग्लंडला परत गेले आहेत. त्यांचे कुटुंब काळ्या लोकांच्या वस्तीत राहते. ती जो उद्योग करते आहे त्याचा विचार केला, तर याहून चांगले काही होण्याची शक्यताही नाही. ते अगदी चुकीचे आहे, मिसेस ट्रेव्हेलियन त्यांच्यासोबत तुम्ही न दिसाल तरच बरे." तिने संदिग्धपणे उत्तर दिले.

"मिसेस वॉरेन काळ्या लोकांच्या वस्तीत राहतात?" उमाने भुवया उंचावत विचारले.

"हो, खरेच. मुलगे कुठे आहेत देव जाणे; परंतु बायको आणि मुली मात्र इथेच असतात. एकाही मुलीची कातडी गोरी नाही." ती तिरस्काराने म्हणाली.

"मिसेस एमि या देशी बाई आहेत असे तुम्हाला म्हणायचे आहे का?" उमाने आश्चर्याने विचारले. तिने होकारार्थी उत्तर दिल्यावर आणि एमि हे नाव तिला नंतर देण्यात आले होते हे कळल्यावर उमाला धक्का बसला. असाहाय्य देशी स्त्रियांचे आयुष्य बरबाद करण्याची मिस्टर वॉरेनला सवयच लागली होती का? लग्न केले असले तरी तो इंग्लंडला परतल्यावर कुटुंबाच्या पालनपोषणाची कोणतीही जबाबदारी त्याच्यावर असणार नाही, हे पूर्णपणे माहीत असूनही त्याने तिच्याशी लग्न केले होते. उमाला नेहमीच शंका येत असे त्याप्रमाणे जे काही अनैतिक आणि निंद्य आहे, त्यांचे तो प्रतिनिधित्व करीत होता का?

तिच्या शंका बहुतेक खऱ्या असाव्यात, हे कळल्यावर तिला स्वतःच्या मतांची पुष्टी झाल्यासारखे वाटायला हवे होते; पण ती अत्यंत दुःखी आणि निराश झाली. मढी उकरून काढण्याने खरोखरच काही साध्य होईल का, असे प्रथमच तिला वाटले.

उमाने अजून खोलात जाऊन चौकशी केली; परंतु तोपर्यंत घर जवळ आले होते. त्यांच्याकडून मिसेस वॉरेनबद्दल जास्त माहिती मिळू शकेल, ही शक्यता असूनही उमाने मिसेस कनिंगहॅम आणि मिस हेमिंग्वेला घरात बोलवले नाही. मिसेस वॉरेन देशी स्त्री असल्यामुळे त्यांचे मत प्रतिकूलच असणार, हे तिला माहीत होते. तिने त्यांचा बाहेरच निरोप घेतला. नवीन मिळालेल्या माहितीच्या विचारात ती गढून गेली.

"मेरी, मिसेस वॉरेन नावाच्या बाईला तू ओळखतेस का?" दुसऱ्या दिवशी मेरी भेटताच तिने पहिला प्रश्न केला. मिसेस वॉरेनची कहाणी मेरीसारखीच होती आणि मेरीचे आयुष्य काळ्या लोकांच्या वस्तीतच गेले होते. मेरीच्या चेहऱ्यावर तुच्छतेचा भाव होता. मेरी तिला ओळखत होती; पण मेरीला ती आवडत नव्हती, हे उमाला कळले तेव्हा ती आश्चर्यचकित झाली.

"मी त्या कुटुंबाला जवळून ओळखत नाही." मेरीने तुटक स्वरात उमाकडे न बघता उत्तर दिले. आधीच टापटीप असलेल्या खोलीत ती वरवर आवराआवर करू लागली.

उमाने त्यांच्याबद्दल माहिती मिळवण्याचे तोपर्यंत मनात नक्की ठरविल्याने मेरीच्या प्रतिक्रियेने ती नाउमेद झाली नाही. ती रात्र झोप न लागल्यामुळे तळमळत काढल्यावर तर त्यांना भेटण्याचा तिचा निर्धार अधिकच दृढ झाला.

"इथून जवळजवळ दोन मैलांवर ती राहते, मॅडम आणि शहराचा तो भाग चांगला नाही. तुम्हाला त्यांच्याविषयी कोणती माहिती हवी आहे?" एरवी जास्त न बोलणारी मेरी जरा जास्तच हटवादीपणा करत होती. तिथे न जाण्यासाठी ती काही ना काही अडचणी उभ्या करीत होती.

"मेरी, मला त्यांना भेटायचेच आहे." उमाने उतावीळपणे दृढ स्वरात उत्तर दिले.

"तुम्ही तिकडे जाण्याऐवजी त्यांना इकडे बोलावून घेऊ शकता." मेरीने नाखुशीनेच सुचविले. जणू तिकडे जाण्याचा विचारही तिला असह्य होत होता.

मेरीच्या या सूचनांनी त्या परिवाराची स्वत: जाऊन भेटण्याची उमाची उत्कट इच्छा कमी झाली नाही. त्याच सकाळी ती काळ्या लोकांच्या वस्तीत जाण्यासाठी निघाली. पायी न जाता मेण्यातून जाण्याची मेरीची सूचना मात्र तिने मान्य केली.

दुतर्फा वृक्ष असलेले रस्ते रुंद होते. मातीची, शाकारलेल्या छपरांची घरे होती; तशीच श्रीमंत हिंदुस्थानी लोकांची विटांची कौलारू घरेही होती. पुरुषमंडळी बाकावर बसून लोकांना भेटत होती. बाजारात मालाची खरेदी-विक्री करण्यात व्यस्त असलेल्या स्त्री-पुरुषांची गर्दी होती. रस्त्यावर खेळणारी मुले मोठ्या आवाजात गोंगाट करीत होती. या साऱ्यातून वाट काढीत ते चालले होते.

उमाने एक दीर्घ श्वास घेतला. पायी चालणारे स्त्री-पुरुष, संथपणे चालणारा गाईंचा कळप, तिच्यापुढे जाणाऱ्या घोडागाड्या या सगळ्या परिचित दृश्याकडे ती आसुसून पाहत होती. आजूबाला काही विक्रेते त्यांच्या हातगाड्या ओढत होते. काही जणांच्या खांद्यावरील बांबूला त्यांचा माल लटकावला होता. परिचित आवाज आणि भाषा कानांवर पडल्यामुळे उमाला दिलासा वाटला. तिचे आडाखे खरे ठरले

तर वडिलांविषयीच्या त्या सत्याला सामोरे जाण्याचा तिने दृढ संकल्प केला.

लवकरच ते गरीब वस्तीत पोहोचले. तेथील दृश्य तिला परिचित नव्हते. रस्त्यावर कचरा होता. रस्त्याला बांधून काढलेले पादचारी मार्ग नव्हते. मेरीने आर्जवी स्वरात उमाला मेण्याच्या बाहेर न डोकावण्यास सांगितले. ते एका जुनाट घरासमोर थांबले. धीर करून उमा मेण्यातून खाली उतरली. आजूबाजूच्या लोकांच्या नजरा तिच्याकडे वळल्याचे तिने पाहिले. तिने हळूच दरवाजाची कडी वाजवली. पुरुषी आवाजात हेल काढत कुणीतरी बोलले, दुसरीकडून जोरात हशा ऐकू आला. या सर्व प्रकाराने भडकलेल्या मेरीने कडी जोरात वाजवली. मेण्यात जाऊन बसण्याविषयी ती उमाची आर्जवे करू लागली.

साधारण पंधरा वर्षांच्या मुलीने दार उघडले. तिच्या चेहऱ्यावर रंगरंगोटी होती. तिचे कपडे भडक होते. ती नुकतीच झोपून उठल्यासारखी दिसत होती. तिच्या मागे एक इंग्रज माणूस घुटमळत उभा होता. त्याचे डोळे गढूळल्यासारखे दिसत होते. त्याने कोट आणि गळपट्टा घातला नव्हता.

उमाच्या आत काहीतरी तुटले. धक्का बसल्याने हेलपाटत ती मागे सरकली. आजूबाजूला रेंगाळणारे पुरुष, परिसराला आलेली अवकळा, मेरीची नाराजी आणि तिच्यावर रोखलेल्या विचित्र नजरा, या सर्वांची संगती लागली. आपण कुठे आलो आहोत ते तिला कळले.

"तुम्हाला काय पाहिजे?" मुलीने दुर्मुखल्या चेहऱ्याने विचारले. तिच्या मागे उभ्या असलेल्या माणसाने उतावळेपणाने तिला हाक मारली.

मागे सरकत गर्रकन वळून उमा मेण्याकडे धावली. घाईघाईने ती मेण्यात चढली. एक हात तिने तोंडावर दाबून ठेवला होता. दुसऱ्या हाताने पोट आवळून धरले होते. काही क्षणांतच तिने भोयांना थांबायला सांगितले. ती मेण्यातून खाली उतरली आणि रस्त्याच्या कडेला तिला उलटी झाली. काही न बोलता मेरीने तिला पाणी दिले आणि मेण्याकडे नेले. ती सावकाश आत शिरली. तिचे डोळे चुरचुरू लागले.

ती आपली सावत्र बहीण असू शकते. तिचे प्रिय महाराज नसते, तर त्या मुलीसारखीच तिचीही गत झाली असती.

तेथील स्त्रियांच्या चारित्र्याविषयी तिच्या शंका मेरीने हळू आवाजात बोलून दाखविल्या. गोष्टी इतक्या थराला गेल्या असतील हे माहीत नसल्याबद्दल तिने दिलगिरी व्यक्त केली. आपण कणखरपणे विरोध न केल्यामुळे असे दृश्य उमाच्या नजरेस पडले, म्हणून तिने उमाची क्षमायाचना केली.

घरी पोहोचताच धावत आपल्या खोलीत जात उमाने पलंगावर अंग टाकले. तिच्या डोळ्यांतून अश्रू वाहू लागले. संध्याकाळ झाली होती. दुपारचे जेवण न

झाल्यामुळे तिचे डोके प्रचंड दुखू लागले. रात्रीच्या जेवणाची वेळ झाली. तिने जेवायला जायचे टाळले. कॅप्टनला तिला भेटायचे आहे, असा निरोप तिला मिळाला. तिने त्याच्या निरोपाकडे पूर्णपणे दुर्लक्ष केले.

कदाचित तिचा नवरासुद्धा दुपारी पंधरा वर्षांच्या काळ्या मुलीकडे जाऊन आला असेल. त्या दुपारी तिने पाहिलेले दृश्य तिच्या डोळ्यांसमोर तरळले. त्या मुलीच्या मागे उभ्या असलेल्या त्या निनावी गोऱ्याच्या जागी तिला ट्रेव्हेलियन दिसू लागला. ती पलंगावर उठून बसली. गुडघ्याभोवती हाताचा विळखा घालून त्यावर डोके ठेवून ती बसून राहिली. मनात कुठेतरी खोलीचा दरवाजा उघडल्याचे तिला अस्पष्टपणे जाणवले. खोलीत अंधार झाला होता. तिने अंधारात निरखून पाहिले. ॲश्टन सावकाशपणे तिच्या खोलीत येत असल्याचे पाहून तिचा पारा चढला.

दरवाजाजवळ त्याची धूसर आकृती दिसत होती. काहीतरी सांगण्यासाठी त्याने तोंड उघडले.

"माझी परवानगी न घेता आत येण्याची तुमची हिंमत कशी झाली?" पलंगावरून धडपडत बाहेर येत तिने रागारागाने विचारले.

"तुझे काय बिनसलेय काय? मी दरवाजा ठोठावला होता. तसे करण्याची मला जरूर नव्हती तरीही. प्रत्येक वेळा मी जवळ आलो की तुझी एवढी चिडचिड का होते? शिवाय इथे यायचा मला पूर्ण हक्क आहे." चीड आणि संतापाने खदखदत तो म्हणाला.

"हक्क? कोणता हक्क? माझ्या खोलीतच नाही, तर या देशातही राहण्याचा तुम्हाला हक्क नाही. मी तुमची गुलाम नाही. कोणतीही पर्वा न करता तुम्ही पायदळी तुडवता त्या बायकांसारखी मी नाही." तिने रागाने हाताने डोळ्यांतील पाणी निपटत म्हटले.

"कोणत्या बायका?" त्याचा उडालेला गोंधळ पाहून उमाने सावध व्हायला हवे होते; पण स्वत:च्या दु:खात चूर झाल्यामुळे तिला कोणतीच पर्वा उरली नव्हती.

"ज्यांच्याबरोबर शय्यासोबत करून त्यांना विसरून जाता, तुमच्यापासून जन्मलेल्या संमिश्र रक्ताच्या मुलांना त्यांच्या गळ्यात बांधून ज्यांच्याकडे तुम्ही पाठ फिरवता त्या बायका." तिने व्यथित स्वरात उत्तर दिले. मिस वॉरेनच्या रंगवलेल्या चेहऱ्याकडे तिने पाहिले तो क्षण तिला आठवला.

"तुझे सरसकट मूर्खपणाचे, दूषित पूर्वग्रह आणि जराशा गोष्टीवरून तमाशा करण्याच्या प्रवृत्तीतून तू बाहेर आली असशील, ही माझी समजूत चुकीची होती, हे माझ्या लक्षात येत आहे. मी कोणत्याही अनौरस मुलाचा बाप नाही, ना लग्न

झाल्यापासून मी कोणत्याही स्त्रीबरोबर शय्यासोबत केली आहे. ज्या स्त्रियांमध्ये, तुझ्या लक्षात आले असेलच, तुझाही समावेश होतो.'' त्याच्या चढलेल्या आवाजातील शब्द तिच्या दुखऱ्या डोक्याभोवती फेर धरून नाचू लागले.

''तुम्ही ते धाडस केलेत, तर मी तुम्हाला खाली पाडून तीव्र दुखापत करू शकते, हे तुम्हाला माहीत आहे, म्हणून तुम्ही तसे करत नाही.'' त्याच्यासारख्याच चढ्या आवाजात तिने सडेतोड प्रत्युत्तर दिले.

त्याच्या चेहऱ्यावरचा राग पूर्णपणे ओसरून चेहरा निर्विकार झाला. काही क्षण तो स्तब्ध उभा राहिला, हे नकळतपणे तिला जाणवले. आत्मसंरक्षणाच्या अंत:प्रेरणेने तिला तिथून पळून जाण्याची सूचना दिली.

''तुला धडा शिकवायची गरज आहे.'' तो हळू आवाजात म्हणाला. दरवाजा पायाने मागच्या मागे बंद करत तो तिच्या दिशेने सरकला.

तिने खांदे सरळ केले आणि त्याला जायबंदी करण्यासाठी वर्मम हल्ल्यासाठी आपली बोटे तयार ठेवली. तिने जर स्वत:वर नियंत्रण ठेवले नाही, तर ती त्याला मारू शकते, असे कोणतातरी आतला आवाज तिला तळमळून सांगत होता. तिच्या हृदयाची धडधड प्रचंड वाढली, तिची कानशिले तापू लागली. तो पुरेसा जवळ आला असे वाटताच तिचे हात विजेच्या वेगाने हलले.

या वेळेला तो तयारीत होता. या खेपेला त्याला अनपेक्षित धक्का देण्याचा प्रश्न नसल्यामुळे तिचीही थोडी पंचाईत झाली. तो तिचा हात वर जाण्याच्या प्रतीक्षेत होताच. विलक्षण चपळाईने तो बाजूला सरकला. तिची मनगटे त्यांनी वेदनादायक पकडीत धरून ठेवली. त्याच्या पकडीत हात जेरबंद झाल्याने ती गांगरली. त्याने सहजतेने आणि कौशल्याने तिचे हात तिच्या पाठीमागे घेतले. त्याची बोटे तिच्या मनगटात रुतल्यामुळे तिला वेदना होत होत्या. मोठा धक्का बसल्याने ती केवळ त्याच्या काळ्या डोळ्यांत पाहत उभी राहिली.

''मी तुला घाबरत होतो, म्हणून दूर राहत नव्हतो. स्त्रीच्या मनाविरुद्ध तिच्यावर जबरदस्ती करण्यासारखे दुसरे नृशंस काम नाही, म्हणून मी दूर राहत होतो; पण आता एखाद्याच्या सहनशीलतेला मर्यादा असतात, याबाबत तुला धडा शिकविण्याची वेळ आली आहे. तू अजिंक्य नाहीस, हे तुला कळणे गरजेचे आहे.''

तो उपहासाने हसला. त्याच्या कपाळावरून घाम घरंगळत त्याच्या भुवयांतून झिरपला. त्याचा रापलेला चेहरा थकल्यासारखा वाटत होता. त्याचे केस वाऱ्याने विस्कटले होते. त्याच्या शरीराचा गंध तिच्या नाकात शिरला.

त्याच्या धमकीचा गर्भित अर्थ समजला, तशी उमा तयारीत उभी राहिली. तो वाकला तसे त्याचे तोंड तिच्या जवळ आले. धसमुसळेपणाने जबर चुंबन घेत त्याने तिचे तोंड जोरात दाबून धरले. त्याच्या न जुमानणाऱ्या ओठांचा आवेग

आणि दाब तिला अंधूकपणे जाणवला. केव्हातरी त्याने डोके वर उचलले.

ती डोळे मिटून तिथे उभी राहिली. तिच्या श्वासाची लय वाढली होती. तिचे हृदय धडधडत होते. त्याचा उष्ण श्वास तिच्या चेहऱ्याला जाणवला. त्याचे घामाने ओलसर झालेले कपाळ तिच्या कपाळावर टेकले होते. त्याचा एक हात तिच्या पाठीशी होता आणि दुसरा तिच्या डोक्यावर नुसताच टेकवला होता.

ती पूर्णपणे सावरण्याआधीच त्याने एकाएकी तिला सोडून दिले. ती धडपडली. अपमान आणि संतापाचे अश्रू तिच्या डोळ्यांत दाटून आले.

मागे सरकत तो वळला. तिच्याकडे पाठ करून त्याने केसांतून हात फिरवले. तिच्याकडे वळून न बघता दरवाजाजवळ उभे राहत हलक्या आणि घोगऱ्या आवाजात तो म्हणाला, ‘‘उद्या सकाळी मी लवकर निघणार आहे, हे सांगायला मी आलो होतो. उद्या आम्ही बंगलोरकडे कूच करणार आहोत. तुला हे कळवायचे होते.’’

तिच्या दु:खाचा उद्रेक झाला आणि तिने त्याला फटकारले. ‘‘तुम्ही कधीही परत येणार नाही, अशी मी आशा करते.’’

तो सावकाश वळला. त्याच्या चेहऱ्यावर कोणतेही भाव नव्हते. काही क्षण तो तिच्याकडे एकटक पाहत उभा राहिला आणि मग एक शब्दही न बोलता पाठ फिरवून निघून गेला.

उमा जडपणे पलंगावर बसली. तिचे शरीर थरथरत होते. तिच्या डोळ्यांतील अश्रुधारा शांतपणे तिच्या गालांवरून ओघळत होत्या.

बाहेर दीर्घ प्रतीक्षित पाऊस कोसळायला सुरुवात झाली होती. दुसरा दिवस निराशेत उगवला. रात्रभर झोडपणारा पाऊस सरतेशेवटी थांबला. उमाचा क्रोध अजूनही ओसरला नव्हता, हे खरे होते; पण त्या आत्यंतिक प्रक्षुब्ध अस्वस्थतेतही तिला आपल्या शब्दातले क्रौर्य उमजले. युद्धावर निघालेल्या माणसाला मृत्यूचा शाप देणे योग्य नव्हते. तिला आपल्या कृत्याची लाज वाटली. ती दिङ्मूढ झाली.

दुसऱ्या दिवशी ती क्षमायाचना करण्यासाठी मंदिरात गेली. बरोबर देवाला अर्पण करण्यासाठी वस्तू नेल्या; परंतु ती गोरी स्त्री असल्यामुळे तिला आत प्रवेश मिळाला नाही. ती घरी परतण्यापूर्वीच ॲश्टन निघून गेला होता. उमाला त्याला निरोप देता आला नाही.

त्याची बेफिकीरपणे वाजणारी शीळ कदाचित तिला परत कधी ऐकू येणार नाही, त्याच्या खट्याळ खळ्यांवर रेंगाळणारे सुस्त मंद हास्य परत कधी पाहायला मिळणार नाही. त्याचा भरदार मध्यम पट्टीतील आवाज परत तिच्या कानांवर पडणार नाही आणि त्याच्या शरीराचा घामट गंध परत तिला कधी

अनुभवता येणार नाही.

ती उद्विग्न झाली.

मीना घोड्यावरून खाली उतरली. घोडा तबेल्यात नेण्यासाठी मोतद्दाराच्या हाती दिला आणि सावकाशपणे आपल्या घराच्या शेवटच्या पायऱ्या चढायला सुरुवात केली. आपण चुकीचे काम केल्याच्या अनावर, तीव्र भावनेने तिला ग्रासले. तिने आपल्या पतीबरोबर नुकतीच मनाला मोहवून टाकणारी दुपार व्यतीत केली होती. प्रेम करण्याचे आणि करवून घेण्याचे सुख, तिने लुटले होते; परंतु तिच्या मनात आनंदाचा लवलेश नव्हता. तिच्या चेहऱ्यावर कधी न दिसणाऱ्या आठीने तिचा चेहरा आक्रसला होता. तिचे सहज, स्वाभाविक, प्रामाणिक मन तिच्या गुप्त भेटीला मान्यता द्यायला राजी होत नव्हते.

घराच्या उंबरठ्याशी ती थबकली. तिची वाट पाहणाऱ्या दूतांना पाहून तिच्या हृदयाचा ठोका चुकला. ती खिळल्यासारखी उभी राहिली. ते वळले. ती दिसताच ते विजयाच्या घोषणा देऊ लागले. त्यांचा युद्धात विजय झाला होता. तिचे बंधुराज नवीन महाराज होणार होते. तिचे मन उल्लसित झाले. चांगला शकुन समजून ती हसली. आता सर्व काही सुरळीत पार पडणार होते. तिचे बंधू लवकरच तिला भेटायला येतील, तेव्हा ती त्यांना आपल्या लग्नाची बातमी देणार होती.

परंतु तिच्या बंधूंच्या क्रोधाचा स्फोट होण्याची शक्यताही नाकारता येत नव्हती. त्या विचाराने क्षणभर तिच्या मनाची चलबिचल झाली; परंतु लगेचच तिला आश्वासित वाटले. त्यांना तिचे फार अप्रूप वाटत असे. कधीही तिच्याशी बोलताना त्यांचा आवाज चढत नसे. तिला हवे ते सर्व ते तिला देत असत. त्यांची संमती मिळेल आणि ती आणि वॉरेन सुखाने उर्वरित जीवन व्यतीत करतील.

२१

उमाला एकाकी वाटत होते. ती निर्जीवपणे कुशीवर वळली. मग गुडघ्यांभोवती हातांचा विळखा घालून बसली. कोपऱ्यातल्या लहान दिव्याचा फिकट उजेड सोडला, तर खोलीत अंधार होता. त्या उजेडात तिच्या खोलीतील परिचित वस्तूंच्या अंधूक आकृत्या दिसत होत्या. तिच्या चारखांबी मंचकाच्या छताला गुंडाळी करून बांधून ठेवलेली मच्छरदाणी अस्पष्ट दिसत होती. खोलीच्या छताच्या जाड तुळया सावलीत मिसळून गेल्या होत्या. घट्ट बंद करून घेतलेल्या खिडकीजवळील एकाकी खुर्ची, लहानसे मेज आणि खणांचे कपाट काळसर ठोकळे वाटत होते. उमा शून्यात नजर लावून बसली होती. बाहेर मुसळधार कोसळणाऱ्या पावसाचा आवाज ऐकू येत होता. ढगांचा गडगडाट किंवा विजांचा चमचमाट नव्हता. फक्त संतत मुसळधार होती. तिच्यामुळे जास्त नुकसान होणार होते. झोडपणाऱ्या पावसाने तिला ट्रेव्हेलियनची आठवण करून दिली.

तो मोहिमेवर जाऊन महिना उलटून गेला होता. तो निघण्यापर्यंतच्या घटनांची आठवण धूसर झाली होती. इतके दिवस होऊनही त्याच्या आलिंगनाच्या धक्क्याचे कंप जाणवत असत. त्याचा विचार केल्याशिवाय एक दिवसही जात नव्हता. तिने उच्चारलेला प्रत्येक शब्द, तिने उच्चारायला नको होता असा प्रत्येक शब्द, त्याने उच्चारलेला प्रत्येक शब्द आणि तो निघून गेला, तेव्हाचा उदास सन्नाटा या सगळ्याने ती व्यथित झाली होती.

त्या आवेगाच्या क्षणी तिच्या कठोर आणि क्षुद्र प्रतिक्रियेची लाज वाटत असूनही ती सकारण, समर्थनीय होती, असे तिला वाटत होते; परंतु तत्पश्चात शांत आणि स्थिर मनाने विचार केल्यावर तिने अपराधी भावनेने स्वत:शी कबुली दिली, की ती पूर्णत: निर्दोष नव्हती आणि त्याला एवढे टोचून बोलण्याची गरज नव्हती.

तिचा अतिरिक्त आत्मविश्वास मुळापासून हादरला होता. तिला धडा शिकवायचा हा त्याच्या कृतीचा एकमेव उद्देश होता असे तो म्हणाला होता, तरी उमाच्या मनात त्याच्या हेतूविषयी किंतू होता. त्याचा मतलब जास्त व्यक्तिगत आणि वेगळा होता, असा उमाचा कयास होता. तिला धडा शिकवण्याच्या त्याच्या शब्दांवरून तिला धडा शिकवणाऱ्या त्याच्या चुंबनाकडे तिचे विचार वळले. तो काय करत होता, हे त्याला पक्के माहीत होते. यावरूनच तो मुरलेला स्वैराचारी आहे, हे सिद्ध होत नव्हते का? पण तिने लगेच विचारांना लगाम घातला. तसे विचार करायचे नाहीत, असे तिने ठरविले.

ट्रेव्हेलियनच्या बाहुपाशातील तरुण मुलीच्या कल्पनेने तिच्या मनात तीव्र दुःख, अस्वस्थता आणि क्रोध अशा संमिश्र भावनांचा कल्लोळ माजला; पण तो शुद्ध कल्पनाविलास नसला, तरी केवळ अनुमान होते. त्याच्यावर असा आरोप करण्यासाठी आत्तापर्यंत त्याच्या वर्तनात तिला काही गैर आढळले नव्हते. त्यांचे लग्न झाल्यापासून त्याने कोणत्याही स्त्रीसमवेत अनैतिक संबंध ठेवले नव्हते, असा त्याचा दावा होता. त्यामुळे तिच्या तिरस्काराची धार थोडी बोथट होण्याचा धोका निर्माण झाला होता.

उमा उठून बसली. उशीला कवटाळून बसली. परत आडवी झाली. तिने एक दीर्घ नि:श्वास सोडला. छताकडे एकटक बघत राहिली. मग कुशीवर वळली; परंतु तिची बेचैनी कमी होत नव्हती.

मान्सूनच्या आगमनाबरोबर अनेक रोगांचा प्रादुर्भाव झाला होता. देवी, अनेक प्रकारचे उष्ण कटिबंधीय ताप, संक्रमित व्याधी यांपैकी कोणताही रोग जीवघेणा ठरू शकतो. तिला काळजी वाटू लागली. अपराधी वाटू लागले. तिच्या दुर्वचनांमुळे त्याला सगळ्या प्रकारच्या व्याधी जडल्या असतील, ही काल्पनिक भीती तिचे मन पोखरू लागली. त्या भीतीच्या निवारणार्थ काहीतरी करायलाच हवे होते. त्याला पत्र लिहिले तर? ती उठून बसली. पत्र लिहिण्याची कल्पना तिला अधिकाधिक आकर्षक वाटू लागली.

काहीतरी उपाय सापडला म्हणून ती आनंदित झाली. तिच्या मनाची बोचणी कमी झाली. पावसाचा आवाज ऐकत, बऱ्याच वेळानंतर तिला गाढ झोप लागली.

कोणत्याशा अनामिक अंत:प्रेरित भीतीने तिला जाग आली. खोलीमध्ये संपूर्ण काळोख आणि शांतता होती. एक क्षणानंतर परिस्थितीचे भान आल्यावर, पाऊस थांबला असल्याचे आणि दिवा विझून गेल्याचे तिच्या लक्षात आले. कोणत्यातरी अतींद्रिय ज्ञानाने ती गर्भगळित झाली. खोलीत एका व्यक्तीच्या उपस्थितीची जाणीव तिला झाली. काही वर्षांपूर्वीच्या तिच्या अपहरणाच्या प्रयत्नाची आठवण होऊन तिचा श्वास कोंडल्यासारखा झाला.

अंधाराला डोळे सरावेपर्यंत ती स्तब्ध पडून राहिली. खिडकीच्या झडपांमधून फिकट प्रकाश झिरपत होता. एक काळी आकृती तिच्या पलंगाच्या दिशेने येत असल्याचा भास होऊन तिच्या हृदयाचा ठोका चुकला. तिने श्वास रोखला. महत्प्रयासाने भीतीने फुटणारी किंकाळी दाबून धरली. भीतीने अर्धमेली होत ती पालथी पडून राहिली. तिच्या दिशेने येणारी काळी भरीव आकृती आणि तिचा मंद श्वास यांशिवाय काही तपशील कळतात का, हे ती अजमावत होती. तिच्या धडधडणाऱ्या हृदयाला शांत करत तिने मनाची तयारी केली. थरथरत्या ओठांनी घाई-गडबड न करण्यास ती स्वतःला बजावत होती. तिला प्रसंगावधान राखणे गरजेचे होते. तसेच शत्रूला अनपेक्षित धक्का देण्याचे तंत्रही अवलंबायचे होते. नुकतेच ट्रेव्हेलियनच्या प्रसंगाने त्याचे महत्त्व अधोरेखित झाले होते.

हाताची सावली हळूहळू सरकत तिच्या दिशेने पुढे आली. धडधडत्या हृदयाने आणि थरथरत्या ओठांनी मोक्याच्या क्षणी उमाने हल्लेखोराच्या खांद्याच्या दिशेने आपला स्थिर हात वेगाने पुढे नेला आणि बोटांनी खांद्याचा मांसल भाग पिरगळला. एक अस्फुट ओरडणे ऐकू आले. प्रचंड जोर लावून त्या आकृतीने धडपड करीत उमाला पलंगावर ढकलून देत आपली सुटका करून घेतली.

ती धडपडत पलंगाच्या विरुद्ध बाजूला गेली. भीतीने बोबडी वळल्यामुळे आधी तिच्या किंकाळ्या अस्फुट होत्या; परंतु ती आकृती दरवाजातून हेलपाटत बाहेर पळून जात असल्याचे दिसताच तिने मेरीला आणि अंगरक्षकांना मोठ्या आवाजात हाका मारण्यास सुरुवात केली. तिने ठेचकाळत, धडपडत त्या आकृतीचा पाठलाग केला; पण दरवाजाजवळच ती मट्कन खाली बसली.

भराभर दिवे लावण्यात आले. एका अंगरक्षकाने तिच्याजवळ जाऊन तिला आधार दिला. मेरीनेसुद्धा पाठीवर हात फिरवत तिला धरून ठेवले. पाणी प्यावयास दिले. उमाने सभोवती पाहिले. ती तशीच स्तब्ध बसून राहिली. काही बोलण्याच्या मनःस्थितीत नसल्याने तिने मेरीच्या भयाकुल प्रश्नांची उत्तरे दिली नाहीत.

पंधरा मिनिटांनंतर आणि एक कप मसाला चहा पोटात गेल्यावर उमा पूर्णपणे सावरली. आतल्या चौकात मधोमध उमा एका खुर्चीवर बसली. घरातील सगळी माणसे तिच्याभोवती गोळा झाली.

"तो पळून गेला." तिचा अंगरक्षक गंभीर चेहऱ्याने म्हणाला. "माझ्या साथीदाराला लाथेने दूर सारत तो पळाला; पण तेवढ्यात त्याचा चेहरा त्याने पाहिला. तो आपल्याकडे अलीकडेच कामाला लागलेला माळी होता. त्याचे संदर्भ तपशील मी दुभाष्याबरोबर तपासून पाहीन."

"तो माणूस मला विचित्र वाटला होता," खानसामा म्हणाला.

आदल्या दिवशी उमाने त्याला कुंपणाजवळ रिकामटेकडेपणाने बसलेला बघितला होता. त्याच्या वागण्याबोलण्यात उद्धटपणा होता. त्याची मुद्दाम रोखलेली नजर उमाला ओळखीची असल्याचा भास झाला. तिने तो चेहरा आणि तो मग्रूर भाव पूर्वी कधीतरी बघितला होता; पण कुठे आणि केव्हा ते तिला आठवत नव्हते. दुसऱ्या कुणाचीतरी पुसटशी आठवण झाली. एक धूसर प्रतिमा तिच्या डोळ्यांसमोर तरळली.

भीती चट्कन निवळली. उमाला तिच्या अपहरणाचे आधीचे प्रयत्न आठवले. तिन्ही प्रसंगी तिला ठार मारणे कठीण नव्हते, असे तिला वाटले; पण हल्लेखोराचा तो उद्देश नसावा, असे वाटत होते. कुणी तिचे अपहरण करण्याचे प्रयोजनच काय, हा प्रश्न तिला कोड्यात टाकत होता. तिच्या गाडीच्या मागावर येणाऱ्या चोराचा प्रसंग आठवून प्रश्नाची जटिलता अधिकच वाढली. तिची जिज्ञासा जागृत झाली. त्या सर्व घटनांचा परस्पर संबंध होता का आणि असल्यास कोणता, हा विचार तिला सतावत राहिला.

दूरवर अंधारात काही दिसत नव्हते. विजांच्या लखलखाटात नुसताच पावसाच्या पाण्याचा पडदा दृष्टीस पडत होता. खांबाला रेलून ॲश्टन बाहेर बघत होता. गावातील देवळाचा विशाल गाभारा, जिथे हिंदू शिपाई विश्रांती घेत होते, चांगला निवारा होता. ब्रिटिश आणि मुस्लीम सैनिकांना देवळाच्या लांब ओसऱ्यांत पथाऱ्या पसराव्या लागल्या होत्या. वरील छप्पर आणि एका बाजूची जाड भिंत यांमुळे पुरेसे संरक्षण मिळत असले, तरी वाऱ्याचा झोत आला की पाणी आत येत असे.

चहाची किटली घेऊन वरदन आला. सरळ उभा राहत ॲश्टनने चहाचा कप हातात घेतला आणि घसा बसल्यासारखा खरखरीत आवाजात म्हणाला, "धन्यवाद, वरदन. तुझ्याशिवाय माझे कसे होणार?"

वरदन हसला. "हा तुमचा नेहमीचा चहा नाही, सर. औषधी वनस्पती घालून केलेला हा काढा आहे." मुसळधार पावसाचा आवाज आणि दगडी फरसबंदीवर ताडताड उडणाऱ्या गारांमुळे त्याचा मृदू आवाज लुप्त झाला. काढा म्हणताच ॲश्टनने नाक मुरडून नाटकी नापसंती दर्शवली. एरवी करारी चेहऱ्याचा दिसणारा रामन हसला आणि लिंडसे गालातल्या गालात हसला.

ॲश्टनने एक घोट घेऊन काढा चाखेपर्यंत वरदन थांबला. त्याच्याकडे काळजीयुक्त नजरेने पाहत वरदन म्हणाला, "सर, तुमचा चेहरा विवर्ण झाला आहे."

ॲश्टनला सर्दी झाली होती. त्याच्या हालचाली सहज होत नव्हत्या. तो

ढेपाळल्यासारखा वाटत होता. दाढीचे खुंट वाढले होते. त्यामुळे तो थकलेला आणि आजारी माणसासारखा दिसत होता.

"सर, तुम्ही लवकर झोपा असे मी सुचवू का? आघाडीवर राहून नेतृत्व करणे खूप जिकिरीचे काम आहे." वरदनने मत मांडले.

ॲश्टनने हसून मानेने संमती दर्शवली; पण वरदनला खात्री नव्हती. तो जास्तच चिंताग्रस्त दिसत होता.

ॲश्टनने काढा प्यायला सुरुवात केली. गरम काढा सर्दीला आणि दुखऱ्या घशाला आराम देणारा होता. तो मागे टेकून उभा राहिला. ओसरीच्या खांबावर जोरदार मारा करणाऱ्या पावसाकडे तो निरखून बघत होता.

"तुम्हाला हे कसे जमते हो, मेजर? गावातल्या प्रमुख व्यक्ती कोणतीही कुरकुर न करता तुम्हाला प्रत्येक वेळी निवाऱ्यासाठी एवढी चांगली जागा देतात, हा एक चमत्कारच आहे." पावसाच्या आवाजात ऐकू यावे म्हणून मोठ्या आवाजात लिंडसे म्हणाला, तेव्हा रामननेही मान हलवत सहमती दर्शवली.

वळणावळणाच्या रस्त्याने म्हैसूरकडे आगेकूच करताना थकले, भागलेले सैनिक पावसाला सुरुवात होण्याआधी वेळेत गावात पोहोचले. सुरुवातीचा मैदानी आणि गवताळ प्रदेश मागे पडून खडकाळ, डोंगराळ प्रदेशाला सुरुवात झाली होती. पावसानेही दमदार हजेरी लावली होती. परिणामतः आगेकूच करणे कष्टदायक झाले होते. देवळात निवारा मिळाला नसता, तर सैन्याची मोठी जीवितहानी झाली असती.

ॲश्टन त्याच्या मित्राकडे बघण्यास वळला. जनरलच्या वतीने काही कामाकरता किल्ल्यात गेलेला लिंडसे पुन्हा त्यांना येऊन मिळाला होता. दिवसभर त्यांना बोलायला वेळ झाला नव्हता. तो थोडा कृश झाला होता, पण अजूनही आनंदी दिसत होता. त्याच्याकडे बघून मनाला हुरूप वाटत असे.

"श्रीरंगपट्टमवर चाल करून जायला तू सज्ज आहेस, माझ्या भल्या माणसा?" ॲश्टनने हसत विचारले.

"एकदम सज्ज आहे" लिंडसेने हसून प्रत्युत्तर दिले.

"आणि मिस पेट्री काय म्हणते?" त्याने विचारले. किल्ल्यावरून निघण्यापूर्वी आपल्या मित्राने इंग्लंडहून आलेले टपाल बघितले असणार, हे त्याला पक्के माहीत होते.

"तिला अर्थातच माझ्या सुरक्षिततेची काळजी वाटते; परंतु आमच्या परस्पर विश्वासाशी ती प्रामाणिक आणि खंबीर आहे. पंधरा दिवसांपूर्वीच मला पत्रासोबत तिचे अलीकडचे एक छोटेसे चित्र मिळाले." आपल्या प्रेयसीबद्दल बोलताना त्याला होणारा आनंद उघडपणे व्यक्त होत होता.

अॅश्टनने नजर वळवली. ते पत्र नक्कीच सहा महिन्यांहून जास्त जुने होते. त्याला लिंडसेविषयी सहानुभूती वाटली.

''पाऊस एवढ्यात थांबण्याचे चिन्ह दिसत नाही. या वर्षी पाऊस नेहमीपेक्षा मोठ्या प्रमाणावर आहे.'' रामनने सुस्कारा टाकला.

हवामान कठोर होते आणि सैन्याची कूच कसोटी पाहणारी होती. हिंदुस्थानाची दुर्दशा करून सोडणाऱ्या मान्सूनची खरी ताकद आता अॅश्टनला कळू लागली होती. ''जो उष्ण कटिबंधीय सूर्य मला नकोसा झाला होता, तो आता हवासा वाटू लागला आहे. आता विश्वास बसत नाही; पण या बेहाल करणाऱ्या पावसापेक्षा गरमी बरी म्हणायची.'' तो म्हणाला. ''आपले भविष्य निराशाजनक आहे.'' लिंडसेने त्याला दुजोरा दिला.

''आधी याहून काय वेगळे होते?'' अॅश्टन हसत म्हणाला. विस्कटलेले केस सरळ करण्यासाठी त्याने डोक्याला झटका दिला. त्याचे मन हलके झाले. त्याचे डोके ओले झाले होते, पण ते घामाने नव्हे. ''एखादा भिकारी आणि भस्माचा शोध घ्यायला पाहिजे.'' तो नीरसपणे म्हणाला. त्याच्या मित्रांच्या चेहऱ्यावर जाणते हसू उमटले.

''नियतीची चेष्टा करण्याचे कारण नाही, मेजर. नियतीमुळेच दिमाखदार विजय आणि तालेवार विवाह तुमच्या वाट्याला आला.''

आपली पत्नी आत्ता या क्षणाला काय करीत असेल, या विचाराने अॅश्टनला हलकेच हसू आले. मॅडमनी मदुराईला न जाण्याचे ठरविले आहे, असे नुकतेच वरदनने त्याला सांगितले होते. त्यांच्या शेवटच्या वादळी भेटीनंतर सात्त्विक संतापाने मदुराईला निघून न जाता किल्ल्यातच राहण्याच्या तिच्या निर्णयाचे त्याला आश्चर्य वाटले. प्रवासाला निघण्याच्या दिवशी पहाटे उठून तिच्या सुरक्षिततेसाठी आणि संरक्षणासाठी त्याने दक्षतेने तयार केलेल्या योजनेच्या विचाराने तो किंचित हसला.

''सुलतानाने आपला पराभव करून मद्रासला प्रयाण केले तर काय होईल, हा विचारही मला नकोसा वाटतो.'' लिंडसे म्हणाला.

अॅश्टनने एक पाय दुमडून खांबावर टेकवला आणि छातीवर हातांची घट्ट घडी घातली. ओठ आत वळवून घट्ट आवळले; पण एका अस्पष्ट उद्गाराव्यतिरिक्त त्याने कोणतेही मत प्रदर्शित केले नाही.

तो मोहिमेवर निघाला त्या दिवशी तिने त्याच्यावर केलेले भलतेसलते आरोप त्याला आठवले. त्यानंतरच्या काही तासांत वरदनने सुज्ञपणे केलेल्या चौकशीनंतर ती त्या दिवशी मिस वॉरेन नावाच्या कुप्रसिद्ध बाईच्या भेटीला गेली असल्याचे त्याला कळले. तेच बहुदा तिच्या तीव्र प्रतिक्रियेचे संभाव्य कारण होते.

वर्मम हल्ल्यात शरीरातील काही नसा किंवा सांधे पिळतात, हे समजल्यापासून अ‍ॅश्टन काहीसा निर्धास्त झाला होता. तिला नमविणे सोपे जाणार होते. तिला धडा शिकवण्याचे त्याचे उदात्त वक्तव्य जरी खोटे नसले, तरी ते पूर्ण सत्य नव्हते. त्यात आत्मसंतुष्टीचा भागही होता. तिचे चुंबन घ्यायची इच्छा त्याला आवरता आली नाही, हे कबूल केले, तरी तो तेवढ्यावरच थांबला होता, ही त्याच्या दृष्टीने अभिमानाची गोष्ट होती. तो स्वत:शीच शुष्कपणे हसला. त्याची ही आत्मप्रौढी त्याच्या पत्नीला पटणार नव्हती, हे निश्चित.

विजेच्या प्रचंड लोळाने त्याचे भरकटणारे मन भानावर आले. ढगांचा अविरत गडगडाट चालू होता. काही आवाज दूरवरून ऐकू येत होते, तर काही जवळ होते.

रामनची चर्पटपंजरी चालू झाली. मार्गावर असलेल्या किल्ल्यांची संख्या, त्यांच्यापर्यंतचे अंतर, त्यांचा वेग आणि सुलतानच्या सैन्याशी लढण्याची इंग्रजांची संघटित शक्ती, यावर तो बोलू लागला.

रामनच्या भाषणाचा सूर आशावादी होता. त्यात नेहमीप्रमाणे आकडे आणि आकडेमोडीचा प्रचुर प्रमाणात अंतर्भाव होता. त्याच्या बोलण्यावर अ‍ॅश्टन हसला. ‘‘आपण आपले सैन्य एकत्र आणि जवळजवळ ठेवायचे. तोफा मध्यभागी असतील. उंट, बैल, हमाल, कुटुंब-कबिला, व्यक्तिगत सामानाच्या गाड्यांच्या दोन्ही बाजूला आपले पायदळाचे सैनिक असतील. उद्यापर्यंत उट्रदुर्गाला पोहोचण्याची आशा आहे; परंतु तिथून आपल्या दोस्त सैन्याने मुक्काम हलवला असेल की नाही, या विषयी मी साशंक आहे.’’ अ‍ॅश्टन काहीशा वैतागाने म्हणाला.

त्याला आवंढा गिळताना वेदना झाल्याने त्याने तोंड वाकडे केले. म्हैसूरच्या वाटेवर पुढे गेलेल्या त्याच्या मित्र राज्यांचे सैन्य वेळेवर छावणी सोडत नसत. त्यामुळे तंबू ठोकण्यासाठी आलेल्या अ‍ॅश्टनच्या माणसांना काम करता येत नसे. त्यामुळे त्याच्या सैन्याला अनेकदा छावणीच्या आजूबाजूला वाट पाहत थांबावे लागत असे.

‘‘आजचा दिवस अशुभ होता.’’ अशा विधानांचा अ‍ॅश्टनला वाटणारा तिरस्कार माहीत असूनही त्याचा सुभेदार पुटपुटलाच. केव्हा निघायचे यावरून रामन आणि अ‍ॅश्टन यांच्यात वाद झाला होता. मुहूर्ताची वाट पाहण्यासाठी काही मिनिटेच थांबायची गरज असली, तर शिपायांचे मनोधैर्य टिकावे म्हणून अ‍ॅश्टन थांबत असे; पण त्यासाठी अर्धा दिवस थांबण्याची अ‍ॅश्टनची तयारी नसे. अशा वेळी रामन आपली नाराजी व्यक्त करत असे.

वाऱ्याच्या झोताने पावसाचे थेंब आत आले. अ‍ॅश्टनला शिंक आली. गारठ्याला तोंड देण्याची त्याने तयारी ठेवली.

"जनावरांचे मोठे नुकसान होणार आहे." काही वेळाने रामन चिंतातुर स्वरात म्हणाला. हात लांबवून तळव्यात त्याने पावसाचे टपोरे थेंब झेलले.

"हो!" लिंडसेच्या स्वरात तीव्र वैफल्य होते. "गुरंढोरं आणि धान्य जमा करण्यात आपले किती श्रम, पैसा आणि वेळ खर्ची पडला. मोठ्या मुश्किलीने किल्ल्यात जमा केलेले सगळे या अवलक्षणी पावसामुळे एकतर नष्ट झाले किंवा खराब झाले."

ॲश्टनने सहमती दर्शवली. त्याचे सांत्वन करण्यासाठी त्याने लिंडसेच्या पाठीवर थोपटले.

"आपला पाठलाग करणाऱ्यांची काय स्थिती असेल असे तुम्हाला वाटते?" रामनने कपाळाला आठ्या घालत विचारले.

म्हैसूरच्या घोडदळाची एक तुकडी ते मैदानी प्रदेश ओलांडेपर्यंत अधूनमधून त्याच्या मागावर होती. ते नियमित एकमेकांवर गोळीबार करत असत. एकमेकांवर केलेल्या हल्ल्यात उभयपक्षांचे सैनिक जखमी होत असत.

"त्यांना कुठेही निवारा मिळू नये आणि त्यांची ती दळभद्री क्षेपणास्त्रे निकामी होवोत, अशी मी देवापाशी प्रार्थना करतो. त्यांची क्षेपणास्त्रे आपला सत्यानाश करणार आहेत." ॲश्टन भावनातिरेकाने चरफडला. "अगदी सर्वप्रथम त्यांनी क्षेपणास्त्रे सोडली ती एक वेळ सोडली, तर आपण त्यांना चोख प्रत्युत्तर दिले आहे. तुझा उत्साह पाहून मी थक्क होतो." त्याच्या खांद्यावर प्रेमाने थोपटत तो रामनला म्हणाला.

युद्धाचे दुष्परिणाम रामनच्या चेहेऱ्यावर दिसू लागले होते. त्याच्या कपाळावर आठ्यांच्या रेषा ठळक झाल्या होत्या. त्याच्या दाट केसांच्या झुपक्यात रुपेरी केस डोकावू लागले होते. सैन्याच्या मागोमाग येणाऱ्या सामान्य नागरिकांच्या जथ्थ्यात रामनची बायको आणि मुले होती. सैनिकांचे कुटुंबीय, त्यांचे नोकर, इतर विक्रेते आणि बाजारबुणगे यांचासुद्धा त्यांच्यात समावेश होता. शत्रूच्या हल्ल्यापासून रसद वाचविण्यात ॲश्टनला यश आले होते; पण शत्रूपासून सुरक्षित ठेवले ते अजूनही पावसाच्या भक्ष्यस्थानी पडू शकले असते.

रामनसारख्या लोकांना अत्यंत प्रतिकूल परिस्थितीतही एखाद्या कार्यासाठी झगडण्यास उद्युक्त करणाऱ्या तीव्र भावना कोणत्या असतील, यावर ॲश्टनने विचार केला. त्यांच्या कुटुंबांनाही त्याचे परिणाम भोगावे लागत असत ते वेगळेच. अशा परिस्थितीत उमाला काय वाटले असते, हा विचार त्याच्या मनात आला. खोकल्याच्या ढासेने त्याचे शरीर गदगदू लागले. त्याने डोळे मिटून घेतले. घरचे गरमागरम जेवण आणि आरामदायक बिछाना त्याला खुणावू लागला.

"तुम्ही आजारी पडल्यासारखे वाटता, मेजर." काळजीने अ‍ॅश्टनच्या चेहऱ्याकडे पाहत रामन म्हणाला. "जरा बघू का?" विचारत त्याने अ‍ॅश्टनच्या कपाळाला हाताने स्पर्श केला. "ताप भरला आहे."

"तुम्ही आराम करायला पाहिजे." लगेच लिंडसे म्हणाला. काळजीने त्याचा चेहरा आक्रसला होता.

"तसं वाटतंय खरं." अ‍ॅश्टनने सहमती दाखवली. तो खूपच दमल्यासारखा वाटत होता.

"मिसेस ट्रेव्हेलियन मला या देशात होणाऱ्या व्याधींबद्दल सांगत होत्या. तुमच्या वैयक्तिक सेवकाला औषधी वनस्पतींची आठवण करून देण्यास त्यांनी मला सांगितले. तो भयंकर आजार नसला म्हणजे..." लिंडसेने गडबडून वर पाहिले. "आत्ता आठवले. केवढा हा माझा मूर्खपणा!" खिशातून कागदाचा एक मोठा गठ्ठा बाहेर काढत तो म्हणाला. "मी अत्यंत दिलगीर आहे, मेजर. मिसेस ट्रेव्हेलियनचे पत्र मी ताबडतोब तुम्हाला द्यायला हवे होते." आपले आश्चर्य लपवत अ‍ॅश्टनने पत्र घेतले.

"कम्माल आहे. मेजर, तुम्ही इतके उदासीन कसे असू शकता?" लिंडसे उद्गारला.

अ‍ॅश्टनने किंचित हसत वेळ मारून नेली. त्यानंतर संभाषण जास्त वेळ चालले नाही. ते लवकरच झोपायला गेले. जागा खूप अपुरी होती. तात्पुरत्या खोल्यांमध्ये त्यांना राहावे लागले. इतरांपेक्षा अधिकाऱ्यांना थोडी जास्त जागा मिळाली होती. झोपण्यासाठी आडवे होण्यापूर्वी अ‍ॅश्टन काथ्याच्या खाटेवर स्वस्थ बसून राहिला. कोपर गुडघ्यांवर ठेवून बराच वेळ चमत्कारिक नजरेने हातातील पत्राकडे पाहत तो बसून राहिला. लिंडसे आपल्याकडे पाहत असल्याचे त्याला दिसले. लिंडसे हसला आणि कुशीवर वळला.

काही क्षण त्याने पत्रावरच्या पत्त्यावरून अंगठा फिरवला. द्विधा मनःस्थितीत त्याने पत्र उघडले. "मेजर ट्रेव्हेलियन" असा पत्राचा मायना होता. त्याला प्रत्यक्षात अशा तऱ्हेने संबोधताना ती ज्या रुबाबदारपणे मान हलवीत असे, त्याची प्रचिती त्यातून येत होती. सरकून आरामशीरपणे भिंतीला टेकून बसत त्याने वाचायला सुरुवात केली.

पत्रात कोणताही वैयक्तिक मजकूर नव्हता. त्यात सेंट जॉर्ज किल्ल्यात घडणाऱ्या विविध दैनंदिन घटनांचा, तेथील समाजाचा तपशीलवार अहवाल, इंग्लंड आणि युरोपमधील बातम्या, लंडनच्या वर्तमानपत्रातील अवतरणे इत्यादींचा उल्लेख होता. समुद्रकिनाऱ्यावर भराभर चालताना, नीरसपणे ताटातील अन्न चिवडत बसताना, तिच्या लेखणीचे टोक तोंडात धरून चघळताना उमा पत्रातील मजकुराची

जुळवणी करत असल्याची अ‍ॅश्टनने मनात कल्पना केली.

आतील पानांमध्ये, विनोदप्रचुर, क्वचित उपहासगर्भ शैलीत चविष्ट बातम्या पुरवल्या होत्या. त्या सामान्य बातम्यासुद्धा दिलासा देणाऱ्या होत्या. मोहिमेवर सैन्याच्या कूच करण्यावर देशी माणसांची मतेही नोंदवली होती. त्याला रुचेल, पटेल, विचारांना चालना देईल, अशा तऱ्हेने काळजीपूर्वक मजकूर लिहिला होता. तिचे हस्ताक्षर ठळक, उठावदार आणि वळणदार होते. रात्री खूप उशिरापर्यंत तो पत्राचा विचार करत होता. त्याच्या तटस्थ भावना विचलित करणारा भाग पत्राच्या शेवटी होता.

> त्या संध्याकाळचा आणि माझ्या निरोपाच्या शब्दांचा – त्या दळभद्री शब्दांवर – मी बराच खल केला. मला त्यांचा बराच मनस्तापही झाला. तुम्हाला पत्र लिहिले यावरूनच माझ्या मन:स्थितीची तुम्हाला चाणाक्षपणे कल्पना येईल, या आशेने मी पत्राचा शेवट करणार होते; पण पत्र लिहिण्याचे धाडस केल्यावर पुढे जाण्याचे धाडस मी करू शकत नाही? कोण जाणे. तुम्ही तुमच्या स्वाभाविक बेपर्वाईने माझ्या त्या शब्दांना कोणतीही किंमत देणार नाही. कदाचित ते तुम्ही विसरूनही जाल; पण मी ते विसरू शकत नाही... ते अविचारी, कठोर शब्द– क्षणिक वेडेपणा होता, हे सांगितल्याशिवाय मला चैन पडणार नाही. तुमच्या स्वास्थ्यासाठी या पत्रातून अगदी मन:पूर्वक शुभेच्छा देत आहे.
>
> उमा

अ‍ॅश्टनने तिच्या नावावरून बोटे फिरवली. आवंढा गिळला. त्याच्या छातीत वाजणाऱ्या कफामुळे त्याने अंग चोरून घेतले. पाठीवर झोपत, वाऱ्याने केव्हाही विझू शकणाऱ्या दिव्याच्या अपुऱ्या उजेडात डोळे किलकिले करून त्याने पत्र परत वाचले. पाऊस थांबला. किड्यांची किरकिर आणि बेडकांच्या सामूहिक डराँवऽडराँव मध्ये दुसरा कोणताही विचार मनात येणे अशक्य होते. बऱ्याच उशिराने विस्मयचकित आणि प्रमुदित मनाने अ‍ॅश्टनने डोळे मिटले.

२२

रात्री ॲश्टनला झोप लागली नाही. पहाट उदास होती. त्याला ताप भरल्यासारखे वाटत होते. अंग दुखत होते आणि त्याचे निःश्वास नेहमीपेक्षा उष्ण होते.

सगळे धूसर, स्वप्नवत वाटत होते. माड वेगाने मागे-पुढे हिंदकळत होते. वारा घोंघावत होता. निस्तेज सूर्य महाकाय कृष्णमेघांचा अंधार भेदण्याचा प्रयत्न करीत होता. मातीच्या भिंती ढासळून पडल्या होत्या. छपरे उडाल्याने त्याखालील बांबूंचा सांगाडा उघडा पडला होता. सैन्याला सुदैवानेच थोडा निवारा मिळाला होता. पाऊस अल्पकाळ थांबला की सैन्य पुढे जात होते, पण प्रत्येक पाऊल टाकणे महामुश्कील काम होते.

म्हैसूरचे सैन्य कुठेही दृष्टिपथात नव्हते. ॲश्टन हळूहळू निवांतपणे पुढे जात होता. वाटेत कोसळलेल्या दरडी, एकाएकी आलेले पाण्याचे लोंढे, उन्मळून पडलेली झाडे, चिखलाची डबकी आणि चकचकीत कांतीचे काळे कोब्रा ही दृश्ये सर्रास दृष्टीस पडत होती. त्यामुळे सैन्याची चाल मंदावली होती. फेर धरून फिरणाऱ्या आणि भयप्रद वाटणाऱ्या काळ्या ढगांनी आकाशात अंधारले होते.

ॲश्टन त्याही परिस्थितीत पुढे जात होता. पुढे जाणे हाच त्याच्या तापाने ग्लानी आलेल्या मनाचा आणि दुखऱ्या, थकलेल्या शरीराचा एकमेव ध्यास होता. अन्य ठिकाणी असलेले ब्रिटिश सैन्यसुद्धा अशाच हालअपेष्टांना आणि निराशेला तोंड देत होते. श्रीरंगपट्टणम काबीज करण्याचे स्वप्न बहुधा मृगजळच ठरणार असेच वाटू लागले होते.

मद्रास शहरावर ओथंबलेल्या कभिन्न आणि भयावह पावसाळी ढगांप्रमाणे गार्डच्या

मनात भावनांचा हल्लकल्लोळ उडाला होता. प्लेअरच्या ताठर भूमिकेमुळे तो जास्तच संतापला होता. पिंजऱ्यातील जनावराप्रमाणे तो प्रक्षुब्ध होऊन येरझाऱ्या घालत होता.

नुकताच दिवस ढळायला लागला होता, तरी खोलीत अंधार झाला असल्यामुळे दिवे लावले होते. प्लेअर दिवाणावर ताठ बसला होता. "पूर्वी कधी तू जखमी झालाच नाहीस का? आता तू बरा झाला आहेस. आता हेकटपणा सोड आणि हातात घेतलेल्या कामावर लक्ष केंद्रित कर."

"यापूर्वी कधीही मी एका स्त्रीकडून मात खाल्ली नाही आणि माझ्या जखमांवर कधी कोणतीही विशेष उपाययोजना करावी लागली नाही." गार्ड जरा जास्तच मोठ्या आवाजात म्हणाला. "मला माझ्या हाताची हालचालही करता येत नाही. तिला वर्मम कसे काय माहीत झाले? मला तर तिची मान मुरगळावीशी वाटतेय."

प्लेअर स्तब्ध बसून राहिला. गार्डच्या बोलण्याने आलेला राग त्याने गिळला. "जरा सबुरीने घे, माझ्या मित्रा."

प्लेअरचे बोलणे वरवर जरी साधे वाटले, तरी त्यातील गर्भित धमकीने गार्ड कसनुसे हसला. किंचित झुकला आणि म्हणाला, "माझे चुकले. क्षमा करा."

"तुझ्या शेवटच्या अयशस्वी प्रयत्नापासून तू काही धडा घेतला असशील असे वाटत होते. हा प्रयत्न तरी तू काळजीपूर्वक आखायला हवा होतास की नाही?"

माझ्या योजनेत त्रुटी नव्हती. हे मद्रास आहे, मदुराई नाही. त्या पूर्वी पकडल्या गेलेल्या माणसांइतका मी मूर्खही नाही. मी कसाबसा जंगलात पळून तरी गेलो. तिला वर्ममचे तंत्र अवगत आहे हे मला कसे समजणार? ते काही सहजासहजी दिसून येत नाही. तिला झोप लागली याची पूर्ण खात्री झाल्यावरच मी तिच्या पलंगाखालून बाहेर आलो. मी तिच्या तोंडात बोळा कोंबून तिचे हातपाय बांधून टाकणार होतो. मग किल्ली शोधून, तिजोरी उघडून त्यातील सामान तुम्हाला सावकाशपणे बघता यावे, म्हणून घेऊन येणार होतो. तुमच्याकडे त्याहून चांगली योजना आहे का?" त्याचा खोचक स्वर हवेतच विरला. खोलीत आल्यापासून प्रथमच त्याने त्याच्या धन्याच्या डोळ्यांतील दाबून धरलेली उत्कंठा पाहिली. त्याचे कारण लक्षात न आल्यामुळे तो थोडा अस्वस्थ झाला.

खवचटपणे हसून प्लेअरने टेबलावर पडलेला बटवा उघडून एक मेणाची वडी बाहेर काढली. तिच्यावर किल्लीचा स्पष्ट ठसा उमटलेला दिसत होता.

"त्या मुलीच्या बटव्यातून किल्ली काढून घेऊन, तिचा ठसा घेऊन ती परत बटव्यात ठेवणे, हे अगदीच सोपे काम होते. ती अगदीच निष्काळजी आहे.

तिच्या वस्तू विस्कळीतपणे पडलेल्या असतात.''

गार्ड झट्कन जवळ आला. मेणाची वडी हातात घेऊन निरखून पाहिली. तोंड वासून आणि डोळे विस्फारून तो बघत राहिला.

''तिजोरीची किल्ली?'' त्याच्या आवाजातील आश्चर्य लपत नव्हते.

''मग? तुला परत नोकर म्हणून तिकडे पाठवण्याचा धोका मी पत्करू शकत नाही. ती तिजोरी स्वतःच उघडण्याची योजना मलाच आखली पाहिजे.''

प्लेअरचे वर्चस्व पुन्हा प्रस्थापित झाले होते. त्याबद्दल दोघांपैकी कुणाच्याही मनात कोणतीही शंका किंवा प्रश्न नव्हता.

''मी काय म्हणते, मि. मिडलटन, आपण देशी लोकांबरोबर युती करायलाच नको होती. त्यांची मदत होण्यापेक्षा अडचणच जास्त होते.'' मिस हेमिंग्वे चिंतातुरपणे म्हणाली. मूठभर भाजलेले काजू तोंडात टाकत मिसेस कनिंगहॅमने जोरजोरात मान हलवत तिला दुजोरा दिला.

उमाने भुवया उंचवल्या. मि. मिडलटनने जागीच चुळबुळ केली; परंतु मिस हेमिंग्वेच्या हास्यास्पद विधानाला विरोध केला नाही. सैन्याच्या वेगवेगळ्या तुकड्यांवर ओढवलेल्या अनर्थासंबंधी मि. मिडलटन बोलत होते. युतीतील दोस्तांच्या सैन्याकडून झालेल्या दोन दिवसांच्या विलंबामुळे ब्रिटिशांच्या महत्त्वाकांक्षेला प्रचंड धक्का बसला होता.

मिसेस स्मिथ उमाकडे पाहून कडवटपणे हसली. मिसेस कनिंगहॅमने रागाने मिसेस स्मिथकडे पाहिले. ती उमाकडे पाहून मानभावीपणे हसली, ते तिला आवडले नाही. तसेच ती मि. मिडलटनबरोबर आली, तेही तिला खटकले.

बंगलोरहून ब्रिटिश सैन्याने माघार घेतली होती. विजयाची आशा धूसर झाली होती. पावसाने अल्पकाळ विश्रांती घेतली होती. या सर्व बातम्या मद्रासला पोहोचल्या, तशी उमाची ओळखीची सगळी माणसे सकाळी एका पाठोपाठ एक तिला भेटायला येऊ लागली. दोन्ही भगिनींची जोडगोळी सर्वप्रथम आली.

''अरेरे, तुमच्यावर ही वेळ कशी आली?'' त्यांनी सहानुभूती दाखवली. तिच्या नवऱ्याच्या सैन्याच्या अवस्थेविषयी त्यांनी काहीतरी विसंगत बोलायला सुरुवात केली. बोलता बोलता चहापान चालूच होते. ते काम आटोपल्यावर त्यांनी मिसेस स्मिथला नावे ठेवायला सुरुवात केली.

''ती कोणताही उद्योग करीत नाही. तिच्याकडे आहे त्यापेक्षा जास्त खर्चीकपणे राहते आणि देशी लोकांशी मैत्री करते. मिसेस ट्रेव्हेलियन, माझे शब्द लक्षात ठेवा. कुणीतरी पैसेवाला तिला गटवायचा आहे. ती जिगरबाज बाई आहे.''

त्यांच्या मत्सराचे लक्ष्य असलेली ती बाई थोड्याच वेळात तिथे जातीने हजर झाली, तेव्हा त्या बावचळल्या, शरमिंदा झाल्या आणि चेहरा पाडून बसल्या. मि. मिडलटन सैन्याची पीछेहाट, रसद, कुमक आणि सैनिकांमध्ये पसरलेल्या निरनिराळ्या साथींविषयी माहिती देऊ लागला, तेव्हा त्या बातम्या ऐकण्यासाठी त्या काही वेळ थांबल्या.

हवामान जास्तच खराब झाले. उमाने काळजीने ढगांनी व्यापलेल्या आकाशाकडे पाहिले. बागेमध्ये तुटून पडलेल्या फांद्या आणि गळून पडलेल्या पानांचा हिरवा लगदा झाला होता. घराच्या बाहेरच्या भिंतीवर आणि खिडक्यांच्या चौकटीवर कायम ओल होती. रस्त्यांवर पावसाच्या पाण्याची डबकी साचली होती. परिसरातील नदी आणि ओढे भरून वाहत होते. अशा परिस्थितीत भक्कम निवारा मिळाला नाही, तर सैन्यावर काय परिस्थिती ओढवेल, याची तिला कल्पना आली.

"मिसेस स्मिथ, तुम्हाला नवीन नवीन गाउन्स मिळतात तरी कुठे हो? हल्ली वाजवी किमतीत बाजारात काहीच मिळत नाही." मिसेस कनिंगहॅम तिच्या गाउनकडे असूयेने पाहत म्हणाली. तिच्या प्रश्नाचा रोख मिसेस स्मिथच्या उधळपट्टीकडे होता, हे स्पष्ट होते. तिने चोरून मि. मिडलटनकडे पाहिले; पण मि. मिडलटन आपण त्या गावचेच नाही, असे दाखवीत होते.

"हा गाउन तसा जुना आहे, मॅडम. शिवाय विचारपूर्वक नोकरांची निवड केली, तर घरीही असे गाउन्स तयार करवून घेता येतात."

"खरं की काय? या देशातील कामगार खूपच आळशी आहेत असा माझा अनुभव आहे. दुपारी ते काम थांबवून बराच वेळ आराम करतात. तुम्हाला तुमच्या देशी नोकरांना संभाळून घेणे बरे जमते. तुमच्याकडे आमच्यापेक्षा जास्त धट्टेकट्टे नोकर आहेत. तुम्हाला हे कसे जमते सांगाल का?"

मिसेस कनिंगहॅमचा टोमणा मिसेस स्मिथला झोंबला; पण तिने त्यावर कोणतीही प्रतिक्रिया न देणेच पसंत केले.

"मिसेस कनिंगहॅम, युद्धामुळे आणि पावसामुळे धट्टेकट्टे नोकर मिळत नाहीत, हे तुम्ही लक्षात घ्यायला पाहिजे." मि. मिडलटन म्हणाले.

"अगदी बरोबर. किल्ल्याची संरक्षणव्यवस्था अपुरी आहे." मिस हेमिंग्वे म्हणाली. "सुलतान कोणताही अडथळा न येता मद्रासवर चाल करून आला, तर काय होईल कोण जाणे. खास गोऱ्या बायकांचा त्याचा वेगळा जनानखाना आहे, हे तुम्ही ऐकले आहे का? त्याच्या अंधारकोठड्यांत आपल्या सैनिकांवर अनन्वित अत्याचार होतात." मिसेस हेमिंग्वे नाजूकपणे शहारली.

"आपण आपले बंगले मैदानी प्रदेशात बांधल्यामुळे सुलतान आपल्याला सहज लक्ष्य करू शकतो. टिपू सुलतानाचे वडील हैदर अलीने त्याचे सैन्य

आपल्या दाराशी आणून उभे केले होते, हे आपण विसरतो.'' मि. मिडलटनने आपला विचार बोलून दाखविला.

''ठीक आहे, मि. मिडलटन, जर तसे झाले तर आपण किल्ल्याच्या आतील तुमच्या घरात आश्रय घेऊ.'' मिसेस स्मिथ मादकपणे हसून म्हणाली. तिच्या रेखीव जिवणीचे सौंदर्य त्यामुळे अधिकच खुलले.

त्या जोडगोळीचा चेहरा पाहण्यासारखा झाला. तो पाहून उमाला हसू फुटले. मिस हेमिंग्वेसाठी तो वयस्कर असला, तरी चांगला वर होता; परंतु मिसेस स्मिथने त्याला आपल्या जाळ्यात ओढले होते, हे उघड होते.

उमाला बंगल्याच्या मोक्याच्या जागेमुळे तो विशेष पसंत पडला होता. आत्ता या क्षणी तरी त्याला धोका नव्हता. तरीही पहिल्या हल्ल्याची पुनरावृत्ती होऊ नये म्हणून तिचे घरदार सतत दक्ष असे. तिचे निष्ठावान सेवक आणि अंगरक्षकांचा ताफा सतत तिच्यावर नजर ठेवत. कुणीही त्याचा किंवा तिचा आवाज थोडा जरी वाढवला, तरी दरवाजाजवळ अंगाचे मुटकुळे करून झोपलेला भटका कुत्रासुद्धा कान टवकारत असे.

''टिपू सुलतानाच्या राजवाड्यात वाघ पाळलेले आहेत, असे मी ऐकले आहे.'' उमाचे लक्ष वेधत मिसेस कनिंगहॅम म्हणाल्या.

''आणि तो त्याच्या शत्रूंना त्याला खायला घालतो.'' मिसेस स्मिथ पिशाचाचा आवाज काढीत म्हणाली.

त्या दोघींची नाजूकपणे शहारलेली काया आणि भयभीत झालेल्या मुद्रा पाहून मिसेस स्मिथची चांगलीच करमणूक झाली. उमाला मिसेस स्मिथ आवडू लागली.

पुढचा अर्धा तास टिपू सुलतानाच्या दुर्गुणांचा पाढा वाचण्यात गेला. शेवटी ते जाण्यासाठी उठले, तेव्हा उमाला हायसे वाटले. निघताना बायकांचे प्रसाधन आटोपण्यात बराच वेळ गेला. तिच्या माळ्याशी कुठल्याशा तणाच्या गवतासंबंधी बोलून मि. मिडलटन परतल्यावर ते एकत्र निघाले. त्यांचे आवाज हळूहळू अस्पष्ट होत गेले.

बैठकीतील चहाच्या कपबश्या आवरण्यात आल्या. परत एकदा घरात शांतता पसरली. त्या शांततेची अनुभूती घेत उमा पुन्हा लिहायला बसली. लंडनची जुनी वर्तमानपत्रे आणि ग्रंथालयातून आणलेले न्यूटनचे 'Principia' पुस्तक उघडून त्यातील मनोरंजक बातम्या, मते, आणि विज्ञानाच्या महान संकल्पनांवरील उतारे महाराजांना पाठविण्यासाठी उतरवून घेऊ लागली. नुकत्याच तिने पूर्ण केलेल्या अनुवादाचे काही कागदही तिने जोडले. तो मजकूर डोळे किलकिले करून वाचतानाची महाराजांची अभिमानी आणि हसरी मुद्रा तिच्या दृष्टीसमोर आली. त्यांची तब्बेत ढासळल्याची बातमी तिला आयाने पाठविलेल्या

माणसाकडून कळली होती. ते बहुतेक वेळ पुन:पुन्हा उमाची पत्रे वाचीत असत. ते स्वत: तिला फारशी पत्रे लिहीत नसत. तिच्यासाठी नियमितपणे मिठाया आणि कपड्यांच्या भेटी घेऊन येणाऱ्या माणसाबरोबर चिठ्ठी पाठवीत असत. मदुराईला, दक्षिणेला प्रवास करण्याचा धोका न स्वीकारण्याबद्दल आणि सेंट जॉर्ज किल्ल्यातच ठाण मांडून बसण्याबद्दल त्यांनी तिला बजावले होते.

त्यांच्याबरोबर धर्म, राजकारण, विज्ञानावर होणारे संवाद, बुद्धिबळाचे डाव, गायन-वादनात घालविलेल्या संध्याकाळी आणि मुख्यत्वे त्यांची आश्वासक संगत, या सगळ्यांची उणीव तिला जाणवत असे.

एक उसासा टाकत तिने पत्र पूर्ण केले आणि ट्रेव्हेलियनसाठी उतरवून घेतलेल्या काही कागदांकडे ती बघत बसली. खरे सांगायचे तर तिने त्याला दुसरे पत्रही लिहिले होते; पण ते पाठविण्यात तिचा स्वाभिमान आड येत होता. त्याने तर तिच्या पहिल्या पत्राची पोच किंवा उत्तरही दिले नव्हते. डोक्यातले विचार मानेने झटकत ती वरच्या मजल्यावरील आपल्या खोलीत जाण्यासाठी धावत पायऱ्या चढू लागली.

दुसऱ्या दिवशी हवामान ढगाळ होते; परंतु पाऊस जास्त नसल्यामुळे सकाळी भेटायला येणाऱ्यांची शक्यता होती. लेफ्टनंट फेंटन नावाची एक नवीन व्यक्ती तिला भेटायला आली होती.

पाहुण्याची वर्दी मिळताच उमा खाली आली. रीतसर नम्रपणे त्याचे स्वागत करून तिने त्याला आत नेले. फेंटनने अवघडत, धडपडत पुढे झुकून तिला अभिवादन केले. लंगडत का होईना तो आता चालू शकत होता. पलंगावरून उठताना हात मुरगळल्यामुळे तो हात प्लास्टरमध्ये बांधून ठेवला होता.

फेंटनबद्दल उमाचे अनुकूल मत झाले. तो एक सभ्य तरुण होता. तो मोकळेपणाने बोलत होता; परंतु त्याची खिन्न, उदास चर्या आणि काही उत्साहवर्धक सांगतानाही लागलेला निराशाजनक सूर, यांमुळे उमाचा निरुत्साह आणि विमनस्कता अधिकच वाढली. तिच्या तोंडून नकळत एक सुस्कारा बाहेर पडला; पण लगेच खजील होऊन ती खाली बसली. चेहऱ्यावर जाणीवपूर्वक हसू खेळवत ती खोट्या उत्साहाने त्याच्याशी बोलू लागली.

सुरुवातीला ॲश्टनच्या सैन्याविषयी औपचारिक बोलणे झाल्यावर लेफ्टनंट फेंटन विषयांतर करीत म्हणाला, ''आपल्या प्रिय व्यक्तीच्या विरहाचे दु:ख मी समजू शकतो.''

त्याचे विधान तिच्या संदर्भात अप्रस्तुत असल्यामुळे उमाने आपल्या मनातील क्षोभ लपवीत नुसती मानेनेच सहमती दर्शवली. मुळात इतक्या साध्या विधानाने तिची चलबिचल का व्हावी, हेच तिला कळेना. कदाचित ते तिला लागू पडत

होते का? कदाचित ट्रेव्हेलियनची अनुपस्थिती हेच तिच्या उदासीनतेचे कारण होते का? तसे असेल तर ते भयावह आहे, तिने स्वत:ला खडसावले.

"तुम्हाला निदान तुमची प्रिय व्यक्ती परत भेटण्याची आशा आहे. मला तशी कोणतीही उमेद नाही."

असफल प्रेम त्याच्या उदासीनतेचे कारण होते तर, उमाच्या मनात विचार आला. तिची स्वाभाविक उत्सुकता जागृत झाली. "हे ऐकून मला वाईट वाटते, लेफ्टनंट फेंटन. तिने, म्हणजे ती जिवंत नाही का?"

"ती जिवंत आहे. पण..." फेंटनने आर्जवी नजरेने तिच्याकडे पाहिले. "तुम्ही त्या इतर बायकांसारख्या नासमज वाटत नाही. मी तुम्हाला सांगू शकतो. माझी प्रेयसी हिंदुस्थानी आहे."

"अस्स!" उमा थंडपणे म्हणाली. ती देशी होती हे सांगायला तो टाळाटाळ करत होता, असा तिचा ग्रह झाल्यामुळे तिला तिडीक चढली. मग अनुत्सुकतेने ती चहाचे घोट घेत बसून राहिली.

"मॅडम, मला वाटते तुमचा काहीतरी गैरसमज होतो आहे." तिच्या थंड प्रतिसादामुळे लेफ्टनंट फेंटन चिंतातुर होऊन म्हणाला. "आम्ही विवाह केला तर आम्हाला येणाऱ्या अडचणी... आणि तिला इंग्लंडला घेऊन जाण्याची अशक्यता, यामुळे माझे प्रेम असफल झाले. मी कोणतेही लांछनास्पद काम केलेले नाही."

काही क्षणांनंतर तो शांत स्वरात म्हणाला, "मी तुम्हाला खासगी बाबी सांगतो म्हणून तुम्हाला आश्चर्य वाटत असेल; पण मी तुम्हाला दीर्घ काळापासून ओळखतो आणि तुम्ही माझे स्नेही आहात असे मला वाटते. तुम्ही मला नक्कीच समजून घ्याल, असा मला विश्वास वाटतो."

"लेफ्टनंट फेंटन, म्हणजे एका देशी मुलीने तुमच्या मनात प्रेमभाव जागृत केला, याचे मला आश्चर्य वाटू नये, असे तुम्हाला म्हणायचे आहे." तिने मंद हसत उत्तर दिले. "ते काहीही असले तरी आपल्या प्रेमाचा पाठपुरावा करणे सोडून देऊन दैवावर हवाला टाकून बसायचे का, लेफ्टनंट?"

"इंग्लंडमध्ये मी तरुणपणी एका तरुण मुलीच्या प्रेमात पडलो होतो. तिच्यासाठी मी कोणतेही साहस करायला तयार होतो; पण मला अपयश आले. मला दारुण अपयश आले. आत्तासुद्धा सगळे व्यर्थ वाटते आहे. म्हणून सर्व जीवन उद्ध्वस्त करायचे नसेल, तर याही प्रेमावर पाणी सोडणे हाच एकमेव मार्ग आहे." तो उसासा टाकत म्हणाला.

"मागच्या वेळी एवढी कोणती अडचण आली होती?" उमाने प्रश्नार्थक मुद्रेने विचारले.

"पैसा." तो व्यथित स्वरात म्हणाला. "ती गरीब कुटुंबातील होती. मी

बाहेरगावी गेलो असताना माझ्या सख्ख्या आईने गावातील धर्मोपदेशकाशी तिचे लग्न निश्चित केले. माझ्या त्या प्रेयसीच्या वडिलांना तिने लाच देऊन त्यांचे तोंड बंद केले.''

लेफ्टनंट फेंटन त्याच्या प्रेयसीला इंग्लंडमध्ये सोडून आला होता. तिला आयुष्याचा जोडीदार बनविण्याची सुतराम शक्यता नव्हती. लेफ्टनंट लिंडसेची प्रेयसी त्याची प्रतीक्षा करीत होती. तिच्या मनात अपरिहार्यपणे ट्रेव्हेलियनचा विचार आला. तो हिंदुस्थानात कोणत्या उद्देशाने आला होता? पैसे मिळवण्यासाठी आला होता का? त्याचा खासगी व्यापार-उदीम नव्हता. तो पैशाची उधळपट्टी करणारा नव्हता. पैसे मिळवण्यात त्याला रस होता असेही वाटत नव्हते. निष्फळ प्रेमापासून दूर पळण्यासाठी तो आला होता का? प्रेमासारख्या उत्कट भावनेचा अभाव असल्याचा त्याने आणलेला आव भग्न हृदयाचा परिपाक होता का? उमाला मानसिक ठेच लागली. तो कुणासाठी झुरेल, असे तिला वाटत नव्हते. लेफ्टनंट फेंटनला आपल्या प्रेयसीशी लग्न करण्यासाठी गोडीगुलाबीने आईचे मन वळविता आले असते, असा कडवट विचार उमाच्या मनात आला. तरीही इंग्लंडमध्ये त्याची प्रेयसी आहे, ही गोष्ट काही उमाच्या पचनी पडली नाही.

खिडकीच्या लोखंडी सळ्यांवरून टपटपणाऱ्या पावसाच्या सरीच्या थेंबांकडे विमनस्कपणे पाहत ती बसून राहिली. लेफ्टनंट फेंटन निराश स्वरात बोलत होता, त्याकडे तिचे लक्ष नव्हते. अधूनमधून सहानुभूतीपर उद्‌गार काढत, प्रोत्साहनाचे आणि उपदेशपर काही शब्द बोलत होती. आजच्या संभाषणाचा विषय कालच्या त्या बायकांच्या संभाषणापेक्षा वेगळा होता, तरी तिला कालच्यासारखेच गळून गेल्यासारखे वाटले. लेफ्टनंट फेंटन जाण्यासाठी उठला, तेव्हा तिला बरेच वाटले. त्याला मेण्यात बसण्यास सुलभ व्हावे म्हणून मेणा बाजूच्या प्रवेशद्वारापाशी मागविण्याची त्याने परवानगी मागितली. त्याची पाठ वळताच खानसाम्याने तिच्या हातात ते पत्र ठेवले.

पत्रावरील पत्त्याचे निखालस ठळक हस्ताक्षर पाहताच उमाचे हृदय धडधडू लागले.

आपल्या मनातील भावनांचा गुंता सोडवायला पुरेसा वेळ देत तिने सावकाश ते पत्र हातात धरले. तिच्या मनात सळसळत गेली ती भावना चिंता, भय की देव न करो, आनंद होता? तिने त्याला पत्र पाठवून अनेक दिवस उलटून गेले होते. त्याने तिच्या पत्राचा काय अर्थ लावला असेल, याचा ती विचार करत असे. अनेक दिवस त्याचे उत्तर न आल्यामुळे तिच्या मनाने प्रतिकूल कौल दिला होता. आता त्याचे पत्र हातात पडताच भावनावेगाने तिने ओठ दाताखाली दाबून धरला. एकांतात पत्र वाचण्यासाठी ती पळत आपल्या खोलीत गेली. काही काळ

केसांशी चाळा करत बसून राहिली. मग सावकाशपणे पत्र उघडले. तिच्या पत्रासारखेच ते पत्रही लांबलचक होते. दुपारच्या मोकळ्या वेळात तो दिवसभरच्या घटनांचे वर्णन करीत थोडा थोडा भाग लिहीत असे. त्याची मोहीम, हवामान, येणाऱ्या अडचणी यांविषयी औपचारिक मजकुरावरून तिने झरझर नजर फिरवली. मजकूर जरी खासगी नव्हता, तरी पत्राच्या शब्दाशब्दांत त्याचा तोच बेपर्वाईचा, उत्साहाचा स्वर प्रतीत होत होता. तिच्या पत्राप्रमाणेच शेवटी काही वाक्यांनी त्याने पत्राचा समारोप केला होता.

> तुझ्या मनाचा मोठेपणा पाहून मला माझी लाज वाटते. माझ्या मनाची ही चलबिचल मला परिचित भावना नाही, हे मला कबूल करायलाच हवे. मनापासून केलेली असली तरी क्षमायाचना पुरेशी आहे का? ती पुरेशी असो किंवा नसो, या क्षणी मी तेवढेच करू शकतो. मी खरोखरच दिलगीर आहे. तुझ्या मनाच्या औदार्याचा पुरावा म्हणून अशीच अनेक पत्रे मिळण्याची आशा मी करू का?
>
> तुझा विनम्र सेवक,
ॲश्टन ट्रेव्हेलियन

ते प्रांजळ, त्याला न शोभणारे तीव्र भावनिक शब्द वाचून उमाचे डोळे आश्चर्याने विस्फारले. तो एवढा भावनाप्रधान असेल, असे तिला वाटले नव्हते.

ती पलंगावर बसली आणि ते संपूर्ण पत्र तिने शांतपणे पुन्हा वाचून काढले. तिसऱ्यांदा ते पत्र वाचल्यानंतर तिने थांबायचे ठरविले. ठरवूनसुद्धा पुढील काही दिवसांत तिने दिवसातून कमीत कमी दोन वेळा ते पत्र वाचल्यानंतर न वाचताच त्यातील शब्दन् शब्द तिचा पाठ झाला.

एका आठवड्यानंतर पाचूचे कानांतले काढण्यासाठी उमाने आपला दागिन्यांचा पेटारा उघडला. ट्रेव्हेलियनचे पत्र आल्यापासून ती खुशीत होती. त्या मन:स्थितीत मोत्यांच्या कर्णफुलांऐवजी पाचूची कर्णफुले घालण्याची मेरीची भुणभुण तिने मान्य केली होती.

पहिल्या दृष्टिक्षेपात सगळे ठीकठाक वाटत होते; परंतु उमाच्या सूक्ष्म नजरेला ताबडतोब काहीतरी खटकले. बटव्यांची, विशेषत: मोठ्या बटव्यांची उलथापालथ झाली होती.

उमाला धक्का बसला आणि काळजी वाटू लागली.

अनेक वर्षे तिची सेवा करणारे तिचे सेवक प्रामाणिक आणि एकनिष्ठ होते.

असे काही करण्याचा विचार त्यांच्या स्वप्नातही आला नसता. आधीच्या प्रसंगी चोरीच्या उद्देशाची ती शक्यता वर्तवणारे ट्रेव्हेलियनचे शब्द तिला आठवले. युवराजांच्या सांगण्यावरून कुणी हे काम केले नसेल ना, असा विचार तिच्या मनात आला. तिच्या वस्तू चोरण्यापर्यंत त्यांची मजल गेली असेल का?

बारकाईने तपासणी केल्यावर काहीही चोरीला न गेल्याचे तिला आढळून आले. कुणीतरी घाईघाईने बटवे उघडून त्यातील माल तपासल्यासारखे वाटत होते.

भेटायला येणाऱ्या इंग्रज लोकांपैकी कुणी असू शकतो का? तिच्या इंग्रजांच्या पूर्वग्रहांमुळे तिला त्यांच्याविषयी संशय आला असेल का? तिचे दागिने न चोरता नुसतेच तपासून बघण्याचे कुणाला काय प्रयोजन असू शकते?

सगळे विचित्र प्रसंग एकमेकांशी संबंधित आहेत असे तिला मनातून वाटत होते; पण त्यांची संगती तिला लागत नव्हती. हे कोडे तिच्याकडून सुटत नसल्यामुळे तिच्या मनात खळबळ माजली.

२३

लिंडसे टेकडी चढून वर गेला तेव्हा ट्रेव्हेलियन दूरच्या टेकाडावरील दिमाखदारपणे उभ्या असलेल्या किल्ल्याकडे लक्षपूर्वक पाहत असल्याचे त्याला दिसले. सरळ उभ्या, अक्राळविक्राळ, छाती दडपून टाकणाऱ्या खडकांच्या पार्श्वभूमीवर, संध्याकाळच्या धूसर प्रकाशात तो किल्ला दुर्गम वाटत होता. तरी त्यांनी सतत गोळीबार करून त्यात दोन खिंडारे पाडली होती. आतील तटबंदी अजूनही भक्कम दिसत होती. त्यांच्यापासून अजून मागे टेकडीच्या उताराच्या पलीकडे घाटीला लगटून त्यांची छावणी होती. आजूबाजूची लहान लहान शेते आणि खेडी सोडून लोक निघून गेल्यामुळे छावणीतच थोडीफार हालचाल होती. सैनिक हल्ल्याची तयारी करत असताना अधूनमधून होणारा शस्त्रांचा खणखणाट ॲश्टन उभा होता तिथवर ऐकू येत होता; परंतु त्यामुळे त्याची विचारसमाधी भंग पावत नव्हती.

एक हात पाठीमागे मुडपून ताठ उभा असलेला मेजर वाऱ्यावर उडणारे काही चुकार केस सोडल्यास निश्चल होता. त्याच्या अंगावर अनेक ओरखडे आणि दोन खोल जखमा झाल्या होत्या. त्यातील एक हातावर झाली होती, पण नेतृत्व सोडण्याइतक्या त्या त्याला गंभीर वाटत नव्हत्या. अनेकदा धुतल्यामुळे त्याचा अंगरखा स्वच्छ असला, तरी त्याची रया गेली होती. त्याचा मूळचा भडक लाल रंग उडून गेला होता. कपड्यात गुंडाळलेली, डाव्या हातावरची नवीन जखम भयंकर दिसत होती. नेहमीप्रमाणे त्याचे बूट चिखलाने माखले होते. त्याच्या विजारीवर डाग पडले होते. एवढे असूनही त्याच्यामध्ये एक खंबीरपणा होता आणि चेहऱ्यावर एक सौम्य भाव होता, ज्यामुळे हमखास त्याच्या सैन्याच्या आशा उंचावत आणि आत्मविश्वास जागृत होत असे. ऐन निर्वाणीच्या क्षणी सैनिकांचा त्याच्यावर भरवसा असे.

त्यांच्या दुर्दशेची चिन्हे सर्वत्र दिसून येत होती. ते अविरतपणे पुढे पुढे जात

होते. साथीच्या रोगांनी त्यांची निर्दयपणे दाणादाण उडाली होती. मुसळधार पावसाचे दुष्परिणामसुद्धा दिसून येत होते. सैनिकांची शारीरिक आणि मानसिक स्थिती खालावली होती. पशू दगावले होते. बैल, गायी आणि घोड्यांच्या सडलेल्या मृतदेहांचा त्यांच्या मार्गात खच पडला होता. वर घिरट्या घालणारी गिधाडे हे नित्याचेच दृश्य होते. कधीकधी गिधाडे इतकी खाली उतरत की त्यांच्या पंखांवरच्या तपकिरी रंगाच्या वेगवेगळ्या छटा सहज दिसत असत. धान्य आणि इतर वस्तूंचा साठा झपाट्याने कमी होत चालला होता. नव्याने भरती झालेल्या सैनिकांचा आधीचा उत्साह मावळला होता. त्यांच्या सुरुवातीच्या भीतीची जागा आता घोर निराशेने घेतली होती. सर्वच बाजूंनी त्यांच्यावर चौफेर मारा होत होता.

कधीकधी लिंडसेला मेजर ट्रेव्हेलियनच्या डोळ्यांत निराशा दिसत असे; पण ती टिकत नसे. शत्रूच्या राजधानीच्या, सेरिंगपटनमच्या वाटेवर असलेल्या एका मागोमाग एक किल्ल्यांवर चाल करून जाण्यासाठी त्यांना संघटित करण्याचा ॲश्टन दिवसरात्र अथकपणे प्रयत्न करीत होता. त्याच्या दुसऱ्या तुकड्यांना ॲश्टनसारखा नेता मिळाला असेल का, असा लिंडसेच्या मनात विचार आला. त्याचे मन कृतज्ञतेने भरून आले; परंतु भावना व्यक्त न करता त्याने हसून ॲश्टनला विचारले, ''त्या किल्ल्यामध्ये विखरून पडलेल्या सोन्याच्या आणि हिऱ्यांच्या पेट्यांचे तुम्ही काय करणार?''

ॲश्टनने मागे वळून पाहिले. लिंडसे थोडा मागे उभा होता. केसात हात फिरवत त्याच्याकडे तिरपा कटाक्ष टाकत नीरसपणे हसून तो म्हणाला, ''माझ्या इच्छा माफक आहेत, लिंडसे. इंग्लंडच्या ग्रामीण भागात काही शेकडा एकर जमीन, माझ्या पत्नीसाठी मोत्यांची एक माळ, एक घोडागाडी आणि जमल्यास लंडनच्या ग्रॉसव्हेनॉर चौकात एक घर.''

''खरंच, खूपच माफक आहेत.'' लिंडसे हसून म्हणाला. ''हे सगळे विनासायास मिळवण्यासाठी तुमच्याजवळ मार्ग असेलच ना?''

काय उत्तर द्यावे यावर ॲश्टनने काही क्षण विचार केला. ''मी एक योजना आखत आहे. तू देशी बाईच्या वेषात किल्ल्यात शिरकाव करायचास आणि ती क्षेपणास्त्रे नष्ट करण्यासाठी दारूगोळ्याच्या कोठाराला आग लावायचीस अशी माझी योजना आहे.''

''त्या योजनेच्या शक्यतेविषयी मला शंका आहे.''

''ठीक आहे. मग मला वाटते मला आपल्या सर्वांत मिशाळ माणसाला, रामनला पाठवावे लागेल.''

लिंडसे गालात हसला. सायंकालीन आकाशाच्या विस्तीर्ण पसाऱ्याकडे पाहत गंभीरपणे म्हणाला, ''या किल्ल्यात क्षेपणास्त्रांचा मोठा साठा असल्याचे

आपल्या खबऱ्यांनी आपल्याला खात्रीपूर्वक सांगितलेले नाही.''

''भरपूर साठ्याची त्यांना गरज नाही. त्या जनावरांना बिथरवण्यासाठी एकच क्षेपणास्त्र त्यांना पुरेसे आहे.'' दूर उभ्या असलेल्या आणि हल्ल्यात वापरण्यात येणाऱ्या हत्तींकडे ॲश्टनने हाताने निर्देश केला. ''किल्ल्यावर धडक मारायला आपल्याकडे याहून चांगला मार्ग असायला हवा होता. त्या क्षेपणास्त्रांचा पल्ला दीड ते अडीच मैल एवढा आहे.''

''आपल्याकडे तशी क्षेपणास्त्रे का नाहीत?'' लिंडसेने खिन्नपणे विचारले.

''लंडनमध्ये काही परीक्षणे झाली; पण आपण बनविलेली क्षेपणास्त्रे त्यांच्याएवढी परिणामकारक नाहीत. म्हैसूरची अस्त्रे इतका टप्पा कसा गाठतात आणि एवढे नुकसान कसे करतात, ते कळत नाही. जर आपण स्फोट न झालेली क्षेपणास्त्रे लंडनच्या दारूगोळा विभागातल्या तज्ज्ञांकडे पाठवू शकलो, तर त्यांना त्यांचा अभ्यास करता येईल.'' ॲश्टनने कंटाळून डोळ्यांवरून हात फिरवत म्हटले. कुणीतरी जवळ येत असल्याची चाहूल लागल्यामुळे त्याने वळून पाहिले.

रामन उतारावरून चढत वर येत होता. त्यांना नमस्कार करून त्याने प्रत्येकाला ताडीचा एक एक मग दिला. आपला मग उंचावत त्याने एक मोठा घोट घेतला.

भुवई किंचित उंचावत ॲश्टन म्हणाला, ''सुभेदार, तुम्हाला आधीच सोन्याचा पेटारा सापडला वाटते. अन्यथा तू तुझ्या वाटणीची थोडीशी ताडी आमच्याबरोबर वाटून घेणे संभवत नाही.''

रामन चुळबुळ करत उभा राहिला. काहीतरी पुटपुटला. त्याच्या पुटपुटण्यावरून तो त्याचे आभार मानत होता असे वाटत होते.

''माझ्याकरता तू तुझ्या दोन दिवसांच्या ताडीवर पाणी सोडलंस असा याचा अर्थ झाला, हो ना?'' ॲश्टनने विचारले.

''हं, जरा अतिच झाले; पण काय हरकत आहे? आज रात्री तुम्ही आघाडीवर राहणार आहात. मग बरेच झाले की.'' लिंडसे म्हणाला.

लिंडसेच्या बोलण्यावर हसत ॲश्टनने हात मागे घेत आळस दिला. नंतर अस्तास जाणाऱ्या सूर्याचे पुसट होत जाणारे रंग बघत ताठ उभा राहिला.

''किल्ल्याची तटबंदी भक्कम वाटते,'' लिंडसे म्हणाला. टेकडीच्या पायथ्यापासून माथ्यापर्यंत नागमोडी वळणाने जाणाऱ्या, संधिप्रकाशात उजळून निघालेल्या किल्ल्याच्या बाहेरील तटबंदीकडे तिरक्या नजरेने पाहत लिंडसेने आपले मत नोंदवले. ''अजून किती वेळ लागेल असे तुम्हाला वाटते?'' त्याने रडक्या तोंडाने विचारले.

''अजून तीन तास तरी लागतील.'' लिंडसेच्या नाट्यमय स्वरातील प्रश्नाला

मुद्दामच रुक्षपणे उत्तर देत ॲश्टन म्हणाला.

"हे युद्ध अजून किती वेळ चालेल असे मला विचारायचे होते, हे तुमच्या लक्षात आले?" लिंडसे तक्रारवजा सुरात म्हणाला.

"आपल्याकडील धान्याचा पुरवठा पाहता, आपल्यातर्फे हे युद्ध जास्त काळ खेळले जाणार नाही, असे मला वाटते." रामननेही आपला अभिप्राय दिला. कमीत कमी पुरवठ्यातून प्रत्येक सैनिकाला जास्तीत जास्त किती शिधा मिळू शकेल, याचे तपशीलवार आकडेमोडीत स्पष्टीकरण देण्यास त्याने सुरुवात केली. पावसाच्या तडाख्यातून जो काही चारा वाचला होता, तो म्हैसूरच्या सैन्याने नष्ट केला होता. कशाबशा तग धरून राहिलेल्या जनावरांची हाडे बाहेर आली होती. मृत झालेल्या जनावरांचे मांस थोड्या प्रमाणात खाण्याच्या कामाला आले. त्यांनी काबीज केलेल्या किल्ल्यातील धान्याची कोठारेसुद्धा जवळजवळ रिकामीच होती.

"ठीक आहे, माझ्या सहकाऱ्यांनो, आज रात्री शत्रूने आपल्यावर मात केलीच, तर आपली धान्याची समस्या आपोआपच सुटेल." जळजळीत ताडीचा मग ओठाला लावण्यापूर्वी ॲश्टन म्हणाला. त्याच्या हलक्याफुलक्या स्वरातील वक्तव्यावर सुभेदाराने कौतुकाने मान डोलावली.

धोरणीपणाने निर्णय घेतल्याने आणि नशिबाने साथ दिल्यामुळे, तसेच त्याच्या सहकाऱ्यांसमवेत चर्चा करून मिळविलेल्या यशापेक्षा त्याच्या साध्या विनोदबुद्धीमुळे आणि कोणत्याही परिस्थितीत विचलित न होण्याच्या त्याच्या बेपर्वा वृत्तीमुळेच त्याला त्याच्या सैनिकांकडून जास्त आदर आणि सन्मान मिळत असे. अनेक महिन्यांच्या अनुभवानंतर ॲश्टनच्या लक्षात आले होते की कितीही बिकट परिस्थितीतील त्याच्या कणखरपणाच्या आणि निर्भयतेच्या प्रदर्शनाला ते मनापासून दाद देत असत.

"दुसऱ्या शिपायांसाठी मी रात्रीचा शिधा बाजूला काढला आहे. मि. इव्हान्सनी पुरविलेला रागीचा साठा तुटपुंजा असला, तरी वेळेत मिळाला असल्यामुळे आपले काम होऊन जाईल." रामन पुढे म्हणाला. "मी शिपायांबरोबर परिस्थितीबाबत परत एकदा चर्चा केली. आजारी माणसांना आणि इंग्रज सैनिकांना जास्तीत जास्त तांदूळ देण्याचे आम्ही ठरविले आहे, मेजर."

ॲश्टनने वळून रामनकडे पाहिले. शिपायांचे औदार्य पाहून तो आश्चर्यचकित झाला. "मी समजलो नाही, शिपायांनी त्यांच्या वाट्याचा तांदूळ इंग्रजांसाठी देऊ केला आहे, असे तुला म्हणायचे आहे का?" त्याने सावकाशपणे विचारले.

"रागी जरा जाडेभरडे, हलक्या दर्जाचे धान्य आहे; परंतु आम्हाला त्याची सवय आहे. रात्रभर पाण्यात भिजवलेल्या तांदळाची पेज करून रागीबरोबर त्याचा आमच्या आहारात समावेश करू." रामनने त्याच्या नेहमीच्या शैलीत माहिती दिली.

शिपायांचा पराक्रम, निष्ठा आणि त्यांच्या दयाळूपणाच्या असाधारण कृत्यांची त्याच्या सहकारी इंग्रजांना फारशी कदर नव्हती. परंतु अॅश्टनच्या मनावरचे दडपण अधिकच जड झाल्यासारखे वाटले. काही क्षणांच्या शांततेनंतर तो म्हणाला, ''माझ्या पत्नीने हे ऐकले, तर मी शिपायांवर बळजबरी करून त्यांच्या न्याय्य वाट्याचे धान्य बळकावत असल्याचा ती माझ्यावर आरोप करील.''

रामन आणि लिंडसे दोघांनी आश्चर्याने अॅश्टनकडे पाहिले. तो आपल्या वैयक्तिक गोष्टींविषयी बोलल्याचे त्यांनी कधी ऐकले नव्हते. अॅश्टन त्यांच्याकडे बघून हसताच वेळोवेळी होणाऱ्या उमाच्या संतापाच्या उद्रेकाची प्रत्येकाला आठवण होऊन, तेही खो खो हसू लागले. मिसेस ट्रेव्हेलियन तसा शेरा मारण्याची शक्यता मुळीच नाकारता येण्यासारखी नव्हती.

हळूहळू हशा थांबला. ते ताडीचे घोट घेऊ लागले. काही क्षण शांतता पसरली.

अॅश्टनला आयुष्यात कोणतीही महत्त्वांकाक्षा नव्हती. कोणत्याही गोष्टीचा ध्यास घेण्याइतक्या उत्कट भावनाही त्याला नव्हत्या. त्यामुळे युद्धात जिवावर बेतण्याची शक्यता असली, तरी त्याला त्याची चिंता वाटण्याचे कारण नव्हते; पण त्याला त्याच्या सैनिकांची काळजी आणि जबाबदारी वाटत होती, हे पाहून त्याचे त्यालाच आश्चर्य वाटले. तो एक साधा, मिळूनमिसळून वागणारा माणूस होता. पोर्ट या मद्याचा आस्वाद घेणे आणि पत्त्यांचा एक डाव टाकणे एवढीच त्याची करमणुकीची साधी व्याख्या होती. त्याच्या सैनिकांचे नीतिधैर्य, निष्ठा आणि परस्पर सद्भावनेची काळजी करण्याचे त्याला काय कारण होते?

अॅश्टनने दीर्घ नि:श्वास टाकला. घड्याळात वेळ पाहिली आणि प्रकाशाचा अंदाज घेतला. त्याने त्याच्या सहकाऱ्यांकडे पाहिले. सुरुवातीला जवळच्या टेकडीवर तोफ चढवून तिथून किल्ल्यावर गोळीबार करण्याचा त्याचा विचार होता; पण किल्ला त्यांच्या सर्वोत्कृष्ट तोफांच्या पल्ल्याच्या बाहेर आहे, हे रामनने त्याच्या नजरेस आणून दिले. तो प्रयत्न अपुरा आणि खर्चीक ठरला असता. अॅश्टनने त्याच्या हिंदुस्थानी सुभेदाराचे म्हणणे मान्य केले, तेव्हा इतर जण नाराज झाले. किल्ल्याजवळून गोळीबार केल्यामुळे त्यांना छोट्या अवधीत दोन मोठी खिंडारे पाडण्यात यश आले.

''मी आघाडीवरून, रामन मध्य भागातून आणि लिंडसे सैन्याच्या मागे राहून मार्गदर्शन करील. तयार होण्याची वेळ झाली आहे. सैनिकांना कळवा. रणगर्जना करायच्या नाहीत. बिनबोभाट हल्ला करायचा आहे. शत्रूच्या दृष्टीस पडण्याआधी आपल्याला जास्तीत जास्त अंतर कापायचे आहे.''

रामनने मान हलवून सहमती दर्शवली. त्यांनी आधीच ज्याची सविस्तर

चर्चा केली होती, तेच ॲश्टन परत सांगत होता. ताडी संपेपर्यंत काही क्षण ते थांबले.

"तुम्ही आपल्या माणसांवर बारीक लक्ष ठेवा. युद्धानंतर किती मोठ्या प्रमाणावर लुटालूट होते हे आपण जाणतो; परंतु किल्ल्याच्या आत अनेक कुटुंबे आहेत. ती किल्ल्यात पूर्णपणे बंदिस्त आहेत. त्यांना अन्यत्र कुठेही थारा नाही. मी तिथे उपस्थित असताना मला बलात्कार आणि लुटीच्या घटना व्हायला नको आहेत. मी त्या होऊ देणारही नाही." तो ठासून म्हणाला.

त्यांनी मानेने सहमती दर्शवली. त्यांच्या मुद्रा विचारमग्न आणि चिंताक्रांत होत्या.

"चला, किल्ला ताब्यात घेऊ या." एवढेच ॲश्टन म्हणाला. मागे वळून रामन छावणीच्या रोखाने चालू लागला.

लिंडसे काही क्षण घुटमळला. मग म्हणाला, "तुम्हाला ठाऊक आहे मेजर, मिस पेट्रीच्या शेवटच्या पत्रात तिने नवीन धर्मोपदेशकाविषयी आणि तिच्या घरात चाललेल्या दुरुस्तीच्या कामाविषयी लिहिले आहे. तिचे आणि माझे जग किती वेगळे आहे; पण ती तिथे सुरक्षित आहे, याचे मला समाधान आहे. ईश्वराच्या मनात असेल तर एक दिवस मी ही सगळी हकिगत तिला वर्णन करून सांगेन."

क्षणिक हसून लिंडसेसुद्धा छावणीकडे परतण्यासाठी वळला.

ॲश्टनचे विचार त्याच्या आयुष्यात आलेल्या स्त्रीच्या विचारावर स्थिरावले. तिच्यामध्ये न्यायप्रियता आणि मनाचा मोठेपणा होता. तिच्या पत्रांवरून तिचा कणखरपणा व्यक्त होत होता. युद्धभूमीच्या कक्षेत असलेल्या ग्रामीण जनतेच्या हालअपेष्टांविषयी तिने भावनावश होऊन लिहिले होते. मिसेस कनिंगहॅमने रस्त्याच्या कडेला असलेल्या निवाऱ्याच्या जागेतून स्मृतिचिन्ह म्हणून गणेशाची मूर्ती नेण्याचा प्रयत्न केला होता, त्याबद्दल तिने पोटतिडिकेने लिहिलेले शब्द आठवून त्याला हसू आले. त्या पत्राचा कागद तिच्या क्रोधाच्या ठिणग्यांमध्ये जळला नाही हे आश्चर्यच होते.

तिच्या सुरक्षिततेची काळजी त्याला सतत कुरतडत असे. उमाच्या खोलीत घुसून ती झोपली असताना एका व्यक्तीने तिच्यावर कसा हल्ला केला, हे वरदनकडून, त्याच्या विश्वासू मदतनिसाकडून, त्याला कळले तेव्हा त्याला कमालीचा धक्का बसला होता. तिला असा धोका होता हे कळल्यापासून तो हादरला होता. त्याने ताबडतोब वरदनची मद्रासला रवानगी केली होती. तिथे काय काय करायचे, याच्या खंडीभर सूचना त्याला दिल्या होत्या. तिला एकटीला सोडून शांतचित्ताने तो कुठेही जाऊ शकणार नाही, हे त्याला उमगले. तिच्या सौंदर्याच्या नावाने त्याने खडे फोडले. ती पन्नास वर्षांची साधारण स्त्री असायला काय हरकत होती? तो ओठ

मुडपत स्वत:शीच म्हणाला.

तिच्या शेवटच्या पत्रात तिने मान्सूनच्या काळातील ब्रिटिश सैन्याच्या पीछेहाटीवरील एका बीभत्स व्यंगचित्राची नक्कल करून पाठविण्यासाठी वेळ खर्ची घातला होता; परंतु तिच्यावरील हल्ल्याच्या प्रसंगांची माहिती त्याला कळविण्याची गरज तिला वाटली नव्हती. याबद्दल त्याने पत्रातून नवरेशाही गाजवीत संतापाने आणि नाराजीने तिची कानउघडणी केली होती. नंतर महत्प्रयासाने त्याने ते पत्र कचऱ्याच्या टोपलीत टाकून दुसऱ्या पत्रात आडवळणाने, अप्रत्यक्षपणे त्याला वाटणारी काळजी व्यक्त केली होती. त्याच्या पत्रावरून वाटत होते त्यापेक्षा त्याची चिंता खूप तीव्र आणि ठोस होती. वरदन त्याच्या सूचनांबरहुकूम वागत होता आणि तिच्या संपर्कात येणाऱ्या व्यक्तींवर तो नजर ठेवून होता, अशी त्याला आशा वाटत होती.

ॲश्टनला फक्त युवराजांचाच संशय येत होता. मद्रासच्या प्रवासात त्या रात्री त्यांच्या मागावर असलेल्या चोरट्याची त्याला प्रकर्षाने आठवण झाली. वरदनच्या शेवटच्या पत्रातून त्याला समजले होते, की त्याच्या पत्नीवर हल्ला करणारा इसम मदुराईच्या ओळखीने त्यांच्याकडे कामाला लागला होता. उमाला शारीरिक इजा करण्याचा त्याचा हेतू असता, तर त्याला ते सहज शक्य होते. तिचे दागिने चोरण्याचीच ती गडबडीत आखलेली योजना होती हे नक्की.

सूर्य टेकडीमागे दिसेनासा होईपर्यंत ॲश्टन किल्ल्याचे निरीक्षण करीत उभा होता. आकाशात भडक लाल, जांभळ्या रंगाच्या ज्वाळा पसरल्यासारखे दिसत होते. अंधार दाट झाला. लवकरच चंद्र उगवला. त्यांच्या तोफा धडाडू लागल्या. सडलेल्या मांसाची दुर्गंधी, ज्याची सवय झाली असे वाटत होते, एकाएकी असह्य होण्याइतकी उग्र वाटू लागली. छावणीचे निरीक्षण करण्यासाठी तो वळला. त्याच्या माणसांच्या धूसर आकृत्या दिसत होत्या. ते नेहमीप्रमाणे सज्ज झाले होते.

त्यांना मृत्यूला कवटाळण्यासाठी कूच करण्याची आज्ञा ॲश्टनलाच द्यावी लागणार होती. त्याने दीर्घ श्वास घेतला, खांदे सरळ केले. अशा अजून किती लढाया त्याला लढावयाच्या होत्या, हा विचार त्याच्या मनात आला.

लवकरच तोफांच्या गोळ्यांचे आणि फुटणाऱ्या क्षेपणास्त्रांच्या आवाजाने परिसर दणाणून जाणार होता. त्यात जखमी जनावरांच्या आणि सैनिकांच्या किंकाळ्या मिसळणार होत्या. अजून एकदा त्याला मृत्यूला सामोरे जावे लागणार होते. त्याने डोळ्यांवरून हात फिरवला.

वॉरेन स्वस्थ बसून राहणारा माणूस नव्हता. लहानपणीसुद्धा तो सतत निरनिराळ्या

उद्योगात व्यग्र असे. एकाच कामाचा दीर्घकाळ पाठपुरावा करणे त्याच्या स्वभावातच नव्हते. बायकांच्या बाबतीतसुद्धा तसेच होते. या हिंदुस्थानी मुलीतच तो इतका दीर्घकाळ गुंतून पडला होता. एक महिना होऊन गेला होता. त्यांच्या गुप्त भेटींचा त्याला आता कंटाळा येऊ लागला होता. नेहमीचा उतावळेपणा, बेचैनी त्याला घेरून टाकत होती.

डी लेर्टचे अनुयायी शेवटी पाँडिचेरीला परतल्याचे त्याला समजले. याचा अर्थ त्याचीही इथून निघायची वेळ जवळ आली होती. तो अनेकदा तिच्याजवळ कड्याचा विषय काढीत असे. ते तिच्याजवळ सुरक्षित असल्याची तो खात्री करून घेत असे. तिला ते घेऊन येण्यास सांगायची वेळ आली होती. पुढील दोन दिवसांत कडे परत मिळविण्याचे त्याने ठरविले. त्यानंतर लगेच तो सेंट विलियम किल्ल्यावर जाण्यासाठी निघणार होता.

कुणाची तरी चाहूल लागताच तो उठून बसला आणि आता ओळखीच्या झालेल्या स्त्रीच्या दिशेने वळला. तिच्या चेहऱ्यावर प्रसन्न हास्य होते. तिच्या मागे असलेल्या दुपारच्या सूर्याच्या उन्हात तिची आकृती विलोभनीय दिसत होती. त्याच्या मनाला आपल्या कृत्याची अंधूकशी टोचणी लागून राहिली होती; पण आत्मपरीक्षण करण्याची त्याची प्रवृत्ती नव्हती. त्याने हात पुढे केले. तिला काय सांगावयाचे त्याची तो आधीच मनात जुळवाजुळव करीत होता. ते बोजड कडे परत देण्याची मागणी आज तो तिच्यापाशी करणार होता.

२४

आकाश निरभ्र होते. चांगले ऊन पडले होते. अनेक आठवड्यांनंतर आकाश स्वच्छ होते. हवेत उष्ण कटिबंधीय हिवाळ्याचा सुखद गारवा होता.

चर्चजवळील मैदानात शामियाना उभारला होता. गोऱ्या वसाहतीतील काही रहिवासी तिथे घोळक्याने उभे होते. नाताळानिमित्त भरेलली छोटीशी प्रार्थना-सभा आटोपल्यावर ते अपरिहार्यपणे इंग्लंडमध्ये साजऱ्या केलेल्या अनेक नाताळांच्या उत्सवासंबंधी, तिथे पडणारा बर्फ, थंड हवामान, अप्रतिम सजावट केलेली चर्चेस आणि अविस्मरणीय प्रार्थना-सभा इत्यादींविषयी बोलू लागले. आल्हाददायक वातावरण असतानाही त्यांच्यामध्ये उत्सवाचा आनंद नव्हता. युद्धाच्या छायेत सर्व झाकोळून गेले होते. युद्ध ऐन भरात आले होते.

उमा एका बाजूला खुर्चीवर बसली होती. पावसाने स्वच्छ धुऊन निघालेल्या जमिनीकडे ती सुस्तपणे पाहत बसून होती. गाडीपासून सोडवलेला एक बैल जमिनीवर बसून चर्चच्या मैदानाजवळ चरत होता. विशाल वटवृक्ष हळुवार डोलत होता. पेयाचे पेले घेऊन देशी नोकर पाहुण्यांमधून फिरत होते. समुद्राची गाज आणि कंटाळवाणं ओरडणाऱ्या कावळ्याची कावकाव, यांमुळे उमाचे मन शांत झाले. आजूबाजूच्या लोकांच्या बोलण्याचा आणि हसण्याचा आवाज एकमेकांत मिसळून गेल्याने स्पष्ट ऐकू येत नव्हते.

आळस झटकून उमाने सभोवार पाहिले. मिसेस कनिंगहॅम आणि मिस हेमिंग्वे यांचा दरबार भरला होता. त्यांच्या भोवती काही वयस्कर पुरुष जमले होते. त्यांची प्रतिस्पर्धी, मिसेस स्मिथ, एका आजारी नातेवाइकाला भेटायचे असल्याचे सांगून कड्डालोटला निघून गेली होती. मि. मिडलटनकडून लग्नाचा प्रस्ताव न आल्यामुळे ती एका विधुर कर्नलला भेटण्यासाठी गेल्याचे मिसेस कनिंगहॅमने खोडसाळपणे जाहीर केले होते.

त्या ठिकाणी समारंभात अनेक पुरुष, जखमी सैनिक, कारकून मंडळी आणि दुसरे व्यापारी जमले होते. मिसेस कनिंगहॅमचा लघळपणा फारच वाढला होता. दुसऱ्या एका माणसाशी बोलणाऱ्या मि. मिडलटनकडे उमाची नजर वळली. ती उठून त्यांच्यापर्यंत गेली. तिला नाताळच्या शुभेच्छा देत त्यांनी मनापासून तिचे स्वागत केले.

''मिसेस ट्रेव्हेलियन, कशा आहात तुम्ही? इतके सुंदर ऊन पडले आहे आणि तुम्ही दुःखी दिसत आहात. तुम्हाला नक्कीच तुमच्या पतीची उणीव भासत असेल; परंतु काळजी करण्याचे कारण नाही, मॅडम. किल्ल्यावरून चांगली बातमी आली आहे. हे मि. इव्हान्स. मि. इव्हान्स नुकतेच बंगलोरहून आले आहेत. पुढील मोहिमांकरता बैल आणि घोड्यांची खरेदी करण्यासाठी ते आले आहेत. या माझ्या स्नेही, मिसेस ट्रेव्हेलियन.'' मि. मिडलटनने उत्साहाने उमाची ओळख करून देत म्हटले.

''प्रत्येक जण गुरांची खरेदी करत आहे की काय? या युद्धामुळे तमिळांच्या इतिहासात कधी नव्हे एवढी गुरांची आवक-जावक वाढली आहे.'' उमाने मि. इव्हान्सच्या अभिवादनाचा स्वीकार करत ओझरते स्मित करत म्हटले.

''पावसामुळे आपले एवढे नुकसान झाल्यामुळे माझे काम फारच कठीण झाले आहे.'' मि. इव्हान्सने उसासा सोडत खांदे जोरात हलविले. त्यांना नाटकीपणे बोलण्याची फारच हौस होती, हे दिसून येत होते. ''हल्ली गुरे खरेदी करणे खूप त्रासदायक झाले आहे.''

''तुम्ही किंमत वाढवून दिलीत, तर एवढी अडचण येणार नाही.'' उमा चिडक्या सुरात पुटपुटली; परंतु तिच्या शब्दातील खोच मि. इव्हान्सच्या लक्षात आली नाही. मान किंचित हलवून ते व्यापारातील अडचणींविषयी सविस्तर बोलत राहिले. उमाचे त्यांच्या बोलण्याकडे लक्ष नव्हते. या देशातील शेतकरी, विणकर आणि इतर गरीब मजुरांना भोगाव्या लागणाऱ्या हालअपेष्टांवर तिचे लक्ष केंद्रित झाले होते.

जवळच मिस हेमिंग्वे नव्याने रुजू झालेल्या एका कारकुनाबरोबर लगबगीने फिरत होती.

''परिस्थिती खूपच शोचनीय आहे. उपभोगायला एवढे सृष्टिसौंदर्य असताना आणि मिळवण्यासाठी इतके ज्ञान असताना ते सर्व सोडून इतकी जीवितहानी आणि विनाश.'' समुद्रकिनाऱ्याकडे आणि ग्रामीण भागाकडे हाताने निर्देश करत मि. मिडलटन यांनी उसासा सोडला. किंचित हसत उमाने त्यांनी दिलेला पेयाचा पेला स्वीकारला.

''पण सर, कुणीतरी टिपू सुलतानाला पायबंद घालायलाच हवा.'' मिस्टर

इव्हान्स म्हणाले. ''केवळ सत्तेच्या लालसेपोटी तो मलबारवर चालून गेला. त्याने तेथील मंदिरांचा नाश केला आणि शेकडो स्त्री-पुरुषांना बळजबरीने बाटविले, हे तुम्हाला माहीत आहे का?''

''या रानटी लोकांविरुद्ध इतक्या बिकट परिस्थितीत आपले ब्रिटिश सैनिक लढत आहेत.'' नाजूकपणे उसासा सोडत आणि तिच्या सोबत्याच्या हातावर रेलत मिस हेमिंग्वे म्हणाली.

उमाने तिच्याकडे तिरस्काराने पाहिले. ''ब्रिटिश सैनिक की निजाम, मराठा, मलबार आणि ब्रिटिशांचे संयुक्त सैन्य?''

पेयाचा एक लहानसा घोट घेत ती मि. इव्हान्सकडे वळून वरकरणी निष्काळजी स्वरात म्हणाली, ''सुलतानाच्या राजधानीत, किल्ल्याच्या आत एक फार मोठे हिंदू मंदिर आहे. मंदिरात पुजारी आहेत, पूजा होतात. ही बाब लक्षणीय आहे. याउलट मराठ्यांनी, जे स्वत: त्याच धर्माचे आहेत, म्हैसूरच्या उत्तर सीमेजवळील एक पवित्र स्थान उद्ध्वस्त केले, असे मी ऐकले.''

''तुम्हाला म्हणून सांगतो, मिसेस ट्रेव्हेलियन, ही सगळी देशी माणसे एकजात असंस्कृत आहेत.'' मि. इव्हान्स गुप्त मसलत करीत असल्याच्या स्वरात कुजबुजले.

उमाने अंशत: तिरस्काराने आणि अंशत: क्रोधाने नकारार्थी मान हलवली. इंग्रजांनी केलेली लूट मि. इव्हान्सनी प्रत्यक्ष पाहिली असली पाहिजे, हे उमाला माहीत होते.

''मि. इव्हान्स, युद्धामुळे लोकातील दुष्ट प्रवृत्तींचा प्रादुर्भाव वाढतो. ब्रिटिश काही धुतल्या तांदळासारखे स्वच्छ नाहीत. त्यांच्या हातूनही असे गुन्हे घडू शकतात, असे मिसेस ट्रेव्हेलियनना म्हणायचे आहे, असे मला वाटते.'' एकाएकी उमाच्या बोलण्याच्या मथितार्थ लक्षात आल्यासारखे मि. मिडलटन समजूतदारपणे हसून म्हणाले.

एक तरी शहाणपणाचे उत्तर मिळाले म्हणून उमाने कृतज्ञभावाने हसून मि. मिडलटनकडे पाहिले.

''आमच्या शूर सैनिकांची निंदानालस्ती मी तुम्हाला करू देणार नाही, सर. तुम्हाला माहीत नसेल, डेंकनीदुर्गमध्ये मेजर .... अरेच्चा! मॅडम! मेजर ट्रेव्हेलियनशी तुमचे नाते आहे का?'' एकाएकी शोध लागल्याच्या आनंदात मि. इव्हान्सनी विचारले.

''मी त्यांची पत्नी आहे.'' उमाने उत्तर दिले. प्रथमच तिने त्यांच्या नात्याचा जाहीर उच्चार केला होता, हे लक्षात येताच ती थोडीशी बावचळली.

''अरे बापरे! मेजर ट्रेव्हेलियनच्या पत्नी!'' मि. इव्हान्स आश्चर्याने उद्गारले. ''मी मेजरना चांगला ओळखतो. डेंकनीदुर्गला वेढा घालण्यापूर्वी मी त्यांना

धान्याची रसद पोहोचवली होती. तो वेढा म्हणजे शिस्त आणि धोरणीपणाचे अप्रतिम प्रदर्शन होते. तो विजय थक्क करून टाकणारा होता. लॉर्ड कॉर्नवॉलिससुद्धा खूपच प्रभावित झाले होते.'' मि. इव्हान्स पसंती दर्शवत म्हणाला.

उमाने आश्चर्याने त्यांच्याकडे पाहिले. मि. इव्हान्सचा उत्तेजित स्वर ऐकून जवळपासचे इतर काही स्त्री-पुरुष त्यांच्याभोवती गोळा झाले. युद्धाविषयी त्यांना असलेली सगळी माहिती देण्याबद्दल त्यांनी त्यांना विनवले.

एवढे श्रोते मिळाल्याने आनंदित होऊन मि. इव्हान्सनी आपल्या थरारक आवाजात लढाईचा अहवाल सांगायला सुरुवात केली. किल्ल्यावर केलेला धाडसी हल्ला, मेजर ट्रेव्हेलियनने आखलेले डावपेच आणि आघाडीवर राहून लढताना त्याने दाखविलेले शौर्य, याचे त्याने वर्णन केले. त्याबरोबरच किल्ल्याच्या तटबंदीला धडका मारणाऱ्या हत्तींची फौज, किल्ल्यावरून सैन्यावर सोडण्यात आलेला विचित्र निळ्या रंगाचा प्रकाश आणि सूं सूं आवाज करत जाणाऱ्या बंदुकीच्या गोळ्या यांचे विलक्षण चित्र सभोवती गोळा झालेल्या स्त्री-पुरुषांसमोर रंगविले.

ते एकाग्रपणे त्याचे बोलणे ऐकत होते. सैन्यांची अनपेक्षित पीछेहाट झाली तर ते हळहळत. मि. इव्हान्सने थरकाप झाल्यासारखे दाखवले, तर ते उसासे सोडत. ''खरं सांगतो, अनेक तासांनंतर त्यांना किल्ल्यात प्रवेश मिळवता आला. इतर हिंदुस्थानी सेनापतींनी यासाठी वर्षानुवर्षे प्रयत्न केला होता. फक्त तीस युरोपियन आणि शंभर शिपायांना बरोबर घेऊन मेजर ट्रेव्हेलियननी किल्ला काबीज केला.''

मिस हेमिंग्वेने आपल्या धपापणाऱ्या उरावर हात ठेवून सर्वांना ऐकू येईल एवढ्या मोठ्याने नि:श्वास सोडला.

''केवढा भव्य विजय!'' मि. मिडलटन उद्गारले. त्याबरोबर गर्दीतून मान्यतेचा सूर निनादला.

''केवढे शौर्य!''

''मी मेजरना चांगले ओळखतो. ते एक सन्माननीय व्यक्ती आहेत.''

''वागणं बोलणं इतकं प्रसन्न आहे. एक प्रतिष्ठित व्यक्ती आहेत.''

''सेनाधिकारी असावा तर असा.''

कौतुकाच्या शब्दांचा उमावर वर्षाव झाला. अभिमान आणि पश्चात्ताप अशा संमिश्र भावनांनी ती गोंधळून गेली. त्याच्या पराक्रमाचा तिने स्वत: अनुभव घेतला होता. गर्दीपासून दूर, त्यांच्या संभाषणाकडे दुर्लक्ष करीत सावकाशपणे चालत एका कोपऱ्याचा तिने आडोसा घेतला. दूरवरच्या लाटांकडे बघत, बांबूच्या काठ्यांवर रेलून ती उभी राहिली.

मि. इव्हान्सच्या भोवती जमलेल्या गर्दीतून मि. मिडलटन बाहेर पडले. ती उभी होती तिथे येऊन तिच्या जवळ उभे राहिले. काही वेळ इतर गोष्टींविषयी बोलणे

झाल्यावर मि. मिडलटन म्हणाले, "तुमच्या वडिलांच्या मित्राचा तुम्ही घेत असलेल्या शोधावर मी विचार करत होतो. ते निळ्या रंगाची टोपी घालायचे असे तुम्ही म्हणालात, खरं ना?"

ती ज्या व्यक्तीचा शोध घेत होती त्याची अगदी त्रोटक माहिती तिने मि. मिडलटनला दिली होती. मि. मिडलटनना हा उद्योग आवडल्यामुळे ते सतत तिला काही धागेदोरे पुरवीत असत. आतापर्यंत त्यांचे धागेदोरे अस्पष्ट होते. ती तिच्या नवऱ्याबद्दल उदासपणे झुरते आहे, असे वाटून तिला सांत्वन देण्यासाठी म्हणूनच ते तिला निरुपयोगी माहिती देण्याचा बहाणा करीत असावेत, असे वाटून तिला मनातून हसू आले.

हिंदुस्थानातील इतर चर्चेसमधून उपयुक्त माहिती न मिळाल्यामुळे तिचा मि. वॉरेनचा शोध मंदावला होता. तिने चर्चच्या नोंदवह्या पालथ्या घातल्या होत्या आणि स्थानिक लोकांशी संवाद सुरू केला होता; परंतु तपास पुढे सरकत नव्हता.

"वीस वर्षांपूर्वी कर्नाटकात फक्त चार किंवा पाच तुकड्या होत्या. तुमचे मित्र त्या सुमारास नव्याने स्थापन झालेल्या पलटणीच्या, कंपनीच्या सैन्याच्या स्पेशल तुकडीत होते, हे माझ्या लक्षात आले."

उमाने विचारपूर्वक मान हलवली. त्या पलटणीच्या कागदपत्रात वॉरेनची नोंद आहे का, तसेच त्याची नियुक्ती कुठे झाली होती, हे पाहण्याचे तिने ठरविले. त्यांच्या सूचनेबद्दल तिने त्यांचे आभार मानले. येथील निरनिराळ्या प्रकारचे रोग आणि त्यावरील औषधोपचार या विषयांवर थोडा वेळ बोलून मि. मिडलटन दुसऱ्यांशी बोलण्यासाठी निघून गेले. मि. फेंटनची प्रकृती सुधारल्यामुळे तो आपल्या तुकडीत परतला होता. तिथे दुसऱ्या कुणाशी बोलण्याची खास इच्छा नसल्यामुळे उमाने घरी जाण्याचा निर्णय घेतला.

आपला बटवा हातात धरून ती पायी घराकडे निघाली. तिच्या मनात ट्रेव्हेलियनचे विचार येत होते. त्याच्या विजयामुळे तिचे मन:स्वास्थ्य बिघडले नव्हते. प्रत्येक वेळी त्याच्या विजयाची बातमी आली, की तो चालू युद्धातून सुखरूप बचावला म्हणून तिला हुरूप वाटत असे, तर यानंतरच्या लढाईत त्याला याहून वाईट परिस्थितीचा सामना करावा लागला तर, म्हणून भीतीही वाटत असे.

अॅश्टनच्या अनुपस्थितीत तिने अनेक पुस्तके, अहवाल आणि कागदपत्रे वाचली होती. त्यात सुलतानाचे अगदी वेगळे चित्र रंगवले होते. तिचे नेहमीच त्याच्याबद्दल चांगले मत होते. खासकरून ज्या प्रकारे त्याने आपले सैन्य अद्ययावत ठेवले होते, ते तिला आवडले होते. ब्रिटिशांनी त्याला खलनायक ठरवण्याचा चंग बांधला होता आणि ते हे काम निर्दयपणे पार पाडतील, हे ती

ओळखून होती; परंतु आता तिला मलबारविषयी थोडीशी सहानुभूती वाटू लागली होती आणि सुलतान आणि ब्रिटिश या दोघांपैकी खरे कोण आणि खोटे कोण हे नक्की ठरविता येत नसल्यामुळे महाराजांना कोणा एकाची बाजू निवडण्यात येणारी अडचण ती समजू शकत होती.

अजून जास्त जीवितहानी आणि विनाश न होता युद्ध संपावे, एवढीच तिची इच्छा होती.

एवढे उदास विचार मनात येत असूनही घरी जाण्यापूर्वी किल्ल्यातील रेकॉर्ड्स ऑफिसला भेट देण्याचे तिने ठरविले. तमिळ भाषेत चौकशी केल्यावर आणि तिचे मैत्रीपूर्ण वागणे पाहून त्या खास तुकडीचे कागदपत्र तिला बघायला मिळाले. पंधरा मिनिटांतच उमाने एका नव्या संशयिताचे नाव कागदाच्या एका तुकड्यावर लिहून घेतले. रिचर्ड वॉरेन. तिच्या जन्मापूर्वी सुमारे चार वर्षे त्याने तुकडीत प्रवेश घेतला होता. तिच्या जन्माच्या एक वर्ष आधी त्याने प्रकृती अस्वस्थ्याच्या कारणाने एक वर्षाची रजा काढली होती. अशी एक छोटीशी नोंद कागदपत्रांत होती. ती बातमी चांगली की वाईट हे उमाला निश्चित ठरविता आले नाही. रेजिमेंटची नियुक्ती ज्या ज्या ठिकाणी झाली होती, त्या ठिकाणांची नावे तिने उतरवून घेतली आणि घरी जाण्यासाठी ती ऑफिसमधून बाहेर पडली.

त्या रात्रीच्या चोरीच्या घटनेनंतर कोणताही अनुचित प्रकार घडला नव्हता. तिने वॉरेनच्या शोधात थोडी प्रगती केली असली, तरी चोरांची आणि हल्लेखोरांची तिला सतत आठवण होत असे. एक क्षणभर तिच्या चेहऱ्यावर अस्वस्थतेची आठी उमटली; पण तिच्या मागोमाग येणाऱ्या दोन अंगरक्षकांच्या उपस्थितीने दिलासा वाटून तिची अस्वस्थता दूर झाली.

नटराज शिवाच्या प्रसिद्ध मंदिराच्या लांब ओसरीच्या एका कोपऱ्यात आया दही-भाताचे जेवण घेत होती. तिच्या लाडकीच्या सुखाची मनोकामना धरून ती तीर्थयात्रेला निघाली होती. यात्रेचा हा शेवटचा टप्पा होता. ती आरामात पाय पुढे पसरून बसली होती. तिच्या आशा पल्लवित झाल्या होत्या.

तिने जेवण संपविले. मंदिरात पुष्कळ भाविक होते. काही मोठी कुटुंबे जेवणानंतर आराम करत होती. काही थंडगार दगडी फरशीवर पहुडले होते. काही खांबाला टेकून बसले होते. काही घोळक्याघोळक्याने बसून गप्पा मारीत होते. मुले खेळण्यात दंग होती. आया हे दृश्य पाहत होती. सकाळची पूजा-आरती आटोपल्यामुळे गाभाऱ्याचे दरवाजे बंद झाले होते; परंतु यात्री मंदिराच्या प्रशस्त संकुलात थांबले होते.

"तुम्ही सतत तिचाच विचार करीत असता, हो ना?'' कुणीतरी विचारीत होते. आया दचकून आपल्या विचारातून जागी झाली. तो माणूस नक्की साधू होता. त्याच्या कमरेला धुवट केशरी वस्त्र होते. आखूड, काळी दाढी होती. कपाळावर भस्म होते. डोळे पाणीदार होते.

आया खूप श्रद्धाळू होती. आयाला त्याच्या सिद्धींवर पूर्ण भरवसा होता. त्याला तिचे विचार कसे कळले, हे तिने विचारले नाही. ती एवढेच म्हणाली, "हो, महाराज. ती सुखी आहे ना, एवढेच सांगा.''

"हो, आहे. पण...'' तो माणूस थांबला. आयाच्या काळजाचा ठोका चुकला.

"महाराज, मी काय करू सांगा.'' तिने वैतागून विचारले.

"मला एक वस्तू दिसत आहे.'' तो माणूस डोळे बंद करून म्हणाला. "तिच्याजवळ जी वस्तू असायला हवी, ती जर तिच्याजवळ असेल, तर तुम्हाला काळजी करायचे कारण नाही. ती सुखी होईल.''

आया गोंधळली. तिला काळजी वाटू लागली. तो साधू त्या वस्तूचे वर्णन करून सांगण्याची वाट पाहत थांबली; पण तो बोलेना, तेव्हा तीच त्याला काय म्हणायचे असेल, ते कळण्यासाठी स्वत:च्या स्मरणशक्तीला ताण देऊ लागली.

"ती वस्तू तिच्या आईची होती.'' काही क्षण शांततेत गेल्यावर तो माणूस म्हणाला.

आया आठवण्याचा प्रयत्न करू लागली. "तिच्याजवळ तिच्या आईचे दागिने आहेत. बाकी काही नाही. ती वस्तू नेमकी कोणती आहे, तुम्ही सांगू शकणार नाही का?''

"मला स्पष्ट दिसत नाही.'' तो माणूस म्हणाला. "काहीतरी आड येत आहे. कोणती तरी दुष्ट शक्ती तिला घेरण्याचा प्रयत्न करीत आहे. ही वस्तू- ती तिच्या आईचीच नाही, तर तिच्या वडिलांचीसुद्धा आहे, असे मला जाणवते आहे. ती तिच्याजवळच असली पाहिजे.''

तो पुढे जास्त काही सांगेल म्हणून आया त्याच्याकडे एकटक पाहत राहिली; पण आपल्याला जास्त काहीच दिसत नाही, असे जाहीर करत त्याने नकारार्थी मान हलवली. त्यावर आया त्याच्याशी बोलण्याऐवजी स्वत:शीच पुटपुटली, "उमाने ते कडे ठेवले असेल अशी मला आशा आहे; पण ती पहिल्यापासून फार हट्टी आहे. तिला ते नको होते.''

आयाने दक्षिणेतील भगवान विष्णूंची सर्व मंदिरे पालथी घालण्याचे ठरविले.

२५

सैन्यावर जेव्हा कुंपणातून मार्ग काढायची वेळ आली, तेव्हा आपला सबुरीचा निर्णय चुकला असावा अशी ॲश्टनला दाट शंका आली. कुंपणाच्या मागे दडून बसलेल्या शत्रुसैनिकांच्या काळ्याकभिन्न आकृत्या मेजरला मुळीच स्पष्ट दिसत नव्हत्या. अधूनमधून होणाऱ्या स्फोटांच्या अल्प प्रकाशातच त्या दिसत असत. हवामान ढगाळ होते. हवेत धुराची काळसर वलये भरून राहिली होती. चंद्राचे दर्शनही होत नव्हते. आकाशात वर कुठेतरी पूर्ण चंद्र होता हे नक्की, कारण सरत्या हिवाळ्यातील त्या संध्याकाळी चंद्रोदयाची खुणेची वेळ ठरवूनच त्यानी लवकरच हल्ल्याला सुरुवात केली होती.

दक्षिण भारताच्या ग्रामीण भागातून लांबवर, दमवून टाकणारी वाटचाल केल्यावर ब्रिटिश सैन्य कावेरी नदीच्या तीरावरील शत्रूच्या दाराजवळ एकत्र जमले होते. वाटेत म्हैसूरच्या राज्याशी संलग्न असलेले अनेक किल्ले त्यांनी काबीज केले होते. म्हैसूरची राजधानी, खुद्द सेरिंगपटम्, त्यांचे लक्ष्य होते. त्या फेब्रुवारीच्या रात्री ॲश्टन सैन्याच्या एका फळीत सामील होता. एकाच वेळी सेरिंगपटम्वर हल्ला करणाऱ्या तीन फळ्यांतील ती सर्वांत लहान तुकडी होती.

त्या दिवशी संध्याकाळी ते आवाज न करता टेकडी चढून गेले होते. अनपेक्षित हल्ला करीत त्यांनी टेकडीच्या माथ्यावरील शत्रूचे ठाणे काबीज केले होते. अर्धे सैनिक त्या ठाण्याच्या रक्षणासाठी ठेवून अर्धे सैन्य किल्ल्यापर्यंत पोहोचण्यासाठी नदी ओलांडण्यासाठी टेकडीवरून खाली उतरले. "आगे बढो, दोस्तो" ॲश्टनने गर्जना केली आणि त्याच्या मागोमाग सैरावरा धावत सैनिकांचा लोंढा पुढे सरसावला.

ढोल बडविण्याचा गडगडाटी प्रचंड गोंगाट ॲश्टनच्या कानांत घुमू लागताच त्याच्या डोक्यातून सरसकट सगळे बरे-वाईट विचार हद्दपार झाले. ते नदीच्या

किनाऱ्यावर पोहोचताक्षणीच आणि शत्रूच्या दृष्टिपथात येताच कुंपणापलीकडून शत्रूचा भडिमार चालू झाला. आघाडीवरच्या असुरक्षित सैनिकांच्या फळीचा त्यांनी वेध घेतला.

अफू! ॲश्टनच्या मनात अफूचा विचार आला. त्याने थोडी अफू किंवा ताडी तरी घ्यायला हवी होती. फक्त वेडी किंवा झिंगलेली माणसेच अशा प्रकारचे धाडस करतील. एरवी सैनिकांच्या डोळ्यांत कट्टरवादी खुन्नस दिसताच ॲश्टन सावध होत असे; पण आज या क्षणी अफूची नशा, धर्मनिष्ठा किंवा माथेफिरूपणा काहीही पथ्यावरच पडले असते.

तो झपाट्याने कुंपणाच्या दिशेने निघाला. बंदुकीचा चाप ओढत, शत्रूच्या गोळ्यांचा वर्षाव चुकवत, बंदुकीत गोळ्या भरण्यासाठी खाली वाकत आणि वरवर जाणारा धूर कमी होताच पुढे जाण्याचा मार्ग तो शोधीत होता. यंत्रवत् तो गोळीबार करत होता. गोळ्या परत परत बंदुकीत भरत होता आणि बंदूक सतत वेगवेगळ्या दिशेने हलवत होता.

त्या यंत्रमानवाला फक्त उमाची आठवण येत होती. ती आपली पत्नी असल्याचा त्याला आनंद होत होता. घरी परतायची ओढ वाटेल असे काहीतरी त्याच्याजवळ होते, हा विचार सुखद होता. त्याने नेम धरून गोळी झाडली. कुंपण जवळ आले तशी त्याने त्याची रायफल डाव्या हातात घेतली. कुंपणाला झोडपत आणि त्याची बंदूक सरसावत तो चालला. काळ्या आकृत्यांचा खच पडला होता. जखमी होऊन पडणारे किंवा मृत झालेले देशी सैनिक वाटेत अडथळे निर्माण करीत होते. क्षणिक प्रकाशात तलवारीची रक्ताने माखलेली पाती चमकत होती. ॲश्टन बंदूक वेगाने मागे-पुढे करीत, शरीर उजवी-डावीकडे वळवीत आणि हेतुपूर्वक झडप घालत चालला होता. ॲश्टनच्या समोरून निनावी, अपरिचित चेहऱ्यांच्या झुंडी वेगाने जात होत्या. ते चेहरे वेदनेने, अतिदुःखाने, क्रोधाने आणि मरणाच्या भीतीने पिळवटलेले होते.

ॲश्टनची माणसे पुढे पुढे जात होती. रात्र संपणार नाही असे वाटत होते. कुंपणाचा अडथळा दूर झाला होता. ॲश्टन आघाडीवर राहून नदी पार करू लागला. रातोरात अनपेक्षितपणे नदीची पातळी वाढली होती. सैनिकांजवळ बोटी नव्हत्या. सैनिक तयारीत नव्हते. ते पाणी खोल, जवळजवळ गळ्यापर्यंत खोल होते. तिथे ॲश्टन प्रयासाने पुढे गेला. त्याच्या बाजूला उभा असलेला शिपाई पाण्यात पडलेला त्याने पाहिला. त्याचा चेहरा लाल झाला होता. तो तसाच नेटाने पुढे जात राहिला. आता दारूगोळा भिजू नये म्हणून त्याला पोहणे भाग पडले.

त्याच्या सर्व शारीरिक क्षमता पूर्ण जागृत झाल्या होत्या. युद्धाचे नारे,

जखमी सैनिकांच्या किंकाळ्या, तोफा डागल्याचे आवाज, बंदुकीच्या गोळ्यांची सूं सूं आणि खाली झेपावणाऱ्या क्षेपणस्त्रांची विशिष्ट घरघर, असे सगळे संमिश्र आवाज त्याच्या कानांत घुमत होते. बंदुकीच्या दारूचा उग्र दर्प त्याच्या नाकाला झोंबला. नदीच्या पाण्याने आधी गारठलेले शरीर परत गरम होत असलेले त्याला जाणवले. गोळ्यांच्या भडिमारात शेवटचे उरलेले अंतर कापताना नदीच्या पात्रातील दगडगोटे त्याच्या बुटांना टोचत होते. क्षेपणास्त्रांचा लाल भगभगीत प्रकाश, त्याच्या पाठीमागून येणारी धुराची रेषा, त्याच्या आजूबाजूला विखरून पडलेल्या राडारोड्याचे ढिगारे, गोळ्या नदीच्या पाण्यात पडताना वर उसळणाऱ्या पाण्याची कारंजी ही सगळी दृश्ये त्याचे डोळे टिपत होती.

त्याच्या आजूबाजूला त्याचे शिपाई, आपली शस्त्रे सांभाळत, धडपडत पुढे जात होते. त्याच्या बऱ्याच माणसांना गोळ्या लागल्यामुळे ते भेलकांडत पाण्यात पडत होते.

पाण्यावरून परावर्तित होणारा प्रकाश डोळे दिपवत होता. नदीच्या पैलतीरावर पोहोचण्याच्या एकमेव उद्देशाने पुढे जाणारा ॲश्टन या सर्वांपासून अलिप्त आणि चुस्त वाटत होता. त्याच्यापासून काही पावले दूर त्याचा सुभेदार हिंमत न हारता पुढे सरकत होता. किती माणसे शिल्लक आहेत, हे पाहण्यासाठी त्याने मान वळवली. त्यांची उमेद वाढविण्यासाठी तो ओरडून त्यांना काहीबाही सांगत होता; पण ते बहुधा त्यांच्यापर्यंत पोहोचत नव्हते. एक गोळा डागला गेला. काहीतरी त्याच्या कानशिलाला घासून गेले. काहीतरी त्याच्या पायांवर येऊन आदळले.

''किनारा गाठ. काहीही करून किनारा गाठ.'' तो स्वत:ला पुन:पुन्हा बजावत होता.

ते आता किनाऱ्याजवळ आले होते. काहीतरी वेगाने जवळून गेले. ॲश्टनने वळून पाहिले तो रामन पोट आवळून धरत धपकन पाण्यात कोसळला. ओठ आवळून धरत ॲश्टन एक पाऊल मागे सरकला. त्याने रामनचा शर्ट पकडला. त्याला प्रवाहापासून दूर ओढत, सरपटत घाईघाईने किनाऱ्याकडे सरकू लागला.

''मला सोडा.'' ॲश्टनचा हात दूर ढकलत रामन म्हणाला. ''माझे ओझे होईल. मेजर, कृपा करून, माझे कुटुंब...'' त्याचा श्वास अडकला.

''तू कृपा करून गप्प राहा आणि दम घे.'' ॲश्टन ओरडला आणि त्याला ओढत राहिला.

शेवटी एकदाचा तो खडकाळ किनाऱ्यापर्यंत पोहोचला. त्याच्या अंगातून एक कळ उठली. तो पाण्याने निथळत होता. त्याच्या शरीरातून रक्त वाहत होते. बेशुद्ध पडलेल्या रामनला त्याने कसेबसे किनाऱ्यावर ओढले. तो सैनिकांच्या

पायांखाली तुडवला जाऊ नये, म्हणून त्याने त्याला सुरक्षित ठिकाणी ठेवले. मग शस्त्र काढून तो त्याच्याशी चाळा करीत उभा राहिला. बंदुकीची पावडर पाण्याने भिजली होती. कोणतीही गोळी वापरण्यायोग्य नव्हती आणि त्याची चकमकी बंदूक मोडली होती.

ॲश्टन सज्ज झाला. मन स्थिर करण्यासाठी एक दीर्घ श्वास घेतला आणि समोरील घरांच्या छपरांकडे एकटक बघत उभा राहिला. त्याने शत्रूला आव्हान देण्याच्या आविर्भावात आपली संगीन बाहेर काढली. तिथून कुठेही जाता येण्यासारखे नव्हते आणि तो हल्ला करण्याच्या स्थितीत नव्हता, हे तो जाणून होता.

त्याच्या मनश्चक्षूसमोर उमाचा चेहरा तरळला. ''मला वाईट वाटते, लाडके,'' तो मनात म्हणाला. ''मी तुला सोडून जात आहे, या एकाच गोष्टीचा मला पश्चात्ताप होत आहे.''

लढा चालू ठेवण्याच्या निर्धाराने तो धडपडत उभा राहिला. त्याचे पाय मणामणांच्या बेड्या घातल्यासारखे जड झाले होते. ज्या भिंतीआडून शत्रूचे सैनिक गोळीबार करत होते, ती त्याच क्षणी एकाएकी कोसळली. गोळीबार बंद पडला. एकदम आनंदाच्या आरोळ्या उठल्या. सैन्याच्या मधल्या फळीची कुमक येऊन पोहोचली होती, हे ॲश्टनच्या लक्षात आले.

आपली संगीन हातात उंच धरून तो पुढे जात राहिला. पहाटेच्या उजेडात समोरील दृश्य भयानक वाटत होते.

त्याची झोप झाली नव्हती. डोळे चुरचुरत होते. बरेच रक्त वाहून गेले होते. कधीच संपणार नाही असे वाटणाऱ्या लांबलचक दिवसभर चाललेली तुंबळ लढाई, यामुळे ॲश्टन थकून गेला होता. शेवटी ते सगळे संपले होते. शत्रूचा गोळीबार थंडावला होता. मधल्या आणि उजव्या फळीची कुमक येऊन पोहोचताच ॲश्टनने बसकण मारली.

२६

ॲश्टनने त्या छोट्या मुलाचा निरोप घेतला. त्याचे निरागस हास्य पाहून त्याने तोंड वळवले. ब्रिटिश सैनिकांसाठी अनेक बंगल्यांचे हॉस्पिटलांमध्ये रूपांतर झाले होते; परंतु जखमी झालेले देशी सैनिक अजूनही छावणीमध्येच होते. रामनला आपल्या भावाच्या कुटुंबाची थोडीशी माहिती मिळाली होती. त्या आशेच्या जोरावर, तसेच त्याच्या पत्नीच्या प्रेमळ शुश्रूषेमुळे आणि त्याच्या लाडक्या मुलाच्या सहवासामुळे त्याच्या प्रकृतीत झपाट्याने सुधारणा झाली होती. छावणीच्या तंबूत अनेक असुविधा असूनही समाधानाने राहणाऱ्या त्या तिघांच्या कुटुंबाकडे पाहून ॲश्टन समाधानाने हसला.

चमत्कार घडावा, तसे गोळी घासून गेलेला कानशिलाचा भाग थोडासा खरचटला होता; परंतु त्याच्या उजव्या पायाला खूप मार बसला होता. त्या क्षणी, लढाईच्या धामधुमीत, त्याच्या ते लक्षात आले नव्हते. त्याच्या पायाच्या जखमेवर जाडजूड बँडेज बांधल्यामुळे त्याच्याकडे बघवत नव्हते. अजूनही त्याला तीव्र वेदना होत होत्या. चालताना त्याला काठी वापरावी लागत होती; परंतु एकंदर परिस्थिती पाहता तो स्वत:ला खूप नशीबवान समजत होता. जिवावरचे पायावर निभावले होते.

सूर्य अस्ताला गेला होता. संधिप्रकाश वेगाने क्षीण होत होता. सावल्या लांबवर पसरल्या होत्या. सायंकालीन आकाशाच्या पार्श्वभूमीवर मंदिर आणि मशिदीच्या आकृत्या उठून दिसत होत्या. निवासी इमारतींच्या छपरांच्या वरून त्या डोकावत होत्या. काही काही तंबूतून दिव्यांचा उजेड बाहेर येत होता. आतमध्ये गप्पा हास्याचा आवाज ऐकू येत होता. ''दलालांना चांगली कमाई होत असली पाहिजे.'' ॲश्टन पुटपुटला. लिंडसे तोंड लपवीत हसला. ॲश्टनने आश्चर्याने भुवई उंचावली.

काही सैनिकांचे गट नुसतेच रिकामटेकडेपणाने आराम करत होते. काही

भटकत होते. त्यांना दारूचा भपकारा येत होता. त्यांचे मोठ्या आवाजातील हसणे आणि बोलणे समजणार नाही इतके जड आणि अस्पष्ट होते. आधी तो अशा वर्तनाकडे काणाडोळा करीत असे; पण आता त्याला त्यांच्याबद्दल घृणा वाटू लागली. मानेला झटका देत त्याने आपले विचार झटकले.

''आपण युद्ध अर्धवट का सोडले ते मला समजत नाही.'' लिंडसे तक्रारीच्या सुरात म्हणाला.

''म्हणजे सुलतानाला ताब्यात घेण्यापर्यंत, असे तुला म्हणायचे आहे का? मला वाटते प्रत्येक सामान्य सैनिकाची ती मुख्य तक्रार असते.''

वाटेत लागलेले शत्रूंचे किल्ले काबीज केल्यानंतर मोठ्या प्रमाणावर लूटमार झाली होती. युद्ध शहरात पसरल्यानंतर परिस्थिती अधिकच चिघळली होती. युद्धविराम झाल्यामुळे धाडी घालण्याची आणि लूट करण्याची संधी न मिळाल्यामुळे ब्रिटिश सैनिकांची घोर निराशा झाली होती. कोणत्याही क्षणी त्यांच्या असंतोषाचा स्फोट होण्याची शक्यता होती.

शत्रूच्या छावणीतून अजूनही तुरळक गोळीबाराचे आवाज ऐकू येत होते आणि बारीकसारीक चकमकी होत होत्या; परंतु बहुतेक करून युद्ध थांबले आहे, असे अॅश्टनला वाटत होते. टिपू सुलतानाला ब्रिटिश सैन्याने पूर्णपणे कैचीत पकडले होते.

''सुलतानाच्या सैनिकांमध्ये खूप शिस्त आहे आणि त्यांचे शस्त्रागार खूप उच्च दर्जाचे आहे, हो ना मेजर? मला वाटते त्यांच्या सैन्यात असलेल्या फ्रेंच सैनिकांचे हे काम असावे.''

या विधानावर उमाच्या चरफडाटाच्या कल्पनेने अॅश्टनला हसू फुटले.

एका म्हैसूर सैनिकाच्या चकमकी पिस्तुलाची बारकाईने पाहणी केल्यावर त्या पिस्तुलाच्या मूळ फ्रेंच नमुन्यात काही चांगले फेरबदल झाल्याचे अॅश्टनला आढळले. शिवाय त्याला क्षेपणास्त्राची पाहणी करण्याची संधी मिळाली नसली, तरी त्यांच्याबद्दल भीतियुक्त आदर होता. अजूनही त्याला स्वप्नात आग ओकणारी लालभडक क्षेपणास्त्रे दिसत असत आणि त्याला दचकून जाग येत असे.

''आपण त्यांच्या चकमकी बंदुकीचा अभ्यास केला पाहिजे. त्यांची न फुटलेली क्षेपणास्त्रे लंडनच्या शाही शस्त्रास्त्र भांडारात पाठवली पाहिजेत. त्यामुळे निर्माण होणाऱ्या शक्यतांची कल्पना कर, लिंडसे. ती इतकी हलकी आहेत. आपण बोटीतून ती फ्रेंचांवर किंवा अमेरिकेवरही सोडू शकू.'' अॅश्टन हातावर हात घासत म्हणाला. क्षेपणास्त्रांची गुणवत्ता हा त्याचा आवडता विषय असल्यामुळे तो खुलला होता. लिंडसे कौतुकाने हसत ऐकत होता.

''ठीक आहे, मेजर. मला तुमचे म्हणणे पटतेय,'' लिंडसे मोठ्याने हसत

म्हणाला, "तुम्ही हाऊस ऑफ लॉर्ड्समध्ये असायला हवे. आपले म्हणणे श्रोत्याच्या गळी, त्याला तसे भासू न देता उतरविण्याची कला तुम्हाला चांगलीच अवगत आहे."

लिंडसेच्या विधानाने चकित झालेला ॲश्टन हसला. आपल्या केसांतून हात फिरवत त्याने नकारार्थी मान हलवली. "माझ्याबद्दल कुणी असे बोलले हे समजले, तर माझ्या वडिलांची हृदयक्रिया बंद पडेल."

यावर लिंडसे हसला. ते न बोलता चालू लागले. काही काळ तो विचारात गढून गेला, मग त्याच्या मनात घोळणारा विषय काढत ॲश्टनचा तर्क खरा असल्याचे सिद्ध केले. मिस पेट्रीच्या केसांच्या बटा ज्याच्या पदकात निश्चितपणे ठेवल्या होत्या, त्या गळ्यातील साखळीला त्याने स्पर्श केला.

"मेजर, मी गेले काही दिवस या गोष्टीचा विचार करतो आहे. आता मला इथे थांबायचे नाही. या युद्धातून सुखरूप बचावलो, तर इंग्लंडला परत जायचे, असे मी स्वत:ला वचन दिले होते."

त्याने आशेने ॲश्टनकडे पाहिले. त्याला ॲश्टनचा दुजोरा हवा होता, हे स्पष्ट होते. ॲश्टन एक क्षणभर थांबला; मग खेळकरपणे त्याने लिंडसेच्या खांद्यावर ठोसा मारला.

"आता तुला बक्षिसाची रक्कम मिळाली असल्यामुळे तू मिस पेट्रीला लग्नाची मागणी घालू शकतोस. अभिनंदन, मित्रा. इंग्लंडला जाणाऱ्या पहिल्या बोटीतून तू निघू शकतोस."

लिंडसे आनंदाने मान डोलावत हसला. "आणि तुमचे काय, मेजर?" थोड्या वेळानंतर अडखळत त्याने प्रश्न विचारला.

"मी कसा आहे ते तुला माहीत आहे. आधी ठरवून मी काहीच करत नाही. शिवाय अजून कुणी इंग्लंडच्या तिकिटाची पैज लावलेली नाही." ॲश्टनने मजेत उत्तर दिले.

"मिसेस ट्रॅव्हेलियनला..." लिंडसे घुटमळला. त्याने घाबरून ॲश्टनकडे पाहिले आणि अडखळत म्हणाला, "तुम्हाला खिजवण्याचा माझा हेतू नाही– म्हणजे मला असे सुचवायचे नाही, परंतु मिसेस ट्रॅव्हेलियन हिंदुस्थान सोडायला राजी होतील?"

ॲश्टन थबकला, लिंडसेकडे वळला आणि ठामपणे म्हणाला, "एक साधा प्रश्न विचारायला तुला मोकळेपणा वाटू नये, एवढे आपले संबंध नक्कीच औपचारिक नाहीत. माझ्यावर विश्वास ठेव. तुझ्या प्रश्नाचे उत्तर मला माहीत असते, तर मी नक्कीच तुला सांगितले असते."

लिंडसेने यावर काही न बोलता हात पुढे केला. त्यांनी एकमेकांचे हात घट्ट

धरत दृढ हस्तांदोलन केले. या विषयावर पुढे काही बोलणे झाले नाही. आपण नदी किनाऱ्यापर्यंत फिरत असल्याचे सांगत ॲश्टनने रात्रीपुरता लिंडसेचा निरोप घेतला.

इंग्लंडला जाण्याच्या नुसत्या कल्पनेनेही उमाला धक्का बसेल. ती कल्पनाही तिच्या पचनी पडणार नाही. लिंडसेलासुद्धा उमाच्या भावनांची पूर्ण जाणीव होती. परक्या देशात जायला आणि त्याच्या आश्रयाने राहायला ती स्पष्ट नकार देईल. ॲश्टनचा निरुपाय होता. कदाचित ॲश्टनलाच कायमचे हिंदुस्थानात राहण्याच्या शक्यतेवर विचार करावा लागणार होता.

लंगडत लंगडत तो छावणीपासून दूर गेला. कंपनीच्या सैनिकांच्या गटाजवळून जात तो एकेकाळी सुंदर असणाऱ्या बागांकडे वळला. या भागात रस्ते रुंद होते. विशाल सायप्रस वृक्ष त्याला खुणावत होते. त्यातले काही कुंपण बांधण्यासाठी आणि सरपणासाठी तोडले होते. आता ती झाडे केवळ मोळ्यांच्या रूपात शिल्लक होती.

पूर्वीच्या चांगल्या मशागत केलेल्या बागांमधून हिंडताना उमाला वाटणारा सात्त्विक संताप तो समजू शकला. ज्या तऱ्हेने देशी राजांना रानटी ठरविण्यावरून उमाला राग येत असे, त्यावरून त्याला तिच्याविषयी सहानुभूती वाटू लागली. काही काही गोष्टी इंग्रजांनी देशी लोकांपासून नक्कीच शिकण्यासारख्या होत्या.

संध्याकाळ सरत आली होती. मंद वारा वाहत होता. शहरातले दिवे, मंद असले, तरी झाडांपलीकडे लुकलुताना दिसत होते. अधूनमधून जोरात हसण्याचा कर्कश आवाज आणि भटकणाऱ्या दारुड्यांचे जड आवाजातील अस्पष्ट, अनाकलनीय शब्द कानांवर पडत होते.

ॲश्टन नदीच्या काठावर पोहोचला. गेल्या काही दिवसांपासून तिथे रणधुमाळी माजली होती. तिथे तो शून्यात दृष्टी लावून उभा राहिला. तो काठीवर जोर देऊन रेलून उभा राहिला. त्याने एक दीर्घ श्वास घेतला. आयुष्यात प्रथमच भविष्याचा विचार त्याला भेडसावत होता. त्याची नेहमीची बेफिकिरी आणि अलिप्तता त्याच्या वृत्तीत अजूनही असली, तरी आता त्याला जबाबदारीची जाणीव होऊ लागली होती. जबाबदारी घेणे त्याच्या स्वभावात बसणारे नव्हते. ती त्याच्यासाठी नवलाईची गोष्ट होती.

रात्रीच्या आकाशात एका मागोमाग एक उगवणाऱ्या चांदण्या पाहत त्याने अर्धा तास व्यतीत केला असेल. एकाएकी दबक्या आवाजातील अस्फुट किंकाळीने त्याची विचारसमाधी भंग झाली. तो सावध झाला.

ॲश्टनने वळून पाहिले. चंद्राच्या स्वच्छ प्रकाशात एक अत्यंत बीभत्स दृश्य त्याच्या दृष्टीस पडले. दोन व्यक्ती, दोन्ही गोऱ्या, बहुधा साधारण सैनिक असाव्यात, एका देशी मुलीवर आणि मुलावर झडप घालत होत्या. त्यातला एक

जण मुलीला आडवे पाडून तिला दाबण्याची घाई करीत होता. दुसऱ्याने वळवळ करणाऱ्या मुलाला धरून ठेवले होते. त्या माणसाने मुलाचे तोंड दाबून धरले होते. मुलगा त्याच्या पकडीतून सुटण्याची जिवापाड धडपड करीत होता.

अॅश्टन जखमी पायाने जितक्या वेगाने चालता येईल तितक्या वेगाने निघाला. आपली बंदूक हातात घेऊन तो आवाज होऊ न देता त्यांच्यापर्यंत पोहोचला. काय होत आहे ते त्यांना कळण्यापूर्वीच अॅश्टनने सर्व शक्तीनिशी त्या सैनिकाला धरून मुलीपासून दूर मागे खेचले. तो प्यायला असल्यामुळे त्याला कशाचे भान नव्हते. अॅश्टनने त्याच्या पोटात सणसणीत गुद्दा मारताच तो झोकांड्या खात खाली पडला.

अॅश्टनने एक शब्द न बोलता आपली बंदूक दुसऱ्या सैनिकावर रोखून धरली. तो अजूनही आपली विजार आणि त्या मुलाशी झटापट करीत होता. त्याने मुलाला सोडून दिले आणि हात वर केले. त्याची स्वत:ची बंदूक उचलून घेण्याचा प्रयत्न निष्फळ ठरेल, हे त्याच्या लक्षात आले.

अॅश्टनचा त्याच्या स्वत:च्या सैनिकांवर वचक होता. त्यांच्यापैकी कोणीही असले कृत्य करण्यास धजावला नसता; परंतु आता सेरिंगपटम्‌मध्ये सैन्याच्या इतक्या तुकड्या गोळा झाल्या होत्या की, तो बहुतेक सैनिकांना ओळखत नव्हता. त्यात ब्रिटिश सैनिकही होते.

"ओहो, आमचे उरकल्यावर तुम्ही तिला घेऊ शकता." तो सैनिक कुत्सितपणे हसला. त्याला नशा जास्त चढली नव्हती, म्हणून तो जास्त धोकादायक होता. मुलगी खूपच लहान होती. ती भयंकर घाबरली होती. ती अंग चोरून उभी होती. अॅश्टनचे हृदय हेलावले.

अॅश्टनच्या पायातून जोरदार कळ उठली. झटापटीत त्याने काठी खाली टाकली होती. आपण बेशुद्ध पडू नये, असे त्याला कळकळीने वाटू लागले. अॅश्टनपुढे आपली डाळ शिजणार नाही, हे लक्षात येताच तो चिडून अॅश्टनकडे पाहू लागला. अॅश्टनचा रोखलेला हात आणि थंड नजर त्याला पुरेशी होती.

"या चिमुरड्या पोरीसाठी तुम्ही मला मारणार?" सैनिकाने उपरोधिक स्वरात विचारले.

"मला 'सर' म्हणायला तू विसरलास आणि हो, तुला मारायला मला नक्कीच आवडेल." अॅश्टनने तेवढ्याच उपरोधिक स्वरात उत्तर दिले. तो त्याच्याकडे पाहून हसला. त्या हसण्याने तो सैनिक भीतीने गोठला.

त्या माणसाने त्याला सॅल्युट ठोकला आणि कुरकुरला, "तुम्ही तिला घेऊ शकता. मी दुसरी शोधीन, 'सर'..." तो रागाने फुसफुसला. हे तो सहज करू शकला असता, हे लक्षात येताच अॅश्टनचे अवसान गळले. आपल्या देशबांधवांच्या

या ढासळलेल्या नीतिमत्तेची ॲश्टनला किळस आली.

"आज नक्कीच नाही." आपल्या बंदुकीने त्याच्या डोक्यावर प्रहार करीत ॲश्टन उत्तरला. ॲश्टनच्या अनपेक्षित आणि जोरदार कृतीने तो सैनिक हेलपाटत दगडांवर जाऊन आदळला. त्याच्या मित्रासारखीच त्याचीही गत झाली.

बेशुद्ध पडलेल्या त्या दोन माणसांकडे ॲश्टनने दृष्टी टाकली. आत्मवंचना करण्याचे सोडून द्यायला पाहिजे, हे ॲश्टनला कळून चुकले. आपल्या अवतीभवती काय चालले आहे त्याची आपल्याला पर्वा नाही, असा फार पूर्वी उमाजवळ त्याने अभिमानाने केलेला दावा किती हास्यास्पद होता. आता तो पूर्वीचा ॲश्टन राहिला नव्हता. त्याने आपण केलेल्या कामाकडे समाधानाने हसत पाहिले.

त्याने काठी उचलली. त्याच्या जखमेतून पुन्हा रक्त वाहू लागले होते. त्या देशी मुलांना शक्यतो लवकर सुरक्षित जागी पोहोचवणे आवश्यक होते. त्याने त्या मुलांना जवळ बोलावले. त्यांच्या घराची वाट दाखविण्यास सांगितले. ती मुले जवळजवळ धावत सुटली. अधेमधे धडपडत होती; पण तो आपल्या मागोमाग येत आहे याची खात्री करून घेण्यासाठी सारखे मागे वळून पाहत होती. त्याला त्यांच्या वेगाने चालता येत नाही, हे लक्षात आल्यावर ती सावकाश चालू लागली. त्याच्यापासून दूर जायला मुले घाबरत होती. त्यांनी त्याच्यावर टाकलेला विश्वास त्याच्या हृदयाला स्पर्शून गेला. त्याने वेदनेकडे दुर्लक्ष केले. त्यांना सुरक्षितपणे घरी पोहोचवायचा त्याने निर्धार केला.

वाटेत काही सैनिक भेटले. त्यामध्ये युरोपियन्स जवळजवळ नव्हतेच. रक्तबंबाळ झालेला पाय ओढत, दोन देशी मुलांच्या पाठोपाठ जाणाऱ्या जखमी मेजरला दुरूनच टाळून ते निघून गेले. पराभवानंतर शहरात शांतता होती. ते एका रुंद रस्त्यावर आले. रस्त्याच्या दोन्ही बाजूंना कौलारू घरांच्या रांगा होत्या. उघड्या अंगणात मशालींच्या उजेडात उभ्या असलेल्या काही लोकांच्या घोळक्याकडे ती मुले पळत सुटली.

हा शहराचा मध्यवर्ती भाग असावा, असे ॲश्टनला वाटले. मुलांची त्यांच्या माणसांशी भेट झालेली पाहिल्यावर ॲश्टनने परतण्याचे ठरविले; पण तो जाण्यासाठी वळण्यापूर्वी काही उग्र चेहऱ्यांची देशी माणसे भराभर चालत त्याच्या रोखाने आली. ॲश्टन न हालता जागीच थांबला. एक माणूस त्याच्या जवळ आला. त्याच्या पायांवर त्याने लोटांगण घातले. अत्यंत आदराने त्याने डोके जवळजवळ त्याच्या पायांवर टेकविले. ॲश्टन घाईघाईने मागे सरकला.

तो माणूस काहीतरी म्हणाला, ॲश्टनला त्यातला एक शब्दही समजला नाही, तरी त्याच्या बोलण्यातील गांभीर्य आणि चेहऱ्यावरील भावना त्याला समजल्या. तो मुलीचा नातेवाईक, बहुधा बाप असावा, असे ॲश्टनला वाटले.

ॲश्टन संकोचला. प्रेमळपणे मुलीकडे पाहून तो हसला. ती भीतभीत अश्रूपूर्ण नयनांनी त्याच्याकडे बघून हसली. तिचे हास्य त्याच्या हृदयात घर करून राहिले.

एका माणसाला त्याच्या पायावरची जखम दिसली. त्याने कुणाला तरी काहीतरी ओरडून सांगितले. ॲश्टनच्या खांद्यावर हात ठेवून त्याला बसायला सांगितले. मशालीच्या उजेडात त्याने ॲश्टनची जखम स्वच्छ केली, त्यावर काही वनौषधी दाबून धरल्या आणि घट्ट बांधल्या. बाकीची माणसे त्याला निरनिराळ्या सूचना देत होती. वरदननेसुद्धा त्याला असाच वनौषधीयुक्त चहा प्यायला लावला होता, ज्यामुळे अनेक व्याधींपासून त्याचा बचाव झाला होता. या उपायानेही कदाचित त्याचा पाय पूर्ण बरा होईल, असा त्याला विश्वास वाटला.

जखम बांधून झाल्यावर त्यांचा निरोप घेण्यासाठी ॲश्टन उठला. मुलीच्या नातेवाइकाने त्याचा हात हातात घेतला. आपल्या गळ्यातील साखळी काढली आणि त्याच्या हातात ठेवली. ॲश्टनने नकार दिला, पण त्याने त्याच्याकडे दुर्लक्ष केले आणि साखळी त्याच्या हातात दाबून धरली. ॲश्टनने साखळीकडे बघितले. महाराजही अशीच साखळी वापरत असल्याचे त्याने पाहिले होते. त्या साखळीच्या मधोमध वाघनखे होती.

हात हलवून त्यांचा निरोप घेऊन तो कष्टाने परत फिरला. त्याने महाराजांना दिलेल्या वचनाचे एकाएकी त्याच्यावर प्रचंड दडपण आले. उमाचे सौंदर्य, तिचे सौष्ठव, लक्ष वेधून घेणारे निळे डोळे, नितळ गौरवर्णी त्वचा, चमकदार केस आणि तिचा अत्यंत गोड चेहरा त्याला आठवला. त्याच्या सहकाऱ्यांच्या पशुवत् कृत्याची त्याला अत्यंत शिसारी आली. त्याच्या पत्नीवर येऊ शकणाऱ्या सगळ्या भयप्रद प्रसंगांच्या कल्पनेने तो हादरला.

अतिशय थकवा जाणवून ॲश्टनने डोळे मिटून घेतले. त्याला आता घराची ओढ लागली.

घोडागाडीत ते दबा धरून बसले होते. गार्ड त्याची कहाणी वर्णन करून सांगत होता. प्लेअर अधीरपणे ऐकत होता.

"मी संपूर्ण दिवस आयासोबत होतो." गार्ड म्हणाला, "मी एक साधुपुरुष आहे, हे तिला पटवून देणे अगदीच सोपी गोष्ट होती." गार्डने प्लेअरची प्रतिक्रिया जाणून घेण्यासाठी त्याच्याकडे शोधक नजरेने पाहिले; परंतु प्लेअरच्या मनाचा त्याला थांगपत्ता लागला नाही.

"ते कडे त्या मुलीकडेच आहे, हे तिने खात्रीपूर्वक सांगितले का? तिच्या सांगण्यावर विश्वास ठेवता येईल का?"

''ती सांगते ते खरे आहे; पण ते मुलीने जवळ ठेवले असेल, याबद्दल ती साशंक आहे. त्या मुलीला ते कडे डोळ्यांसमोरही नको होते असे वाटते.''

प्लेअरच्या कपाळावर आठ्या पडल्या. काही बाबतीत जुनी दासी विश्वसनीय होती. अशाच एका जुन्या सेवकाने उमा खरी कोण होती आणि ती कुठे होती, हे त्यांना सांगितले होते. प्लेअर पुटपुटला, ''तिच्या दागिन्यांच्या पेटाऱ्यात, दुरान्वयेही पायांतील पैजणांसारखे दिसणारे मला काहीही दिसले नाही. ते बाहेर कुठे असते, तर आपल्याला आधीच कळले असते.''

''परत त्या घरात जाणे माझ्यासाठी धोकादायक आहे. त्यांचा वैयक्तिक नोकर घरातील बारीकसारीक हालचालींवर करडी नजर ठेवून असतो; पण कदाचित आता वातावरण निवळले असेल.'' गार्ड म्हणाला. आत्मविश्वासाचे सोंग करत त्याने दाढी कुरवाळली. त्याचा आत्मविश्वास डळमळायला लागला होता. प्लेअर ते कडे परत मिळवू शकेल व आपले श्रीमंत होण्याचे स्वप्न पूर्ण होईल, ही आशा प्रथमच मावळायला लागली होती.

''तू ताबडतोब घोडा काढ. वेळ न घालवता नीघ आणि तिच्यावर लक्ष ठेव. एक-दोन दिवसांत काहीतरी निमित्ताने मीही येतो.'' प्लेअरने डोळे किलकिले केले. ''त्या मुलीने ते टाकून दिले असणे शक्य नाही. इतकी वर्षे मी निष्फळ शोध घेण्यात खर्ची घातली ती उगीच का? आपल्याला सेंट जॉर्ज किल्ल्यात जाऊन परत नव्याने सुरुवात करायलाच हवी. नुकत्याच घडलेल्या घटनांनी अजूनही ते किती महत्त्वाचे आहे, ते स्पष्ट झाले आहे, खरे ना?''

प्रश्नाचे उत्तर देणे अपेक्षित नव्हते. त्याचे उत्तर न देता गार्डने मान तुकवली आणि माघारी वळला.

''तू दिलेला शब्द पाळत नाहीस.'' वॉरेन मनात उफाळणारा राग गिळत हळुवार आवाजात म्हणाला.

मीनाने नजर उचलून त्याच्याकडे पाहिले. तिच्या भुवया उंचावल्या होत्या. त्याने राग लपविण्याचा कितीही प्रयत्न केला असला, तरी तिने तो मनकवडेपणाने ओळखला असल्यासारखे वाटत होते. तिच्या डोळ्यांत दुखावल्याचा भाव होता.

आपल्या भावना दाबून धरत तो मुद्दामच बळेच हसला. ''तू ते कधीही वापरत नाहीस. हे बघ, प्रेमाचे प्रतीक म्हणून ते अजिबात योग्य नसले, तरी त्या वेळी देण्यासारखी माझ्याजवळ तीच एक वस्तू होती.'' तो म्हणाला. तिचे पाय वर उचलून त्याने तिच्या आकर्षक तपकिरी रंगाच्या घोट्यावरून हळुवार हात फिरवला.

''खरोखर, आमच्या पौराणिक कथेतील राक्षस सोडले, तर ते कुणाच्याही

पायाला बसणार नाही.'' ती खळखळून हसत म्हणाली. ''तरीही मला ते कुणाला देण्याची कल्पना असह्य वाटते,'' ती खेळकरपणे त्याचा हात थोपटत म्हणाली.

वॉरेन एक क्षण निश्चल बसला. मग चेहऱ्यावर प्रेमाचा आव आणत म्हणाला, ''मी त्याऐवजी तू वापरू शकशील असे दुसरे चांगले कडे तुला देईन.''

मीनाच्या कपाळावर हलकीशी आठी उमटली; परंतु तो तिचे गाल कुरवाळू लागला, तिच्या सौंदर्याची स्तुती करून तिच्यावर चुंबनांचा वर्षाव करू लागताच ती सगळे विसरली. ती निघाली तेव्हा गोड बोलत तिला निरोप देताना त्याने परत कड्याची मागणी केली.

त्या रात्री मीनाला स्वस्थ झोप लागली नाही. कोणत्यातरी संकटाची चाहूल लागल्यासारखे तिच्या मनावर दडपण आले. काहीतरी चुकीचे घडत असल्याचे ओळखण्याइतकी ती चतुर होती; परंतु नेमके काय चुकतेय ते तिच्या लक्षात येत नव्हते. ते तिच्या नवऱ्याशी संबंधित आहे, असा तिचा अंदाज होता. सल्ला देण्यासाठी तिचे बंधू जवळ असायला हवे होते, असे तिला राहून राहून वाटत होते.

२७

"तुम्ही परत आल्याचे आणि तेही पुन्हा जखमी न होता, हे पाहून बरे वाटले, लेफ्टनंट फेंटन." उमा म्हणाली.

"परत आल्यामुळे मलाही बरे वाटले, मिसेस ट्रेव्हेलियन. सैनिक बनण्यासाठी मी योग्य नाही. निष्कारण इतकी मनमानी हिंसा मला बघवत नाही. मी धर्मगुरूच व्हावयाला हवे होते. मेजर ट्रेव्हेलियनना हे सगळे कसे काय जमते बुवा. युद्धामागोमाग युद्धात भाग घेत किती दीर्घकाळ ते घराबाहेर आहेत."

सेरिंगपटम्‌ची युद्धसमाप्ती घोषित झाली, तेव्हा तो अर्ध्या वाटेत होता. त्यामुळे दोन दिवस आधीच तो मद्रासला पोहोचला होता. सगळे सैनिक अजून परतले नव्हते. सुलतानाच्या शरणागतीची बोलणी अजून चालू होती; परंतु विजयाच्या वार्तेने सेंट जॉर्ज किल्ल्यातील रहिवाशांमध्ये उत्सवाचे वातावरण होते. शिपिंग कंपनीच्या कार्यालयातून बाहेर पडत असताना उमाची फेंटनशी गाठ पडली होती. तिकिटांची चौकशी करण्यासाठी तो कार्यालयात आला होता; पण उमा भेटल्यावर त्याने तिला घरापर्यंत सोबत देऊ केली होती.

समुद्राचा गंध, किनाऱ्याच्या भिंतींवर फुटणाऱ्या शुभ्र फेसाळ लाटा उमाचे लक्ष वेधत होत्या. किनाऱ्याच्या रस्त्याने, किल्ल्याच्या भिंतीजवळून ते जात होते. किनाऱ्यावर रिकाम्या मच्छीमारी बोटी उभ्या होत्या. दुपारच्या उन्हात त्यांची जाळी चमकत होती.

"किती सुंदर." फेंटन उद्‌गारला. "भक्कम ओकचे लाकूड आणि तांबे."

दूरवर नांगरून उभ्या असलेल्या, समुद्राच्या निळ्या पाण्यात हेलकावे खाणाऱ्या ईस्ट इंडिया कंपनीच्या दोन भव्य बोटींकडे तो पाहत होता.

त्याच्या आवाजात नेहमीचा उदासीन सूर होता. उमाला मनातून हसू आले. ॲश्टन कधीच असा उदास होणार नाही, हा विचार तिच्या मनात आला.

युद्धामुळे तो बदलला असेल का? युद्धाच्या कटू अनुभवानंतर त्याच्या व्यक्तिमत्त्वात बदल होण्याची शक्यता होती.

"मला इंग्लंडला परतायलाच हवे. तरीही दर महिन्याला मी माझा प्रवास लांबणीवर टाकत आहे. ज्या देशात ती राहते तो हा सुंदर, उबदार देश सोडून मला जावेसे वाटत नाही. तरीही मला गेले पाहिजे. माझ्या आईची तब्येत ढासळत आहे." त्याने उसासा सोडला.

"तुमचा प्रवास पुढे ढकलण्यासाठीच मला घरापर्यंत सोबत करण्याचा बहाणा तुम्ही केलात का लेफ्टनंट फेंटन?" उमाने हसून विचारले.

फेंटन उदासपणे हसला. "तुम्ही बरोबर ओळखले, मॅडम; परंतु मी मुंबईला जाऊन तिथून बोट पकडण्याचा विचार करीत होतो."

लेफ्टनंट फेंटनच्या शब्दांनी दुसरी एक समस्या उद्‌भवली होती. उमाच्या कपाळावर आठी उमटली. रिचर्ड वॉरेनचे तपशील हाती आल्यावर उमाने आपल्याला मिळालेली माहिती महाराजांना पत्राने कळविण्याचे निश्चित केले होते. वॉरेनचा शोध घेण्याच्या तिच्या उपद्‌व्यापांवरून त्यांनी सौम्यपणे तिला खडसावले होते; परंतु ते तिला तिच्या प्रयत्नांपासून परावृत्त करणार नाहीत, असे त्यांनी उत्तरादाखल लिहिलेल्या पत्रात कळविले होते. "मी सांगून तू ऐकणार नाहीसच. मला शक्य होईल तेवढी मदत मी करीन." हे त्यांचे शब्द होते. तिची आई त्याला केव्हा भेटली असेल त्या कालखंडाबद्दल त्यांनी लिहिले होते. त्यानंतर एकाएकी सुचल्यासारखे त्यांनी तिला शिपिंग कंपनीची कागदपत्रे तपासून पाहण्याबाबत लिहिले होते. काही वेळापूर्वीच कार्यालयातील अधिकाऱ्याने रिचर्ड वॉरेन संबंधीचे तपशील तपासण्याचे कबूल केले, तेव्हा उमाचा उत्साह वाढला होता.

रिचर्ड वॉरेन दुसरीकडे कुठेतरी गेला असला तर? ती शक्यता गृहीत धरली तरी तिचा शोध पुढे सरकत होता. रिचर्ड वॉरेन सैनिक होता, याची तिने खात्री करून घेतली होती. जॉन वॉरेन ही व्यक्ती कोणता व्यवसाय करत होती, या विषयी तिने चौकशी केली होती; परंतु ती माहिती देण्यास कोणी तयार नव्हते. त्याच्या घराला परत भेट देण्याची तिची इच्छा नव्हती. ज्याच्या थडग्याला तिने भेट दिली होती त्या वॉरेन पारकरचा कोणताही मागमूस लागत नव्हता. ती शोध घेत होती त्या वॉरेनच्या वर्णनाशी जुळणारे या तिघांव्यतिरिक्त दुसरे कोणीही वॉरेन नव्हते. ही समाधानीची गोष्ट होती.

"बक्षिसाची रक्कम खूप मोठी आहे. कुणाकुणाला दोनशे तीस पौंडांपर्यंत मिळणार आहेत." फेंटन असूयेने म्हणाला. त्याच्या बोलण्याने उमा भानावर आली.

"अर्धे राज्य आणि लाखो पौंड ही शरणागतीची सर्वांत अलीकडची अट

आहे असे मी ऐकले. बक्षिसाची रक्कम मोठी असल्यास नवल नाही.'' उमा उपरोधिक हसून म्हणाली.

सैनिकांना मोठ्या रकमेची बक्षिसे देणे अर्थातच ब्रिटिशांना परवडणारे होते. फक्त सुलतानाकडून उपटलेली लाखोंची रक्कमच नव्हे, तर करांच्या स्वरूपात राज्याचा महसूलसुद्धा त्यांनाच मिळणार होता. आता त्यांची घोडदौड कोणीही अडवू शकणार नव्हते. हैदराबाद, मलबार आणि मराठ्यांच्या लवकरच लक्षात येईल, की त्यांनी कुणाला मैत्रीचा हात पुढे केला होता.

तिच्याबरोबर चालणाऱ्या फेंटनकडे तिने पाहिले. तिच्या एखाद्या मित्राने तिच्या दागिन्यांची पेटी हाताळली असावी किंवा तिच्यावर हल्ला केला असावा, ही कल्पना अफलातून वाटत होती. तिने सर्व घटना कल्पनेत पाहिल्या असल्या पाहिजेत, उमाने स्वत:ची समजूत घालण्याचा प्रयत्न केला. हल्ल्याची घटना हे एखाद्या सराईत भुरट्या चोराचे काम असावे.

''निळा रंग तुम्हाला खूप शोभून दिसतो, हे सांगण्याचे धाष्ट्य मी करू शकतो का?''

अलीकडे लेफ्टनंट फेंटन तिचे जास्तच कौतुक करायला लागला होता. ती आपल्या प्रेमात पडली आहे, अशी त्याने स्वत:ची समजूत करून घेतली असेल का, या विचाराने चिंतित होऊन तिने त्याच्याकडे एक कटाक्ष टाकला. त्याच्या प्रश्नाला उत्तर न देण्याचे ठरवून ती स्थानिक घडामोडींबद्दल बोलू लागली. त्याचा निरोप घेऊन ती घराकडे वळली. तिच्या हातात 'जर्नल ऑफ दि एशियाटिक सोसायटी' आणि 'न्यूटन्स ऑप्टिक्स' या पुस्तकाच्या प्रती होत्या. जर्नलमधील लेख बहुधा तिच्या पपांसारख्या असणाऱ्या इंग्रज लेखकांनी लिहिले असल्यामुळे ते वाचायला मजा येत असे. काही लक्षवेधी निरीक्षणे महाराजांना पाठविण्यासाठी ती उतरवून घेत असे. आता युद्ध संपल्यामुळे ती महाराजांना तिच्याकडे येण्याबद्दल विचारणार होती. ते तिच्याकडे काही दिवस राहू शकले असते. तिने त्यांच्यासाठी एखादा समारंभ आयोजित केला असता आणि एशियाटिक सोसायटीच्या सभासदांना निमंत्रित केले असते. तसेच तिने शोध घेतलेल्या वॉरेन नावाच्या माणसांविषयीही सांगितले असते.

महाराजांशी गप्पा मारायला ॲश्टनलाही मजा येईल. ते एकमेकांना युद्धाच्या रम्य कथा सांगतील. ते तिघे मम्मलापुरमला सहलीलासुद्धा जाऊ शकतील. तेथील दगडात कोरलेली अप्रतिम शिल्पे ट्रेव्हेलियनला प्रौढीने दाखवणे अत्यंत आनंददायक अनुभव असेल, हा विचार मनात येताच तिला हसू फुटले.

ती शिल्पे त्याला दाखवताना ती खोचक भाष्य करणार होती. त्या कल्पनेने अत्यंत उत्तेजित होऊन हलक्या उड्या मारीतच तिने घरात प्रवेश केला. तिथे

तिची वाट पाहणाऱ्या तिच्या मामाश्रींच्या दरबारीचा परिचित चेहरा दिसताच ती एकाएकी थबकली.

तिने आश्चर्याने स्वागतपर काहीतरी बोलण्यास सुरुवात केली; परंतु त्याच्या डोळ्यांतून ओघळणारे अश्रू पाहताच ती एकदम थांबली. ज्या आविर्भावात ते उभे होते ते पाहून उमाच्या पोटात खड्डा पडला आणि तिचे हृदय वेगाने धडधडू लागले. अत्यंत आर्ततेने ते उच्च स्वरात म्हणाले, ''ओह् मॅडम! आपले महाराज आपल्याला सोडून गेले हो!''

उमाने डोके भिंतीवर दाबून धरले. मग पायांतले त्राण नाहीसे झाल्यागत ती खाली सरकत मट्कन जमिनीवर बसली.

युवराजांनी तिला कळविले नव्हते. महाराजांचे प्रेमळ डोळे बघण्याची शेवटची संधी तिने गमावली होती. ते शांतपणे झोपेतच गेले होते. दुसऱ्याच दिवशी त्यांच्यावर अंत्यसंस्कार करण्यात आले होते. ते झोपेत असल्यासारखे वाटत होते. जणू काही चिंतामुक्त होऊन या जगातून सुटका झाली म्हणून ते आनंदात होते, असे वाटत होते, असे दरबारी सांगत होते. त्या घटनेला एक आठवड्याहून अधिक काळ उलटून गेला होता. त्यांच्या देहाची राख नदीत विसर्जित करण्यात आली होती. तिथून ती समुद्रात पोहोचली होती. तिचे सर्वांत निकटचे सुहृद आणि मार्गदर्शक असलेल्या व्यक्तीचे तेवढेच अवशेष शिल्लक राहिले होते.

बऱ्याच वेळानंतर अशा शोकसमाचारानंतर अनिवार्य असलेले स्नान केल्यानंतर आपल्या खोलीच्या एकांतात तिला देण्यात आलेले पत्र तिने उघडले, तेव्हा दुःखातिशयाने तिचे हृदय विदीर्ण झाले होते. ते पत्र सकाळी महाराजांच्या हातात होते, असे दरबारी म्हणाले होते.

''माझ्या प्रिय, गोड वत्सा,'' तिने पत्र उघडताच हे शब्द तिच्या दृष्टीस पडले. त्यांच्या तमिळ भाषेच्या वर्तुळाकार लिपीत त्यांच्या स्पष्ट आणि ठळक हस्ताक्षरात पत्र लिहिले होते.

माझ्या प्रिय, गोड वत्सा,

तुला पत्र लिहायलाच हवे, असे मला वाटते आहे. मध्यरात्र होत आली आहे; पण मला झोप येत नाहीये. तुझ्याशी संवाद साधावा अशी मला अनावर ऊर्मी होत आहे. जणू मी तुझ्यावर किती प्रेम करतो, हे तुला सांगण्याची मला परत संधी मिळणार नाही.

मी तुझी सगळी पत्रे वाचतो. तू सुखी आहेस हे शब्द त्या पत्रांत कुठे सापडतात का, हे मी आतुरतेने पाहतो; पण ते मला सापडत नाहीत. तुझे पती दूर असल्यामुळे अजून ते ऐकण्याचे माझ्या नशिबात

नाही, असे मी स्वतःचे सांत्वन करतो.

माझ्या प्रिय मित्र ॲश्टनच्या लढायांच्या आणि त्यात त्याने मिळवलेल्या विजयाच्या वार्ता माझ्या कानांवर पडतात, तेव्हा मला त्याचा अतिशय अभिमान वाटतो. जर मि. ब्रुकच्या म्हणण्याप्रमाणे मृत्यूच्या पश्चात दुसरे जग असेल आणि तिथे माझी त्यांच्याशी भेट झाली, तर तुझ्या योग्यतेचा पती मी शोधून काढल्याबद्दल ते नक्कीच माझे अभिनंदन करतील.

ओह, उमा, लाडके, ॲश्टन माझा मुलगा असता तर, असे मला किती तीव्रतेने वाटते. मदुराईच्या देवीने माझी प्रार्थना ऐकली. तो सुखरूप आहे आणि युद्ध संपले आहे म्हणून मी कृतज्ञ आहे. तो लवकर परतेल आणि तुझ्यासोबत असेल, हे मला माहीत आहे. कालांतराने त्याच्या सहवासात तू सुखी होशील, असा मला पूर्ण विश्वास आहे. तेव्हा तुला नको असलेल्या माणसाशी मी तुला लग्न करायला भाग पाडले, या माझ्या गुन्हाबद्दल तू मला पूर्ण माफ करशील.

तुझ्या आईचे रक्षण करण्यात मी अपयशी ठरलो. किती वर्षे मी पश्चात्तापाच्या आगीत होरपळलो आहे. कमीत कमी तुझ्या बाबतीत मी कमी पडलो नाही, याचे शेवटी मला समाधान वाटते आहे.

मी मनात कल्पना करतो. आजपासून अनेक वर्षांनी, म्हातारपणी, तुमच्या त्या अतिशीत देशात उबदार शेकोटीपाशी बसून तुझ्या लाडक्या नातवंडाना दूरच्या एका देशाच्या कथा तू सांगशील. कदाचित तू त्यांना एका महाराजांची गोष्ट सांगशील, ज्यांच्याबरोबर मि. ब्रुक आणि त्यांची सुंदर मुलगी राहत होती.

तुझा मामा

मृतवत् शांत आणि विवर्ण चेहऱ्याने उमाने काळजीपूर्वक पत्राची गुंडाळी केली आणि हृदयाशी घट्ट धरली.

२८

वसंत ऋतूला आरंभ झाला होता. पांढरी जाई, गुलाबी कण्हेरी, नारिंगी चाफा आणि लाल जास्वंदी अशी बागेमध्ये रंगांची उधळण होती. हवा सुगंधित झाली होती. सुरवंट तुरुतुरु चालत होते. खारींचा पाठशिवणीचा खेळ चालला होता. पक्ष्यांचा किलबिलाट ऐकू येत होता. मधमाश्या गुणगुणत होत्या. सकाळची नैमित्तिक कामे आटोपून आपली मालकीण बागेत सुखेनैव आहे ना, याची खात्री करून घेण्यासाठी मेरीने खिडकीतून बाहेर नजर टाकली. मिसेस ट्रेव्हेलियन आपल्या रूपसौंदर्याची करत असणारी हेळसांड मेरीला व्यथित करत असे. महाराजांच्या मृत्यूच्या वार्तेने तिची मालकीण हतोत्साह आणि मलूल झाली होती.

मिसेस ट्रेव्हेलियन बागेतील विशाल फणसाच्या झाडाखाली एका जाजमावर बसली होती. तिच्या गाउनच्या कडा जमिनीत लोळत होत्या. भारतीय पद्धतीच्या उतरत्या मेजावर पुढे झुकून लिहीत असणाऱ्या तिच्या आकृतीकडे पाहून मेरीने सुस्कारा सोडला. रिबिनीने बांधलेले काही कागदाचे सुटे ताव तिच्या बाजूला निष्काळजीपणे ठेवले होते. लिहिता लिहिता तिची लेखणी थांबत थांबत कागदावर पुढे सरकत होती. तिच्या बोटांवर नक्कीच शाईचा डाग पडला असणार. एवढे असूनही तिचे अप्रतिम नैसर्गिक सौंदर्य डोळ्यांत भरत होते. तिचे रेखीव नाक-डोळे आणि शेलाटा बांधा आकर्षक दिसत असे. घरी असताना तिचे डोके अनावृत्त असे. आता तिचे सोनेरी केस चमकत होते. त्या दिशेने पाहत जाणारे तिच्याकडे पुन्हा पाहण्यासाठी हटकून थांबत होते.

तिच्या मालकिणीच्या चेहऱ्यावरील दुःखी-कष्टी भाव पाहून मेरीला तिची काळजी वाटू लागली. तिचे लेखन चालू होते ही समाधानाची गोष्ट होती. मिसेस ट्रेव्हेलियनला नवीन गाउन घेण्यास राजी करण्याचे मेरीने ठरविले. ती बधली नाही, तर नवीन केशरचना करण्यासाठी तरी तिचे मन वळवायचे मेरीने ठरविले.

'हे योग्य नाही. तिने अश्रू ढाळून आपल्या दु:खाला मोकळी वाट करून द्यायलाच हवी. अशा प्रकारे दु:ख मनात ठेवणे तिच्यासाठी चांगले नाही. तिचे महाराजांवर खूप प्रेम होते.' वरदन गेले काही दिवस परत परत हेच सांगत होता.

वरदन एक चांगला माणूस होता. तो परत आल्यापासून मेरीला धीर आला होता. पुढच्या अंगणात काहीतरी गोंधळ ऐकू आला. मेरीची विचारशृंखला तुटली. परत एकदा आपल्या मालकिणीकडे काळजीयुक्त कटाक्ष टाकत मेरी घाईघाईने दरवाजात आली.

उमाने पान पूर्ण केले. लेखणी हातात फिरवत तिने लेखन पुन्हा वाचले. तो कागद मांडीवर टाकला आणि समोर शून्यपणे पाहत बसली. गहिरे दु:ख आणि एकाकीपणा तिच्या मनात दाटून आला. डोळे मिटून, मान वर करून तिने एक दीर्घ श्वास घेतला. तिचे वडील आणि महाराज त्यांच्या हयातीत अनेक विषयांवर सखोल चर्चा आणि वादविवाद करीत असत. मृत्यू आणि मृत्युपश्चात जीवनाची शक्यता, हे विषयसुद्धा त्यांच्या चर्चेत असत. तिने निळ्या निरभ्र आकाशाकडे पाहिले. ते वरून कुठूनतरी तिच्यावर प्रेमाने लक्ष ठेवून आहेत अशी तिने मनाची समजूत घातली. तिला अशा सांत्वनाची गरज होती. दुसऱ्या कशाचाही आणि कुणाचाही तिला आधार नव्हता. भावनावेग अनावर होऊन ती निश्चल बसून राहिली.

त्या क्षणी तिचे मन पूर्ण खचले होते. हवेची हलकी झुळूक आणि पानांची सळसळ याव्यतिरिक्त सर्वत्र एक रिक्तपणा भरून राहिला होता. तेवढ्यात अनपेक्षितपणे एका परिचित, भरदार आवाजाने ती एकाएकी भानावर आली.

तिचे हृदय अचानक जोरात धडधडू लागले. डोळे विस्फारले गेले. तिने गर्रकन वळून पाहिले. ॲश्टन उंबरठा ओलांडून घरातल्या अंधारातून बाहेर उजेडात प्रकट झाला होता.

"मेजर," ती ओरडली आणि घाईघाईने त्याच्याजवळ गेली. कागद आणि लेखणी जमिनीवर विखरून पडले. त्याची पर्वा न करता ती त्यांच्यातील थोडेसे अंतर धावत गेली आणि त्याचा मोकळा हात तिने हातात घट्ट धरला. "तुम्ही परत आलात!" धापा टाकत ती आश्चर्याने उद्गारली.

तो स्तब्ध उभा राहिला. तिच्याकडे शोधक दृष्टीने पाहत तो सावकाशपणे म्हणाला, "मला बातमी कळताच मी तिथून सरळ घरी आलो. मला खूप खूप वाईट वाटतेय."

त्याच्या डोळ्यांतील कणव, सहानुभूती आणि आवाजातील हळुवारपणाने तिचा बांध फुटला. तिचे ओठ थरथरले, डोळ्यांत पाणी आले आणि नकळत तिला हुंदका फुटला. ती मुक्तपणे आपल्या दु:खाला वाट मोकळी करून देत

असताना त्याने तिला जवळ ओढून मूकपणे धरून ठेवले. त्याच्या हनुवटीखाली मस्तक टेकवून त्याच्या शर्टावर हात ठेवून ती असंबद्धपणे पुटपुटत त्याला काहीबाही सांगू लागली. महाराजांना भेटण्यासाठी तिने मदुराईला जावयास हवे होते, त्यांचे शेवटचे पत्र आणि मृत्युसमयी ते तिचाच विचार करीत होते, हे सर्व ती त्याला सांगू लागली.

काही क्षणांनंतर तिचे अश्रू थांबले. दुःखावेग ओसरल्यावर तिला प्रकर्षाने जाणवले, की ॲश्टन तिच्या केसांवरून हात फिरवत आहे. ती प्रचंड शरमिंदी झाली. अशोभनीयपणे त्याला दूर ढकलत ती सरळ उभी राहिली. त्याच्या डोळ्याला डोळा भिडवणे तिला अशक्य झाले. बुद्धिचातुर्याने काही बोलणे तिला सुचेना. ती नुसतीच उभी राहिली. तिची दिङ्मूढता कमी होण्यासाठी तिला पुरेसा वेळ मिळावा म्हणून काही न बोलता तो शांतपणे उभा राहिला.

बऱ्याच वेळानंतर एक दीर्घ श्वास घेत तिने विचारले, ''तुम्ही कसे आहात. मेजर?''

तिने पट्कन त्याच्या अवताराकडे नजर टाकली. तो सैनिकी गणवेशात होता. गणवेशाच्या झिजून जवळजवळ चिंध्या झाल्या होत्या. रंग उडाला होता आणि त्याच्या अंगावर कोणतीही आभूषणे नव्हती. त्याच्या कपाळावरील भूषणास्पद वाटणारी जखम भरायला लागली होती. तो त्याच्या काठीवर किंचित रेलून उभा होता. त्याचा रंग काळपट पडला होता आणि त्याचे शरीर जास्त कणखर वाटत होते. ती विद्रूप दिसणारी जखम, आभूषणे आणि रुबाबदार कपडे नसूनही तो देखणा आणि रुबाबदार दिसत होता, हे तिच्या नजरेतून सुटले नाही.

''तुम्हाला झालेल्या जखमा... आता कशा आहेत?''

''हो, ती आता भरत आली आहे. धन्यवाद.'' काठी हळूच पायावर आपटत तो म्हणाला. ''अजून थोडेसे लंगडत चालतो; पण डॉक्टर म्हणतात, की काही आठवड्यांतच मला काठीची गरज पडणार नाही.''

तो इतक्या घाईघाईने परत येईल, हे उमाला अपेक्षित नव्हते. तशी आशा करायलाही ती धजावली नव्हती. इतक्या लवकर तो परतलेला पाहून तिचे हृदय कृतज्ञतेने भरून आले. घरी लवकर पोहोचण्यासाठी त्याने रात्रभर प्रवास केला असला पाहिजे, हे तिच्या लक्षात आले. त्यामुळे त्याची खूप गैरसोय झाली असेल आणि त्याला वेदनाही झाल्या असतील.

''धन्यवाद, मेजर,'' कंठ भरून आल्यामुळे तिचे शब्द फुटेनात. ''प्रवासात खूप त्रास झाला का? घरी परतायला परवानगी मिळायला अडचण आली का?'' तिने क्षीण आवाजात विचारले.

त्याने तिचे प्रश्न न ऐकल्यासारखे केले आणि एका दगडी बाकाकडे निर्देश

केला. ‘‘जातानाच्या प्रवासापेक्षा परतीचा प्रवास नक्कीच सोपा होता.’’ ती बसल्यानंतर तो रुक्षपणे म्हणाला. काठी बाकावर दोघांच्या मध्ये ठेवली. स्वत: खाली बसला आणि आपला जखमी पाय आराम पडेल अशा स्थितीत ठेवला. त्याने हळुवारपणे विचारणा केल्यावर ती संगतवार बोलू लागली. महाराजांनी केलेली विधाने, त्यांचे आजारपण यांवर बोलणे झाल्यावर तिने आपल्या लहानपणीच्या काही आठवणी सांगितल्या. मेरीने आणलेला चहा घेतल्यानंतर ती जास्त शांत चित्ताने बोलू लागली. काही वेळानंतर ॲश्टनने हात ताणून आळस दिला. तो दमला असला पाहिजे, हे लक्षात येऊन उमा गप्प बसली.

त्याने हळू आवाजात कोणत्याशा धुनेवर शीळ वाजवली. हात डोक्याच्या मागे गुंफले, सभोवार नजर टाकली आणि हसला.

‘‘अस्ताव्यस्तपणे वाढलेली ही बाग किती प्रसन्न वाटते. इथे स्ट्रॉबेरीजची झाडे आणि इतर इंग्लिश बायकांप्रमाणे कंटाळवाणी हिरवळ न लावल्याबद्दल तुमचे अभिनंदन करायला हवे, मॅडम.’’

‘‘मी इंग्लिश स्त्री नाही.’’ त्याच्या खोचक बोलण्यावर प्रतिक्रिया देत ती अभावितपणे म्हणाली, ‘‘आता तुम्ही जेते आहात, तेव्हा मी इंग्लिश नाही म्हणणे मूर्खपणाचे आहे. सुलतानाच्या मुलांना ओलीस म्हणून पकडण्याची बातमी मद्रासमध्ये चर्चेत आहे.’’

‘‘त्यांना पकडलेले नाही, मॅडम. त्यांना सोपवण्यात आले आहे.’’ ॲश्टन तिच्या बोलण्याचे वाईट वाटल्याचे नाटक करीत म्हणाला. ‘‘दोन दिवसांपूर्वी लॉर्ड कॉर्नवॉलिसने एका शानदार समारंभात त्यांचे स्वागत केले.’’

‘‘या प्रसंगावर एक वीररसयुक्त कवन नक्कीच रचण्यात येईल.’’ उमाने बोचरे भाष्य केले.

‘‘आणि एक चित्रसुद्धा काढण्यात येईल.’’ ॲश्टन उदात्तपणे तिची री ओढत म्हणाला.

‘‘टिपू सुलतान अजून जिवंत आहे म्हटलं, सर.’’

‘‘आहे. ठीक आहे. ब्रिटिश सर्व शक्तीनिशी त्याच्यावर तुटून पडतील.’’

‘‘ब्रिटिशांचे सामर्थ्य? तुम्ही असे कसे म्हणू शकता? तुम्हाला युतीची माहिती असूनसुद्धा...’’ उमा मध्येच थांबली. तिने त्याच्याकडे पाहिले. तो ओठ मुडपून हसत होता. तिने समजल्यासारखी मान हलवली. ‘‘माझी उदासीनता घालविण्यासाठी तुम्ही जाणूनबुजून मला छेडता आहात.’’

तो कौतुकाने हसला. दीर्घ काळानंतर दृष्टीस पडलेल्या त्याच्या खळ्यांकडे उमाने आनंदाने पाहिले.

‘‘आता मी ठीक आहे. धन्यवाद.’’ नजर दुसरीकडे वळवत उमा म्हणाली.

"मला माफ करा. मी थोडीशी..." ती थांबली. आपले पोरकट वर्तन पाहून तो मनात काय म्हणाला असेल? तिचे महाराजांवर किती प्रेम होते आणि तिचे त्यांच्याशी काय नाते होते, हे त्याला कसे ठाऊक असणार?

"मी... ते खूप मोठे होते."

"देशी असूनही, असे तुला म्हणायचे आहे."

"तुम्ही मुद्दाम म्हणता आहात, हे न कळण्याइतकी मी मूर्ख नाही." ती रागाने म्हणाली.

ॲश्टन तिच्या आकस्मितपणे बदलेल्या भांडणाच्या पवित्र्यावर मोठ्याने हसला. तिला वरपासून खालपर्यंत न्याहाळत तो मिश्कीलपणे म्हणाला, "आता तुझा मेंदू पूर्ववत काम करू लागला आहे, असे दिसतेय. यापुढे माझ्या बाहुपाशात येणे नाही आणि माझा शर्ट हातात पकडून ठेवणे नाही, असे वाटतेय." डोळ्यांतील मिश्कीलपणाचे रूपांतर खोडकरपणे हसण्यात झाले.

उमा लाजली. खाकरली. विषय बदलत तिने विचारले, "आता तुम्ही म्हैसूरचे अर्धे राज्य जिंकले आहे. यानंतर तुमची काय योजना आहे?"

त्याचा चेहरा झाकोळला. त्याने थकलेले डोळे चोळले. एक क्षण घुटमळला आणि गुळमुळीतपणे म्हणाला, "हं, आराम करणार, दुसरं काय!" तो तोंड वाकडे करत म्हणाला. परत हात लांबवून त्याने आळस दिला.

उमा झट्कन उभी राहिली. आपण त्याचा बराच वेळ घेतला म्हणून तिला अपराधी वाटले. इकडच्या तिकडच्या गोष्टी करत ते घरात गेले. त्याच्या भविष्यातील योजनेबाबत तिने विचारलेल्या प्रश्नांची उत्तरे देण्याचे त्याने टाळले होते. याबद्दल आपण का अस्वस्थ झालो ते न कळल्यामुळे ती बेचैन झाली.

२१

त्या संध्याकाळी वातावरण उत्साही आणि प्रसन्न होते. पॅंथिऑन या नावाने ओळखल्या जाणाऱ्या सार्वजनिक सभागृहात चैतन्य होते. कानाकोपऱ्यातून दीप प्रज्वलित केले होते. गणवेशातील परिचारक पेयांचे थाळे घेऊन गर्दीत मिसळले होते. बाजूच्या टेबलावर ठेवलेले विविध खाद्यपदार्थ वाढून घेण्यास मदत करीत होते. सरतेशेवटी लढाया संपल्यामुळे मद्रासमधील इंग्लिश समाजाने भोजनसमारंभ आयोजित करण्याची पहिली संधी साधली होती. विजयोन्मादात आणि तणावमुक्त वातावरणात लोकांचा कलकलाट वाढत चालला होता.

व्हायोलिनवादकाने व्हायोलिनचा गज दोनदा फिरवला. त्यातून दोन ऱ्हस्व स्वर उमटले. त्याने झुकून अभिवादन करून गाणे संपल्याचे सूचित केले. इतक्या वर्षांनंतरही तिच्या वडिलांनी तिला शिकवलेले नृत्याचे पदन्यास तिला आठवत होते. एकदाही चुकीचे वळण न येता ती नृत्य करू शकली, याचे उमाला आश्चर्य वाटले.

सुरुवातीला विशेष काही घडले नाही. जनरलनी काही निकडीच्या कामासाठी ॲश्टनला बाहेर बोलावून घेतले, त्यामुळे उमा एकटी पडली होती. पुरुषांपेक्षा स्त्रियांची संख्या खूपच कमी होती. अल्प परिचयाच्या पुरुषांबरोबर नृत्य करण्याची तिची विशेष इच्छा नसल्यामुळे ती एका कोपऱ्यात दृष्टीस न पडेल अशा बेताने बसून राहिली. मिस हेमिंग्वे आणि मिसेस कनिंगहॅम मोठ्या उत्साहाने प्रत्येक नृत्यात सहभागी होत होत्या, हे तिने बघितले. शेवटी मि. मिडलटनची नजर तिच्यावर पडली आणि त्यांनी तिला नृत्य करण्याविषयी विचारले. उमाला त्यांची विनंती नाकारता आली नाही. नृत्य संपल्यावर मि. मिडलटन वरच्या मजल्यावरील मोठ्या दालनात तिला घेऊन गेले. तिथे लोकांची गर्दी होती.

उमाने त्या उत्साही गर्दीकडे पाहिले. त्यात मुख्यत्वेकरून झगमगीत औपचारिक

पोशाखातील शासकीय कर्मचारी, युद्धावरून परतलेले बरेच गणवेशधारी सैनिक आणि पायघोळ वस्त्रे आणि चमकणारी रत्ने परिधान केलेली काही देशी माणसे होती. ती दुरून त्यांचा जल्लोष पाहत उभी होती. काही परिचितांकडे पाहून स्मित करीत होती. इंग्रजांच्या विजयाकडे ती अलिप्तपणे पाहत होती. शेवटी जे अपरिहार्यपणे घडणार होते तेच घडले होते. ॲश्टन त्यातून सुखरूप बाहेर पडला, एवढीच तिच्या दृष्टीने महत्त्वाची गोष्ट होती. तिच्या सभोवार विजयाचे आणि हर्षाचे गौरवोद्गार तिच्या कानांवर पडत होते. त्यांच्या वृत्तीत पडणारा फरक तिला जाणवू लागला. जेत्यांच्या मनात जागृत होणारी श्रेष्ठत्वाची भावना तिच्या नजरेतून सुटली नाही.

"मिसेस ट्रेव्हेलियन, आपल्याबरोबर नृत्य करण्याचा बहुमान मला मिळेल का?" परिचित आवाजातला प्रश्न तिने ऐकला. वक्त्याच्या एवढ्या दीर्घ गैरहजेरीनंतरही तिने तो ताबडतोब ओळखला.

"लिंडसे," गर्रकन वळत आणि हात पुढे करीत ती चीत्कारली.

मोकळेपणाने हसत लिंडसेने तिचे दोन्ही हात घट्ट धरले. मोठ्याने हसून त्यांनी अतिउत्साहाने परस्परांना अभिवादन केले आणि एकमेकांची विचारपूस केली. कुणीतरी मुद्दाम खाकरले. उमाने वळून पाहिले. ॲश्टन तिच्या बाजूला उभा होता. ती लिंडसेच्या जवळ उभी होती. तिचे हात अजूनही त्याच्या हातात होते, याची जाणीव होऊन ती संकोचली. तिने ॲश्टनकडे काळजीने एक चोरटा कटाक्ष टाकला; परंतु तो मजेत हसत होता.

"मला भूक लागली आहे. तुम्हा दोघा मुलांना थोडं खाण्याची इच्छा असेल, तर आपण जेवायला जाऊ या. तुम्ही नंतर नृत्य करू शकता." तो चेष्टेने म्हणाला. त्याच्या देखण्या चेहऱ्यावर खळ्या उमटल्या. हायसे वाटून उमा हसली. आनंदाने संमती दर्शवत ते बाहेरील हॉलच्या दिशेने चालू लागले. लिंडसेच्या उत्सुक प्रश्नांना उमाने नेहमीच्या उत्साहाने उत्तरे दिली. तिच्या दुसऱ्या बाजूने त्यांचे संभाषण ऐकत आणि कौतुकाने हसत ॲश्टन रमतगमत चालला होता.

"युद्ध संपल्याचे तुम्ही मिस पेट्रीला कळविले की नाही?" उमाने हसत विचारले.

"शेवटच्या गोळीचा आवाज विरल्यानंतर पाच मिनिटांतच." ॲश्टनने मध्येच तोंड घातले.

"अर्थात, पहिली संधी मिळताक्षणीच. तिला दिलासा देण्यासाठी मी थांबू शकलो नाही." लिंडसेने तत्काळ कबूल केले.

"आणि आता मी तुझ्याशी ५० पौंडांची पैज लावतो. तो त्याच्या गळ्यातील लॉकेटला स्पर्श करेल." ॲश्टन कुजबुजला.

''माझ्या लॉकेटमध्ये तिच्या केसांच्या बटा आहेत.'' लिंडसेने स्पष्ट केले. ट्रेव्हेलियनच्या अखंड चेष्टांना तो आनंदाने आणि अभिमानाने हसून प्रतिसाद देत होता.

''तुम्हाला सुखरूप पाहून मला खूप आनंद होतोय.'' काही क्षणांनंतर एक हलका सुस्कारा टाकत उमा म्हणाली. काही खरचटण्याच्या खुणा सोडल्यास त्याची तब्येत ठणठणीत होती; परंतु त्याचा आनंद थोडा उणावला होता आणि त्याच्या चेहऱ्यावरचा गोंडस निरागसपणा नाहीसा झाला होता.

''तुमचे स्तुतिपाठ गाण्याचा हा निश्चितच माझ्यासाठी संकेत आहे. तुमच्या मार्गदर्शनामुळेच माझे आणि माझ्या सैनिक बांधवांचे आरोग्य शाबूत राहिले. मग करू सुरुवात?'' लिंडसेने मोठ्या आवाजात ॲश्टनला विचारले.

''माझे स्तुतिपाठ गावेस हा माझ्या पत्नीचा हेतू असावा, असे मला वाटत नाही; पण खुशाल सुरुवात कर.'' बाजूच्या टेबलावरील पदार्थ आपल्या बशीत भरपूर प्रमाणात वाढून घेत ॲश्टनने उत्तर दिले. जवळ घुटमळणाऱ्या परिचारकाची सेवा हाताच्या इशाऱ्याने नाकारत, ती भरलेली थाळी त्याने चकित झालेल्या आणि विरोध करणाऱ्या उमाच्या बळेच हातात ठेवली आणि आपली स्वत:ची थाळी भरून घेण्यासाठी तो परत गेला.

''हे एवढे सगळे मी खाऊ शकणार नाही,'' ती उद्‍गारली.

ॲश्टनने तिचा नकार झटकून टाकला. ती खूपच कृश दिसत असल्याचा सूचक शेरा त्याने मारला आणि लिंडसेला त्याबद्दल आपले मत मांडण्याचे आवाहन केले.

लिंडसेने उत्साहाने त्याच्या म्हणण्याला दुजोरा दिला. ''मिसेस ट्रॅव्हेलियन, बघितलंत त्याने कशी हुशारीने विषयाला बगल दिली?''

''माझ्या पराक्रमाचे तूही यथार्थ वर्णन करू शकशील याबद्दल मला शंका वाटते लिंडसे... शिवाय मिसेस ट्रॅव्हेलियन खूप चाणाक्ष आहेत. त्यांच्याजवळ प्रशंसोद्‍गार काढण्यापूर्वी खूप काळजीपूर्वक विचार केला पाहिजे.'' ॲश्टनने महत्त्वाचे सांगितल्यासारखे दाखवत प्रत्युत्तर दिले. त्याने पेयाचा एक घोट घेतला. त्याच्या ओठांच्या कोपऱ्यांवर दबा धरून बसलेले हसू आणि डोळ्यांतील मिश्कीलपणा पाहत ती मंत्रमुग्ध झाली.

''मला परावृत्त करण्याचा हा एक स्तुत्य प्रयत्न आहे, मेजर; परंतु अरेरे, आता त्याचा काहीही उपयोग होणार नाही. जरा तिकडे बघा.''

त्यांच्या रोखाने येत असलेल्या दोन स्त्रियांकडे हातातील काटा नाचवीत तो म्हणाला.

म्हैसूरच्या शेवटच्या लढाईत भाग घेऊन परतलेल्या एका मेजरची तेथील

उपस्थिती लोकांच्या नजरेतून सुटली नव्हती. काय होत आहे, हे कळण्यापूर्वीच लिंडसेभोवती चाहत्यांचा गराडा पडला. डाव्या तुकडीच्या पराक्रमाचे वर्णन ऐकण्यास ते आतुरले होते. ॲश्टन नम्रतेने बोलण्याचा प्रयत्न करीत होता; पण एक-दोन वाक्यांत त्रोटक उत्तरे देण्याइतपतच त्याचा संभाषणात सहभाग होता, हे पाहून उमाला नवल वाटले. जेवता जेवता त्याने स्वत:चे अनुभव सांगितले, ते तिने सहानुभूतीपूर्वक ऐकले.

काही अटीतटीच्या लढायांचे वर्णन केल्यावर लिंडसेने गंभीर स्वरात आपले निरीक्षण नोंदवले. ''युद्धात लोकांच्या दुष्ट प्रवृत्ती उफाळून येतात. मराठा किंवा सुलतानाच्या सैन्याच्या बाबतीत नाही, तर आपल्या सैनिकांच्या बाबतीतही ते घडते. लुटालूट आणि लुबाडणे. आपल्या काही सैनिकांच्या वर्तनाची मला लाज वाटते.''

''आपण जी घृणास्पद कृत्ये करू शकतो, ते पाहून माझे काळीज फाटते. युद्धामुळे आपल्याला आपल्या मूर्खपणाची जाणीव होते, खरे ना?'' उमा खिन्नपणे म्हणाली.

''मेजरचे तेच तर वैशिष्ट्य आहे. डेंकानीदुर्गाचा किल्ला जिंकताच उर्वरित सैन्य किल्ल्यात घुसण्याआधीच त्याने स्त्रियांना आणि मुलांना मागच्या दरवाजाने बाहेर काढले. रामनला त्याने एकहाती वाचविले. तसेच एका तरुण मुलीला वाचविले. मिसेस ट्रेव्हेलियन, स्वत:च्या उदाहरणाने त्याने मला वाचविले.'' लिंडसे भावनावश होत म्हणाला.

उमाने ॲश्टनकडे वळून पाहिले. तिचे मन भरून आले. त्याच्याखेरीज सर्व धुक्यात विरून गेल्यासारखे झाले. सभोवतालच्या लोकांशी तो सहज हसत खेळत बोलत असताना ती त्याचे निरीक्षण करीत होती. 'जग ही रंगभूमी आहे. त्यावर घडणारे नाट्य पाहून मला कायम नवल वाटते,' ही त्याची भूमिका स्पष्ट होत होती. आधी तिला बेदरकार वाटणारे त्याचे वर्तन एक वरकरणी दिखावा होता, असे वाटत होते. हा त्याचा पैलू मनाला भावणारा होता. स्वत:चे कोडकौतुक करवून घेण्याचा त्याला तिटकारा होता, हे त्यातून सूचित होत होते.

ॲश्टन एक सन्माननीय व्यक्ती आहे, असा महाराजांचा ठाम विश्वास होता. महाराज एखाद्या व्यक्तीच्या केवळ मोजक्या कृत्यांवरून त्याची पारख करतात, हा उमाचा महाराजांवर आरोप होता. ॲश्टन माझा मुलगा असायला हवा होता, हे महाराजांचे शब्द आठवून उमाच्या डोळ्यांत पाणी आले.

उमाच्या चेहऱ्यावर कोणतातरी भाव उमटला असावा. लिंडसेने एक नि:श्वास टाकला, मानेला झटका दिला आणि उत्साहाने म्हणाला, ''गंभीर विषयांवर बोलणे बंद करू. मॅडम, तुम्ही माझ्याबरोबर नृत्य करणार ना?''

"मला चांगले नृत्य करता येत नाही, म्हणून तुम्हाला माझी लाज वाटणार नसेल तरच." उमाने त्याच्याच स्वरात उत्तर दिले. तिच्या कोणत्याही कृत्याची त्याला कधीही लाज वाटणार नाही, असे लिंडसेने स्त्री दाक्षिण्याच्या आविर्भावात जाहीर केले. काही काळ त्यांनी नृत्य केले आणि गप्पागोष्टी केल्या.

नृत्यानंतर ओळखीच्या लोकांशी बोलत असल्याचे दाखवत ती इकडून तिकडे फिरत होती; पण ट्रेव्हेलियनच्या उपस्थितीची तिला प्रकर्षाने जाणीव होत होती. त्याच्या दिशेने बघण्याचे आपण टाळतो आहोत, अशी तिची समजूत होती; पण अनेक वेळा लांबून त्यांची नजरानजर होत होती. एका अनोळखी भावनेची लहर तिच्या मनात सळसळत गेली.

"मिसेस ट्रेव्हेलियन, मी आता नृत्य करण्यास समर्थ आहे, तेव्हा माझ्याबरोबर नृत्य करण्याचा मान तुम्ही मला द्यायलाच हवा!" तिच्याकडे कौतुकाने बघत फेंटन उद्‌गारला.

उमा पेचात पडली; पण तिला त्याला नकार देणे जमले नाही. ती घुटमळली, तेव्हा तो दुखावल्याचे तिने पाहिले.

तिने होकार दिला. तो तिला नृत्याच्या जागी घेऊन गेला. फेंटनने नेहमीच्या सवयीने तिच्या सौंदर्याची स्तुती केली. त्यानंतर 'गिनिव्हर'वर त्याने लिहिलेल्या कवितेबद्दल तो बोलू लागला. त्याच्या स्वघोषित नव्या भूमिकेबद्दल तिला आश्चर्य वाटले आणि चीडही आली. त्याची प्रकृती आणि इंग्लंडला परतण्याच्या त्याच्या बेताविषयी बोलणे काढून तिने विषयांतर केले. त्यांचे नृत्य संपत आले, तेव्हा ॲश्टन तिच्या रोखाने येत असल्याचे उमाने पाहिले.

ॲश्टन त्यांच्याजवळ येऊन थांबला. उमाने त्या दोघांची ओळख दिल्यावर ॲश्टनने फेंटनच्या आकर्षक चेहऱ्यावर नजर टाकली. फेंटनने झुकून त्याला अभिवादन केले. त्याच्या कामगिरीबद्दल फेंटनने काढलेल्या प्रशंसोद्‌गारांचा स्वीकार करण्याचे साधे सौजन्यही ॲश्टनने दाखवले नाही. त्याचे तोंड घट्ट मिटलेले होते. त्याच्या चेहऱ्यावर कधी दिसून न येणारा उग्रभाव होता.

काही मिनिटांतच उघडउघड उतावीळपणे, अत्यंत तुटकपणे त्याने उमाला त्याच्याबरोबर चलण्यास सांगितले. ते चालू लागले, तसे उमाने वळून फेंटनकडे पाहत मानेनेच त्याचा निरोप घेतला. तो जागीच उभा राहून हरवल्यासारखा तिच्याकडे बघत होता.

"तुझ्याभोवती गोंडा घोळणारा तो आगाऊ तरुण कुठेही जात नाही. मला थोडा वेळ तू देऊ शकतेस." ॲश्टन एकाएकी गंभीरपणे म्हणाला. तिचा दंड हलकासा धरत तो तिला व्हरांड्याकडे घेऊन गेला. फेंटनबद्दल मारलेल्या त्याच्या शेऱ्याने उमाला आलेला शीघ्र संताप निवळला. कशामुळे तरी त्याच्या मनाची

घालमेल होत आहे, हे लक्षात येताच तिला अस्वस्थ वाटू लागले.

"तू ठीक आहेस ना?" ते बाहेरील एका शांत कोपऱ्यात पोहोचल्यावर त्याने विचारले. आकाशात चांदण्या चमचमत होत्या. अंजिराच्या झाडाच्या पानांची हलकीशी सळसळ ऐकू येत होती. एका वेगाने वाहणाऱ्या विरळ ढगांआडून चंद्रबिंब झळकत होते.

"हो तर, मी ठीक आहे; पण तुम्ही असे का विचारत आहात?" त्याच्या अनपेक्षित प्रश्नाने चमकून तिच्या भुवया उंचावल्या.

"टिपूच्या पराभवामुळे अत्यंत दुःखी होऊन डोके दुखत असल्याचा बहाणा करून तू घरीच थांबशील, असा माझा अंदाज होता. इंग्रजांच्या या विजयोत्सवामुळे तू नाराज होशील, असे मला वाटले होते. अर्थात तुझ्या नवीन मित्रमंडळींना तुला भेटायचे असेल, हे मी विसरलो." आकाशाकडे बघत, केसांमधून हात फिरवत तो उपरोधिकपणे म्हणाला.

त्याचा विजय साजरा करण्याच्या, विजयोत्सवाला हजर राहण्याच्या, त्याच्याबद्दल आदर व्यक्त करण्याच्या तिच्या सद्भावनेवर त्याच्या खोडसाळ शब्दांनी पाणी फिरवले. तिचा पारा चढला.

"मी घरी थांबल्यामुळे सुलतानाची दोन्ही मुले त्याला परत मिळणार नव्हती." तिने फटकारले. मुद्दाम चांदण्यांकडे बघण्यासाठी तिने दृष्टी वळवली.

तिच्या आवाजातील कडवटपणा त्याच्या लक्षात आला असला, तरी त्याने तसे दर्शविले नाही. कापणीनंतर ओसाड पडलेल्या दूरच्या भाताच्या शेतांकडे बघत तो उभा राहिला. काही क्षण शांततेत गेले. शेवटी तिच्याकडे वळून त्याने तिच्या चेहऱ्याकडे पाहिले. मग परत मान दुसरीकडे वळवून, खाकरत, अस्वस्थपणे त्याने आपल्या गळपट्ट्याशी हाताने चाळा केला. मग हात मानेवरून फिरवला. एकंदरीत तो बेचैन वाटत होता.

उमाच्या मनाची घालमेल अधिकच वाढली. त्याच्या हालचाली नेहमीच नेमक्या आणि सुस्त असत. आत्तासारख्या अस्वस्थ कधीच नसत.

शेवटी मनाशी निर्धार केल्यासारखा त्याने एक दीर्घ सुस्कारा सोडला आणि तिच्याकडे वळला. "उमा" तिचे हात हातात घेत तो म्हणाला.

भिऊन उमा सावध झाली. आत्तापर्यंत त्याने कधीही तिला नावाने हाक मारली नव्हती. नेहमी 'मॅडम' किंवा उपरोधाने 'माय डिअर' असेच तो तिला संबोधत असे. इतक्या गंभीर आविर्भावात किंवा आवाजात 'उमा' हे संबोधन तो कधीच वापरत नसे.

"मला इंग्लंडला जाण्यासाठी निघावे लागेल." तो तिच्या चेहऱ्याकडे निरखून पाहत सावधपणे म्हणाला. "दिवसभर तुझ्याशी बोलण्याचा मी प्रयत्न

करतो आहे. मला आदेश मिळाले आहेत की... एक कामगिरी आहे... म्हणजे सैन्यासाठी एक विशिष्ट कामगिरी मला पार पाडायची आहे. जनरलने आत्ताच त्यावर शिक्कामोर्तब केले.'' तिच्याकडे रोखून पाहत तो थांबला.

उमाच्या चेहऱ्याचा रंग उडाला. तिने त्याच्याकडे एक क्षणभर ओझरता दृष्टिक्षेप टाकला. मग नजर त्याच्या गळपट्ट्यावर खिळवली. त्याने धरलेल्या तिच्या हातांची चुळबुळ झाली. त्याची पकड अधिकच घट्ट झाली.

तिचा थरथर कापणारा ओठ तिने दातांखाली दाबून धरला आणि आवंढा गिळला. चेहरा शांत ठेवण्याचा ती आटोकाट प्रयत्न करीत होती. 'तो सोडून चालला आहे, तो सोडून चालला आहे,' या एकाच विचाराने तिच्या डोक्यात फेर धरला.

''मेजर, माझी काळजी करण्याचे कारण नाही. आत्तापर्यंत राहिले तशी मी गोऱ्यांच्या वसाहतीत राहू शकेन.'' क्षीण आवाजात धीर करून ती म्हणाली.

''मी इंग्लंडला गेलो, तर परतायला मला कमीत कमी एक किंवा दोन वर्षे लागतील.'' लहान मुलाशी बोलावे तशा हळुवार आवाजात तो म्हणाला. त्याच्या डोळ्यांत पूर्वी कधीही न दिसलेला हळवा भाव होता. त्याच्या भुवयांमधील अस्पष्ट आठ्या आणि कपाळावर आलेले केस उमाने अन्यमनस्कतेने पाहिले.

''ठीक आहे. मी समजू शकते. तुम्ही जाण्यास मोकळे आहात. कदाचित त्याहूनही जास्त वेळ लागेल. मी सांभाळून घेईन.'' ती औपचारिकपणे म्हणाली. आपल्या भावना व्यक्त होऊ न देण्याचा तिचा निर्धार होता.

''धुत्! मी तुला इथे सोडून जात नाहीये; तू माझ्याबरोबर चलण्याविषयी मी तुला विचारत आहे.'' तो जवळजवळ ओरडलाच. कोपऱ्याखाली तिचे हात घट्ट पकडत त्याने धसमुसळेपणाने तिला आपल्याकडे वळविले. रागाने तिच्याच शब्दात तो म्हणाला, 'कदाचित त्याहूनही जास्त वेळ लागेल.' ''अजून तुझे मत बदलले नाही का? वर्षानुवर्षे तुला एकटे आणि संभाव्य दुःखात टाकून मी जाईन, असे तुला अजूनही वाटते का? तहाच्या बदल्यात तुला सुखात ठेवीन असा महाराजांनी माझ्यावर विश्वास टाकला. माझा शब्द मी फिरवीन, असे अजूनही तू धरून चालली आहेस का? माझ्या कर्तव्याची मला जाणीव आहे. कितीही मोठी संकटे येवोत, माझे कर्तव्य निभावण्याची माझ्यात क्षमता आहे.'' त्याने एक दीर्घ श्वास घेतला आणि स्वतःलाच दूषणे दिली. त्याच्या डोळ्यांत संताप होता. ''तू मला अजून थोडेही ओळखले नाहीस का?'' त्याची बोटे तिच्या हातात रुतत होती. त्याच्या दाबाने उमाने अंग आक्रसून घेतले.

आपण तिला दुखवत आहोत, हे लक्षात येताच त्याने आपली पकड ढिली केली आणि आर्जवाने तिच्या डोळ्यांत बघितले. काही क्षणांच्या शांततेनंतर पुढे

काहीतरी बोलण्यासाठी त्याने तोंड उघडले; पण काही न बोलताच एक नि:श्वास टाकला. हाताने त्याने तिच्या केसांची एक बट कानामागे खोचली.

"ओह, हा विषय सोडून दे. मी विचारायलाच नको होते. मी माझा प्रस्ताव मागे घेतो." तो म्हणाला.

तिने त्याच्याकडे स्थिर नजरेने पाहिले. मग मानेने नकार दर्शवत तिने निर्णय घेतला. "नाही, मेजर. तसे करण्याची गरज नाही. मी येईन तुमच्याबरोबर."

डोळे किलकिले करत प्रदीर्घ काळ त्याने तिच्या चेहऱ्याचा शोध घेतला. त्याची नजर तिला असह्य झाली, तेव्हा एका क्षणी तिच्या डोळ्यांत अश्रू तरारले. तिने पट्कन तोंड वळवले.

त्याच्या तोंडून एक स्वल्प, सूचक उद्गार बाहेर पडला.

बऱ्याच वेळानंतर, घरी झोप न लागल्यामुळे, उदासमनस्कपणे बेचैनीत ती खोलीत येरझाऱ्या घालत होती. इंग्लंडला जाण्याच्या ट्रेव्हेलियनच्या घोषणेनंतर तिच्या मनात उसळलेल्या भावनांच्या आवेगाचा अर्थ लावणे जरूर होते; पण तिच्या हृदयाचा आणि तिच्या विवेकबुद्धीचा कौल स्वीकारण्याची तिच्या मनाची अजून तयारी होत नव्हती.

अपरिचित लोकांच्या देशातील भविष्य आणि आपल्या प्रिय देशातील आयुष्य यात फरक नाही, ही कल्पना कमालीची हास्यास्पद वाटत होती; परंतु सर्व गोष्टींचा वस्तुनिष्ठपणे विचार केल्यावर महाराजांच्या मृत्यूमुळे सर्व परिमाणे बदलल्यामुळे आपण ॲश्टनचा प्रस्ताव स्वीकारण्यास राजी झालो, असा निष्कर्ष तिने काढला.

आपल्या कर्तव्यबुद्धीची त्याने ग्वाही दिल्यानंतर तिची जी प्रतिक्रिया आली, त्याने ती सर्वांत जास्त बुचकळ्यात पडली. कर्तव्यबुद्धीच्या उदात्त भावनेने तो प्रेरित व्हावा, असे तिला वाटत नव्हते. अजिबातच वाटत नव्हते. तिला त्याची सहानुभूती, कणव नको होती. त्याच्या उपकाराचे ओझे तिला नको होते. स्वाभिमान दुखावल्यामुळे ती बेचैन झाली नव्हती. कर्तव्यबुद्धीपेक्षा तिच्याबद्दल वाटणाऱ्या हळुवार भावनांमुळे तो तिला आपल्याबरोबर घेऊन जात आहे का, याचा ती तळमळीने शोध घेत होती, हे जेव्हा तिच्या लक्षात आले, तेव्हा ती नरमली. हा हतबुद्ध करणारा विचार ती सहजासहजी झटकून टाकू शकली नाही.

ॲश्टनच्या प्रेमाची तिला किती उत्कटतेने निकड आहे, हे पाहून ती हादरली. ती पलंगावर टेकली. वाकून तिने पायात घातलेल्या कड्याला स्पर्श केला. मदुराई सोडल्यापासून स्वत:ला तिच्या आईच्या दुर्दैवाची आठवण करून देण्यासाठी तिने ते पायात घातले होते.

तिच्या आईहून तिचे आयुष्य वेगळे होते. तिच्या वडिलांहून ॲश्टन वेगळा

होता, खरे ना?

त्याने स्वत:ला विवाहबंधनातून मोकळे करण्याची तिला विनंती केली असती, महाराजांना दिलेला शब्द न पाळता बेइमानपणे तिला एकटीला सोडून गेला असता, नीच माणसासारखे वागला असता, तर बरे झाले असते. तिला राग आला असता हे खरे; पण त्याच्यावरील रागाचे उट्टे काढण्यासाठी म्हणून तरी ती स्वत:च्या पायांवर उभी राहू शकली असती.

त्या ऐवजी त्याच्याविषयीच्या तिच्या कोमल भावनांचे सत्य तिला स्वीकारावे लागले होते. त्या कोमल भावना इतक्या प्रबळ होत्या, की त्या केव्हा आणि कशा उद्भवल्या, तिचे तिलाच कळले नाही. ती संपूर्णपणे त्या भावनांच्या आहारी जाण्याचा धोका निर्माण झाला होता. तिने उद्भवलेल्या परिस्थितीला स्वाभिमानाने आणि आत्मसन्मानाने सामोरे जाण्याचा निर्धार केला. ती ते करणार होती, नव्हे, तिला ते करावेच लागणार होते.

मीना दरवाजापर्यंत पोहोचली होती तेव्हा तिने ते कडे त्याला नेऊन द्यायचे ठरविले. जर ते तिच्या पतीसाठी इतके महत्त्वाचे असेल, तर ती शंका घेणार नव्हती, प्रश्न विचारणार नव्हती किंवा टाळाटाळ करणार नव्हती. ती जवळजवळ धावतच आपल्या खोलीत गेली, दागिन्यांची पेटी उघडली आणि वरच असलेले कडे उचलले. ती ते तिच्या बटव्यात टाकणारच होती; परंतु त्या कड्याचा आकार आणि बेढबपणा पाहून ती थबकली. वॉरेनने असला नग कशासाठी मिळवला असावा, हा विचार तिच्या मनात आला.

काही क्षण हातात धरल्यानंतर तिने परत जोमाने त्याचे बारकाईने निरीक्षण केले. गुळगुळीत असले, तरी ते चांदीचे नव्हते. ते हलवल्यावर तिला परिचित अशी किणकिणही ऐकू आली नाही. अनिश्चितता आणि दु:शंकेने मीनाच्या मनात घर केले. कडे बारकाईने निरखून पाहिल्यावर तिला सांध्याच्या ठिकाणी एक छोटीशी कळ दिसली. तिने घाबरत घाबरत ती कळ दाबताच ते कडे मधोमध उघडले आणि आतील काळोख्या पोकळीतील वस्तू तिच्या दृष्टीस पडली. मीना एकटक त्याच्याकडे पाहत बसली. तिला जे दिसत होते त्यावर विश्वास ठेवायला तिचे मन तयार नव्हते.

एक अश्रुबिंदू तिच्या डोळ्यांतून गालावर ओघळला. वॉरेनच्या प्रेमात आकंठ बुडालेले तिचे मन तिच्या डोळ्यांवर विश्वास ठेवायला तयार नव्हते. वॉरेनला निर्दोष ठरविण्यासाठी तिने अनेक कारणे शोधली. कदाचित आत काय आहे ते त्याला आधी माहीत नसावे आणि नुकतेच कळले असावे. कदाचित त्याने अजाणता

कडे विकत घेतले असावे आणि त्या कड्याचा आधीचा मालक त्याला ते परत करण्यासाठी तगादा लावत असावा. तिने त्याला स्पष्टच विचारावयाचे ठरविले; पण तिला माहीत झालेली गोष्ट उघड न करण्याविषयी तिच्या संशयखोर आणि आशंकित मनाने तिला सावध केले.

दुःखाने आक्रंदत तिने ते कडे दागिन्याच्या पेटीत परत टाकून दिले आणि रिक्त हस्ताने, धीर करून ती आपल्या पतीला भेटायला निघाली. ही भेट बहुधा शेवटचीच ठरणार होती.

३०

त्या दिवशी सकाळी लख्ख सूर्यप्रकाश पडला होता. किनाऱ्यावर केव्हापासून गडबड उडाली होती. खवळलेल्या समुद्रात, खूप आत पाण्यावर हेलकावत उभ्या असलेल्या ईस्ट इंडियामन आगबोटीवर प्रवाशांना घेऊन जाण्यासाठी गलबते तयारीत उभी होती. समुद्रकिनाऱ्यावर इतस्ततः पडलेल्या, मासे पकडणाऱ्यांच्या जाळ्यांवरून उडत कावळे कावकाव करीत होते. हातगाड्या आणि माणसांच्या कोलाहलात त्यांची कावकाव भर घालीत होती.

ॲश्टनच्या साथीने उमा सावकाश, एक एक पाऊल टाकीत किनाऱ्यावरून चालत होती. ओल्या वाळूवर तिच्या पावलांचे अस्पष्ट ठसे ओळीने उमटत होते. लाटा अखंडपणे किनाऱ्यावर येऊन फुटत होत्या. त्यांच्या फेऱ्यांची एक रेघ किनाऱ्यावर उमटत होती. पाणी परत ओसरताना उमाच्या पावलांचे ठसे पुसले जात होते. मागे अनेकदा दूरवरील मंदिरांच्या कळसांकडे बघण्यासाठी ती याच ठिकाणी येत असे. सकाळच्या आरतीसाठी मंदिरातील घंटानाद तिला ऐकू येत होता; परंतु हा दिवस इतर दिवसांसारखा सामान्य नव्हता. आज ती हिंदुस्थानचा किनारा सोडून चालली होती, बहुधा कायमचीच.

पलीकडे, दूरवर नांगरून पडलेल्या ईस्ट इंडियामनच्या आगबोटीवर जाण्यासाठी गलबतात चढण्याची वाट बघत उमा थांबली होती. बोटीवर चढविण्यासाठी तिच्या बॅगा भरून, बांधून तयार होत्या. अत्यंत उत्कंठित झालेल्या मेरीची सामानावर लक्ष ठेवण्यासाठी इकडेतिकडे लगबग चालली होती. शेवटच्या क्षणी करावयाची कामे ती उरकत होती.

प्रवासाची तयारी करण्यात दिवस वेगाने गेले होते. त्या दिवशीच्या समारंभानंतर ॲश्टन क्वचितच उमाच्या दृष्टीला पडला होता. एकदा वरदनला त्याचा मालक कुठे असतो, हे विचारण्यासाठी तिने झापले होते. त्यावर तिच्या रागाच्या

धास्तीने त्याचा मालक दडी मारून बसल्याचे त्याने सांगितले होते.

उमाने मंत्रिमहोदयांना आणि नव्या महाराजांना आपल्या प्रयाणाची माहिती देण्यासाठी विनम्र भाषेत एक पत्र लिहिले होते. मंत्रिमहोदय स्वत: तिच्यासाठी भेटवस्तू घेऊन आले, तेव्हा तिला खूपच आश्चर्य वाटले होते. हा शेवटचा निरोप समजून तरुण महाराज तिला सदिच्छा देत असावेत, असा तिचा समज झाला. भेटवस्तूंमध्ये साड्या आणि चांदीच्या भांड्यांसह एक अत्यंत मूल्यवान नग, तिच्या मामांचे आणि तिच्या पपांचे एक छोटेसे चित्र पाहून तिला खूप आनंद झाला होता. अनेक दशकांपूर्वी ते चित्र काढले होते. हिंदुस्थानी महाराज आणि त्यांचे इंग्लिश मित्रवर्य आपापल्या परीने देखणे दिसत होते. चित्रकाराने त्यांच्या चेहऱ्यावरील विद्वत्तापूर्ण तरी खेळकर भाव अचूक टिपला होता. प्रेमाने चित्रावरून हात फिरवत, भरल्या डोळ्यांनी ती हसली होती.

तिने तिच्या प्रिय आयाला लांबलचक पत्र लिहिले होते. आया कोणत्या देवळांना भेटी देत होती ते तिला नक्की माहीत नव्हते; पण एका विश्वासू नोकराकडे पत्र देऊन तिला शोधायला पाठविले होते. इंग्लंडमध्ये पत्रे कशी मिळतात, हे तिने लिंडसेकडून माहीत करून घेतले होते. आपल्याला पत्र कसे पाठवायचे, हे तिने सोप्या भाषेत आयाला लिहून कळविले असले, तरी आया पत्र लिहीलच याची तिला खात्री वाटत नव्हती.

त्या सकाळी गव्हर्नर साहेबांच्या कार्यालयात जाताना लिंडसे वाटेत त्यांना निरोप देण्यासाठी थांबला होता. लिंडसे प्रवासात सोबत असता तर प्रवास सुसह्य झाला असता, असे तिला वाटले. सगळ्यांचे निरोप घेताना तिचा गळा दाटून आला होता. लिंडसेला त्याच बोटीवर जागा न मिळाल्यामुळे तो एक महिन्यानंतर निघणार होता. कमीत कमी लिंडसे तरी तिला पुन्हा भेटणार होता.

दूरच्या बोटीवर जाण्यासाठी वाट पाहणाऱ्या प्रवाशांकडे तिने पाहिले. बोटीवर चढविले जाणारे सामान आणि इतर घाईगर्दी, रेटारेटी बघत ती उभी होती; परंतु खरेतर तिला काहीच दिसत नव्हते. दोन शिपाई एका आडदांड, गावंढळ, गोऱ्या माणसाला कष्टाने जवळजवळ ओढतच घेऊन जात होते. मोठ्या आवाजातील त्याच्या शिव्या तिला ऐकू येत होत्या.

मेरी आणि वरदनखेरीज तिचे दुसरे कुणीच सेवक किंवा दासी त्यांच्याबरोबर जाणार नव्हते, तरीही ते सगळे मदतीसाठी किनाऱ्यावर गर्दी करून उभे होते. त्यांना तिची खूप आठवण येत राहील, तिचा प्रवास सुखरूप होवो, म्हणून ते प्रार्थना करतील. तिने त्यांची आठवण ठेवावी आणि तिने आपल्या मुलांना घेऊन परत यावे, असे ते तिला सांगत होते. ते तिच्यासाठी फुले, खाद्यपदार्थ, दृष्ट लागू नये म्हणून ताईत, छोटे छोटे दागिने, मंदिरातील प्रसाद आणि इतर अनेक शोभेच्या

वस्तू घेऊन आले होते.

मेरी आणि वरदन त्यांचे सामान व्यवस्थित रचण्यात व्यस्त होते. मेरीला वरदनविषयी आपुलकी वाटू लागली असावी, असे उमाला वाटत होते. उमाबरोबर इंग्लंडला जाण्याची तिने लगेच तयारी दर्शवली. उमाप्रमाणे इंग्लंडला जाण्याच्या कल्पनेने ती हबकली नव्हती.

उमा अ‍ॅश्टनकडे वळली. कसल्याशा चिंतेने तिच्या कपाळावर आठी उमटली होती. ''वरदनच्या परतीच्या प्रवासाच्या भाड्याचे पैसे तुम्ही भरले आहेत का?''

''च्ऽऽच्, इंग्लंडला पोहोचल्यावर मी त्याला वाऱ्यावर सोडून देईन, अशी तुला शंका आली का?''

एक मिनिटभर थांबून ती हळू आवाजात म्हणाली, ''तुम्ही विसरला नाहीत याची मी खात्री करून घेत होते.''

''हं...'' तिच्या उत्तरावर त्याचा विश्वास बसला नसल्यासारखे त्याने नुसतेच खांदे उडविले. ''मला वरदन आवडतो. इंग्लंडमध्येही माझा व्यक्तिगत सेवक म्हणून काम करायला त्याची हरकत आहे का, असे मी त्याला विचारले. त्याने कोणतीही हरकत घेतली नाही. त्याची इच्छा असेल तोपर्यंत त्याला ठेवून घ्यायचा माझा बेत आहे. तरीही तुझ्या प्रश्नाचे उत्तर द्यायचे, तर मी त्याच्या भाड्याचे पैसे भरलेले आहेत. त्याला हवे तेव्हा तो हिंदुस्थानात परत येऊ शकतो. त्याला पैशाची काळजी करण्याचे कारण उरणार नाही.''

तो थांबला, मग किंचित हसत त्याने विचारले, ''आणखी कोणत्या गोष्टीची तुला काळजी वाटते का?''

अनेक गोष्टींची तिला काळजी लागली होती. इंग्लंडमध्ये ते कुठे राहणार आहेत, ते कधी हिंदुस्थानात परत येणार आहेत का, तिला समवयस्क मित्र-मैत्रिणी मिळतील का आणि सर्वात महत्त्वाचे म्हणजे त्याच्या लेखी ती कोण होती, असे अनेक प्रश्न तिला भेडसावत होते; परंतु नुसतीच नकारार्थी मान हलवीत ती म्हणाली, ''मेजर, तुम्ही विसरला असाल असे मला वाटले. तुमच्याविषयी मला शंका नाही.''

ती पुढे काही बोलण्याआधी एकदम गोंगाट ऐकू आला. हातकड्या घातलेला माणूस आरडाओरडा करत त्यांच्या समोरून गेला.

''एक क्षुल्लक प्रसंग.'' तो तिरस्करणीय माणूस त्याच्या वाटेत उभ्या असलेल्या अ‍ॅश्टनजवळ तावातावाने तक्रारवजा सुरात म्हणाला, ''त्यावरून मला परत पाठवायला निघाले आहेत. मी नुसता एक ठोसा मारला. तो बिनकामाचा काळा माणूस. तो प्यायलेला होता, म्हणून मेला. त्यासाठी मला इंग्लंडला पाठवत आहेत. तो लेकाचा न्यायाधीश काही ऐकून घ्यायलाच तयार नव्हता.''

जो कुणी त्याचे म्हणणे ऐकून घेत होते, त्यांच्याकडे बघत तो चवताळून ओरडत होता.

शिपाई त्याला ओढत घेऊन गेले. त्याचे बोलणे ऐकू येईनासे झाले. उमाने अ‍ॅश्टनकडे वळून पाहिले. तो संतापाने मान हलवीत होता.

"ते जाऊ दे, मॅडम. यानंतर या विषयावर आपले बोलणे चालू ठेवायला मी धजावत नाही."

आपला देश सोडून जायच्या कल्पनेने तिचे मन इतके हळवे झाले होते, की सुसंगतपणे विचार करणेही आपल्याला शक्य होईल असे तिला वाटत नव्हते. संभाषण करणे तर दूरच.

"अरे देवा, ते काय करत आहेत त्यांचे त्यांना तरी समजतंय की नाही, कोण जाणे. या बोटी इतक्या तकलादू वाटतात आणि नाखवे जवळजवळ अर्धनग्नावस्थेत आहेत." प्रवाशांपैकी एकाने तक्रार केली.

ईस्ट इंडियामन आगबोट दूर उभी केल्यामुळे त्यांना प्रचंड लाटांचा सामना करावाच लागणार होता. कॅटॅमरानच्या फळ्या काथ्याच्या दोऱ्यांनी एकमेकांना जोडल्या होत्या. खोल समुद्रात प्रवाशांना घेऊन जाण्यासाठी त्या सज्ज होत्या. उमा नावाड्यांच्या दिशेने सरकली. नेहमीच उघडे पुरुष बघण्याची सवय असल्यामुळे तिने त्यांची दखल घेतली नाही. सहप्रवासी आणि त्यांना निरोप देण्यासाठी आलेल्या लोकांकडे तिने पाहिले. तिच्याकडे बघून हसणाऱ्या लेफ्टनंट फेंटनच्या जवळून ती पुढे गेली. मि. मिडलटन कुणाला तरी काहीतरी सांगत होते. गाउन धरून मिस हेमिंग्वे वाळूवरून सावधपणे चालत होती. मिसेस कनिंगहॅम नावाड्याला फटकारत होती. नेहमीप्रमाणे टवटवीत दिसणारी मिसेस स्मिथ हळू आवाजात एका देशी माणसाशी बोलण्याचा प्रयत्न करीत होती. मेरी वरदनच्या बाजूला उभी होती. दुभाष्या डोळे पुसत होता. तिचे अंगरक्षक ऐटीत उभे होते आणि... आणि नंतर तिने अ‍ॅश्टनकडे पाहिले.

त्याची उपस्थिती ठळकपणे जाणवत होती. खंबीर आणि समर्थ दिसणारा अ‍ॅश्टन अबोल झाला होता. त्याचे डोळे तिच्यावर स्थिरावले होते. डोळ्यांची उघडझाप करीत ती रडू आवरत होती. तो आपला हात हातात घेईल, अशी आशा करीत होती.

आधी अ‍ॅश्टन बोटीत चढला. उमासाठी त्याने हात पुढे केला. उमाने गाउन वर उचलून धरला. हलणाऱ्या बोटीच्या कडेवर एक पाय ठेवला. काही क्षण थांबली आणि आपला मोकळा हात पुढे केला. तो आपल्या मजबूत पकडीत धरत त्याने तिला वर ओढून घेतले. त्याच्या हातांची दृढ पकड उबदार, दिलासादायक आणि आश्वासक होती. तिने हाताने वर धरलेला गाउन सोडून दिला. एक क्षण त्याच्याजवळ

उभी राहिली. तिचा हात त्याच्या छातीवर धरलेला होता. तिने आपल्या विशाल डोळ्यांनी त्याच्याकडे पाहिले. तिचे ओठ थरथरत होते आणि डोळयांत अश्रू दाटले होते. तेवढ्यात पुढचा प्रवासी वर चढू लागला. तो मागे सरकला. तिचा हात अजूनही त्याने धरून ठेवला होता; परंतु त्याच्या चेहऱ्यावर मवाळ भाव होते.

जोरात हेलकावणारी बोट आगबोटीच्या रोखाने निघाली. दूर जाणाऱ्या किनाऱ्याकडे शून्यपणे एकटक बघताना तिने त्याची बोटे घट्ट धरून ठेवली. तिने डोळे मिटले. मग एकाएकी लक्षात आल्यासारखे तिने बोटांची वळवळ केली. ॲश्टनने तिचा हात सोडून दिला आणि काही न बोलता तिच्या शेजारी बसला. किनारा आणि इमारती अंधूक दिसेपर्यंत ती बघत होती. मग निरभ्र, निराळ्या आकाशाकडे तिने नजर वळवली. बोट धोकादायक रीतीने भव्य ईस्ट इंडियामन आगबोटीकडे डुगडुगत जाऊ लागली.

प्लेअरच्या चेहऱ्यावरील उदासीन विरक्त भाव पाहून गार्डला नवल वाटल्यावाचून राहिले नाही. प्लेअरच्या मनातील वैफल्य त्याला कळत होते; परंतु कॅटामरानवर चढायच्या तयारीत असलेल्या त्या मुलीकडे बघताना प्लेअरच्या निळ्या डोळ्यांत त्या वैफल्याची कोणतीही निशाणी नव्हती. गार्ड आपला नोकर आहे, असे प्लेअर भासवत होता आणि गार्डला ते आवडत नसले, तरी तो ती भूमिका निभावत होता. त्यांच्यातील नाते स्पष्ट करायला याहून चांगला दुसरा मार्ग नव्हता.

खेळ संपला होता, हे सत्य नाकारता येणार नव्हते. त्यांचा कार्यभाग बुडाला होता. तिला बोटीवर चढायला पाहण्यासाठी ते तिथे कशाला आले होते, ते त्यालाही समजत नव्हते. त्याने त्याच्या गुळगुळीत घोटलेल्या दाढीवरून अस्वस्थपणे हात फिरवला. ओळखू न येता, मुक्तपणे फिरता यावे म्हणून त्याला आपली दाढी काढून टाकावी लागली होती.

''चला, यापुढे काही करता येण्यासारखे नाही. बांधलेल्या सामानाची प्रत्येक पेटी आम्ही तपासली. ते तिच्या दागिन्यांच्या पेटीत नाही, याची तुम्हीसुद्धा आधीच खात्री केली आहे. तिने बहुतेक ते टाकून दिले असले पाहिजे. किती हळहळ वाटते.''

''मूर्ख, अतिमूर्ख मुलगी आहे.'' प्लेअर अतिशय क्लांतपणे म्हणाला, ''बापाच्या दुष्कृत्यांचे परिणाम मुलीला भोगावे लागतात, असे तुला वाटते का?'' त्याने तत्त्वज्ञानाच्या भाषेत विचारले.

गार्ड देशी माणूस असल्यामुळे त्या प्रश्नाचे उत्तर होकारार्थी आहे, असे त्याचे मत होते; पण होकारार्थी उत्तराने प्लेअरची उद्विग्नता अधिकच वाढेल, असा त्याने

विचार केला. अत्यंत तिरस्काराने त्याने त्या मुलीकडे बघितले. तिला एकटीला कड्याविषयी विचारणा करण्यासाठी तिला पळवून नेण्याचे अनेक प्रयत्न गेल्या काही आठवड्यांत त्यांनी केले होते; परंतु तिच्या जवळपास जाणेसुद्धा त्यांना शक्य झाले नव्हते. घराचा मालक परतल्यापासून तो कामानिमित्त सतत बाहेर असला, तरी तिचे अंगरक्षक आणि घरातले खंडीभर नोकर जरा जास्तच सतर्क झाले होते.

"कोणत्या तरी अडाणी खेडुताला ते सापडले असेल किंवा रस्त्यावरच्या धुळीत कुठेतरी झाकले गेले असेल. अरे बाप्पा, धन्य आहे तुझी!" प्लेअर शेवटचे शब्द हलकेच कुजबुजला. त्याला आश्चर्याचा धक्का बसलेला दिसत होता. गार्ड बोटीवर चढणाऱ्या उमाकडे बघण्यासाठी वळला आणि परत प्लेअरच्या दिङ्मूढ झालेल्या चेहऱ्याकडे त्याने पाहिले.

"देवा देवा! तिने ते पायात घातले आहे. तिने ते पायात घातले आहे."

"पायात घातले आहे?" गार्डने न समजून विचारले.

"बोटीवर चढताना तिने आपला गाउन वर उचलला, तेव्हा तिने ते तिच्या गुडघ्याच्या किंचित खाली घातलेले मी बघितले. मागेही अर्थातच मी तिच्या पायांचे निरीक्षण केले होते; परंतु ते गुढघ्याखाली चपखल बसेल इतके मोठे असेल, असे मला वाटले नव्हते." प्लेअर अंगात आल्यासारखा, अत्यंत अधीरपणे म्हणाला. "मला बोटीवर गेलेच पाहिजे. कसेही करून मला बोटीवर गेलेच पाहिजे. मी ती वस्तू मिळवणारच. तिचा पाय कापावा लागला किंवा तिला ठार मारायला लागले तरी बेहत्तर."

गार्डने प्लेअरच्या चेहऱ्याकडे आणि अस्वस्थ हालचालीकडे चकित होऊन पाहिले. प्लेअर त्या मुलीला इजा करायला खरोखरच धजावेल का? त्याने उन्मादाने लकाकणाऱ्या त्याच्या निळ्या डोळ्यांकडे पाहिले. त्यांची भागीदारी आता संपत येत असल्याचे कळून त्याला दुःख झाले. तो हिंदुस्थान सोडून जाऊ शकत नव्हता. त्यांनी एकमेकांच्या संगतीत घालविलेला प्रदीर्घ काळ आठवून त्याला खेद वाटला. प्लेअरची साथ नसेल, तर तो हतबल होता.

३१

बोटीच्या छोट्या खिडकीतून आत येणाऱ्या सकाळच्या सूर्यकिरणांनी डेकवरील ती केबिन उजळली होती. केबिनमधील पसारा आवरत मेरीची लगबग चालली होती. बोटीवरील जी थोडी माणसे ओळखीची झाली होती, त्यांच्या संबंधीच्या बातम्या ती उमाला पुरवत होती. तिच्या मालकिणीला आनंदी ठेवण्याचा तिचा निर्धार होता. दोन कांबळ्यांखाली मुटकुळे करून झोपलेल्या, गाठोड्यासारख्या पडलेल्या तिच्या मालकिणीकडे तिने चिंतायुक्त नजरेने पाहिले. मिसेस ट्रेव्हेलियनला बोट प्रचंड लागली होती. गेले महिनाभर भारताच्या किनाऱ्याने जाताना सिलोनवरून आणि आता आफ्रिकेच्या अंतरिपाच्या, समुद्रात घुसलेल्या भूशिराच्या दिशेने जाताना बोटीच्या हलण्याने ती आजारी पडली होती. दिवसभर ती खुराड्यातील कोंबडीप्रमाणे केबिनमध्ये बसून काढायची. मळमळणे कमी व्हावे म्हणून ती टांगत्या झोळीमध्ये झोपायची. तिची भूक नाहीशी झाली होती. अनेक आठवड्यांनंतर अलीकडेच तिला बरे वाटू लागले होते.

"मला दुसरी आया कशी काय मिळाली समजत नाही." मेरीचा काळजीने काळवंडलेला चेहरा पाहून उमा गालात हसली. "काळजी करू नकोस. आता मला खूपच बरे वाटत आहे."

बोटीच्या मागच्या बाजूच्या डेकखालील त्यांच्या केबिनमध्ये अडचण होत होती. त्यात हात धुण्यासाठी बेसिन, एक पलंग, दिवाण, लिहिण्याचे मेज, खुर्ची, तिचे टिकवूडचे पेटारे आणि ट्रेव्हेलियनच्या खोक्यांनी जागा व्यापली होती. त्याने मद्रासच्या घरातील काही लाकडी सामान चांगल्या किमतीला विकले होते; पण काही महत्त्वाचे सामान त्याने बरोबर आणले होते. तिने न सांगता तिचे लिहिण्याचे सुंदर मेज त्याने ठेवले होते, म्हणून तिला खूपच समाधान वाटले होते.

"तो गावंढळ माणूस आठवतो? आज त्याला फटके मारण्यात आले." मेरी

म्हणाली. "तो त्याच लायकीचा आहे, अशी माझी खात्री आहे. खूपच दुर्गंधी येत आहे. आपण जास्त धूप बरोबर आणायला हवा होता. तुम्हाला इथेच बसून राहावे लागते म्हणून मला तुमची दया येते. तुम्हाला डेकवर फिरता आले असते तर किती बरे झाले असते. तुमचा काढा पिऊन टाका बरं."

मेरीने गप्पांचे गुऱ्हाळ तसेच चालू ठेवले. मिसेस सेडवेंची ॲबिमेल कपडे शिवते. मिस हेमिंग्वे आणि कर्नल स्मिडर्समधील वाढती मैत्री आणि बोटीवर वाहत आलेला नाविक याविषयी सांगून झाले. उमा अधूनमधून मान हलवत मेरीच्या बोलण्यावर लक्ष केंद्रित करण्याचा प्रयत्न करीत होती. तिला सुस्ती आली होती. ठरवूनसुद्धा काही करणे म्हणजे संकट वाटत होते. मेरीची बडबड असंबद्ध वाटत होती– वरदन किती चांगला माणूस आहे. पॅसेजमध्ये पाणी जमा झाले होते. मिस हेमिंग्वे सतत मेजर ट्रेव्हेलियनच्या मागेमागे असते. शेवटच्या बातमीने उमाची सुस्ती खाड्कन उतरवली. तिने कान टवकारले.

आपली नेहमीची कामे आटपून मेरी तिच्या मैत्रिणीला घेऊन येण्यासाठी निघाली. उमासाठी काही गाउन्स शिवून घेण्याचे तिने ठरविले होते. ती शिवणकाम करणाऱ्या बाईला घेऊन आली. ती एक धिप्पाड बाई होती. तिची नजर तीक्ष्ण आणि आवाज किनरा होता. दोघींनी मिळून तो जड हारा हलवला. तो उघडल्यावर आतील सुंदर साड्या पाहून त्या आश्चर्याने चीत्कारल्या.

"जामधनी! चिन्ट्झ." त्या बाईला हर्षवायूच झाला. तो पाहून अनेक दिवसांनी उमा हसली. या मलमलीच्या साडीपासून मी एक संध्याकाळी घालण्याचा सुंदर गाउन बनवीन आणि हा रंग तर तुम्हाला इतका शोभून दिसेल." जरीच्या पदराची, जांभळ्या रंगाची साडी तिने उमाला लावून पाहिली. "आणि या साडीचा छानसा सकाळी घालण्याचा गाउन." फिक्या निळ्या रंगाची नाजूक नक्षी असलेली पिवळसर रंगाची साडी बाहेर काढीत ती म्हणाली, "तुमच्याकडे कंबळीसुद्धा आहे. मी त्याची तुमच्यासाठी छानशी शाल शिवून देईन, मॅडम."

गाउन बनविण्यासाठी अजून काही साड्या निवडण्यात, गाउन्सचे नमुने ठरविण्यात त्यांचा थोडा वेळ गेला. ते झाल्यानंतर त्या प्रवासाविषयी सर्वसामान्य गप्पा मारू लागल्या.

दरवाजावर एक थाप पडली आणि दरवाजा उघडला. ॲश्टन आत आला. समोरील दृश्य पाहून त्याचे डोळे विस्फारले.

"इथे काय चालले आहे?" त्याने एकाएकी विचारले.

त्याच्या आवाजातील वेगळा स्वर ऐकून आश्चर्यचकित झालेल्या उमाने वर पाहिले. कोपऱ्यातील त्याच्या लांबट खोक्यांवरून त्याची दृष्टी भिरभिरत होती. नोकरांशी अशा तऱ्हेने बोलताना उमाने त्याला कधी ऐकले नव्हते. तो नेहमी

सभ्यतेने, उदास किंवा खेळकर स्वरात बोलत असे.

"आम्ही जरा गाउन्स बनविण्यासाठी साड्या बघत होतो, सर." मेरीने काहीसे गोंधळून उत्तर दिले.

एक क्षणाच्या शांततेनंतर अ‍ॅश्टन हसून म्हणाला, "असे होय. फार छान." तो शीळ घालू लागला. जणू काही क्षणांपूर्वी तिथे कुणी दुसराच इसम होता. उमाच्या कपाळावर आठ्या पडल्या; पण त्याच्यावर जास्त विचार करण्याइतकी तिच्या अंगात शक्ती नव्हती.

मेरीने आणि तिच्या मैत्रीणीने सगळ्या साड्या गोळा केल्या. गुडघ्यात वाकून त्यांना अभिवादन केले आणि लगेच निघून गेल्या.

उमाने उत्सुकतेने अ‍ॅश्टनकडे पाहिले. जेव्हा तिच्या आजाराने उग्र रूप धारण केले होते, तेव्हा अ‍ॅश्टन चिंताग्रस्त चेहऱ्याने तिचा हात हातात धरून बसल्याचे पाहिल्यासारखे तिला वाटले; पण आता तिला ते स्वप्नवत् वाटत होते.

"तू व्हेल माशांचा थवा पाहायला हवा होतास." शीळ वाजविण्याचे थांबवून तो म्हणाला. दिवाणावर पाय पुढे पसरून आणि हात डोक्यामागे ठेवून तो आरामशीरपणे बसला. त्याला कोणतीही फिकीर नव्हती, असे वाटत होते. लढायांच्या अनुभवानंतर तो जास्त कणखर झाल्यासारखा वाटत होता; पण त्याच्यात कोणताही कडवटपणा किंवा उदासीनता नव्हती, हा एक चमत्कारच होता.

सुरुवातीला जेव्हा तिच्या प्रकृतीत सुधारणा व्हायची, तेव्हा तो डेकवर किंवा पार्लरमध्ये जास्त वेळ काढत असे. फक्त झोपण्यासाठी तो केबिनमध्ये येत असे. गेल्या आठवड्यापासून त्याने आपला क्रम बदलला होता. दुपारी दोन तास तरी तो कर्तव्यबुद्धीने तिच्यासोबत राहत असे. इंग्लंडमधील आणि लंडनमधील त्याचा परिवार आणि मित्र यांच्याविषयी काहीतरी बोलायचे म्हणून बोलत असे. ती मोठ्या कष्टाने आणि कृत्रिमपणे त्याला प्रतिसाद देत असे. बोलण्यासारखे काही शिल्लकच राहिलेले नाही, असे तिला वाटत असे. एका क्षणी तिला वाटले, की ती त्याला मोकळेपणाने प्रतिसाद देईल, ही आशाच त्याने सोडून दिली होती; पण त्याच्या सान्निध्याची तिला सवय करून घ्यावीच लागेल, असे तिला वाटू लागले.

तिच्या चेहऱ्यावरचे भाव पाहून अ‍ॅश्टनला हसू आले. आपली कंबळी सारखी करण्यात व्यस्त असल्यासारखे उमाने भासवले.

"आता तुझी तब्येत कशी आहे? नाहीतर लिंडसे माझ्यावर उखडेल."

"लिंडसे?" उमाने आश्चर्याने विचारले.

"हो, लिंडसे. आपण हिंदुस्थान सोडून निघालो, तेव्हा मी तुझा प्रत्येक हट्ट

आणि इच्छा पुरवीन, असे त्याने माझ्याकडून वचन घेतले. तू आजारी आहेस, असे त्याला कळले, तर तो मला फैलावर घेईल.'' तो एकेक शब्द उच्चारत म्हणाला.

''तुम्ही सतत नवीन कामे अंगावर घेत असता,'' उमाने उत्तर दिले.

ॲश्टनने डोळे किलकिले करून पाहिले. तिच्या उत्तरात नाराजीचा सूर असला, तरी ॲश्टनने त्यावर अधिक भाष्य केले नाही.

''त्या पांघरुणाखालील तुझ्या कुडीत काही शिल्लक राहिले आहे की नाही? तू अशा प्रकारे काही खाल्ले नाहीस, तर एक दिवस अदृश्य होऊन जाशील.'' तो काळजीने म्हणाला.

तिने संकोचून केस सारखे केले. नाखुशीने हसत ती म्हणाली, ''माझा एकूण अवतारच दिसत असला पाहिजे.''

त्यावर हसत ॲश्टन म्हणाला, ''हे तुझ्या तोंडून मी ऐकलेले पहिले बायकी निरीक्षण आहे, असे म्हणायला हरकत नाही.''

त्याचा शेरा कोणत्या अर्थाने घ्यावा हे उमाला कळले नाही. त्याचा अपमान करण्याचा हेतू वाटत नव्हता. तरीही उमाला तो शेरा आवडला नाही. तिच्यात स्त्रीसुलभ गुण नाहीत, असे त्याला म्हणायचे आहे की काय?

''बरा-वाईट कसा का असेना तुझा अवतार दिसतो खराच. विशेष करून तुझे केस.'' तो म्हणाला. त्याच्या ओठांवर हसू आणि डोळ्यांत मिश्कीलपणा होता.

उमाने आश्चर्याने वर पाहिले. तिच्या चेहऱ्याभोवती सैलसर पसरलेल्या केसांचा तिने फारसा विचार केला नव्हता.

''युद्धापूर्वी आपण मदुराईत असताना तू करीत असलेली केशरचना मला आठवते. मद्रासमध्ये शेवटच्या महिन्यात तू व्यवस्थित जामानिमा करायचीस. तुझ्या केसांचा बुचडा बांधलेला असायचा. तुझे मोकळे सोडलेले केस मला आवडतात. त्यात एक प्रकारची जवळीक वाटते.''

त्याने डोळे मिचकावत म्हटले. उमाने ओठ चावला. तिचा चेहरा आरक्त झाला.

ॲश्टन हसला. तिच्याकडे आर्जवी नजरेने पाहत तो म्हणाला, ''मला तुझी काळजी लागली आहे. तुला स्कर्व्ही व्हायला नको आहे. तू फक्त अगदी थोडासा भात खातेस. उकडलेलं चिकन आणि बटाट्याच्या रश्शात न आवडण्यासारखे काय होते?'' त्याने सहजपणे विचारले. जणू त्याला तिच्या दिसण्यावर अधिक चर्चा नको होती. तो येण्यापूर्वी काही काळच तिने दुपारचे जेवण घेतले होते. तिच्या थाळीतील टाकून दिलेल्या अन्नावरून त्याने तिला छेडले होते.

तो उत्तराच्या प्रतीक्षेत आहे, हे पाहून तिने खांदे उडवले. ''त्यांच्या पद्धतीने बनविलेले चिकन मला आवडत नाही.''

“हं. ठीक आहे. त्याबाबत काही करता येईल का, हे मी खानसाम्याशी बोलून घेतो.”

काही वेळा तिला केबिनबाहेर जाण्याइतपत बरे वाटायचे. तेव्हा कॅप्टनच्या टेबलापाशी बसून जेवण्याची कल्पना त्याने धुडकावली होती. तिच्यासाठी ती जागा योग्य नाही, असे त्याचे म्हणणे होते. तिथे कधीकधी अश्लील बोलतात आणि तिथे येणाऱ्या स्त्रियांची संगत चांगली नाही, असे त्याने तिला त्याच्या वैशिष्ट्यपूर्ण शैलीत स्पष्ट सांगितले होते. काही इतर वयस्कर स्त्रिया आपल्या केबिनमध्ये राहणे पसंत करीत असत.

“मी वाचून दाखवू की पत्ते खेळायचे?” त्याने विचारले. तिथून जायचा त्याचा विचार दिसत नव्हता.

“वाचून दाखवणे कमी त्रासदायक वाटते.” ती म्हणाली. त्याचा भरदार आवाज ऐकायला तिला खूप आवडत असे. इतर गोष्टींकडे लक्ष दिले नाही, तरी चालत असे. मग एकाएकी तिने उत्सुकतेने विचारले, “अख्खा दिवस तुम्ही काय करता?”

त्याने न थांबता एक यादीच वाचून दाखवली. “मी काळजी करतो आणि हिशेब करतो. घर घ्यायला किती पैसे पडतील, माझ्या कमिशनच्या विक्रीतून किती पैसे मिळतील, किती नोकर मी ठेवू शकतो, तुला कशा प्रकारच्या सुखसुविधा लागतील, बक्षिसाच्या पैशांतून आपल्याला युरोपची सहल करता येईल का?”

त्याचे हजरजबाबी उत्तर ऐकून आधी उमा पाहतच राहिली. मग हसली. “तुम्ही अशा गोष्टींचा विचार करू शकता, हे मला माहीतच नव्हते.” ती उद्गारली.

अँश्टनने तोंड फिरवले. मग निरागसपणे हसून म्हणाला, “मी दुसरे कोणकोणते बेत आखतो हे तुला कळले तर!”

“उदाहरणार्थ?” तिने भुवया उंचावून हसतच विचारले.

“असेच. इकडचे-तिकडचे.” तो मुद्दामच सहेतुकपणे खट्याळपणे म्हणाला, की उमाला पुढे काही विचारण्याचा धीर झाला नाही.

“मला वाटलं की तुम्ही मिस हेमिंग्वेच्या सहवासात रमून गेला आहात.” तिने आततायीपणे शेरा मारला. मग आपली भीती व्यक्त केल्याबद्दल स्वतःला दूषणे दिली.

तिच्या शेऱ्याचे आधी त्याला आश्चर्य वाटले, मग त्याला ते विनोदी वाटले.

“वा, हे विधान खूपच मनोरंजक आहे. मिसेस ट्रेव्हेलियन.” तो म्हणाला.

“तुम्ही मला काय वाचून दाखवणार?” त्याच्या नजरेने लज्जित होऊन तिने

अडाणीपणे विषयांतर करीत म्हटले.

"छान, छान. आपण प्रगती करत आहोत." तो पुटपुटला. मेजावर रचून ठेवलेल्या पुस्तकांकडे जात तो म्हणाला. शिळेवर एक आनंदी धून वाजवीत त्याने पुस्तकांची पाहणी केली. लख्ख सूर्यप्रकाशात उमा एकटक त्याच्या चेहऱ्याकडे पाहत राहिली. त्याने ही सूर्यप्रकाश येणारी केबिन घेतली म्हणून तिला आनंद झाला. त्याला नक्कीच केबिन चांगली महागात पडली असणार, तरीही.

"वाचण्यासाठी निवड करायला फारशी पुस्तके नाहीत."

उमाने एक क्षणभर आढेवेढे घेतले. मग म्हणाली, "मद्रासमध्ये मी तुम्ही पाठवलेल्या पत्रांचा संग्रह केला होता आणि घटनाक्रमानुसार त्यांचे संकलन केले आणि सर्वसाधारण मोहिमेचे काही तपशील घातले आहेत. तुम्ही मला ते वाचून दाखवून त्यात भर घालू शकता. कदाचित तुम्ही ते प्रकाशित करू शकता." तिने अदमासे सुचविले.

त्या कल्पनेने ॲश्टन इतका चक्रावून गेला, की उमाला जोरात हसू फुटले. तो मोठ्याने ओरडून म्हणाला, "अरे देवा, मॅडम! माझी प्रतिष्ठा तुम्ही पणाला लावू इच्छिता का? का त्यावर कादंबरी प्रकाशित करण्याचा विचार आहे की काय?"

उमा हसली.

कपाळाला हात लावत ॲश्टनने डोके दुखत असल्याचे नाटक केले. मग तिच्या प्रस्तावाला मोठ्या नाखुशीने संमती दिल्यासारखे दाखवत त्याने सुस्कारा सोडला. "ठीक आहे. त्यात काही चुकीचे लिहिले नाही, हे तपासण्यासाठी मी ते वाचून बघतो."

तिने उत्सुकतेने पेपरांचा गठ्ठा काढला आणि त्याच्या हातात दिला. ते उलटसुलट पाहून आणि तिच्या लेखनकौशल्याचे कौतुक करीत त्याने वाचायला सुरुवात केली. त्याने वाचायला सुरुवात करताच ती पलंगावर रेलून बसली होती ती उठून बसली. त्याला प्रश्न विचारू लागली. तो लिहायचे विसरून गेला होता त्या बाबींची तिने खोदून चौकशी केली, नोंदी केल्या. नवीन प्रकल्पाविषयी तिचा उत्साह हळूहळू वृद्धिंगत होऊ लागला. पुढील एक तास त्यांनी मजकुरावर चर्चा केली. पुस्तकाचे स्वरूप जास्तीत जास्त व्यक्तिगत असावे, असा उमाचा आग्रह होता. तिने कोणताही दूरान्वयाने भावनेला हात घालणारा मजकूर घातला की ॲश्टन आक्रसून जात असे.

थोड्या वेळानंतर ॲश्टनने लेखणी दौतीत टाकली. तो कोणतेही जटिल काम जास्त वेळ करू शकत नाही, असे त्याने जाहीर केले.

काही क्षण मैत्रीपूर्ण शांततेत गेले. काही महिन्यांपूर्वी ती या शक्यतेची

कल्पनाही करू शकली नसती.

"तुझा उत्साह आणि तू जे जे करतेस त्याचा घेतलेला ध्यास मला नेहमीच चकित करतो." तो हळुवारपणे म्हणाला. हाताने त्याने तिच्या केसांची एक चुकार बट कानामागे खोचली. एक क्षण शांततेत गेला.

"तू थोडा वेळ विश्रांती घे." तो नि:श्वास टाकत म्हणाला. एका जलद धूनवर शीळ वाजवत तो जाण्यासाठी उठला.

"तुम्ही कुठे असाल?" तिने विचारले.

"काही वेळ मी व्हिस्ट खेळीन. त्यानंतर डेकवर फिरेन. इथे फार काही करण्यासारखं नाही."

त्या मूर्ख मिस हेमिंग्वेबरोबर वेळ काढण्याखेरीज, उमाने दातओठ खात विचार केला. त्या नीरस कंटाळवाण्या बाईमध्ये त्याचे लक्ष वेधण्यासारखे काय आहे. कदाचित कंटाळा येतो तेव्हा कोणाचीही संगत चालत असेल. या विचारानेही तिला दिलासा वाटला नाही.

खोलीतून बाहेर पडण्यापूर्वी ॲश्टनने वळून पाहिले, तेव्हा ती त्याच्याकडे पाहत असल्याचे त्याला आढळले. ओझरते हसून तो निघून गेला. त्याने आपल्याला त्याच्याकडे पाहत असताना पकडले, या विचाराने उमा शरमिंदी झाली.

३२

आगबोटीने 'केप ऑफ गुडहोप'ला वळसा घातला, तेव्हा आपली प्रकृती सुधारत असल्याचे उमाला वाटले; परंतु लवकरच आगबोट वादळात सापडली. त्यामुळे परिस्थिती अधिकच बिघडली. खिडकीबाहेरील मिट्ट काळोख आणि वादळाचे घोंघावणे ऐकून उमाची भीतीने गाळण उडाली. अनेक वेळा बोट भयंकर हलत असे; परंतु झंझावाती वादळाच्या तडाख्यामुळे बोटीचे असे हेलकावणे पूर्वी कधीही अनुभवले नव्हते.

ॲश्टन मदत करण्यासाठी डेकवर गेला होता. अजस्र लाटांमुळे तो वाहून तर जाणार नाही, ही काळजी तिला भेडसावत होती. जणू काही तिची प्रार्थना ऐकून तो लवकरच परतला.

पाणी झटकत तो उभा राहिला. त्याचा चेहरा चिंताग्रस्त होता.

"तुम्हाला पुन्हा वर जावे लागेल का?" तिने क्षीण आवाजात विचारले.

"नाही." तो किंचित धापा टाकत म्हणाला. "काळजी करू नकोस. सर्व काही ठीक होईल." तिच्या चेहऱ्याचे बारकाईने निरीक्षण केल्यावर तो हळुवारपणे म्हणाला.

पलंग आणि फर्निचर खिळ्यांनी ठोकत आणि खोकी बांधून ठेवत तो केबिनमध्ये थांबला. तरीही बऱ्याच वस्तू आवाज करत इकडून तिकडे सरकत होत्या आणि अधूनमधून छोट्या-मोठ्या गोष्टी घरंगळून पडत होत्या. वादळाची तीव्रता वाढली तसा तो काहीतरी विनोद करून तिला हसवायचा प्रयत्न करीत होता. वाऱ्याचा वेग वाढला. बोट खेळण्यासारखी हलत होती. लाटांच्या गर्जनेत दुसरे काही ऐकू येत नव्हते. वारा घोंघावत होता. फर्निचरचे सामान एकमेकांवर आदळत होते.

"तुझे काय चालले आहे?" ती त्याला मदत करताना पाहून तो ओरडला.

''सामान आवरून ठेवते.'' गोंगाटावर आवाज चढवत ती मोठ्याने ओरडून म्हणाली.

''आधी पलंगावर जाऊन बस.'' तो गरजला.

त्याचे विपरीत वागणे पाहून गोंधळलेली उमा त्याच्याकडे बघत राहिली. तिच्या अगदी जवळ काहीतरी कोसळून पडले. ऑश्टन दाणदाण पावले टाकत तिच्याजवळ आला, तिला उचलले आणि पलंगावर टाकले. काही डुगडुगणाऱ्या गोष्टी बांधल्यावर तो दिवाणावर धपकन बसला आणि दुरून तिच्याकडे पाहू लागला. ''तुझ्या पलंगाजवळ सुटे असं काही नाही. तुला तिथेच बसायला हवे.'' तो शांत आवाजात म्हणाला. उमाने मान उचलून त्याच्याकडे पाहिले. तिच्या डोळ्यांत भीती दाटली होती. आपल्याला जलसमाधी मिळणार, अशी तिला शंका आली.

''सर्व ठीक होईल.'' तो म्हणाला. काही क्षण शांततेत गेल्यावर त्याने तिला डोळे बंद करायला सांगितले.

ती गुडघ्याभोवती हाताची मिठी घालून बसली. तिने मान हलवली. अजूनही ती खूप भ्यायलेली होती.

उठून त्याने तिच्या डोळ्यांत पाहिले. काही न बोलता तो तिच्या पलंगाजवळ आला. तिला जवळ ओढले आणि मिठीत घट्ट धरले. तिने हात त्याच्याभोवती टाकले आणि जिवाच्या भीतीने त्याला घट्ट पकडून ठेवले.

''डोळे बंद कर.'' त्याने परत तिला हळुवारपणे सांगितले आणि एक सुस्कारा सोडला.

बोट जोराने हिंदकळल्याचे उमाला जाणवले. समुद्राच्या वेगाने येणाऱ्या लाटांची गर्जना ऐकली, वस्तूंचा खाली पडण्याचा आवाज ऐकला; परंतु आता त्या कशाचीच तिला फिकीर वाटत नव्हती. ऑश्टनच्या बाहुपाशात दुसऱ्या कशाचीच तिला पर्वा नव्हती. तिला पूर्ण सुरक्षित वाटत होते. पूर्वी कधीही न अनुभवलेल्या एक प्रकारच्या जवळिकीचा तिला प्रत्यय आला. वादळ शांत होऊ लागले, तसे त्याच्या उष्ण श्वासाने तिला आश्चर्यकारक गाढ झोप लागली.

उमा जागी झाली तेव्हा तिला थोडे गरगरल्यासारखे वाटत होते. अनेक दिवसांत तिला इतकी गाढ झोप लागली नव्हती. पूर्ण भानावर यायला तिला थोडा वेळ लागला. एका ब्लँकेटमध्ये गुंडाळून तिला पलंगावर निजवले होते; पण तिला एकाकी वाटत होते. ती उठून बसली. ऑश्टन केबिनमध्ये नसल्याचे पाहून तिची निराशा झाली.

आत्तापर्यंतच्या प्रवासात ती आजारी असल्यामुळे त्याने आणलेल्या टांगत्या

झोळीत झोपत होती. ॲश्टन पलंगावर हातपाय पसरून पालथा झोपत असे. कधीकधी रात्री तिला जाग आली, तर तो कूस बदलत, कण्हल्यासारखा आवाज करताना दिसत असे. मग पुन्हा शांत झोपत असे. त्याला युद्धाची स्वप्ने पडत असली पाहिजेत. अनेकदा ती सकाळी जागी होई, तेव्हा तिच्या बाजूला कुशीवर झोपलेला, दाढीचे खुंट वाढलेला त्याचा खरखरीत चेहरा तिच्या दृष्टीस पडत असे. तो बघण्याची भीती नसल्यामुळे तिला त्याच्याकडे बघायला आवडत असे. त्याच्या देखण्या चेहऱ्याची वळणे ती लक्षात ठेवत असे.

त्या सकाळी प्रथमच ती जागी होण्यापूर्वी तो निघून गेला होता; पण त्या रात्री प्रथमच त्याने तिला आपल्या बाहुपाशात घेतले होते, ही आठवण ताजी होती. आपल्या नि:शब्द खोलीत सभोवार नजर फिरवताना आनंद आणि हुरहुर अशा गोंधळात टाकणाऱ्या संमिश्र भावनांची तिला प्रचिती आली.

तेवढ्यात मेरी आत आली. ती उत्तेजित स्वरात वादळाबद्दल बोलत होती. शेवटी बोट सेंट हेलना बंदरात उभी असल्याचे तिने सांगितले. मेजर ट्रेव्हेलियनचा निरोप तिने आनंदाने सांगितला. मॅडम लवकरात लवकर तयार झाल्या तर ते किनाऱ्यावर जाऊ शकणार होते.

पुरेशी झोप न मिळाल्यामुळे थकला भागलेला ॲश्टन कठड्यावर रेलून शांत समुद्राकडे आणि काळ्या पाण्याकडे गंभीरपणे पाहत आणि विचार करत उभा होता. अजूनही मारुचा सुगंध त्याच्या अवतीभवती रेंगाळत होता.

ॲश्टन आणि उमा सेंट हेलेना बेटावर पूर्ण दिवस व्यतीत करून रात्रीसाठी बोटीवर परतले होते. उमाला बोटीबाहेर काढण्यासाठी ॲश्टनला तिची मनधरणी करण्याची गरजच पडली नाही. न हिंदकळणाऱ्या, स्थिर जमिनीवर पाय ठेवण्यास मिळाल्यामुळे ती रोमांचित झाली होती. तिचा आहारही वाढला होता, हे त्याच्या लक्षात आले.

बेटावर तिच्यासाठी दमछाक करणाऱ्या सहली न घेता तिच्यासह बेटावर फेरफटका मारण्यावर त्याने समाधान मानले. घनदाट छाया देणारे वृक्ष, हिरवळ आणि ताजे खाद्यपदार्थ मिळणाऱ्या गल्ल्यांतून ते रमतगमत फिरले. जत्रेतील लहान मुलाच्या उत्साहाने ती नवीन दृश्ये आणि ध्वनी टिपत जात होती, हे तो दिवसभर पाहत होता. तिची जिज्ञासा, जीवनाचा रस घेणारी विजिगीषू वृत्ती आणि जोम पाहून त्याला आनंद आणि समाधान वाटले. तिथे नांगरून उभ्या असलेल्या निरनिराळ्या बोटींवरील प्रवाशांच्या आणि स्थानिक लोकांच्या छुप्या, कौतुकाच्या नजरा तिच्याकडे वळत होत्या. त्या पाहून त्याला स्वत:ला तिच्याविषयी

वाटणाऱ्या तीव्र आकर्षणाची जाणीव त्याला छळत होती.

तिच्या सान्निध्यात घालविलेली रात्र आणि हा दिवस काढणे त्याला दुःसह होत होते. आपण कोणत्याही क्षणी मोहाला बळी पडू शकतो, हे त्याला कळत होते. बोटीवर त्यांच्या केबिनमध्ये परतण्याची त्याला भीती वाटत होती.

परंतु रात्र झाली होती. मनाशी एक निर्णय घेऊन तो केबिनकडे निघाला. त्याला सावधानतेची सूचना देणारा आतला आवाज त्याने कठोरपणे चिरडला. आज प्रथमच तिने त्याच्यावर विश्वास टाकला होता. त्याच्या कोणत्याही किंचितशाही आततायीपणाच्या कृत्याने त्यांच्यामध्ये फुलणाऱ्या मैत्रीचे नाजूक बंध तुटण्याची शक्यता होती.

एखादी काव्यरचना उद्धृत करून संभाषणाची सुरुवात करण्याचे त्याने ठरविले. तिचा सुनीतांकडे कल होता. डॉनेविषयी तिने ऐकले असण्याची शक्यता नव्हती. ते नाही जमले तर तिच्या गावातील मंदिरांच्या वास्तूविषयी, दगडी शिल्पांच्या सौंदर्याविषयी आणि नंतर तिच्या कमनीय बांध्याविषयी तो काहीतरी बोलू शकला असता. आपल्या कल्पनेवर खूश होऊन मनात बेत आखत तो केबिनकडे निघाला. ती केबिनमध्ये नसल्याचे पाहून त्याला धक्का बसला. आधी चिडचिड, मग काळजी आणि शेवटी चिंता वाटून तो तिला शोधायला निघाला.

प्लेअर आपला काळा पायघोळ झगा घट्ट लपेटून अंधाराच्या आडोशाने उभा होता. बोटीच्या नियमांनुसार तो पॅसेज काळोखी आणि शांत होता, हे त्याच्या पथ्यावर पडले होते.

वादळाच्या परिणामस्वरूप नाविक एकतर सफाईच्या कामात व्यस्त होते किंवा सेंट हेलेना बेटावर मजा करीत होते.

सर्वसाधारणपणे अंगमेहनतीची कामे गार्डच्या अखत्यारीतील होती, पण आज त्यांच्या शोधमोहिमेची तसली अप्रिय कामे सोपविण्यासाठी गार्ड उपलब्ध नव्हता. प्लेअरने धीर खचू न देण्याचा प्रयत्न करीत एक खोल श्वास घेतला. कोणत्याही प्रकारच्या हिंसेची शक्यता त्याला नको होती. पुढे जे काही घडेल ते ती मुलगी किती हुशार आहे किंवा किती मूर्ख आहे, यावरच अवलंबून होते.

आजूबाजूला कोणी नाही याची खात्री करून घेण्यासाठी थोडा वेळ थांबून प्लेअरने गारगोटीने तकलादू कुलूप तोडून उघडले आणि केबिनमध्ये प्रवेश केला.

सुरुवातीला घाबरतच उमा केबिनबाहेर पडली; पण शांत समुद्र आणि निरभ्र आकाश पाहून तिचा धीर चेपला. नेहमीपेक्षा ती पुढे गेली. डेकवर चालण्याची सवय नसल्यामुळे डेकवर पडलेल्या कचऱ्यातून वाट काढत सावधपणे ती थोडी पावले चालत गेली. एकाएकी बोटीच्या मागच्या बाजूच्या डेकवर जाण्याची तिला इच्छा झाली. तिथे गुंडाळून ठेवलेले दोरखंड, ताडपत्री, मोठमोठे हारे, पिंप आणि लाकडाचे ओंडके सर्वत्र विखरून पडले होते.

अॅश्टनच्या सहवासात तिचा आजचा दिवस मजेत गेला होता. ते बोटीवर परत आल्याबरोबर अॅश्टन कर्नल स्मिदर्सशी काही काम असल्याचे सांगून गेला होता. मेरीने आणलेले साधे जेवण घेऊन ताजी हवा घेण्यासाठी तिने बाहेर पडण्याचे ठरविले. तिच्या डोक्यातील विचारांचा गुंता सोडविण्याची गरज तिला जाणवत होती. एखादी विशेष कठीण समस्या उद्भवली की दूर जलद गतीने फिरायला जायची तिला सवय होती. खोलीत डांबल्यासारखे बसून राहणे तिला अशक्य होते.

एक फळी शोधून ती जवळजवळ अर्धा तास तिथे आपल्या आयुष्यावर आणि प्रथमच आपल्या भविष्यावर जाणीवपूर्वक विचार करत बसली.

उमाला असुरक्षित वाटत होते. तिला कुणाचा आधार राहिला नव्हता. तिच्या मनात आयाच्या सूचना फेर धरू लागल्या. अॅश्टनशी अधिक जवळीक निर्माण करण्याचा मार्ग आदल्या दिवशी संध्याकाळी तिने अनवधानाने चोखाळल्याचे तिच्या लक्षात आले. तिला अॅश्टनची मैत्री हवी होती. तरीही त्या दोघांच्यामध्ये एक अदृश्य अडसर असल्याचे तिला जाणवले. त्याला तिच्याविषयी काय वाटते याबद्दल अनिश्चितता आणि त्याच्याविषयी तिच्या स्वत:च्या भावना स्वीकारण्याचे भय, या गोष्टी त्यांच्या मार्गात आडव्या येत होत्या, हे तिला कळून चुकले.

डोके मागे नेत तिने रात्रीच्या आकाशाच्या प्रचंड विस्ताराकडे पाहिले. तिचे मन संभ्रमित झाले. तिला एकाकी वाटू लागले.

घाईघाईने टाकलेल्या पावलांनी तिची समाधी भंग पावली. अॅश्टन तिच्या दिशेने येत असल्याचे तिला दिसले. त्याच्या कपाळावर आठ्या होत्या. डेकवर काम करणाऱ्या कर्मचाऱ्याकडे त्याने रागारागाने पाहिले. तो बिचारा घाईघाईने तिथून निघून गेला. अॅश्टन उमाजवळ आला.

''इथे फटकुळावर बसून तू काय करते आहेस? मी केबिनकडे गेलो...'' तिच्या चेहऱ्याकडे निरखून पाहिल्यावर त्याचा कठोर स्वर क्षीण झाला.

''काय झाले?'' अजिजीच्या आणि घोगऱ्या स्वरात त्याने विचारले. त्याने सभोवताली बघितले आणि तिला काही शारीरिक त्रास होतो आहे का, हे बघण्यासाठी त्याने चिंतायुक्त नजरेने तिचा चेहरा निरखला.

"ते नाहीसे झाले आहेत." ती बावचळून म्हणाली.

"कोण?"

"सप्तर्षी." आकाशाकडे हाताने निर्देश करत ती म्हणाली.

"कोण?" ॲश्टनने परत न समजून विचारले. "तू ठीक आहेस ना?" त्याने काळजीने विचारले.

तिच्या अपरिचित शब्दाने त्याला कोणताही अर्थबोध झाला नसेल, हे लक्षात आल्यावर ती मंद हसली. "अजून तरी माझे डोके ठिकाणावर आहे."

त्याच्या चेहऱ्यावरील ताण लक्षात येण्याइतका ओसरला. "ते कळल्यामुळे बरे वाटले, पण शहाणपणाची तुझी व्याख्या विवादास्पद असू शकते." तो त्रोटकपणे म्हणाला.

तिने हसू दाबले.

"ओह, उमा. तुला वाटते इतके काही ते क्लेशकारक नाही. तुझे पपा तिथलेच होते. तिथे तुला नवीन मित्र भेटतील. काही उत्कंठावर्धक घटना घडतील." तो तिच्याजवळ बसत म्हणाला.

इंग्लंडला जाण्याच्या कल्पनेने ती विमनस्क आहे, असा तर्क त्याने केला. तो अंशतः खराही होता.

"मी तसेच धरून चालते." ती म्हणाली.

"अरे, हे काय? माझ्या म्हणण्याशी तू निमूटपणे सहमत होतेस? आता मात्र मला खरोखरच तुझी काळजी वाटू लागली आहे." तो अर्धवट हसत म्हणाला; पण त्याची चर्या अजूनही चिंताग्रस्त होती. "बिचारी, एवढे निराश होण्याचे काहीच कारण नाही. हो ना?" त्याने तिचा हात हातात घेऊन दाबला. आपल्या अंगठ्याने तो तिचा हात कुरवाळत राहिला.

"पपा मला सांगत असत, की तिथे खूप थंडी असते. वेगवेगळ्या प्रकारची झाडे असतात आणि माणसे वेगळी दिसतात. ते मला माहीत होते; पण कमीत कमी आकाश, चांदण्या, चंद्र आणि आपल्या देशांना जोडणारे महासागर तरी सारखे असतील असे मी समजून चालले होते; पण आता..." तिने आकाशाकडे हात दाखविला. "ते तिथे नाहीत हे चमत्कारिक वाटते. ऋषी तिथे नाहीत आणि चंद्र वेगळा दिसतो."

"तू कोणत्या नक्षत्राविषयी बोलत आहेस?" एकाएकी तिचे बोलणे लक्षात येऊन त्याने तिच्या हातावर थोपटत हळुवारपणे विचारले.

"सप्तर्षी." तिने फळीवर आकृती काढून दाखवली.

ॲश्टन हसला. तिचा हात वर ओढून त्याचे हलकेसे चुंबन घेतले. तिच्या बोटांशी खेळत तो धीर देत म्हणाला, "ते परत येतील. आम्ही त्याला 'डिपर'

म्हणतो. ते इंग्लंडमधूनही दिसते आणि तिथे चंद्रही इतका वेगळा दिसणार नाही. ही दक्षिण गोलार्धातील नक्षत्रे आहेत. वादळानंतरची शांतता, आकाश किती सुंदर दिसतेय. हं बघू बरे. ते सेंटॉरस नक्षत्र आहे. आता तुला नक्की बरे वाटेल.'' त्याने हाताने तिला वेढा घालत आपल्याबरोबर वर ओढले. ''ते बघ तिकडे.'' त्याने बोटाने निर्देश केले.

''त्रिशंकू.'' ती आनंदाने चीत्कारली.

तो मंदपणे हसला. तिच्या डोळ्यांतून ओघळलेले अश्रू पुसण्यासाठी तो वळला. तिच्या गालावरील त्याच्या अंगठ्याचा खरखरीत स्पर्श तिने समरसून अनुभवला.

साश्रू नजरेने तिने हसून वर पाहिले. त्याचा हात अजूनही तिने धरला होता. मोठ्या उत्सुकतेने त्या आकाशस्थ अपूर्व दृश्याविषयी प्रश्न विचारण्यासाठी तिने तोंड उघडले; परंतु प्रश्न बाहेर पडलेच नाहीत. त्याने वाकून आवेगाने तिचे चुंबन घेतले.

''चल. केबिनमध्ये जाऊ या.'' तिच्या खांद्यावर बोटे ठेवून तिला हळूच पुढे खेचत त्याने हळुवारपणे आर्जव केले.

तो घेऊन चालला तिथे ती त्याच्याबरोबर चालू लागली. त्याच्या अस्तित्वाच्या सर्वांग ग्रासून टाकणाऱ्या जाणिवेखेरीज तिचे मन पूर्ण रिक्त होते.

ते काळोख्या गँगवेवर पोहोचले, तेव्हा त्याने परत तिचे चुंबन घेतले. नंतर आवेग आवरत त्याने आपल्या केसांतून हात फिरवला. एखाद्या अपरिपक्व मुलासारखे वागत असल्याचे काहीतरी तो पुटपुटला. मग हलकेच हसला. त्याने आपला वेग वाढवला. तिच्या खांद्याभोवती हात टाकून त्याने तिला धरले आणि ढकलून केबिनचे दार उघडले.

त्याचा हात ताठरल्याचे लक्षात येण्यापूर्वीच काहीतरी वेगाने जवळून गेले. त्याने तिला जवळ ओढले, आधार दिला. तिला काही झालेले नाही, याची खात्री केली. काहीतरी अगम्य पुटपुटत तिला बाजूला ढकलले. दाराकडे धाव घेत तो पळत केबिनच्या बाहेर पडला.

तिच्या केबिनमध्ये एक जण घुसला होता, ही धक्कादायक गोष्ट लक्षात येताच उमा थरथर कापत उभी राहिली. मद्रासमधील त्या रात्रीची तिला प्रकर्षाने आठवण झाली.

बेटावरून उशिरा परतत असलेल्यांच्या गर्दीत तो घुसखोर नाहीसा झालेला बघताच ॲश्टनने मोठ्याने शिवी हासडली. पाठलाग करताना त्याने एक चुकीचे वळण घेतले होते. त्याला परत गाठण्याआधी तो घुसखोर डेकवर पळून गेला होता. अंधूक उजेडात, डझनवारी काळ्या आकृतींमध्ये त्याची संधी हुकली होती.

आयुष्यात कधी नव्हे एवढा तो प्रक्षुब्ध झाला होता. काही वेळ तो श्वास घेत शांतपणे उभा राहिला. कुणीतरी केबिनमध्ये लपून वाट बघत होता. उमा जर डेकवर आली नसती किंवा ती परतली तेव्हा तो तिच्याबरोबर नसता, तर काय झाले असते, याचा विचार मनात येताच तो शहारला. हिंदुस्थानपासून इतक्या दूरवर येऊनही उमाला अजून धोका होताच.

तो केबिनमध्ये परतला, तेव्हा उमा सावरली होती. दिवाण आणि फर्निचर जागच्या जागी होते. त्यांचे कोणतेही नुकसान झालेले दिसत नव्हते.

"तू ठीक आहेस ना?" उमाकडे ओझरता कटाक्ष टाकत त्याने विचारले. मग सभोवती पाहिले.

घुसखोराचा संबंध उमाशी लावण्यात त्याची चूक तर होत नव्हती ना? त्याचा तिच्याशी अजिबात संबंध नव्हता आणि तो खोक्याच्या मागावर होता, असे तर नसेल? मूल्यवान खोक्यांचा गंभीर चेहऱ्याने अदमास घेत तो उभा होता.

उमाच्या ते लक्षात आले असले पाहिजे. तिने अत्यंत उत्सुकतेने विचारले, "ती खोकी कसली आहेत?"

उमाच्या प्रश्नावर एक अस्वस्थ शांतता पसरली. किती उघड करावे, यावर विचार करीत ॲश्टन उभा होता.

"युद्धातील लूट." तिच्या डोळ्यांकडे न बघता तो पुटपुटला. "सुलतानाच्या काही वस्तू. शिरस्त्राण, चिलखत आणि काही गोष्टी. यासाठीच आपण इंग्लंडला चाललो आहोत. त्या सुरक्षितपणे घेऊन जाण्याची कामगिरी माझ्यावर सोपविण्यात आली आहे."

एक क्षणभर त्यांनी एकमेकांकडे पाहिले. तिच्या चेहऱ्यावर अलिप्त भाव होते. तिचे तोंड घट्ट बंद झाल्याचे पाहून ॲश्टनचा चेहरा काळवंडला. इंग्लंडच्या तिजोऱ्या भरण्यासाठी हिंदुस्थानातील संपत्ती लुटण्यासंबंधी तिने केलेल्या भाष्याचा शब्दन् शब्द त्याला आठवला. फार पूर्वी मिसेस कनिंगहॅम जवळ काढलेले बोचरे आणि तिरस्कारयुक्त शब्द दोघांमध्ये अनुच्चारित राहिले.

ॲश्टनने नुसतेच खांदे उडविले. जे होऊन गेले ते होऊन गेले. त्याने दीर्घ श्वास घेतला आणि तुटकपणे सांगितले, "यापुढे तू केव्हाही केबिनमध्ये एकटे राहायचे नाहीस. मी नसेन तेव्हा वरदन पहारा ठेवेल. तू बाहेर पडशील तेव्हा मी किंवा मेरी तुझ्याबरोबर राहू."

"आणि मी याला नकार दिला तर?"

"माझ्यावर विश्वास ठेवा, मॅडम. मला माझ्या कृत्याचा पश्चात्ताप होईल त्याहून जास्त तुम्हाला मला डिवचल्याचा पश्चात्ताप होईल." त्याने शांतपणे

सांगितल्यावर ती ताबडतोब गप्प बसली.

अस्वस्थ आणि चिंताग्रस्त ॲश्टन डेकवर येरझाऱ्या घालत होता. बोटीवरील नाविक आणि डेकवरील कर्मचाऱ्यांमध्ये कुणीतरी देशी होता, जो इंग्रजांचा प्रतीकात्मक निषेध करण्यासाठी युद्धातील लुटीचे नुकसान करू इच्छित होता; पण उमावर घुसखोराचे लक्ष असल्याचे त्याचे अंतर्मन त्याला सांगत होते.

काही वेळ सखोल विचारमंथन केल्यावर ॲश्टन वरदनशी बोलला.

"माळी आपल्याकडे कामावर कुठून आला, ते तू शोधलेस ना? तो मदुराईतील कुणाच्या तरी ओळखीने आला होता."

"हो, सर. तो मदुराईतील एका व्यापाऱ्याकडे कामावर होता."

"तो आपल्याकडे कामावर लागण्याआधी?"

वरदन गोंधळल्यासारखा वाटला. "खरेतर नाही. तो फार पूर्वी व्यापाऱ्याकडे काम करत होता. त्याने अलीकडेच त्याची शिफारस केली."

"किती वर्षांपूर्वी तो मर्चंटकडे काम करीत होता?" ॲश्टनने अनिष्टसूचक आवाजात विचारले.

"तुमच्या विवाहापूर्वी तीन वर्षे, सर." वरदन म्हणाला.

ॲश्टनने विफलतेने कठड्यावर मूठ आपटली.

"तीन वर्षांपूर्वी... तेव्हाच तिचे अपहरण करण्याचा प्रयत्न झाला होता. त्याच्याशीच संबंध आहे." महाराजांचे शब्द आठवून तो रागाने स्वत:शीच बडबडला. "त्यानंतर तिच्याभोवती सतत अंगरक्षक होते." ॲश्टन परत येरझाऱ्या घालू लागला. त्याची उग्र चर्या, त्याची प्रक्षुब्ध मन:स्थिती दर्शवत होती.

"सर?" वरदनने कोड्यात पडून विचारले.

"आमच्या लग्नापूर्वी काही वर्षे उमाचे अपहरण करण्याचे काही प्रयत्न आपण कसे हाणून पाडले, ते महाराजांनी मला सांगितले." परत असे प्रयत्न होऊ नयेत म्हणून त्यांनी तिच्या संरक्षणाची व्यवस्था केली; पण त्या प्रकारांमागे कुणाचा हात आहे, हे त्यांना कधीच कळले नाही. आपला माळी असल्याचे भासविणाऱ्याचा तू मदुराईपर्यंत माग काढलास, तेव्हा तो युवराजांसाठी काम करतो असा मी घाईघाईने निष्कर्ष काढला; परंतु आता मला तसे वाटत नाही. आधीच्या प्रयत्नात युवराजांचा हात असता, तर महाराजांना त्याचा माग काढण्यासाठी पुरेसे पुरावे सहज मिळू शकले असते आणि आत्ता नुकतेच जे घडले ते बघता, तेही हिंदुस्थानापासून इतक्या दूर, आधीचे सर्व प्रयत्न एकमेकांशी संबंधित होते आणि युवराजांनी नाही, तर दुसऱ्या कुणीतरी ते घडवून आणले होते. हल्लेखोर आधी मदुराईत होता आणि नंतर मद्रासमध्ये तो स्वतंत्रपणे काम करीत होता का?"

त्यातून जे सूचित होत होते, ते लक्षात आल्यावर वरदनचे डोळे विस्फारले.

मदुराई ते सेंट जॉर्ज किल्ल्याच्या प्रवासात गाडीजवळ दिसलेल्या चोरट्याची प्रतिमा तो प्रसंग नुकताच घडल्यासारखी अ‍ॅश्टनला स्पष्ट दिसू लागली. ते युवराजांचे काम आहे आणि एकदा का हिंदुस्थानचा किनारा सोडला, की ते चमत्कारिक प्रसंग थांबतील, असा विचार केल्याची चूक केल्याबद्दल अ‍ॅश्टनला स्वत:चाच प्रचंड राग आला.

वरदनने आवंढा गिळला आणि अगदी नाखुशीने म्हणाला, ''सर, एक गोष्ट आहे. आपण हिंदुस्थान सोडले, त्या दिवशी घुसखोरासारखा दिसणारा माणूस आपण पाहिल्याचे मला मेरीने सांगितले.''

''काय?'' अ‍ॅश्टन गरजला.

''तिला नक्की खात्री नव्हती. घुसखोरासारखा दिसणारा, दाढीमिश्या नसणारा मनुष्य तिने पाहिला, असे तिला वाटले. आपल्याला निरोप देण्यासाठी किनाऱ्यावर जमलेल्या लोकांमध्ये तो होता; परंतु आपण आधीच बोटीवर चढलेलो असल्यामुळे ती माहिती मला आपल्यासाठी उपयुक्त किंवा महत्त्वाची वाटली नाही.''

बोटीवर लपून चढण्याइतका तो माणूस मूर्ख असेल का, असा विचार अ‍ॅश्टनच्या मनात आला. अ‍ॅश्टन उमाबरोबर असेल, हे माहीत असूनही केबिनमध्ये दबा धरून बसणे हे फार मोठे दुस्साहस होते. पराकोटीची निकड असलेली माणसेच असे दुस्साहस करतात. अ‍ॅश्टनची चर्या कठोर झाली.

थोडा वेळ अ‍ॅश्टनने परिस्थितीवर खल केला. कुणालातरी उमाकडून काहीतरी हवे होते. घुसखोराला तिला नुसतीच इजा करायची असती, तर त्याला भरपूर संधी उपलब्ध होत्या. तो गंभीर झाला. तिच्या खऱ्या पित्याशी या घटनांचा संबंध असावा का? परंतु तिच्या जन्माच्या वेळची विचित्र परिस्थिती पाहत मि. ब्रुक आणि महाराजांच्या हयातीत कुणाला तिला लक्ष्य करण्याचा कोणताही उद्देश अ‍ॅश्टनला सापडला नाही. तर्क लढविणे सोपे होते; परंतु बोटीच्या मर्यादित अवकाशात गोष्टीचा माग काढणे अशक्य होते.

उमाशी प्रत्यक्ष बोलावे का? तो लंडनला अनमोल गोष्टी नेत असल्याचे सांगून त्याने स्वत:वर आफत ओढवून घेतली होती. आता त्याच्याविषयी तिचे काय मत झाले असेल, देव जाणे. तिला प्रश्न विचारल्याने तिला घाबरवण्याखेरीज दुसरे काहीच साध्य झाले नसते.

ते अ‍ॅसेंशन बेटावर थांबले, तेव्हा अ‍ॅश्टन कॅप्टनशी या विषयी बोलला. नैर्ऋत्येकडून वाहत येणारे वारे त्यांना इंग्लिश खाडीतून डार्टमॉथला घेऊन जाईपर्यंत उमासह केबिनवर सतत पहारा असेल, याची अ‍ॅश्टनने व्यवस्था केली.

प्रवासाच्या शेवटच्या टप्प्यादरम्यान उमाची प्रकृती खूपच सुधारली. एकदा मेरीसोबत ती डेकवर फिरायला गेली; पण तिला मजा आली नाही. वरदन त्यांच्या मागोमाग येत होता. पाच मिनिटांतच ॲश्टन तिला केबिनमध्ये घेऊन जाण्यासाठी आला. तिला आपण कैदी आहोत असे वाटू लागले. तो तिच्यावर एवढा पहारा का ठेवत असावा? फक्त घुसखोराला रोखण्यासाठी? की ती त्याच्या किमती खोक्यांचे काहीतरी नुकसान करील असे त्याला वाटले असेल का? त्याहूनही वाईट म्हणजे घुसखोरीचा प्रयत्न तिनेच घडवून आणला, असेही त्याला वाटले असेल का? तो नोकरांच्या बाबतीत किती सावधगिरी बाळगायचा, हे तिला आठवले. तो तिला समजत तरी काय होता?

घुसखोराचा तिच्या दागिन्यांच्या पेटीवर डोळा असेल का? ॲश्टनला मागे घडलेल्या घटनांची माहिती द्यावी, असा तिने विचार केला; परंतु त्याचे अलिप्त वर्तन पाहून तिने तो बेत रद्द केला.

अलीकडे त्यांच्यातील संभाषण औपचारिक आणि नीरस झाले होते. बहुतेक दुपारी शांतपणे पत्त्याचे डाव खेळण्यात जात. अधूनमधून तो तिला लग्नात मिळालेल्या हुंड्याविषयी, युवराजांविषयी, तिच्या वडिलांविषयी अप्रस्तुत प्रश्न विचारीत असे. तिला वॉरेनचा शोध लागला का, हेसुद्धा त्याने आठवणीने विचारले होते.

शिपिंग कंपनीची कागदपत्रे नेटाने तपासून पाहिल्यावर तिला आढळून आले, की पाच वर्षांच्या कालावधीत पात्र ठरतील अशी वॉरेन नावाची तीन माणसे हिंदुस्थानात आली होती. रिचर्ड वॉरेन नावाच्या ज्या सैनिकाची माहिती तिला सैन्याच्या कागदपत्रात सापडली होती, तो तिच्या जन्मानंतर काही महिन्यांनी इंग्लंडला परत गेला होता. तिची अंत:प्रेरणा तिला सांगत होती की तोच बहुधा तिचा जन्मदाता होता; परंतु पाच वर्षांपूर्वीच एमिशी लग्न करून मुलीला इथेच सोडून गेलेल्या वॉरेनची मुलगी असण्याची शक्यताही तिने निकालात काढली नव्हती. मद्रास सोडण्यापूर्वी त्याच्या मुलीकडून त्याचा लंडनमधील पत्ता तिने मिळवला होता. त्या मुलीला परत जाऊन भेटण्याची तिच्यात हिंमत नव्हती; परंतु मेरीला तिच्याकडे पाठवून पैशाच्या बदल्यात माहिती मिळवण्याचा मार्ग तिने काढला होता. ज्या वॉरेनच्या थडग्याला तिने भेट दिली होती, तोही तिच्या स्मरणात होता.

उमाने तीन निवडक वॉरेनविषयी अगदी थोडक्यात त्याला माहिती दिली, तेव्हा तो उत्सुकतेने ऐकत होता; परंतु अल्पावधीतच त्याची उत्सुकता मावळली. त्यांच्या परिचयाच्या सुरुवातीच्या दिवसांत त्याच्या वागण्यात दिसणारी बेपर्वाई सूड घ्यायला आल्यासारखी परत दिसू लागली होती. तिला ती पत्रे लिहिणारा,

तिला कधीही सोडून जाणार नाही, असे उत्कटतेने आणि निष्ठापूर्वक सांगणारा हाच माणूस आहे का, असे तिला वाटू लागले होते.

एका दृष्टीने तिला बरेच वाटले. त्या घटनेने त्याचा तिच्यातील रसच निघून गेला होता. उमाच्या ते पथ्यावरच पडले होते. धक्क्यातून सावरायला तिला निग्रहाने काही वेळ हवा होताच.

कधीकधी लेफ्टनंट फेंटन तिला भेटायला येत होता. प्रत्येक वेळी नाटकीपणाने प्रेमभंग झाल्याचे सूचित करत असे. उमाला त्याचा कंटाळा येत असे; परंतु तिला त्याच्या भावनाही दुखवायच्या नव्हत्या.

इंग्लंडच्या किनाऱ्याला बोट लागण्याच्या एक दिवस आधी तो तिला बोटीवर शेवटचे भेटायला आला.

''तुम्ही मला तुम्हाला भेटायला यायची परवानगी द्याल, अशी मी आशा करतो.'' चहा पिताना सुस्कारा सोडत तो म्हणाला.

मेरी काही क्षण तिथे रेंगाळली; परंतु काही करण्यासारखे नसल्यामुळे निघून गेली. ॲश्टनचा पत्ता नव्हता; परंतु वरदन दरवाजाबाहेर बहुधा आतील बोलणे ऐकू येईल इतक्या जवळ उभा होता, हे उमाला ठाऊक होते.

''माझे आयुष्य आता एकाकी होणार आहे. मित्र नाहीत. फक्त आठवणी.'' तिच्याकडे विशिष्ट नजरेने पाहत फेंटन म्हणाला.

''मुळीच नाही. तुम्हाला नवीन मित्र भेटतील आणि तुम्ही केव्हाही मला भेटायला येऊ शकता.'' भेट संपवायच्या हेतूने उमाने त्याला धीर देत म्हटले.

''मिसेस ट्रेव्हेलियन, मला पुन्हा तुम्हाला हे सांगण्याची संधी मिळणार नाही. माझ्या अंत:करणात तुमच्यासाठी विशेष स्थान आहे, हे मला तुम्हाला सांगायलाच हवे.'' तिच्याकडे उत्कटतेने बघत तो म्हणाला, तेव्हा ती अवाक् झाली.

''तुम्ही जवळचे मित्र आहात. लंडनमध्ये मला आणि मेजरना जरूर भेटायला या.'' ती औपचारिकपणे आणि निर्णायक स्वरात म्हणाली.

लेफ्टनंट फेंटनने निरोप घेतला, तेव्हा ते उठून उभे राहिले. तो उभा होता तिथे जाऊन तिने निरोप घेण्यासाठी हात पुढे केला. त्याने तो आपल्या दोन्ही हातांत घेतला, तेव्हा तिचा तोल जाऊन ती धडपडली. फेंटनने हाताने तिला धरले नसते, तर ती पडली असती. त्याचे तोंड तिच्या तोंडाजवळ आले. हेतुपूर्वक नव्हे, तर अंत:प्रेरणेने अटकाव केल्यामुळे ती सावरून मागे सरकली.

दरवाजाजवळ उभ्या असलेल्या ॲश्टनने खाकरून आपल्या उपस्थितीची जाणीव करून दिली. फेंटनचा चेहरा लाल झाला. काहीतरी दिलगिरी व्यक्त करून त्याने तिथून काढता पाय घेतला. त्यामुळे उमा अधिकच कानकोंडी झाली.

ॲश्टनची भेदक नजर सहन न झाल्यामुळे ती अडखळत म्हणाली, ''मी

तोल जाऊन पडत होते. त्याने मला सावरले.'' तिचा दोष नसताना स्पष्टीकरण देण्याची तसदी घेतल्याबद्दल तिला स्वत:चीच चीड आल्याने ती स्तब्ध उभी राहिली.

''काय घडले ते मी पाहिले.'' त्याने तिला थंडपणे सांगितले आणि तो दिवाणाजवळ गेला. उमा रागाने लाल झाली.

''ती बाई वेडी आहे.'' ॲश्टनने नंतर वरदनला ठामपणे सांगितले. ''त्या बदमाश फेंटनने तिला इजा केली असती. तिला पायात पाय घालून पाडताना त्याला मी पाहिले. ती प्रत्येकावर भोळेपणाने विश्वास टाकते.'' तो म्हणाला. मग कडवटपणे स्वत:शीच म्हणाला, ''फक्त मी सोडून.''

त्याने नंतर जातीने लेफ्टनंट फेंटनला गाठून ताकीद दिली होती की, तो जर त्याच्या पत्नीच्या जवळपास जरी फिरकला, तरी आपण थंड डोक्याने त्याला गोळी घालायला मागे-पुढे पाहणार नाही.

तरीही त्याचे वैफल्य आणि राग ओसरला नाही. तो घुसखोर अजूनही बोटीवर होता का, तो त्यांच्या परिचितांपैकी होता का आणि सर्वांत महत्त्वाचे म्हणजे त्याला काय हवे होते?

''तिला कधीही दृष्टीआड होऊ देऊ नकोस.'' ॲश्टनने वरदनला हुकूम सोडला.

अत्यंत विमनस्क स्थितीत मीना घरी आली. त्याचा अनावर क्रोध त्याने लपविण्याचा प्रयत्न केला नाही. त्यावरूनच मीनाला सत्य परिस्थिती कळून चुकली. कड्यामध्ये काय आहे हे त्याला माहीत होते आणि ते त्याला कसेही करून हवेच होतेच. तिने त्याच्याबाबत अधिक खबरदारी बाळगायला हवी होती. तिने एक दीर्घ सुस्कारा सोडला. तिने अंगरक्षकांना बोलावून घेतले. काही तासांतच त्यांनी खबर आणली, की वॉरेनची फ्रेंच सैनिकांशी झटापट झाली. त्यातून तो सावरत होता. त्या सर्वांचा तिच्या सध्याच्या दुर्दैवी परिस्थितीशी काय संबंध आहे, याचा ती विचार करीत होती. त्यात कुठलाच संबंध न दिसल्यामुळे तो तिच्यावर मनापासून प्रेम करण्याची शक्यता तिने मनाशी कवटाळून धरली.

ती त्याला विचारायचा धोका पत्करू शकते का? भविष्यात आपल्यापुढे काय वाढून ठेवले आहे, या विचाराने रात्रभर ती कूस बदलत तळमळत होती. पहाट होता होता ते आपल्याला कधीच कळणार नाही, हे तिला कळून चुकले. ती त्याच्याकडे परत गेलीच तर ती परत त्याच्या भूलथापांवर विश्वास ठेवील, हे तिला माहीत होते.

ती राजकन्या होती. तिने जाणूनबुजून अशी परिस्थिती स्वत:वर ओढवून घेता कामा नये की ज्यामुळे तो कडे परत मिळवील. तिने काही अंगरक्षक आणि विश्वासू दासींसह चोरासारखे सकाळी लवकर शहर सोडले. तिच्या पायांखालील खोक्यात ते कडे सुरक्षित होते.

३३

त्या ऑक्टोबर महिन्यात उमाला इंग्लंडची पहिली झलक दिसली. प्रथमदर्शनी तिचे मत प्रतिकूल झाले. तिची निराशा झाली. आकाश तिच्या उदास मन:स्थितीशी अनुरूप राखाडी रंगाचे होते. पाऊस आणि थंडगार वाऱ्याने तिचे स्वागत केले. बंदरात आरोग्य विभागाचे, जकात खात्याचे अधिकारी, प्रवासी, मजूर आणि अनेक व्यावसायिकांची आजूबाजूला गर्दी उसळली होती. गर्दीचे ते ठिकाण कोंदट, काळोखे होते. घोड्यांचा दर्प हवेत भरला होता. घोडागाड्यांचा गोंगाट आणि अपरिचित शब्द बोलणाऱ्या माणसांचे आवाज तिच्या डोक्यात घुमत होते. गोऱ्या कातडीच्या लोकांची मोठ्या संख्येतील उपस्थिती दडपून टाकणारी होती. तिला तिच्या वडिलांची आणि मामांची आठवण झाली. ते आत्ता तिच्यासोबत असते, तर तिला किती आनंद झाला असता.

ॲश्टन काही माणसांबरोबर बोलत होता. देशात प्रवेश करताना कराव्या लागणाऱ्या औपचारिकतेची पूर्तता करण्यात तो गुंगला होता. सामानासंबंधात मेरी वरदनशी बोलत होती. तिच्यापेक्षा अधिक चांगल्या तऱ्हेने ते नवीन परिस्थितीला सामोरे जात होते. दोघे सक्षम आणि एकमेकांसोबत खूश दिसत होते.

यापुढे ती ॲश्टनवर पूर्णपणे अवलंबून होती, या गोष्टीचे प्रचंड दडपण तिच्यावर आले. ती आपणहून त्याच्या जवळ सरकली. ॲश्टन बोलता बोलता थांबला. मग तो जे काम करत होता ते त्याने पूर्ण केले. सौम्यपणे हसत तो तिच्याकडे वळला. तिची गोंधळलेली मुद्रा त्याने पाहिली असावी. तिने भावना काबूत ठेवल्या. ती सरळ ताठ उभी राहिली. मानेने शांतपणे त्याला अभिवादन केले आणि त्याने पुढे केलेला हात धरला.

"निघू या?" त्याने शांत स्वरात विचारले. गर्दीतून वाट काढत ते घोडागाडीच्या रोखाने निघाले.

काही माणसे सामान उतरवून घेत होती. ते त्यांना ओलांडून पुढे गेले. एक गोरा माणूस अंगमेहनतीचे काम करताना बघणे किती विचित्र दृश्य होते, हे उमाला एकाएकी जाणवले.

ॲश्टनला तिच्या मनातील विचार समजल्यासारखा तो म्हणाला, ''चार वर्षे देशाबाहेर काढल्यानंतर गोरा मजूर बघणे धक्कादायक वाटते.''

''आणि मला समाधानकारक वाटते.'' ती किंचित हसून म्हणाली.

ॲश्टनच्या भुवया उंचावल्या. तिचे हजरजबाबी उत्तर ऐकून त्याला इतका उघडउघड आनंद झाला, की उमाच्या तणावग्रस्त मनाला दिलासा वाटला. तिने त्याच्या डोळ्यांत पाहिले. बऱ्याच दिवसांनी तिच्या मनावरील ताण हलका झाला.

''इंग्लंडमध्ये तुझे स्वागत आहे.'' तो पुटपुटला. तिचा हात दाबून त्याने तो वर उचलला. त्याचे हलकेसे चुंबन घेतले आणि सोडून दिला.

जीवनाच्या नवीन पर्वात तिने त्याच्यासह प्रवेश केला होता. तिचा हात त्याच्या हातावर हलकेच टेकला होता. भविष्यात काय वाढून ठेवले आहे, तिच्या मनात विचार आला.

पुढील काही दिवसांत कोचमधील प्रवासाच्या धूसर आठवणी होत्या. वाटेतील सरायांमध्ये निवाऱ्यासाठी थांबत, थंड वारे आणि पावसाळी ढग अशा वातावरणात ते प्रवास करीत होते. कोचमध्ये ते जवळजवळ बसले होते. अधूनमधून त्याचा हात तिच्या हातावर घासत होता. घुसखोरीच्या घटनेपासून शारीरिक जवळीक सूचित करणारे ॲश्टनचे खोडसाळ बोलणे बंद झाले होते. त्याने ती बुचकळ्यात पडली होती. त्याच्या मनाचा तिला थांगपत्ता लागत नव्हता. त्याची तिच्यामधील रुची कमी झाली असेल का? परंतु प्रवासात तो सतत तिच्या सुखसुविधांविषयी विचारपूस करत होता आणि त्यावरून तो तिच्याकडे किती लक्ष पुरवत होता, ते दिसून येत होते. तिला चांगली झोप लागली का, जेवण तिला आवडले का, ती दमली का, तिला थंडी वाजते का, असे प्रश्न तो पुन:पुन्हा विचारीत होता.

ॲश्टनच्या नेहमीच्या राहणीवरून तिच्या लक्षात आले, की तो सहजासहजी विचलित न होणारा आणि जसा होता त्यावर समाधानी असणारा माणूस होता. त्याचा कोट जुना झाला होता. त्याचे बूट स्वच्छ आणि पॉलिश केलेले होते, तरी त्यांची शिवण उसवली होती. तरीही तो सरायीत आला किंवा वाहनाची वाट पाहत बाहेर उभा राहिला, की लोक माना वळवून त्याच्याकडे पाहत असत. त्याच्या अंगावर वाघनखांचे पदक असलेली एकमेव सोन्याची साखळी होती, हे पाहून तिला आश्चर्य वाटले. त्याला ती कुठे मिळाली असेल? तिच्या मनात परत एकदा त्यांच्या खोलीतील खोक्यांचा विचार आला.

प्रवासात ॲश्टनने वर्तमानपत्रे वाचण्याचा सपाटा लावला होता. तो वाचत नसे; तेव्हा ते ज्या शहरांतून जात, त्या शहारांविषयी माहिती देत असे. त्यांचे संभाषण आनंददायक असले, तरी त्यात क्वचितच व्यक्तिगत शेरे असत. उमा त्याचे बोलणे लक्षपूर्वक ऐकत असे, तटस्थपणे आणि सौम्य भाष्य करीत असे. बहुतेक वेळा बोचऱ्या, थंड वाऱ्यांपासून बचाव करीत बारकाईने बाहेरील दृश्य बघण्यात वेळ घालवीत असे. घोडागाडी चिखलाच्या रस्त्यावरून लंडनच्या दिशेने धावत होती.

एकसारख्या दिसणाऱ्या, चढउताराच्या हिरव्या कुरणात चरणाऱ्या शेळ्या-मेंढ्यांचे दृश्य लवकरच मागे पडून शहरातील दृश्ये दिसू लागली. घोडागाडीने लंडनच्या ग्रॉसव्हेनॉर स्क्वेअर या भागात प्रवेश केला. श्रीमंत लोकांची वस्ती असलेल्या त्या परिसरातील लक्ष वेधून घेणाऱ्या घरांच्या रांगेकडे उमा वेड्यासारखी बघत राहिली. येथील सफेदी दिलेली घरे, मद्रासच्या गोऱ्या वसाहतीतील चुन्याने रंगविलेल्या घरांसारखीच दिसत होती. या घरांना मजले कमी होते एवढाच फरक होता. उंचावरून पाहिल्यास हा विशाल चौक भव्य दिसेल असे उमाला वाटले.

"माझा मोठा भाऊ, व्हिस्काउंट बेस्टन आणि त्याची पत्नी लेडी ॲनी शहरात असतील. माझे वडील आले नसतील, तर लवकरच येतील. शाही हंगाम सुरू व्हायला अजून वेळ आहे." गाडीचे दार उघडून खाली उतरताना ॲश्टन म्हणाला. आपले हातमोजे काढून त्याने खिशात कोंबले. उमाला खाली उतरण्यास मदत करण्यासाठी त्याने हात पुढे केला. त्याच्या उबदार हातात हात देताना त्याच्या हातांची ताकद आणि आश्वासकता जाणवून उमाच्या मनातील भीती पळून गेली.

"बापरे! तुझे हात किती थंडगार पडले आहेत. माझ्या लक्षात कसे आले नाही? सर्वांत प्रथम तुझ्यासाठी हातमोजांची जोडी मला विकत घेतली पाहिजे." तो स्वत:वर वैतागून म्हणाला. त्याने आपल्या उबदार बोटांनी तिचे बर्फासारखे थंड हात चोळले आणि दाबून धरले. त्याने समाधान न होऊन दरवाजाकडे नजर टाकत, तिचे हात आपल्या गालांवर, मानेवर काही क्षण दाबून धरले. उमाचे हृदय त्याच्या हातांच्या दबावाने, त्याच्या खरखरीत अंगाच्या आणि उष्ण श्वासोच्छ्वासाच्या स्पर्शाने धडधडू लागले. प्रत्यक्ष शारीरिक स्पर्शापेक्षा त्याच्या आपुलकीच्या कृत्याने तिला रडू फुटेल, असे वाटले. त्या क्षणी त्याचे लक्ष प्रामुख्याने तिच्यावर केंद्रित झाले नसतानाही त्याने आवर्जून तिची काळजी घेतली होती. ती पूर्णपणे आणि सर्वार्थाने या माणसाच्या, आपल्या नवऱ्याच्या, प्रेमात पडली होती.

"मास्टर ट्रेव्हेलियन, तुम्हाला परत आलेले बघून खूप आनंद होतोय."

एक स्थूल स्त्री धावत आल्यासारखी धापा टाकीत म्हणाली. ती बहुधा घराची व्यवस्थापक असावी. शक्य असते, तर तिने ॲश्टनला मिठीच मारली असती, असे उमाला वाटले. ''ओह!'' उमाकडे पाहत ॲश्टनने उमाच्या खांद्यावर ठेवलेल्या हाताकडे नजर टाकून ती थांबली. तिच्या चाणाक्ष नजरेतून ॲश्टनच्या बोटातील अंगठी सुटली नाही. त्याच्याकडे तिने प्रश्नार्थक कटाक्ष टाकला. ॲश्टनने हसत उमाची पत्नी म्हणून ओळख करून दिली. तो अभिमानाने, गर्वाने हसला, असे उमाला वाटले.

''मी आपले अभिनंदन केले तर चालेल ना, सर, मॅडम?'' धक्क्यातून सावरत त्या स्त्रीने चट्‌कन गुडघ्यात वाकून त्यांना अभिवादन केले. ''प्लीज मॅम.'' तिने उमाला आत घेतले. ''आत्तापुरती मला तुमची सोय पाहुण्यांच्या खोल्यांत करावी लागेल, मॅम. तुम्ही येणार असल्याचे मला माहीत नव्हते.'' ती जवळजवळ तक्रारीच्या स्वरात म्हणाली. ''मी ब्ल्यू रूम स्वच्छ करून घेते. दुपारनंतर तुम्ही तिथे मुक्काम करू शकाल.''

''माझे वडील इथे आहेत का?'' पायऱ्या चढता चढता ॲश्टनने विचारले.

''नाही, सर. लॉर्डसाहेब आठवडाभरात येण्याची अपेक्षा आहे; परंतु तुमचे बंधू आणि लेडी ॲनी हंगामाकरता आधीच येऊन पोहोचले आहेत.''

गृहव्यवस्थापक, मिसेस हिक अशी तिची ओळख करून देण्यात आली होती, अनेक विषयांवरील माहिती पुरवत बडबड करत होती. ती उमाला एका विशाल, हवेशीर खोलीत घेऊन गेली. त्यांच्या सामानासह मेरी आली, की ताबडतोब तिला घेऊन येण्याचे सांगून ती निघून गेली. एक दीर्घ श्वास घेऊन, डोळे मिटून, नवीन सुरुवात करताना ज्याचे स्मरण करतात त्या भाग्यदात्या श्री गणेशाची तिने प्रार्थना केली.

त्या रात्री उमाला स्वस्थ झोप लागली नाही. ती जागी झाली, तेव्हा सकाळ झाली होती. थंड हवेमुळे आणि सूर्यप्रकाश नसल्यामुळे वातावरण निरुत्साही होते. मदुराईतील सूर्यप्रकाशाची आठवण काढत तिने उत्कटतेने खिडकीबाहेर बघितले. लंडनमध्ये ढग खाली उतरले होते. सूर्याची ऊब मिळण्याची कोणतीही आशा नव्हती. तिला लवकर जाग आली होती. दुसरे काही करण्यासारखे नसल्यामुळे खूप वेळ ती खिडकीतून बाहेर बघत बसली.

काही वेळानंतर सकाळची न्याहारी करण्यासाठी ती खाली उतरली. तिथे एक स्त्री ॲश्टनशी बोलत असलेली तिला दिसली. एवढी ऐटबाज स्त्री तिने पूर्वी कधी पाहिली नव्हती. अद्ययावत कपड्यांची उमाला माहिती नव्हती; परंतु त्या स्त्रीला

सर्व माहिती असावी. पाय पुढ्यात पसरून अ‍ॅश्टन एका खुर्चीत आरामशीरपणे रेलून बसला होता. त्याच्या वागण्यात परिचयामुळे येणारा अनौपचारिक मोकळेपणा होता. त्याच्या बाजूला वाचून टाकून दिलेले वर्तमानपत्र होते. तो जांभया देत होता.

''आपल्या घरी असण्यासारखे सुख नाही.''

''तुला घरी आलेले पाहून आम्हालाही आनंद झाला.'' वाकून त्याच्या हाताला नाजूकपणे स्पर्श करीत ती उत्तरली.

''जास्तच आनंद झालेला दिसतोय.'' उमाने दातओठ खाल्ले.

काय करावे या विचारात ती दरवाजातच थांबली. मग ताठ मानेने ती खोलीत शिरली. अ‍ॅश्टनने वर पाहिले. तिला पाहून तो हसत उठला. त्या बाईने वळून तिच्याकडे पाहून चढेलपणाने मान हलवली. ती हसली तरी अ‍ॅश्टनसारखे तिचे हास्य तिच्या डोळ्यांत दिसत नव्हते. उमाला पाहून तिला आश्चर्य वाटल्याचे उमाने पाहिले. अ‍ॅश्टनने ओळख करून देण्यापूर्वी नकळत तिने ओठ आवळले होते.

''लेडी अ‍ॅनी, माझी पत्नी उमा. उमा, या लेडी अ‍ॅनी, माझ्या भावाच्या पत्नी.''

लेडी अ‍ॅनीने तरुण आणि आनंदी दिसण्याचा कितीही आव आणला असला, तरी उमाला वरपासून खालपर्यंत न्याहाळताना ती कठोर आणि कडक वाटत होती.

''तुला तिथे उभे राहायलाच पाहिजे असे नाही. आता तर आपण बहिणी आहोत.'' आकर्षकपणे हात हलवीत ती म्हणाली. दुसरी मिसेस कनिंगहॅम. उमाने मनातल्या मनात तिला जोखले. पाच मिनिटांच्या आत ''बिच्चारी गं तू,'' हे शब्द ऐकू येतील यावर उमाने पैज लावली असती.

''गुड मॉर्निंग, लेडी अ‍ॅनी.'' आपण तिला योग्य प्रकारे संबोधले असावे, अशी आशा करीत उमा म्हणाली. कुणाला कसे संबोधायचे, कुणी कधी कुठे बसायचे यांसारख्या शिष्टाचाराच्या गोष्टींची चिंता करणे तिच्यासाठी नवीन होते. थोडे बोलणे झाल्यावर उमाने खाद्यपदार्थ ठेवलेल्या न्याहारीच्या टेबलाकडे मोर्चा वळवला. थंड कचोऱ्या, डुकराचे खारवलेले मांस आणि कबाब... एवढ्या सकाळी मांसाहारी पदार्थ खाण्याची उमाला सवय नव्हती; परंतु कॉफी घेण्याचे तिने ठरविले. आदल्या दिवशी संध्याकाळी प्यायलेली कॉफी पिऊन तिला ताजेतवाने वाटले होते.

''अ‍ॅश्टनने लग्न केल्याचे ऐकून मला धक्काच बसला.'' लेडी अ‍ॅनी तिरसटपणे म्हणाली.

''ते का बरं?'' ओटमिल, गोड साय, रोल्स, संत्र्यांचा मुरावळा आणि जॅम घेऊन खाली बसत तिने विचारले.

“ओह, तो लग्न करेल असे मला वाटत नव्हते. त्याने केलेल्या भानगडी तू ऐकायला हव्यास.” चीड येईल असे खळखळून हसत ती म्हणाली.

“मी आधीच ऐकल्या आहेत.” उमाने तुटकपणे उत्तर दिले.

“अतिरंजित केलेल्या.” ॲश्टन इतक्या घाईगडबडीने म्हणाला, की उमाला हसू आले. ते पाहून ॲश्टन बुचकळ्यात पडला.

“आणि आता त्याने लग्न केले आहे... तेही हिंदुस्थानात जन्मलेल्या आणि तिथे आयुष्य गेलेल्या मुलीशी. बिचारी.” लेडी ॲनी उद्गारली.

उमाने हसू दाबले. “तुमच्या सहानुभूतीबद्दल आभार, बाईसाहेब; पण त्याची मुळीच गरज नाही, हे मी तुम्हाला खात्रीने सांगू शकते.” तिने मधाळ स्वरात उत्तर दिले.

“तू असे कसे सांगू शकतेस. तिथे कशी परिस्थिती असते, त्याची मला चांगली कल्पना आहे. तिथे पोषक दरबारी वातावरण नाही. नृत्याचे समारंभ नाहीत, अद्ययावत पोशाख नाहीत.” ती नाजूकपणे शहारली. उघड उघड तुच्छपणे तिने उमाकडे पाहिले.

उमाने शांतपणे कॉफीचा दुसरा कप भरला.

“तुला कॉफी आवडलेली दिसते.” संभाषण दुसऱ्या विषयाकडे वळविण्याच्या उद्देशाने ॲश्टन म्हणाला. उमाच्या संतापाचा केव्हाही स्फोट होईल, या भीतीने त्याने अंदाज घेत उमाकडे पाहिले.

“लंडनमध्ये विपुल प्रमाणात मिळणारे घाणेरडे पाणी पिण्यापेक्षा कॉफी प्यायलेली बरी.” तिने मधुर स्वरात शेरा मारला. “इथे पाण्याला खूप दुर्गंधी येते.”

“रिचर्ड केव्हा येणार आहे?” ॲश्टनने लेडी ॲनीला विचारले. हा विषय पहिल्या विषयापेक्षा जास्त निर्धोक होता.

“उद्या तो शिकारीच्या मोहिमेवरून परत येईल. तुझे वडीलसुद्धा आठवडाभरात येतील, ॲश्टन.” काहीतरी खासगी आणि गुप्त बातमी देत असल्यासारखे लेडी ॲनीने उत्तर दिले.

ॲश्टन काहीसा ओशाळला होता, हे उमाने शपथेवर सांगितले असते. ॲश्टनला अस्वस्थ पाहणे म्हणजे करमणूक होती. आपल्या बोलण्यामुळेच तो अस्वस्थ झाला असावा, या विचाराने ती नरमली.

“ॲश्टन, तुझ्या पत्नीची शहरातील सर्वोत्तम वेषभूषाकाराशी ओळख करून द्यायला मला आवडेल.” लेडी ॲनीने प्रस्ताव दिला. उमाच्या संशयाला पुष्टी मिळाली. गंभीर मुद्रेने आणि चिंतायुक्त नजरेने त्याने तिच्याकडे एक दृष्टिक्षेप टाकला.

''त्याची जरुरी नाही.'' उमाने कडक स्वरात उत्तर दिले. तिला खूप अवमानित झाल्यासारखे वाटले. त्या दोघांच्या शोधक नजरेने तिला जास्तच संताप आला.

अ‍ॅश्टनने उत्तरादाखल कपाळाला आठ्या घातल्या.

लेडी अ‍ॅनीने खांदे उडवले. नवागताशी काही वाक्ये बोलण्याचे आपले कर्तव्य बजावून झाल्यावर लेडी अ‍ॅनीने पुन्हा आपले लक्ष अ‍ॅश्टनकडे वळविले. चेहऱ्यावर नापसंती दर्शवत ती म्हणाली, ''कमीत कमी पत्र लिहून लग्न केल्याचे तू तुझ्या वडिलांना कळवायला हवे होतेस.''

''मलाही तसे वाटते; पण मी युद्धात खूपच व्यस्त होतो.'' तोंडाला मुरड घालीत तो म्हणाला.

''हो हो. तू काहीतरी विलक्षण असाधारण कामगिरी पार पाडल्याचे मला सांगण्यात आले. मला तू सांगू शकतोस. आपण मित्र आहोत. खरे ना?''

तिच्या शब्दांपेक्षा ज्याप्रकारे तिची दृष्टी अ‍ॅश्टनवर स्थिरावली ते पाहून उमाला मत्सराचा जोरदार झटका आला. तिच्या बसण्याची ढब, जवळीक दाखवत त्याच्याकडे झुकणे, क्षणोक्षणी त्याचे लक्ष वेधण्यासाठी त्याच्या बाजूने संपूर्ण शरीर वळविणे, या सर्वांवरून लेडी अ‍ॅनीच्या भावना स्पष्टपणे व्यक्त होत होत्या; परंतु अ‍ॅश्टनवर त्याचा विशेष प्रभाव पडलेला दिसत नव्हता. त्याची फक्त करमणूक होत होती. लेडी अ‍ॅनीबरोबर अनैतिक संबंध ठेवण्याचा तो विचारही करणार नाही, हे उमा जाणून होती. त्याची निष्ठा आणि प्रामाणिकपणाची तिला पूर्ण खात्री वाटत होती. या गोष्टीचे तिचे तिलाच नवल वाटत होते; परंतु ते काही असले तरी अ‍ॅश्टन आपल्या भावजयीशी खूप आदराने वागतो, म्हणूनही तिला तिच्याविषयी असूया वाटत होती.

लेडी अ‍ॅनीच्या प्रश्नांना उत्तर न देता तो तिला त्यांच्या मित्रांबद्दल विचारू लागला. ते त्यांच्या परिचितांबद्दल बोलू लागले, तेव्हा उमा खिन्नपणे ऐकत होती. उमाने न ऐकलेल्या लोकांविषयी लेडी अ‍ॅनी त्याला ताज्या बातम्या पुरवीत होती. तिला त्यांच्या संभाषणात भाग घेता येत नव्हता. अधूनमधून अ‍ॅश्टन तरी तिच्याकडे वळून तिला माहीत नसलेल्या बाबी स्पष्ट करून सांगत होता; पण लेडी अ‍ॅनीने तिच्या दिशेने एखादा कटाक्षही टाकला नाही. जणू काही उमा तिथे होती, हे ती विसरूनच गेल्यासारखे दाखवत होती. ती उमाला गावंढळ समजत होती, यात शंका नव्हती.

त्यांच्या ओळखीच्या लोकांविषयी लेडी अ‍ॅनीचे शेरे उघड द्वेषबुद्धीने प्रेरित झाले होते, तर अ‍ॅश्टनच्या शेऱ्यात गमतीचा भाग अधिक होता. त्याच्या विनोदपूर्ण बोलण्याने कधी कुणी दुखावला जात नाही, हे उमाच्या लक्षात आले होते. ते दोघे बोलत असताना ती पेपर उघडून वाचत बसली. उन्हाने न्हाऊन निघालेल्या अंगणात 'मद्रास कुरिअर' किंवा 'हिकीज बेंगॉल गॅझेट'मध्ये डोके खूपसून,

त्यांच्या काथ्याच्या विणलेल्या खुर्चीत रेलून बसलेल्या तिच्या पपांची मूर्ती तिच्या नजरेसमोर तरळली. वर्तमानपत्र वाचल्याने, काहीतरी सवयीचे केल्याने, मनाची बेचैनी कमी होते, असा अनुभव येतो.

फ्रान्सविरुद्ध होणाऱ्या कारवायांवर लिहिलेले काही लेख चाळल्यावर उमाने नकळत एकाएकी आणि अनपेक्षितपणे विचारले, "फ्रान्सविरुद्ध युद्धाची घोषणा झाली, तर तुम्हांला जावे लागेल का?"

उमाच्या प्रश्नाने क्षणभर चकित झालेल्या ऑश्टनने घुटमळत, सावकाश उत्तर दिले. "मी सैन्यातून बाहेर पडणार आहे."

"हो का? तुझ्या रुबाबदार लाल रंगाच्या गणवेशात तुला बघायची मला खूप इच्छा होती." लेडी ॲनी गालातल्या गालात हसत पुटपुटली.

उमाने तिच्याकडे त्रासिक नजर टाकली. अजूनही खात्री न पटल्याने काळजी वाटून ऑश्टनकडे बघण्यासाठी तिने मान वळवली.

"युद्धात भाग घेण्याची जबरदस्ती तर होणार नाही? जर तुम्हाला जावेच लागले तर?" उमाने चौकशी केली.

खोडसाळपणे हसत फार पूर्वी उच्चारलेले तेच शब्द त्याच आवाजात आणि त्याच सुरात फक्त त्या दोघांमधील गुपित असल्याच्या आविर्भावात, त्याने परत उच्चारले, "लाडके, मी तुझ्या चिंतांचे निवारण केले आहे, असे मी समजत होतो. लेडी ॲनी, माझ्या पत्नीला माझ्या क्षेमकल्याणाची काळजी वाटते. ती सतत मला माझ्या व्यवसायाच्या निवडीविषयी प्रश्न विचारत असते."

हर्षभरित होऊन ती हसली.

पुन्हा कोणत्यातरी परिचिताबद्दल बोलणे काढून लेडी ॲनीने त्याचे लक्ष वेधून घेतले. नाखुशीने ऑश्टनने उमावरून दृष्टी वळवली.

"तू जास्त मर्द गडी दिसू लागला आहेस, एवढा एकच फरक सोडला तर तू पूर्वीचाच ऑश्टन आहेस, हे पाहून आपल्या मित्रांना नक्कीच आनंद होईल."

उत्तरादाखल ऑश्टनने केवळ किंचित ओठ मुडपले. बाकी कोणतीही प्रतिक्रिया दिली नाही. उमाला तिचे म्हणणे पटले नाही. त्या विधानाची बाष्कळता निदर्शनास आणून देण्यासाठी ती म्हणाली, "पण नक्कीच काही बाबतीत त्याच्यात बदल झाला आहे." विशीतला एक हुशार माणूस जो परदेशी राहिला आहे आणि एका तुंबळ युद्धात ज्याने भाग घेतला आहे, तो अजिबात बदलला नाही असे म्हणणे हास्यास्पद आणि अवमानकारक आहे असे तिला वाटले.

"तो बदललेला नाही. तुला त्याची फारशी माहिती नाही. खरे की नाही, ऑश्टन?" लेडी ॲनीने पुन्हा तोंडाचा चंबू करत, ठासून सांगितले.

ऑश्टन चमत्कारिकपणे तिच्याकडे पाहत होता, ते पाहून उमाची चुळबुळ

झाली. तिने परत वर्तमानपत्र वाचत असल्याचा बहाणा केला. ज्या प्रकारे ठासून तिने प्रतिवाद केला होता, त्याने संकोचून तिने वाद वाढविला नाही. ती दुराग्रही आहे, असे नक्कीच त्याला वाटले असेल.

तो बदलला असला किंवा नसला तरी आपल्याला काही फरक पडत नाही, या अर्थी तिने हात हलवला आणि पुन्हा वर्तमानपत्रात डोके खुपसले. ॲश्टन परत दूर जाण्याच्या शक्यतेने तिला काळजी वाटू लागली.

खूप वेळानंतर लेडी ॲनीची अखंड बडबड ऐकत बसली असताना तिचा नवरा, व्हिस्काउंट त्यांच्या समवेत न्याहारी करण्यासाठी आला.

व्हिस्काउंट खूपच विचित्र वाटत होता. नीट निरखून पाहिल्यावर तो आणि ॲश्टन या दोघांमधील साम्य पाहून उमाला आश्चर्य वाटले. त्यांची ठेवण, नाक, डोळे सारखेच होते; पण त्याच्या चेहऱ्याची रयाच गेली होती. निस्तेज डोळे, गोल गरगरीत जबडा आणि काळजीयुक्त सतत हात मळण्याची कृती (प्रत्येक वाक्यागणीक) या सर्वांमुळे ॲश्टनच्या सुस्त, नेमक्या हालचालींच्या तुलनेत तो निष्प्रभ वाटत होता. ते दोघे निरनिराळ्या विषयांवर बोलत असताना ॲश्टनच्या डोळ्यांत दिसणारे प्रेम आणि आपुलकी चकित करणारी होती.

काही काळ नम्रपणे संभाषण झाल्यानंतर व्हिस्काउंट आणि लेडी ॲनी खोलीतून बाहेर पडले. काहीतरी तातडीचे काम असल्याचे कारण देत ॲश्टनसुद्धा निघून गेला. उमा वर्तमानपत्र वाचत आणि कॉफी पीत एकटीच बसून राहिली.

मीना आपल्या राज्यात परत आल्यानंतर दोन आठवड्यांनी आपण कदाचित गर्भवती आहोत, अशी मीनाला शंका आली. तिची शंका खरी ठरल्यानंतर पुढचा महिना तिने आपल्या बंधूंची वाट पाहण्यात व्यतीत केला. तो पूर्ण महिना पश्चात्ताप, दुःख आणि भविष्याची भयानक भीती यांनी तिचे मन ग्रासून टाकले होते. कुणाला तरी वॉरेनला शोधण्यासाठी पाठवायचे की पुन्हा कधी त्याचा विचारही मनात आणायचा नाही, अशी सतत तिची द्विधा मनःस्थिती होती. शेवटी तिचे बंधू अत्यानंदाने, भेटवस्तू घेऊन आणि तिचा विवाह निश्चित केल्याची बातमी घेऊन आले, तेव्हा मीना शांत आणि निश्चल बसली होती. तिच्या बंधूंनी, नव्या महाराजांनी, वरवर हसत तिला त्यांच्या निवडीवर तिचा विश्वास नाही का, असे विचारले.

"तुमच्यावर विश्वास टाकण्याची मला अक्कल असती, तर किती बरे झाले असते." त्यांच्याकडे बघत तिने उत्तर दिले.

धीर करून, जे घडले ते अगदी थोडक्यात तिने सांगितले. तिचे ओठ थरथरत होते आणि हृदय धडधडत होते. तिच्यासमोर पुतळ्यासारखे स्तब्ध उभे राहून त्यांनी

तिचे म्हणणे ऐकून घेतले. त्यांचा चेहरा विवर्ण झाला होता. ओठ आवळले होते. त्यांच्या कपाळावरील शीर तेवढी थाड थाड उडत होती. दीर्घकाळ शांततेत गेल्यावर एक शब्दही न बोलता ते खोलीतून निघून गेले.

त्या गोष्टीला इतकी वर्षे होऊन गेली. त्या दीर्घ संध्याकाळी महाराजांनी अंगात आल्यासारखे दहा सैनिकांना एकाच वेळी कसे झोडपले, ती आठवण त्यांचे सैनिक सांगतात. दुसऱ्या दिवशीच महाराज राजधानीकडे रवाना झाल्याचे आणि तिच्या दासी आणि काही रक्षकांसह टेकडीवरील राजवाड्यात तिची रवानगी करण्यात येणार असल्याचे तिला सांगण्यात आले. मेण्यातून तिच्या नवीन घरात जाताना मीनाला फक्त एकाच गोष्टीचे सर्वांत जास्त दुःख होते, ते म्हणजे तिच्या भावाचा आदर आणि प्रेम तिने गमावले होते. त्याने तिरस्कार करावा असेच तिचे कृत्य होते, हे तिला मान्य होते. भूमी दुभंगून आपल्याला पोटात घेईल तर बरे, असे तिला वाटत होते.

३४

पावसाची संतत रिपरिप आणि ढगांआडून झिरपणाऱ्या निस्तेज सूर्यप्रकाशामुळे खिडकीबाहेरचे दृश्य फिक्या करड्या रंगाने रंगविल्यासारखे वाटत होते. शेकोटीपासून दूर खिडकीजवळील बैठकीवर बसल्याने तिने शाल घट्ट लपेटून घेतली आणि कंबळीखालील बोटे दुमडून घेतली. पाऊस एकदा काय तो पडून संपत का नाही, ती उदासपणे स्वत:शीच कुरकुरली.

दोन दिवसांत ग्रॉसव्हेनॉर चौकातील अनोळखी झाडे, सुंदर घोडागाड्या आणि ऐटदार कपड्यांतील लोकांना बघण्याचा तिला कंटाळा येऊ लागला. ॲश्टन आणि लेडी ॲनी दोन दिवस बाहेर होते, त्या सकाळी उशिरा ॲश्टनचे वडील येणार होते. त्यांच्याशी ओळख करून देण्यासाठी तरी ॲश्टनने परत यावे, असे तिला वाटत होते.

ती सकाळी लवकर उठत असल्यामुळे एकटीच न्याहारी घेत असे. त्या दिवशी न्याहारी घेतल्यानंतर कवितांचे पुस्तक घेऊन ती पुन्हा खिडकीजवळील बैठकीवर बसली होती. तिने काही वेळापूर्वी वरदनला बोलावून घेतले होते. तिची मातृभाषा ऐकण्याचा आनंद घेण्यासाठी ती खूप वेळ त्याच्याशी गप्पा मारीत होती. आपण नवीन अनुवाद करायला घ्यावा, असे तिला वाटले; परंतु या अपरिचित देशात तिचा अनुवाद कोण वाचणार? तिचे एकाकीपण आणि उदासीनता दूर करण्यासाठी तिला काही करण्याची जरूर भासत होती. ॲश्टनने तिच्यावरील आपल्या प्रेमाची ग्वाही दिली असती, तर तिची उदासीनता कायमची मिटली असती; परंतु त्याची शक्यता न दिसल्याने वेळ घालविण्यासाठी काही उद्योग शोधण्याचे तिने ठरविले. घरातील विशाल ग्रंथालयावर लक्ष केंद्रित करण्याचे तिने ठरविले.

काही वेळानंतर एकटेपणाला कंटाळून ती ग्रंथालयातून परतली, तेव्हा

बैठकीच्या खोलीतून ॲश्टनने तिचे स्वागत केले. तो दिसताक्षणीच तिने त्याला तो कुठे होता, हे विचारले. तिच्या स्वरात तक्रार आणि तो कुठे होता हे जाणून घेण्याची उत्सुकताही होती. आपण सतत नवऱ्यापाशी भुणभुण करणाऱ्या बायकांसारख्या तक्रारीच्या स्वरात बोलत आहोत, हे तिला ताबडतोब कळले.

"मी सैन्याच्या कामासाठी गेलो होतो." त्याचे तिच्याकडे फारसे लक्ष नव्हते. ते एकत्र घरात आले. दमलेला ॲश्टन एका खुर्चीवर धपकन बसला. उमा त्याच्या समोरच्या खुर्चीवर बसली.

"मला वाटलं, तुम्ही कदाचित..." ती त्याच सुरात बोलता बोलता थांबली. तिने आवंढा गिळला. त्याचा थकलेला चेहरा पाहून तिला थोडेसे वाईट वाटले.

"तू समजतेस तशा चैनबाजीत उधळायला माझ्याजवळ पैसे नाहीत." तो पाय पुढे पसरत म्हणाला.

"जसे काही स्त्रियांना आकर्षित करायला तुम्हाला पैशाची गरज आहे." तिने उलट उत्तर दिले. मग जीभ चावली.

ॲश्टनच्या चेहऱ्यावर आश्चर्य दिसले. नको ते बोलल्याची हळहळ वाटून उमाने क्षणभर डोळे मिटले. ती दिलगिरी व्यक्त करू लागली.

"राहू दे." तो मिश्कीलपणे म्हणाला, "मी ती माझी प्रशंसा समजेन, मग झालं?"

उमा हसली. तिचा ताण कमी झाला. त्याच्या खळ्यांकडे तिने असोशीने दृष्टिक्षेप टाकला. तो मोकळेपणाने हसला. त्याने आपली गळपट्टी सैल केली. तिच्याकडे कुतूहलाने बघत तो सैलावून बसला. शीळ वाजवत त्याने तिची चौकशी केली. "माझे तुझ्याकडे दुर्लक्ष होत आहे म्हणून मला वाईट वाटते. गला काही परिचितांची भेट घ्यायची होती आणि काही काम पूर्ण करायचे होते. हवामानही तुला खूप उदासवाणे वाटत असेल. वेळ कसा घालवतेस?"

"दिवसभर खिडकीजवळ बसून ढगांकडे बघते." तिने सुस्कारा सोडला. "तुमच्या वडिलांच्या ग्रंथालयात मी न वाचलेली काही पुस्तके मला सापडली. नवा अनुवाद लिहायला घ्यायचा मी विचार केला; पण तो वाचणारा कुणी नाही म्हणून अजून सुरुवात केली नाही."

"ती समस्या सहज सोडवता येईल. तू तमिळमधून इंग्लिशमध्ये अनुवाद का करत नाहीस? सुरुवातीला त्या प्रेम-कवितांचा अनुवाद कर. येथील सगळ्या तरुणी त्यावर लट्टू होतील."

"किती डोकेबाज कल्पना आहे." ताठ बसत, डोळे विस्फारत उमा उद्‌गारली. ही नवी संधी हेरून उमा नव्या जोमाने सगळ्या शक्यतांचा विचार बोलून दाखवू लागली. "मी प्रेम आणि युद्धावरील जुन्या कविता अनुवादित करीन. त्या

बहुतेक सगळ्या मला आठवतात. तसेच 'द एशियाटिक जर्नल'ला पत्र टाकीन. त्यातील एका लेखाविषयी मी विचार करीत आहे...''

अॅश्टनने कौतुकाने हसत हाताने तिला थांबवले. ''पहिल्या कवितेवर काम सुरू करण्यासाठी वर जाण्याआधी एक काम करू. तू तुझ्या वडिलांच्या मित्राला भेटणार होतीस ना? चल, मी आनंदाने तुझ्याबरोबर येतो. आत्ता थोडा सूर्यप्रकाश आहे. तूही अजिबात बाहेर पडलेली नाहीस.''

''हो, हो, चालेल.'' तिने उत्तर दिले. त्याच्या लक्षात आहे हे पाहून तिला आश्चर्य वाटले आणि त्याच्याबरोबर बाहेर जायच्या विचाराने तिला आनंद झाला. तिने साशंकपणे आपल्या गाउनकडे पाहिले.

ते पाहून त्याने विचारले, ''परत केव्हातरी आपण बॉन्ड स्ट्रीटवरील दुकानांना भेट देऊ या?'' तो पुढे म्हणाला, ''बरी आठवण झाली. मी तुझ्यासाठी काहीतरी आणले आहे. तू तुझ्या खोलीत असशील असे समजून मी ते वर पाठवून दिले. ते मी मागवून घेतो.'' घंटी वाजवून त्याने नोकराला सूचना दिली.

''तुमचे कमिशन. तुम्ही ते विकून टाकले का?'' तिने विचारले.

तो काही क्षण थांबला. मग थोड्या नाखुशीनेच उत्तर दिले.

''माझ्याजवळ गाउन्स विकत घेण्यासाठी पैसे आहेत का, असे तुला विचारायचे असेल, तर माझ्याजवळ तेवढे पैसे आहेत.''

उमाला त्याच्या आवाजातील कठोरपणा जाणवला. तो आर्थिकदृष्ट्या संपन्न नसेल हे लक्षात येऊन ती म्हणाली, ''यावरून आठवण झाली. महाराजांनी मला दिलेली हुंडीपत्रे आणि रुपये मी घेऊन येते. बरेच दिवसांपासून मला ते तुम्हाला द्यायचे होते.'' ती उड्या मारत आपल्या खोलीत गेली. अॅश्टनने बोलावून घेतलेला नोकर तिच्या खोलीतून बाहेर पडत होता. बटवा घेऊन ती परत आली. तेव्हा कागदात गुंडाळलेले एक पार्सल हातात घेऊन अॅश्टन खिडकीतून बाहेर बघत उभा होता. त्याच्या भेटवस्तूबद्दल तिला कमालीची उत्सुकता वाटत होती; पण संयम ठेवत तिने विचारले नाही. पैशाचा बटवा तिने पुढे केला.

''मला हे इथे बदली करून मिळतील, असे मला सांगण्यात आले.'' बटव्यामधून दस्तऐवज आणि पैसे बाहेर काढत ती म्हणाली. तिने ते चाळून बघितले होते; परंतु इंग्लंडमधील किमती माहीत नसल्यामुळे तिने त्या विषयी जास्त जाणून घेतले नव्हते.

जवळ येऊन त्याने दस्तऐवजांचा गठ्ठा आणि पैशाच्या गड्ड्यांची पाहणी केली. नोटा हाताळताना त्याचा चेहरा हळूहळू गंभीर होत गेला.

''यांचा काही उपयोग नाही का? मी मद्रासमध्येच ते बदली करून घ्यायला हवे होते का?'' तिने गोंधळून काळजीने विचारले.

“ओह. ते ठीक आहेत. फारच छान आहेत. त्यांची किंमत बरीच आहे. जवळजवळ ३०,००० पाउंड्स किंवा त्याहून जास्त.” तो नेहमीच्या स्वरात म्हणाला. “तू पाहिजे तेवढे गाउन्स, पादत्राणे आणि हॅट्स विकत घेऊ शकतेस. तू खूपच श्रीमंत आहेस.”

“आपण म्हणा, मेजर. ‘तू’ नाही आणि त्यावरून तुम्ही दुःखी का झालात?” तिने उत्तरादाखल विचारले.

“दुःखी?” त्याने भुवई उंचावली.

“होय, तुम्ही दुःखी आहात.”

“कशावरून?” तिच्याकडे अतिशय कुतूहलाने पाहत त्याने विचारले.

“मेजर, वेड पांघरू नका. मला थोडेतरी श्रेय द्या. तुम्ही केव्हा दुःखी असता, हे कळण्याइतपत दीर्घकाळ मी तुमच्याबरोबर राहिले आहे.”

“हं, हुशार आहेस.” तो चकित स्वरात म्हणाला. मग हातातले पेपर उघड तिरस्काराने त्याने खाली फेकले, “हे सगळे मला नवाबाच्या पंगतीला नेऊन बसवितात. माझ्याविषयी आधीच तू ज्या गोष्टी ऐकल्या आहेस, त्यामुळे तुझा तसा समज झाला असेलच आणि आता हे... मी स्त्रिया आणि पैसा यांच्यामागे धावणारा एक दुराचारी माणूस आहे, असे तुला वाटत असले पाहिजे.”

“मुळीच नाही.” त्याला मध्येच थांबवत उमा उद्गारली. “फार आधीपासून असे... मी आधी जे बोलले, तसे मला म्हणायचे नव्हते. बहुधा दुःखामध्ये मी तसे बेजबाबदार विधान केले असेल. तुमच्या हातून कोणतेही लांछनास्पद कृत्य होणार नाही. तुम्ही तेवढ्या खालच्या पातळीवर उतरणार नाही, हे मी जाणते.”

त्याने एक प्रदीर्घ क्षण तिच्याकडे मूकपणे पाहिले. मग खाकरत तिला अत्यंत हळू आवाजात विचारले, “तुला नक्की खात्री आहे का?”

“हो, आहे.” उमा ताबडतोब खात्रीपूर्वक म्हणाली.

तो पुढे काहीतरी बोलणार असे वाटले; पण त्याने तोंड वळविले आणि हातातील पार्सलशी चाळा करीत उभा राहिला. त्याने हळूच ते पार्सल तिच्या हातात दिले. “हे मी तुझ्यासाठी घेतले.” तो म्हणाला.

तिने वर पाहिले. त्याच्या देहबोलीतून विचित्र ताण दिसत होता; परंतु चेहरा निर्विकार होता.

उत्सुकता आवरता न आल्यामुळे तिने घाईघाईने पार्सल उघडले. आतमध्ये अतिशय तलम, लांब, चामड्याचे सुंदर हातमोजे होते. त्या प्रसंगीच्या तिच्या मोजेविरहित हातावरील त्याच्या उष्ण श्वासाचा स्पर्श तिला आठवला.

“आभारी आहे.” ती म्हणाली. तिच्या शब्दात औपचारिकतेचा लवलेशही नव्हता. तिच्या गळ्यात दाटून आलेल्या हुंदक्यामध्ये औपचारिकता लोप पावली.

आपल्याला हुंदका फुटणार असे वाटून ती हबकली. त्याच्या नजरेला तिने नजर भिडवली. तिची नजर किंचित धूसर झाली होती. एका अनामिक संवेदनेची त्यांच्यात देवाणघेवाण झाली. केवळ शब्दांनी आभार मानण्याने समाधान न होऊन पुढे झुकत तिने त्याच्या हनुवटीवर क्षणभर हलकेच ओठ टेकवले. मग मागे सरकून त्याच्याकडे लाजून बघत हसली.

त्याने सावकाशपणे हात हनुवटीकडे नेला, तेव्हा त्याच्या डोळ्यांत चमक होती.

उमा लज्जित झाली. हातातील कागदांशी चाळा करत उभी राहिली.

ॲश्टन हसला. "हं, तर जॉन वॅरेन. मी जॉन वॅरेनसंबंधी काहीतरी सांगत होतो नाही का? त्याला भेटायला जाऊ."

"हो... हो... चला जाऊ." ती अडखळली.

लवकरच उमाने सेंट जॉर्ज किल्ल्यामध्ये मिळवलेला पत्ता शोधत ते चिपसाइडला निघाले.

ॲश्टन तिच्याकडे बघत होता. आपण याहून चांगला पोशाख घालायला हवा होता, चांगली केशरचना करायला हवी होती, असे वाटून तिची चिडचिड झाली. मग काही महिन्यांपूर्वी अशा गोष्टी तिच्या खिजगणतीतही नसत, असे तिने स्वत:ला दटावून सांगितले. ॲश्टनची चित्तवृत्ती उल्लसित होती. घोडागाडीतून जात असताना त्याने वाटेतील ठिकाणांबद्दल त्याच्या विशिष्ट शैलीत माहिती दिली. त्याच्या हातावर हात ठेवून ती त्याच्या प्रत्येक विनोदावर हसत होती. तो तिच्या जवळ बसला होता. तिच्या शरीरातून आनंदाची लहर सळसळत गेली. तो अनेकदा तिचा हात हातात धरून ठेवीत होता.

जॉन वॅरेन रक्तवर्णी, स्थूल माणूस होता. त्याचे केस अजूनही काळे होते. त्याचे डोळे काळे, परंतु निस्तेज होते. त्याच्यात आणि तिच्यात कोणतेही बाह्यदर्शनी साम्य तिला आढळले नाही.

ॲश्टन तिच्यासोबत उभा होता; परंतु ती एकटीच त्याच्याशी बोलत होती. तिने आपले वडील मि. ब्रुक त्याचे मित्र असल्याचे सांगत सुरुवात केली. तिच्या वडिलांनी, तिने त्याला भेटून त्यांनी वॅरेनकडून घेतलेले लहानसे कर्ज परत करावे, असा आग्रह धरला होता, असे तिने त्याला सांगितले.

"आह, हो हो कर्ज!" त्या माणसाने तिच्याकडे न्याहाळून पाहत मान डोलावली. ती त्याच्याकडे कोणतीही मदत मागायला आली नसल्याचे कळल्यावर त्याचा जीव भांड्यात पडल्यासारखे वाटले. तो सारखा खोकत होता. दात नसल्यामुळे शब्द स्पष्ट ऐकू येत नव्हते. त्यामुळे उमाला त्याचे बोलणे नीट समजत नव्हते.

"तुम्ही सेंट जॉर्ज किल्ल्यात राहत होता का?" सुरुवातीचे बोलणे झाल्यावर तिने सहज विचारल्यासारखे विचारले.

"हो, हो. तिथे मी कमीत कमी दोन दशके होतो." त्या माणसाला उमाच्या प्रश्नाने आश्चर्य वाटले. "हो. तिथेच मी तुमच्या वडिलांना, मि. ब्रुकना भेटलो होतो." जुन्या दिवसांच्या हुरहुर लावणाऱ्या आठवणींना तो उजाळा देऊ लागला.

उमाचा तिथे जास्त वेळ रेंगाळण्याचा इरादा नव्हता; परंतु हिंदुस्थानातील दिवसांबद्दल बोलताना तो इतका भावनावश झाला होता की, त्याला मध्येच थांबवण्याचे धाडस उमाला झाले नाही. त्याच्या मुलाबाळांसह मजेत घालविलेल्या क्षणांविषयी तो बोलत असताना उमाचे मन कधी नव्हे इतके हेलावले. त्याने सांगितले की, त्याला घरी इंग्लंडला परतायचे होते; परंतु त्याची पत्नी राजी नव्हती. त्याने त्यांना इंग्लंडला आणण्याचा प्रयत्न केला होता; परंतु पैशाची चणचण आणि कुटुंबाचे दुसऱ्या देशात स्थलांतर करण्याबाबत अडचणी होत्या. शेवटी आयुष्याचे शेवटचे दिवस आपल्या देशात काढण्यासाठी त्याने एकट्यानेच परतण्याचा निर्णय घेतला होता. मि. वॉरेनच्या बोलण्यात कोणताही अभिनिवेश नव्हता, ना त्याला आपल्या कृतीचे समर्थन द्यायचे होते. तो एकाकी पडला होता. त्याला कुणाशी तरी बोलून मन मोकळे करायचे होते.

बोलण्याच्या ओघात मद्रासमधील परिचित इमारती, प्रतिष्ठित व्यक्तींचा उल्लेख करीत त्याने उमाला अनेक प्रश्न विचारले; परंतु त्याने स्वतःच्या कुटुंबाविषयी कोणतीही विचारणा न केल्यामुळे उमाला हायसे वाटले. उमा त्यांना ओळखत असण्याची शक्यता त्याने जमेस धरली नव्हती.

इथवर आलोच आहोत तर खात्री करून विषय संपविण्याच्या हेतूने उत्तर माहीत असूनही तिने पुढचा प्रश्न विचारला.

"तुम्ही ईस्ट इंडिया कंपनीत काम करीत होता की ब्रिटिश सैन्यात होता?"

"मी ईस्ट इंडिया कंपनीत होतो. पणन विभागात कारकून म्हणून मी कार्यरत होतो." मि. वॉरेनने उत्तर दिले. "खरे सांगायचे तर मॅडम, तुमचे वडील मला अगदी अंधूक आठवतात. ते मला एवढ्यासाठीच आठवतात, कारण की ते विक्षि... म्हणजे मला म्हणायचे आहे, की त्यांचे कणखर व्यक्तिमत्त्व, देशी कपडे वापरणे आणि इतर सगळ्या गोष्टी. खरे सांगायचे तर, मी त्यांना कर्जाऊ पैसे दिले होते, हेच मला आठवत नाही; पण त्यांनी आवर्जून लक्षात ठेवले, याचा मला आनंद वाटतो." तो काहीसा ओशाळून म्हणाला.

कारकून होता, सैनिक नव्हता तर. त्याचे डोळेही निळे नव्हते.

घराची दयनीय अवस्था उमाला दिसत होती. त्याचा जीर्ण झालेला कोट आणि त्याची विपन्नावस्था तिला दिसत होती. त्याच्या मुलीची अवस्था तिने

पाहिली तेव्हापासून तिला त्या माणसाचा तिरस्कार वाटत होता. ती त्याच्यावर नाराज होती. तिने मुकाट्याने २५ पौंड काढून काही न बोलता त्याला दिले. आपले कृत्य बरोबर आहे का, हे तिला समजत नव्हते. त्यावर जास्त विचारही तिला करायचा नव्हता. मि. वॉरेनच्या कृतज्ञतेने भरलेल्या शब्दांकडे दुर्लक्ष करीत ती निघाली, तेव्हा हा ती शोधत असलेला वॉरेन नव्हता, याची तिला खात्री झाली.

ॲश्टनने त्यांच्या संभाषणात फारसा भाग घेतला नव्हता. तिथून बाहेर पडल्यावर त्याने शांत आवाजात उद्यानात फिरायला जाण्याविषयी सुचविले. उद्यानात तळ्यामध्ये बदके निवांतपणे पोहत होती, वृक्षांची सळसळ ऐकू येत होती. त्यांच्या पानांतून पाण्याचे थेंब टपकत होते. याव्यतिरिक्त उद्यानात सर्वत्र नि:शब्दता होती.

दूरच्या उष्ण कटिबंधीय गावातील चर्चच्या दफनभूमीची तिला आठवण झाली. आता तो मरण पावलेला वॉरेन आणि रिचर्ड वॉरेन दोघेच उरले होते; परंतु त्याला भेटायची आणि आपल्या आईवर झालेल्या अन्यायाचा बदला घेण्याची निकड कुठेतरी कमी झाली होती. त्या क्षणी तिच्या बाजूने चालणारा वृद्ध माणूसच तो वॉरेन आहे, हा शोध लागला असता, तरी तिला पर्वा वाटणार नव्हती. तिचा जन्मदाता कोण होता, हे जाणून घेणे आता अप्रस्तुत वाटत होते. या सर्व प्रकरणाने ती पूर्ण थकून गेली होती. तिला ॲश्टनला सगळा पूर्वेतिहास सांगावासा वाटत होता, त्याच्या रुंद छातीवर डोके खुपसून रडावेसे वाटत होते. आता ॲश्टनखेरीज तिच्या आयुष्यात कोणीही महत्त्वाचे नव्हते.

भूतकाळ आता मागे पडला होता. पूर्वायुष्यात तिच्या आयुष्यातील अति महत्त्वाची माणसे जग सोडून गेली होती. मृत झाली होती. कबरीमध्ये चिरनिद्रा घेत होती. शब्दश: म्हणा किंवा लाक्षणिक अर्थाने, तिला आता नवीन सुरुवात करण्याची गरज होती. पुढील अनेक दशकांच्या आयुष्याची योजना आखायची होती. कोणत्याही परिस्थितीत निराश होऊन हात-पाय गाळून न बसण्याची तिच्या पपांची आणि मामाश्रींची शिकवण होती.

उद्यानातील शीतल हवेत एक दीर्घ श्वास घेत ती उत्साही स्वरात म्हणाली, "त्याचे पैसे परत केल्याचे मला समाधान वाटतेय."

"खरे आहे. त्याला पैसे परत करण्यात तुझा चांगुलपणा दिसून येतो." ॲश्टनने उत्तर दिले.

ते सावकाश, सहज मैत्रीपूर्ण भावनेने चालले होते. इंग्लंडमधील हवा, उद्याने आणि इतर अनेक सर्वसाधारण गोष्टींविषयी ॲश्टन शांत आवाजात सांगत होता.

त्याचे बोलणे ऐकत असताना उमाचे मन उल्लसित होऊ लागले. तो सांगत होता, "लिंडसेने तुला शुभेच्छा पाठविल्या आहेत. हे किती चमत्कारिक आहे. आपल्यानंतर एक महिन्याने तो निघाला आणि एक अख्खा महिना आधी पोहोचला. उद्या त्याचा विवाह आहे. वधूला घेऊन लवकरच येईन, असे त्यांनी लिहिले आहे. लग्नाचा विषय निघालाच आहे, तर वरदन लवकरच मेरीला मागणी घालेल, असे मला वाटते. त्याबद्दल त्याने माझा सल्ला घेतला होता."

उमाला घरी सोडून, ॲश्टन लगेच क्लबमध्ये निघून गेला. त्याच्या चेहऱ्यावर निर्धार होता.

त्या रात्री बोटीवर त्याच्या सुंदर बायकोला एकटे सोडून बाहेर जाण्याचा मूर्खपणा त्याने केलाच होता. त्या दुपारी तिने त्याच्या हनुवटीचे इतक्या अनवधनाने हलकेसे चुंबन घेतले होते. आता पुढाकार न घेणे म्हणजे शुद्ध वेडेपणा होता. उद्यानातील त्या संध्याकाळचे तिचे म्लान मुखच त्याला दिसत होते.

दुसऱ्या दिवशी तीव्र डोकेदुखी आणि आदल्या दिवशीच्या अतिमद्यपानाचे दुष्परिणाम कमी होऊ लागले, तेव्हा ॲश्टन उदासपणे खिडकीतून बाहेर बघत बसला. देशात आल्याबरोबर लढाईतील लूट सुखरूप पोहोचल्यावर, हल्लेखोर कोण होता हे कधीच कळणार नाही, या विचाराने ॲश्टन वैफल्यग्रस्त झाला होता. परत हल्ला झालाच तरच हल्लेखोराचा ठावठिकाणा कळण्याची शक्यता होती.

लंडनमध्ये पाऊल टाकल्यापासून ॲश्टन आपल्या अनेक जुन्या मित्रांना भेटला होता. उमाच्या यादीतील शेवटच्या दोन वॉरेन्सची माहिती काढण्याच्या प्रयत्नांना आदल्या दिवशी रात्री यश आले होते.

रिचर्ड वॉरेनच्या एका जुन्या मित्राला बरीच दारू पाजल्यानंतर ॲश्टनला वॉरेन किती काळ हिंदुस्थानात राहिला होता, तो केव्हा हिंदुस्थानात गेला होता आणि अनेक वर्षांपूर्वी देशी स्त्रियांशीच नाही, तर प्रत्यक्ष एका राजकन्येशी शय्यासोबत केल्याच्या त्याच्या वल्गना, अशी सगळी माहिती कळली होती; परंतु सर्वांत महत्त्वाचे म्हणजे ॲश्टनला रिचर्ड वॉरेनच्या हातातून निसटलेल्या एका संधीची माहिती कळली होती. नशेत असला म्हणजे रिचर्ड त्याबद्दल हळहळ व्यक्त करीत असे.

मीनाला पावसाळ्याचा ऋतू आवडत असे. वाऱ्याची शीळ, हवेतील गारवा आणि पावसाने चिंब भिजलेल्या लाल मातीतून घमघमणारा मृद्गंध; परंतु सर्वांत जास्त,

सर्व काही धुऊन काढणारी मुसळधार पावसाची झड. अशाच एका पावसाळी वादळात तिने एकामागून एक उठणाऱ्या कळा सहन केल्या. त्यातून सुखरूप सुटका होण्याची तिला इच्छाही नव्हती आणि तेवढी शारीरिक ताकदही नव्हती; परंतु ती वाचली होती. सुईणीने तिला गोरीपान आणि क्वचित बघायला मिळतात इतक्या निळ्याभोर डोळ्यांची नवजात मुलगी दाखवली. त्या अगतिक बाळाने आईकडे हृदयाचा ठाव घेणाऱ्या नजरेने बघितले आणि पहिला श्वास घेत मोठ्याने टाहो फोडला. मीनाने जड अंतःकरणाने पाहिले. बाळाच्या डोळ्यांतील आरोपाला ती कधीही उत्तर देऊ शकणार नव्हती.

''उमा.'' तिने जाहीर केले. ''मी तिचे नाव उमा ठेवणार आहे. उमा ही शौर्याची देवता आहे. या जगात निभाव लागण्यासाठी तिला खूप धैर्य अंगी बाणवावे लागणार आहे.''

तिने एका दासीला बोलावून, तिच्याकडून आपल्या बंधूंना एक पत्र लिहून घेतले. तिला आशा वाटत होती आणि ती देवाची प्रार्थना करत होती, की ते भेटायला येतील. बोलले नाहीत तरी तिच्याकडे पाहतील आणि भविष्यात केव्हातरी तिला माफ करण्याचा विचार करतील, असे आडवळणाने सूचित करतील. कुणाच्या तरी हाती वॉरेनला निरोप पाठवावा, असा विचार क्षणभर तिच्या मनात येऊन गेला; पण तिने निर्दयपणे तो झटकून टाकला.

३५

लॉर्डसाहेब, सेव्हेर्नचे अर्ल, कोरड्या आणि तुटक आवाजात मुलगा भेटल्याचा आनंद व्यक्त करत होते. त्यांना कधीही भावनांचे कढ येत नसत. आताही ॲश्टन वरचेवर संपर्कात राहत नव्हता, यावरून त्याची बेदरकार वृत्ती आणि त्याच्या एकूणच बेजबाबदारपणावरून त्याची झाडाझडती घेत होते. काही काही माणसे कधीच बदलत नाहीत, या विचाराने ॲश्टनला हसू आले. ते दोघे उमाच्या येण्याची वाट पाहत थांबले होते. ॲश्टन अतिरिक्त मद्यपानाच्या दुष्परिणामांची तीव्रता कमी होण्याची वाट पाहत दिवसभर आपल्या खोलीतच होता. उमाला थोड्या वेळापुरताच तो भेटला होता. ओळखी करून दिल्यावर लंडनमध्ये शाही हंगामाच्या सुरुवातीला जल्लोषात साजऱ्या होणाऱ्या संमेलनाला जायचा बेत होता.

खोलीच्या प्रवेशद्वारापाशी चाहूल लागल्याने ॲश्टनने वळून पाहिले. तो वडिलांना काय सांगणार होता तेच विसरला. उमाने दिवाणखान्यात पाऊल टाकले. ती उत्फुल्ल आणि सुंदर दिसत होती. फुलांचे डिझाइन असलेला आणि काठाला झिरमिळ्या असलेला सैलसर गाउन तिने घातला होता. गाउनचा नमुना आणि शिलाई साधीच असली, तरी कापडाचा पोत तलम असल्यामुळे तो उठावदार दिसत होता. ग्रेसियन पुतळ्याची आठवण करून देणाऱ्या आकर्षक शैलीत तिने केशरचना केली होती. तिच्या गळ्यातील एकुलता एक पाणीदार मोती आणि तशाच लहान मोत्यांच्या कर्णभूषणांनी तिची कांती उजळली होती.

आपण तोंडाचा आ वासून तिच्याकडे एकटक पाहत आहोत, हे थोड्या वेळाने लक्षात आल्यावर तो पुढे आला, खाकरला आणि उमाची ओळख करून दिली. तिने नवीन हातमोजे घातले आहेत, हे पाहून त्याला आनंद झाला.

उमा कधी नव्हे एवढी काळजीत पडल्यासारखी दिसत होती. एक क्षण थांबणे, त्याच्या वडिलांकडे भीतभीत टाकलेला ओझरता कटाक्ष आणि चट्कन

दाताखाली दाबून धरलेला ओठ, यावरून तिची मन:स्थिती दिसून येत होती. तिला अ‍ॅश्टनच्या वडिलांवर प्रथमदर्शनी अनुकूल प्रभाव पाडायचा होता. ही गोष्ट अ‍ॅश्टनच्या मनाला स्पर्शून गेली.

लॉर्डसाहेब प्रसंगोचित काहीतरी जुजबी बोलले. उमाने त्यांच्याकडे बघून स्मितहास्य केले, तेव्हा ते संभाषणाचा विषयच विसरले. तिच्या सौंदर्याच्या प्रभावाने अवाक् झालेल्या लॉर्डसाहेबांना पाहून अ‍ॅश्टनने हसू दाबले.

''मी तुझ्या वडिलांना ओळखतो. ऑक्स्फर्डला ब्रुक माझ्याहून खालच्या वर्गात होता. तुमच्या दोघांच्यात मला फारसे साम्य आढळत नाही; परंतु तुझी मान तिरपी करण्याची पद्धत आणि तुझ्या हातांच्या हालचालीतून मला त्याचा भास होतो.'' अर्लसाहेबांच्या बोलण्याने उमाचे मन जिंकले. उत्तरादाखल तिच्या हसण्यात एवढा उत्कट आनंद होता, की त्याने द्रवून अ‍ॅश्टन स्वत:ला आवरू न शकल्याने तिच्याजवळ गेला आणि तिचा हात हातात घेत घट्ट धरला.

''तुला पाहून मला माझ्या दुसऱ्या एका मित्राची आठवण येते. तुझ्या डोळ्यांचा रंग विश्वास बसणार नाही एवढा त्याच्या डोळ्यांसारखा आहे.''

अ‍ॅश्टनने चमकून चट्कन उमाच्या चेहऱ्याकडे पाहिले. तिला त्यांच्या बोलण्यात काही खटकलेले दिसून आले नाही.

अजून थोडे इकडचे तिकडचे बोलणे झाल्यावर ते तिघे गाडीकडे निघाले.

''हा नवीन गाउन कुठून आणलास? तुला तो शोभून दिसतो.'' अ‍ॅश्टन कुजबुजला.

''अर्नी मलमल, मेजर.'' अभिमानाने हसत उमाने सांगितले. ''प्रवासात मेरीच्या ओळखीची कपडे शिवणारी बाई आठवते? काल तिने माझे नवीन कपडे आणून दिले.''

गाडीत आरामशीरपणे बसल्यावर लॉर्डसाहेबांनी हिंदुस्थानातील युद्धावर आपली मते व्यक्त करणारे भाष्य सुरू केले. हिंदुस्थानच्या राजकारणातील सगळ्या विवादास्पद व्यक्तींचा आणि घटनांचा त्यांनी समाचार घेतला.

''शेवटी आपल्याला नावापुरते मामुली यश मिळाले. युद्ध आघाडीवरील सुवार्तेने लंडनमध्ये जल्लोष चालू आहे. बिचाऱ्या हेस्टिंग्जला आणि वेलस्लीला दुसऱ्या युद्धाची नामुष्की स्वीकारावी लागली. संसदेत बर्कनं हेस्टिंगचा कसा पाठपुरावा केला, ते अर्थातच तुला माहीत आहे.'' उमा शांतपणे ऐकत होती. त्याचे वडील बोलायचे थांबले तरी ती शांत बसली हे पाहून अ‍ॅश्टनला नवल वाटले.

''सर, तुम्हाला हिंदुस्थानावर तज्ज्ञाचे मत हवे असेल, तर तुम्ही मला नाही, तर माझ्या पत्नीला विचारा.'' त्याने उत्तर दिले आणि तिच्याकडे पाहिले. तिच्या कपाळावर बारीकशी आठी उमटली. अ‍ॅश्टन आपली चेष्टा करण्यासाठी बोलत

नाही, हे लक्षात आल्यावर ती आश्चर्य वाटून हसली.

सुरुवातीला त्याचे वडील मुख्यत्वे त्याच्याशी बोलत होते. ते तिच्याकडे वळले. "मॅडम, तुम्हाला राजकारणात रस आहे का?" त्यांनी खऱ्याखुऱ्या उत्सुकतेने नव्हे, तर सौजन्यापोटी विचारले.

उमाने परखडपणे बोलावे की बोलू नये, या द्विधा मन:स्थितीत त्यांच्याकडे पाहिले. तिची द्विधा मन:स्थिती पाहून ॲश्टन हसत म्हणाला, "त्यांना काय वाटेल, याची फिकीर करण्याचे कारण नाही."

त्याच्याकडे सूचक नजरेने पाहत उमा सासऱ्यांकडे वळली. हिंदुस्थानात हेस्टिंग्जविषयी लोकमत किती वेगळे आहे आणि मि. बर्कच्या विधानात तथ्य आहे, असे तिला का वाटते, ते थोडक्यात सांगितले.

"मग तुझे काय म्हणणे आहे?" लॉर्डसाहेबांनी उमाकडे बारकाईने पाहत विचारले. आता त्यांच्या आवाजात उत्सुकता होती.

"तिथे स्थित्यंतर घडत आहे. तुमच्या लक्षात येत आहे का? एक कंपनी म्हणून जिची सुरुवात झाली, व्यापारी म्हणा हवेतर, तिचे आता राजसत्तेत रूपांतर होत आहे. व्यापारी आता परक्या वंशाच्या लोकांवर राज्य करणार आहेत. याचा पुढील मोठ्या कालखंडावर गाढ प्रभाव पडणार आहे. या वंशाची आणि हिंदुस्थानातील सर्व देशांची मानसिकता, संस्कृती, साहित्य या सर्वांवर परिणाम होणार आहे. एक वेळ अशी येईल, की अशी प्रत्येक कृती तपासली जाईल आणि तिचा वेगळा अर्थ लावण्यात येईल."

उमाच्या बोलण्याने अवाक् झालेल्या वडिलांकडे पाहून फुटू पाहणारे हसू दाबण्यासाठी ॲश्टन खाकरला; पण ते काही क्षणांपुरतेच होते.

"मुली, आपण काहीतरी चुकीचे करीत आहोत, असा अर्थ यातून सूचित होत आहे." त्याचे वडील गरजले. "आपण एका रानटी माणसाविरुद्ध युद्ध केले आहे. तुझ्या नवऱ्याचा त्या रक्तरंजित मोहिमेत सहभाग होता, याची मी तुला आठवण करून देतो."

"च् च्, ते सांगण्याची काय गरज होती?" ॲश्टन वर गाडीच्या छताकडे पाहत पुटपुटला.

त्याच्या वडिलांच्या बोलण्याचा उमावर कोणताही परिणाम झाल्याचे दिसले नाही. ॲश्टनला दटावण्यासाठी त्याच्याकडे पट्कन हसत बघत ती म्हणाली, "आपल्या मनाच्या समाधानासाठी आपण तसे बोलतो, असा माझा समज आहे. लॉर्डसाहेब, मी तुम्हाला सांगते, सुलतानाच्या ग्रंथालयात विविध भाषांतील पुस्तके आहेत. त्याने अप्रतिम बागांची निर्मिती केलेली आहे. रेशीमनिर्मितीचे तंत्र शिकण्यासाठी त्याने चीनला आपले दूत पाठविले आहेत आणि उद्योगही सुरू केले

आहेत. या काही रानटी माणसाच्या कृती म्हणता येणार नाहीत. अपप्रचार किती आणि खरी परिस्थिती कोणती, हे नेहमीच वेगळे करून सांगता येत नाही; पण बुद्धिमान माणसाने त्यासाठी प्रयत्न केले पाहिजेत, असे तुम्हाला वाटत नाही का? आणि तुम्हाला खरोखरच जाणून घेण्यात रस असेल, तर हिंदुस्थानभर आपल्या, इंग्रजांच्या, घृणास्पद आणि कपटी व्यवहारांची अनेक उदाहरणे मी तुम्हाला देऊ शकते.''

मंत्रमुग्ध होऊन ॲश्टन जागेवर रेलून बसला. त्याचे वडील शहरात असेपर्यंत ही चर्चा त्याचा पिच्छा पुरवणार असे वाटत होते. तिची मते तो काही प्रथमच ऐकत नव्हता; पण हा स्वर तो प्रथमच ऐकत होता. हा स्वर सरसकट दोषारोप करत नव्हता. तो सर्वसमावेशक होता. उच्छृंखल नव्हता, तर विचारपूर्वक उच्चारलेला होता. त्यातला बोचरेपणा गेला होता; पण जोम पूर्वीसारखाच होता. तिथे बसल्या बसल्या वडिलांच्या प्रश्नांना तिने दिलेली सविस्तर उत्तरे ऐकताना त्याला समाधान आणि अभिमान वाटत होता.

ती नवीन देशात आली होती, नवीन, अपरिचित लोकांमध्ये वावरत होती, तिच्या नवऱ्यावर तिचे प्रेम नव्हते आणि शिरजोरी करणारा सासरा... यातूनही ती आपल्या भूमिकेवर ठाम होती. तिच्या बाजूला झुकून त्याने तिचा हात हातात घेतला. बोलता बोलता त्याच्याकडे वळून तिने इतके मोहक स्मित केले, की तो थरारला.

लेडी रॅडक्लिफने आयोजित केलेल्या नृत्यसमारंभाला खूप गर्दी उसळली होती. लहान मुलाच्या आनंदाने आणि उत्साहाने उमाचे डोळे विस्फारल्याचे ॲश्टनने पाहिले. तिच्यासाठी नावीन्यपूर्ण असलेले दृश्य ती नजरेने टिपत होती. त्यांच्या आगमनाची घोषणा झाली आणि ॲश्टनच्या जुन्या मित्रांनी ताबडतोब त्यांना घेराव घातला.

''हे मी काय ऐकतोय? तू लग्न केलेस?'' एक जण ओरडला.

''ओह, आता कळले. एवढी सुंदर स्त्री असेल, तर कोण लग्नाला विरोध करील?'' दुसरा म्हणाला.

''तिच्याशी नंतर बोल, कॉनवे.'' त्याच्या वडिलांनी उद्धटपणे मध्येच तोंड घातले. त्याच्या वडिलांच्या अरेरावी वागण्याच्या वृत्तीचे कधी नव्हे ते प्रथमच ॲश्टनने आभार मानले. ''माझ्याबरोबर चल. तुझी एका माणसाशी ओळख करून देतो. हिंदुस्थानातील घडामोडींवर तो अधिकारवाणीने बोलतो. तो हिंदुस्थानासंबंधी अजून एक विधेयक संसदेत पाठविण्याच्या विचारात आहे.'' बाजूच्या एका खोलीत काही वयस्कर माणसे गरमागरम चर्चा करीत होती. तिथे उमाला घेऊन जात अर्लसाहेब म्हणाले. ॲश्टनने तिच्याकडे सहानुभूतीने पाहिले;

परंतु तरुण माणसांबरोबर नृत्य करण्यापेक्षा उमाने वयस्कर माणसांशी राजकारणावर चर्चा करावी; हे त्याला रुचले होते.

अ‍ॅश्टनने काही परिचितांशी नृत्य केले; परंतु त्याचे कान तिच्या आवाजाकडे लागले होते. त्याचे लक्ष तिच्याभोवती गोळा झालेल्या वयस्कर मंडळींकडे होते.

काही जिगरबाज तरुण तिला नृत्यासाठी विचारणा करण्यासाठी गेले; परंतु त्याच्या वडिलांच्या वजनदार मित्रासमोर त्यांची डाळ शिजली नाही. नृत्य करताना किंवा दोन नृत्यांमधील कालावधीत तिच्याजवळून जाताना काही संभाषण त्याच्या कानांवर पडत होते.

''नक्कीच, या विधेयकाचे दूरगामी परिणाम होतील.''

''साखर आणि नीळ निर्यात करण्याचे कायदे विचारपूर्वक बनविले पाहिजेत.''

''अद्वैत हे प्राचीन तत्त्वज्ञान आहे. काही विशिष्ट पातळीवर अद्वैत सिद्धान्ताचे साम्य काही...''

''कर्नाटक संगीत शैलीवर माझ्या वडिलांनी 'द एशियाटिक जर्नल'मध्ये एक शोधनिबंध प्रसिद्ध केला आहे.

तिला उचलून सरळ घरी घेऊन जाण्याची अ‍ॅश्टनला अनावर ऊर्मी आली.

''आपल्या पत्नीकडे एकटक पाहण्याची रीत नसते.'' लेडी अ‍ॅनी तिरसटपणे म्हणाली. अ‍ॅश्टनने नाखुशीने उमावरील नजर दूर हटवली आणि तो किंचित हसला. त्याने कुतूहलाने आपल्या भावजयीकडे पाहिले. ती लांब आणि घट्ट बाह्यांच्या आणि खोल गळ्याच्या अद्ययावत वेषभूषेत होती. तरीही लेडी अ‍ॅनीला उमाची सर नव्हती. उमा सर्वांच्या आकर्षणाचा केंद्रबिंदू होती. लेडी अ‍ॅनीचा क्रोध आणि असूया तो समजू शकत होता.

अ‍ॅश्टन लेडी अ‍ॅनीबरोबर होता, तरी त्याचे कान त्याच्या पत्नीच्या बोलण्याकडे लागले होते. ते इकडेतिकडे फिरत असताना त्याची नजर अंधूकपणे आठवत असलेल्या एका व्यक्तीला त्या गर्दीत धुंडाळत होती. त्यांच्या वडिलांनी अनवधानाने सत्य शोधून काढले होते. त्यांच्या वडिलांच्या त्या जुन्या मित्राला गाठणे आवश्यक होते.

धूसर प्रकाशात तसेच पावसाच्या रिपरिपीने ग्रॅासव्हेनॉर स्क्वेअरचा परिसर उदास भासत होता. उद्यानातून जाणाऱ्या एका ढगळ कोटातील व्यक्तीकडे कुणीही फारसे लक्ष दिले नाही. ''हे काम मी माझ्या एकट्याच्या हिमतीवर करू शकेन का?'' त्या घराकडे पाहताना प्लेअरच्या मनात विचार आला. भीतीने त्याचे धाबे दणाणले होते.

आठवड्यापूर्वी बोट बंदराला लागली होती. स्थलांतर करणाऱ्या प्रवाशांच्या

तपासणीच्या जंजाळातून सुटल्यावर प्लेअर लंडनला पोहोचला होता. एका भाडोत्री जागेत त्याने बस्तान मांडले होते. आता एकच काम शिल्लक होते. एक साधी-सरळ मागणी... "कडे द्या, मिसेस ट्रेव्हेलियन." बंदूक रोखतच ही मागणी करण्याची गरज होती. आवाजात पुरेशी जरब आणि पुरेशी धमकी असायला हवी होता; ज्यायोगे मिसेस ट्रेव्हेलियन पायातून कडे काढून सांगितल्याप्रमाणे करील. दुसऱ्याच दिवशी डोव्हरहून निघणारी बोट पकडण्याचा निश्चय करून प्लेअरने बंदूक चाचपली आणि नजरेत भरणाऱ्या त्या घराकडे निघाला.

प्रसूतिपश्चात दोन महिन्यांतच मीना मरण पावली. ते दोन महिने तिने आपले बंधू भेटायला येतील, एका बदमाश माणसाबरोबर लग्न केल्याबद्दल ते आपल्याला माफ करतील, या आशेवर काढले. तिची चेष्टामस्करी करणारा त्यांचा आवाज ऐकण्यासाठी, त्यांचे खोळसाड हास्य बघण्यासाठी आणि त्यांनी प्रेमाने ओढलेल्या तिच्या केसांच्या वेणीचा झटका अनुभवण्यासाठी ती आतुरतेने वाट पाहत होती. वाट पाहण्याला कंटाळून, तिचे बंधू तिला झाले गेले विसरून कधीही माफ करणार नाहीत, हे कळून चुकल्यावर जानेवारीतील एका सकाळी अत्यंत थंड हवेत ती एकटीच डोंगरावर दूरवर फेरफटका मारायला गेली. थंडीमुळे हुडहुडी भरल्याने थरथर कापत ती घरी परत आली. तिच्या बाळाला बघायला गेली. बाळ प्रथमच हसले. बाळाचे दुसरे हास्य बघण्यासाठी मीना जिवंत राहिली नाही.

उत्तरायण पर्वाला सुरुवात झाली. संपूर्ण देश धूमधडाक्यात ओणम् साजरा करत असताना, मीनाने जगाचा निरोप घेतला.

महाराजांसाठी खूप वेळ वाट पाहिल्यानंतर जानेवारीतील निरभ्र आकाशाखाली पुजाऱ्यांनी तिला अग्नी दिला. महाराजांना बातमी सांगण्यासाठी गेलेल्या दूतांना दाईला तशीच पुढे बाळाची देखभाल करायला सांगण्याच्या सूचना मिळाल्या.

३६

नृत्यसमारंभ ऐन बहरात आला होता. सभोवती मोठ्या आवाजात कलकलाट चालू होता. श्रीमंत अमीर-उमराव घराण्यातील ऐटबाज पुरुष अनेक विषयांवर तावातावाने बोलत होते. काही विषय तिच्या बोलण्यात आले होते. त्यांची तिच्याकडे बघण्याची दृष्टी बदलली होती. आता त्यांच्या वागणुकीत केवळ स्त्री दाक्षिण्य, सौजन्याचा भाव नव्हता. तो तिचा बहुमान होता, हे तिच्या लक्षात आले. अशा संभाषणामुळे तिला चेव चढायला हवा होता; पण ती विचारात गढली होती. तिची नजर अ‍ॅश्टनला शोधीत होती. त्याच्याबरोबर नृत्य करण्याची तिला ओढ लागली होती. आपल्या नवऱ्याच्या बाहुपाशात शिरण्यासाठी तिने या सर्व विद्वत्ताप्रचुर संभाषणावर, प्रशंसेवर आनंदाने पाणी सोडले असते, हे तिला स्वत:शी कबूल करावेच लागले.

शेवटी एक वयस्कर गृहस्थ उमाला नृत्याच्या जागी घेऊन गेले. त्यांच्याशी नवीन विधेयकाची चर्चा करण्यात नृत्य संपले. आपण मेजवानीच्या टेबलाशी पोहोचल्याचे तिला आढळले. तिने थोडेसे खाऊन घेतले. आंबट चवीचे एक फळ, टोमॅटो, तिला विशेष आवडले. जेवताना अन्य काही लोकांशी तिची ओळख करून देण्यात आली.

बोलीभाषेतील निरनिराळे शब्दोच्चार, स्वर ऐकणे, प्रकाशात लुकलुकणारे सुंदर रंग, कपडे, आभूषणे, केशरचना आणि आपापसात संवाद करत, नृत्य करणाऱ्या जोड्या बघणे मन प्रसन्न करणारे होते. तिच्या पपांनी तिला असे नृत्यसमारंभ, तिथे चालणारे स्त्री-पुरुषांमधील प्रेमालाप आणि घडणारे निरनिराळे प्रसंग यांविषयी अनेक किस्से ऐकविले होते. त्या सर्वांचा खरा अर्थ तिला प्रथमच कळत होता. तिने सुस्कारा सोडला. तिला तिच्या पपांची प्रकर्षाने आठवण झाली. ते आता इथे हवे होते, असे तिला वाटू लागले.

अ‍ॅश्टनभोवती स्त्री-पुरुषांचा घोळका होता. तो सहज मोकळेपणाने त्यांच्याशी बोलत होता. स्त्रियांबरोबर हास्यविनोद करीत होता. तरीही त्याच्या वागण्यात एक अलिप्तपणा होता. याचाच अर्थ स्त्रिया त्याची खुशामत करत होत्या. तो त्यांची खुशामत करत नव्हता.

उमाला पाहिल्यावर तो घोळक्यातून बाहेर पडला आणि तिच्याजवळ आला.

"इथे नृत्यासाठी सगळ्यात जास्त मागणी असणारी स्त्री मोकळी आहे. आश्चर्य आहे. मला तुझ्याबरोबर नृत्य करण्याचा आनंद मिळेल का?" त्याने हसून विचारले.

तिने उत्सुकतेने संमती दिली. नृत्याला सुरुवात होताच ते नृत्यमंचावर जागा पकडण्यासाठी चालत निघाले.

"तू खूपच सुंदर दिसत आहेस. इथे सगळ्या लोकांत सनसनाटी पसरली आहे. प्रत्येक जण तुझ्याबद्दल बोलत आहे." ते हातात हात घालून पुढे आले तेव्हा तो म्हणाला.

उमाने लाजत एक क्षण नजर बाजूला वळवली. मग हसली. तिच्या गालांवर गुलाब फुलले. "आणि अजूनही मी हिंदुस्थानातील एका राजघराण्याशी संबंध असल्याचे उघड केलेले नाही."

त्यावर तो हसला. ते नृत्यातील पदन्यास करत असताना त्याचे डोळे तिच्यावर खिळले होते. "इथे येत असताना, वडिलांशी बोलताना नेहमीप्रमाणे तुझ्या संतापाचा उद्रेक होण्याची मी वाट बघत होतो; परंतु तू माझी निराशा केलीस. तू तर निमूटपणे दबल्यासारखी बसून होतीस. नेहमी माझ्या वाट्याला येत होता तो सात्त्विकतेने उफाळून येणारा संताप कुठे गेला होता?" त्याने विचारले.

"तुमच्याचकडून शिकलेल्या खेळकर सहनशीलतेने तो सौम्य झाला आहे." उमाने हसून उत्तर दिले.

तिच्या उत्तराने तो थक्क झाल्यासारखा वाटला. त्यात त्याचा एक पदन्यास चुकला; पण तो लगेच सावरला. ती मुक्तपणे नृत्याचा आनंद घेत होती. असा निर्भेळ आनंद कायमच तिला हूल देत आला होता.

नृत्य करताना ते समोरासमोर आले, तेव्हा उमा खट्याळपणे म्हणाली, "तुमच्या डोळ्यांतील ते भाव जर मला व्यक्त करायला जमले, तर बहार येईल. तरीही त्या खळ्या आणि कपाळावर रुळणारी काळी झुलपे माझ्याजवळ नसल्यामुळे माझी मोठीच गोची होणार आहे."

त्याने तिचे हात धरले. तो हसला तशा त्या कथित खळ्या त्याच्या गालावर उमटल्या. त्याने किंचित नवलाईने उत्तर दिले, "मॅडम, मला वाटते

तुम्ही माझ्याशी प्रेमाचे वार्तालाप करीत आहात.''

ते एकमेकांच्या डोळ्यांत पाहत असताना उमा लाजली. त्याच्या बाजूला नृत्य करणाऱ्या जोडप्यांचा धक्का लागला, तेव्हा त्यांच्या लक्षात आले, की ते नृत्य करण्याचे थांबल्यामुळे इतर जोडप्यांचा खोळंबा होत आहे. त्यांनी मूकपणे, थोडा वेळ नृत्य केले. त्यांचे डोळे, त्यांचे पाय, त्यांची बोटे एकमेकांना चाचपत होती.

''या नृत्यसमारंभाला नसतो आलो तर बरे झाले असते. घरी एकांतात असतो तर बरे झाले असते.'' नृत्य संपता संपता ॲश्टन वैतागलेल्या स्वरात पुटपुटला. कमी गर्दी असलेल्या एका शांत कोपऱ्यात त्याने तिला नेले.

उमा थरथरत हसली. स्वत:ला सावरण्याचा आटोकाट प्रयत्न लपविण्यासाठी तिला बरेच दिवस त्याला विचारायचा होता तो प्रश्न तिने विचारला, ''हे वाघ-नखांचे पदक तुम्हाला कसे मिळाले, ते सांगण्याची मेहरबानी कराल का?''

''मी... मी... कुणीतरी ते मला दिले...'' तो अगम्यपणे पुटपुटला.

''तुम्ही पेचात पडल्यासारखे दिसता.'' ती म्हणाली. त्याचा चेहरा लाल झाला होता. ''तुम्ही ते चोरले नाहीत. मग ते तुम्हाला बक्षीस मिळाले, असा माझा अंदाज आहे.''

''मला तुमचे आश्चर्य वाटते मॅडम,'' भुवया किंचित उंचावत त्याने उत्तर दिले. त्याच्या ओठांवर हास्य होते. ''तुमच्या देशातील संपत्ती लुटण्याचा तुम्ही माझ्यावर लगेच आरोप कराल, असे मला वाटले.''

त्याच्या विधानात गमतीचा भाग जास्त नव्हता. त्याला काय सुचवायचे असेल, यावर उमाने थोडा विचार केला. ''माझ्या कधी आणि कसे लक्षात आले ते मला माहीत नाही; पण तुम्ही असे कृत्य करणार नाही, हे मला समजले आहे. तुम्ही सन्माननीय गृहस्थ आहात, याबद्दल माझ्या मनात शंका नाही.''

तो समाधानाने हसेल असे तिला वाटले होते; पण त्याच्या कपाळावर आठी होती. तो तिची नजर टाळत होता. ''माझ्या योग्यतेहून जास्त तुम्ही मला सन्मान देत आहात. मी... मी घेऊन आलो ते खोके...'' तो ओशाळून चाचरत म्हणाला.

''तुमच्यावर ती कामगिरी सोपवण्यात आली होती. तो तुमचा वैयक्तिक निर्णय नव्हता.'' ती म्हणाली. अजूनही तो अस्वस्थ होता, हे पाहून ती खूपच आश्चर्यचकित झाली. ''म्हणून तुमच्या एखाद्या सेवेसाठी तुम्हाला ते मिळाले असेल, हा विचार माझ्या मनात आला.'' संभाषणाने घेतलेले गंभीर वळण न

आवडून उमा पुढे म्हणाली, ''शिवाय, तुम्ही ओशाळल्यासारखे वाटता, त्यावरून एका देखण्या सेनाधिकाऱ्यावर भाळून त्याच्या गौरवार्थ एका सुंदर राजकन्येने ते तुम्हाला दिले असेल, असा विचार माझ्या मनात आला.'' सारवासारव करत ती हसून म्हणाली.

''तू परत माझ्याशी प्रेमालाप करत आहेस.'' ॲश्टन गमतीने म्हणाला.

त्याच्या नजरेला नजर देता न आल्यामुळे उमाने नजर दुसरीकडे वळवली. तिला लेडी ॲनी तिच्याकडे रागाने पाहत असल्याचे दिसले.

''तुम्ही केव्हापासून तिला ओळखता?'' आपली उत्सुकता आवरता न आल्यामुळे उमाने विचारले.

ती कुणाकडे पाहत विचारत आहे, हे बघत काहीशा नाखुशीनेच त्याने उत्तर दिले, ''अनेक वर्षांपासून.''

''तुमचे भाऊ तुमच्यापेक्षा खूप वेगळे आहेत, नाही?'' ती म्हणाली.

''माझा भाऊ सगळ्यांशी जिव्हाळ्याने, प्रेमाने वागणारा आहे. सामान्य माणसांना त्याचे कौतुक वाटत नाही.'' अनपेक्षितपणे चिडून त्याने ताड्कन उत्तर दिले.

''अगदी खरे.'' उमाने कुतूहलाने ॲश्टनकडे पाहिले. मग विचारमग्न होत ती म्हणाली, ''त्यांच्या विषयी काही वाईट बोलायचा माझा हेतू नव्हता. तुमचे त्यांच्यावर खूप प्रेम आहे आणि तुम्ही त्यांची पाठराखण करता, हे सहज दिसून येते.'' मग तिने सरळ प्रश्न केला, ''लेडी ॲनीने तुमच्या भावाशी लग्न केले, म्हणून बहुधा तुम्ही हिंदुस्थानात आलात, असे मला वाटले.''

''तुझी चूक होत आहे.'' ॲश्टन तुटकपणे म्हणाला.

त्याचा चेहरा कठोर झाला होता. चेहऱ्यावरचे हास्य मावळले होते. त्याच्याकडे भारल्यासारखे पाहत उमा हळुवार आवाजात म्हणाली, ''तुमचा प्रेमभंग झाला, म्हणून तुम्ही हिंदुस्थानात पळून आलात, असे मला म्हणायचे नाही. तुमच्या भावाला शांतपणे जगता यावे, म्हणून तुम्ही हिंदुस्थानात आलात असे मला वाटते.''

त्याने तिच्याकडे असोशीने पाहिले आणि घोगऱ्या आवाजात विचारले, ''तू मला इतक्या चांगल्या प्रकारे कशी ओळखतेस?''

''का बरं नाही ओळखणार?'' उमाने हळुवार आवाजात विचारले.

तिच्याकडे ॲश्टन पाहत बसला. मग खाकरत घसा साफ करत म्हणाला, ''आमच्या लहानपणी, लोक माझ्याशी माझ्या भावाची प्रतिकूल तुलना करत असत; परंतु त्याने कधी माझा द्वेष केला नाही. तो नेहमीच माझ्यावर विश्वास

टाकतो. माझा सल्लासुद्धा घेतो. कालांतराने मला वाटू लागले, की ही सतत होणारी तुलना त्याच्यावर अत्यंत अन्यायकारक आहे.''

''तुमच्या वडिलांना उकसवण्यासाठी तुम्ही जाणूनबुजून दुर्वर्तन करीत होता का?''

''नाही.'' ॲश्टन हसला. ''माझ्या भावासाठीसुद्धा मी नाही ते भासवण्याचे ढोंग मी करणार नाही; परंतु हिंदुस्थानात मी का आलो, त्याबाबत तुझा अंदाज खरा आहे.'' तो विषय संपविण्याच्या इराद्याने म्हणाला.

उमाने मान हलवली. लेडी ॲनीने त्याच्याजवळ कोणतीही मागणी केली, तरी ॲश्टन आपल्या भावजयीबद्दल अनुदार उद्‌गार काढणार नाही, हे उमाला कळले.

ॲश्टनने उमाच्या चेहऱ्याकडे एक कटाक्ष टाकला आणि त्याला जे बोलायचे होते ते तो विसरला. ''माझ्या प्रियतमे,'' एवढेच विस्मयचकित शब्द त्याच्या तोंडून बाहेर पडले. ''उमा'' त्याने परत बोलायला सुरुवात केली. तेवढ्यात त्याच्या वडिलांनी हाक मारल्यामुळे त्यांची घोर निराशा झाली.

उमा इतकी भांबावून गेली होती, की तिला स्वत:ला सावरायला लागलेल्या क्षण-दोन क्षणांतच तिच्या सासऱ्यांनी तिची एका व्यक्तीशी ओळख करून दिली, ती तिला नीटपणे समजली नाही; परंतु तिच्या सासऱ्यांबरोबर आलेल्या त्या वयस्कर बाईकडे पाहताच तिची विचारमालिका तुटली.

सुमारे चार दशकांच्या कालावधीनंतर उमा जशी दिसेल, त्याची हुबेहूब प्रतिकृती असावी अशा स्त्रीशी तिची समोरासमोर गाठ पडली. त्या वृद्ध स्त्रीच्या डोळ्यांचा आणि केसांचा रंग, तसेच नाकाचा आकार आणि ओठांचे वळण तिच्यासारखेच होते. दोघींमध्ये विलक्षण साम्य होते.

''सर्वसाधारणपणे लोक जेव्हा मला सांगतात की ते माझ्यासारखे दिसतात, तेव्हा ते जसे नाहीत, तसे असल्याचा ते दावा करतात.'' ती स्त्री थोडीशी गमतीत म्हणाली. ''परंतु हिच्याबाबतीत मात्र मला कबूल करायलाच हवे, की तुझे म्हणणे खरे आहे, ॲश्टन. तुझी पत्नी खरेच खूपच माझ्यासारखी दिसते.''

ती प्रेमळपणे उमाशी बोलली. तिचा प्रवास कसा झाला आणि लंडन तिला कसे वाटले, याची तिने चौकशी केली. शेवटी ती परत आश्चर्याने उद्‌गारली, ''खरेच, साम्य गूढ आहे. तुझ्या आईचे आमच्याशी काही नाते नाही, याची तुला खात्री आहे का?''

''नाते असेल असे मला वाटत नाही, मॅडम.'' ॲश्टनची एकटक नजर आणि आवळून धरलेले ओठ पाहून ती बुचकळ्यात पडली.

''तुझ्या सासऱ्यांनी सांगितले की तू नुकतीच हिंदुस्थानातून आली आहेस.''

“होय, मॅडम. काही दिवसांपूर्वी.”

“हं. हिंदुस्थान. बिचाऱ्या रिचर्डला हिंदुस्थान काही मानवले नाही. तो कधीच आजारपणातून उठला नाही. व्हिस्काउंट बनण्याची त्याच्यात क्षमता नव्हती, हेच खरे. तो खूप चंचल स्वभावाचा होता. सतत धरसोडपणा करायचा.”

“रिचर्ड?” उमाचा स्वर कठोर झाला. ॲश्टन तिच्या जवळ सरकल्याचे आणि तिच्याकडे झुकून त्याने तिचा हात धरल्याचे तिला अस्पष्ट जाणवले.

“हो. माझा पहिला मुलगा, रिचर्ड.”

“रिचर्ड वॉरेन?” तिने सावकाश शब्द उच्चारत विचारले.

“हो. वॉरेन आमच्या कुटुंबाचे नाव आहे. तू त्याला ओळखतेस का?”

“माझे वडील... ते त्यांना ओळखत होते असे मला वाटते. ते आत्ता कुठे आहेत?” उमाने कुजबुजत विचारले.

“ओह, तो मरण पावला. त्याला जाऊन जवळजवळ दोन दशके होतील.”

उमाने एक आवंढा गिळला. तिचे अंग जडशीळ झाले. तिच्या आवाजात उत्साह नसेल, पण ती नेटाने तशीच उभी राहिली. तिला विचारलेल्या प्रश्नांची तिने यथायोग्य उत्तरे दिली.

ती वडिलांसाठी घेत असलेल्या शोधाचा हा किती समर्पक शेवट होता, या विचाराने तिचे मन भरकटले. ती त्याला सामोरी जाऊ शकली नसती. ॲश्टन जरा जास्तच बोलत होता. त्याने तिचा हात घट्ट धरला होता, एवढेच तिला अंधूकपणे कळत होते. काही क्षणांनंतर ती खूप मलूल दिसत असल्याचा शेरा मारून आणि तिला आपल्या घरी येण्याचे आमंत्रण देऊन ती उमराव घराण्यातील विधवा स्त्री तिथून निघून गेली.

लॉर्डसाहेबांनी काळजीने उमाकडे पाहिले आणि खेद व्यक्त करीत म्हणाले, “तिला घरी घेऊन जा, ॲश्टन. ती खरंच मलूल झाल्यासारखी वाटते. मी दिलगीर आहे. उत्साहाच्या भरात मी जरा जास्तच वाहवत गेलो. माझे मित्र, त्यांनी तुला भंडावून सोडले.”

उमा किंचित हसली. आपण ठीक असल्याचे आणि त्यांच्या मित्रांशी चर्चा करायला मजा वाटल्याचे सांगितले. ॲश्टनने घरी जाण्याचा आग्रह धरला, तेव्हा तिला त्याच्या समजूतदारपणाबद्दल कृतज्ञता वाटली.

“पुष्कळ झाली मौजमजा. आता घरी जाऊ या.” तो म्हणाला. तिच्या हातावर हात ठेवून सगळ्यांचे भराभर निरोप घेत, तो तिला घेऊन प्रवेशद्वाराशी आला.

ते गाडीची वाट पाहत एकमेकांशी न बोलता उभे होते. गाडीत बसल्यावर त्यांच्यामध्ये नि:शब्द शांतता होती. गाडीला धक्का बसला. उमाचा तोल

जाऊन ती पुढे पडली. ॲश्टनने तिला आधार दिला. ती सावरल्यावरही खूप वेळ त्याने तिचा हात धरून ठेवला.

"तुम्हाला... माहीत होते?" तिने कापऱ्या, क्षीण आवाजात विचारले.

त्याने तिचा प्रश्न न समजल्याचा बहाणा केला नाही. "हो. तरीही मला वाईट वाटते. इंग्लंडमध्ये आल्यापासून मी तिन्ही वॉरेनबद्दल कसून चौकशी केली. रिचर्ड वॉरेन... हाच तू शोधत असलेला वॉरेन होता हे मला कळले. मी त्या विधवेला ओळखतो. ती माझ्या वडिलांची स्नेही आहे. ते अशा नाट्यमय रीतीने घडेल, असे मला वाटले नव्हते. तुमच्या दोघींमध्ये साम्य आहे का, हे मी आधी बघणार होतो. मला अंधूक आठवत होते. मग तिच्या जवळ जाऊन हिंदुस्थानाचा आणि तिच्या मुलाचा विषय काढणार होतो. माझ्या वडिलांनी त्याच्या आईशीच तुझी प्रत्यक्ष ओळख करून दिली, याचे मला खूप वाईट वाटते." त्याचे शब्द मृदू होते.

"ते जाऊ दे, मेजर." उमाने हात हलवत म्हटले. आता ती खूपच सावरली होती. "तुम्हाला कसे... म्हणजे रिचर्ड वॉरेन माझे... तुम्हाला माहीत होते का... की मि. ब्रुक माझे मानसपिता होते?"

ॲश्टनची नजर किंचित विचलित झाली. "तुझ्या मामाश्रींनी मला सांगितले." प्रथमच त्याने महाराजांचा तुझे मामाश्री असा उल्लेख केला.

उमाचा बांध फुटला. तिच्या गालांवरून अश्रू ओघळू लागले. "महाराजांना तुम्ही आवडत होतात, मेजर. तुम्ही त्यांचा मुलगा असायला हवे होता, असे त्यांना वाटत होते."

ॲश्टनने मोठा आवंढा गिळला. तिच्या हातावरील त्याची पकड क्षणभर घट्ट झाली.

त्याने आपल्या केसांतून हात फिरवला. तिच्याकडे वळून काळजीयुक्त स्वरात तो म्हणाला, "मला काही विश्वासू व्यक्तींकडून समजले, की रिचर्ड वॉरेनला काहीतरी मूल्यवान सापडले होते, जे त्याने पुढे केव्हातरी गमावले."

"माझ्या आईखेरीज दुसरे काहीतरी मूल्यवान," ती किंचित कडवटपणे म्हणाली.

यावर ॲश्टनने ओठांना मुरड घातली. त्याने हात तिच्या खांद्याभोवती टाकला. एक क्षण थांबून तो घुटमळत म्हणाला, "अजून एक गोष्ट तुला माहीत असायला हवी. बोटीवरील प्रसंग, तुझे अपहरण करण्याचे सगळे प्रयत्न, त्यांचा एकमेकांशी संबंध आहे, असे मला वाटते आणि त्याहून जास्त शक्यता म्हणजे ते सगळे वॉरेनशी संबंधित आहेत."

"मलाही तेच वाटते, मेजर." उमाने लगेच सहमती दर्शवल्याने ॲश्टन

नाराज झाला. "मेजर, कुणीतरी माझी दागिन्यांची पेटीसुद्धा उपसून बघितली, याची मला खात्री आहे." ती म्हणाली आणि एकदम थांबली. "दुसऱ्या प्रयत्नांबद्दल तुम्हाला कसे कळले?" तिने आश्चर्यानं विचारले.

"वरदनकडून आणि आधीच्या प्रयत्नांबद्दल तुझ्या मामाश्रींकडून." तो म्हणाला. "आजपासून पुढे मला तुझ्याकडूनच सगळे कळले पाहिजे, समजले? तू स्वत:चा जीव धोक्यात घालू शकत नाहीस." त्याने कडक शब्दात सुनावले.

"हो, मेजर." त्याच्या आवाजातील कळकळ जाणवून झालेला आनंद लपविता न आल्याने उमा हसली.

"ही हसण्यावारी नेण्याची गोष्ट नाही." तो म्हणाला. त्याचा गंभीर आणि चिंताग्रस्त चेहरा पाहून उमाने निमूटपणे मान हलवली.

ॲश्टनने तिच्या खांद्याभोवतालचा हात जास्तच आवळून धरला. तिला त्याचा ताण जाणवत होता. तिने वळून त्याच्याकडे पाहिले आणि त्याने वळून तिच्याकडे पाहिले. त्याने अंधूक प्रकाशात तिच्या चेहऱ्याकडे पाहिले. तिच्या केसांवरून हात फिरवला आणि म्हणाला, "आपण यापूर्वीच एकमेकांशी संवाद साधायला हवा होता. तुझ्या सामानात असे काही होते का, की जे महाराजांनी दिले नव्हते; परंतु वॉरेनकडून आलेले होते?"

उमाने त्यावर थोडा विचार केला. "नाही, मेजर. कोणतीही किमती रत्ने किंवा दागिने मला आठवत नाहीत. माझ्याकडे जे जे आहे, ते एकतर महाराजांचे आहे किंवा पपांचे आहे. माझ्या आईकडे त्याचे एखादे चित्र किंवा केसांचा झुपका... किंवा तत्सम काही होते, असे मला वाटत नाही."

ॲश्टनने विचारमग्नपणे हनुवटी कुरवाळली. "ते सहज दिसणारे नसावे. तसे असते, तर आत्तापर्यंत त्यांनी ते मिळवले असते."

उमाने प्रत्येक बारीकसारीक संबंधित घटनांची मनात उजळणी केली. ॲश्टनचा हात नकळत तिच्या खांद्यावरून फिरत होता. त्यामुळे उमाचे लक्ष विचलित होत होते. ती थोडी दूर सरकून बसली; परंतु त्याने हात काढला नाही.

"माझ्याजवळ एक प्रचंड कडे आहे; परंतु ते बेकार आहे." दुसरे काहीच आठवेना तेव्हा उमा हिरमुसली.

"कडे?" ॲश्टनने तीक्ष्ण आणि संशयास्पद आवाजात विचारले.

"हो. ते कोणत्याही मूल्यवान धातूचे बनलेले नाही. ते दिसायला भोंगळ आहे. जवळजवळ मूक आहे. केव्हातरी त्यातून क्षीण किणकिण ऐकू येते. तुम्हाला बघायचे आहे का?" तिने विचारले. मग संकोचून तिने गाउनचा पायघोळ घेर वर उचलला. कडे खाली ढकलले, पायातून काढले आणि त्याच्याकडे दिले.

अॅश्टनने गाडीच्या अंधूक प्रकाशात कडे उंच धरून पाहिले. फिरवून पाहिले. त्यावर हात फिरवला. ''हे कडे खरेच विद्रूप आहे.'' तो विचारात गढल्यासारखा वाटत होता. परत एकदा ते प्रकाशात उंच धरून त्याने बारीक नजरेने पाहिले. ''जर... जर... पण एवढा उपद्व्याप कशाला करायचा? असाच दुसरा नमुना मिळणे जरा कठीण आहे; पण होण्यासारखे आहे.'' तो विचारमग्न होत पुटपुटला. त्याचे बोलणे उमाला नीटसे कळले नाही. तिच्या प्रश्नांना त्याने उत्तर दिले नाही.

त्याने कडे तिला परत दिले. तो अजूनही विचारात पडला होता. ''घरी गेल्यावर मी उजेडात परत एकदा बघेन. मला शंका आहे की ते... ते जाऊ दे. मी आधी त्याची तपासणी करीन.''

उमाने बाहेरील काळोख्या रस्त्याकडे पाहिले. रस्त्यावर अधूनमधून दिव्यांचा उजेड पडत होता. काही वेळ दोघेही शांत होते. मग अॅश्टन म्हणाला, ''महाराजांनी माझी प्रशंसा केली त्याचे मला अप्रूप वाटते. मी... काही वेळापूर्वीच त्यांची आठवण काढली होती. 'हाउस ऑफ कॉमन्स'ची निवडणूक लढविण्यासंदर्भात मी एका माणसाशी बोलत होतो.'' अॅश्टन थांबला. स्वत:विषयी बोलणे त्याला पसंत नव्हते.

''आमदार?'' उमाने विचारले.

''हो. मी तुझ्या वडिलांनाही सांगितले होते. मी दुसरे अपत्य आहे. मी 'हाउस ऑफ लॉर्ड्स'मध्ये बसायला पात्र नाही.'' तो लोभसवाणे हसला; ''परंतु कॉमन्ससाठी मी प्रयत्न करू शकतो.''

''आधी तुम्ही कुणाच्याही चांगल्या-वाईट मतांची पर्वा करत नव्हता. आता तुमच्यात बदल झाला आहे. आता तुम्हाला लोकांच्या चांगल्या मतांची कदर वाटते.''

''अरे देवा, हे असे विपरीत कसे घडले?'' भीती वाटल्यासारखे दाखवत आपल्या कपाळावर त्याने मारून घेतले. त्यावर दोघेही हसले. ताण थोडा कमी झाला.

गाडी थांबली. त्याने तिला गाडीतून खाली उतरायला मदत केली. घराच्या पायऱ्या चढत असताना त्याने अंदाज घेत तिला विचारले, ''माझा बेत तुला पसंत आहे?''

''अर्थात, मेजर आणि तुम्ही निवडणूक जिंकाल. मला तुमचा किती अभिमान वाटेल.'' थांबत तिने आपली चूक दुरुस्त केली. ''मला आत्ताही तुमचा अभिमान वाटतो. तुम्ही आमदार बनलात, नाही बनलात तरी काही फरक पडत नाही.''

तिने नजर उचलून त्याच्याकडे पाहिले. तिच्या स्पष्ट शब्दांपेक्षा तिच्या गालावरील लाली जास्त बोलकी होती. ते प्रवेशद्वारापर्यंत पोहोचले. दार उघडणाऱ्या खानसाम्याकडे पाहून ॲश्टनने निर्हेतुकपणे मान हलवली. "उमा" त्याने तिच्याकडे वळून बोलायला सुरुवात केली.

तो पुढे काही बोलण्याआधी खानसामा खाकरत अदबीने म्हणाला, "तसदी देण्याबद्दल दिलगीर आहे; परंतु हिंदुस्थानातून आलेली एक परिचित व्यक्ती तुमची वाट पाहत आहे, मॅडम."

"या वेळेला?" ॲश्टनने नाराजीने विचारले.

त्याने खानसाम्याला हाताने जायला सांगितले. तिचा हात हातात घेत तो तिच्यासह बैठकीच्या खोलीत गेला.

ॲश्टनच्या पाठोपाठ उमा आत आली. खुर्चीतून सावकाशपणे उठणाऱ्या मिसेस स्मिथला पाहून उमाला आश्चर्य वाटले. मिसेस स्मिथच्या चेहऱ्यावर गूढ हास्य होते.

"मिसेस स्मिथ! तुम्हाला पाहून खूप आनंद झाला. तुम्ही इंग्लंडला येणार असल्याचे मला माहीत नव्हते. कशा आहात तुम्ही?"

उमाचे आश्चर्योद्गार हवेत विरले. तिला पुढे जाऊ न देण्यासाठी ॲश्टनने उमाचा हात पकडला. त्या क्षणीच उमाला मिसेस स्मिथच्या हातातील, थेट ॲश्टनवर रोखलेली बंदूक दिसली.

ती चिमुरडी न घाबरता त्या नवागतांकडे, त्या दोन माणसांकडे टक लावून पाहत होती. त्यातला एक गोरा आणि दुसरा काळा होता. त्यांच्यातील विरोधाने तिचे लक्ष खिळवून ठेवले होते. काही क्षणांपूर्वीच ती खेळता खेळता खाली पडली होती. गालांवर ओघळलेले अश्रू अजून सुकले नव्हते; परंतु त्या दोन माणसांच्या आगमनाने तिचे लक्ष त्यांच्याकडे वेधल्यामुळे ती रडायचे विसरली. आयाने, मुलीच्या दाईने, सुटकेचा नि:श्वास टाकला.

"तुम्हीसुद्धा पडलात का?" काळ्या माणसाच्या डोळ्यांतील पाणी पाहून तिने तमिळमध्ये विचारले.

"हो. मीसुद्धा पडलो." त्याने डोळ्यांतील अश्रू निपटून टाकले. "तुला बघितले, आता मी विसरलो." ते तिला उचलून घेत म्हणाले.

एखाद्या पुरुषाने इतके उंच उचलून धरण्याची सवय नसल्यामुळे, उमा आनंदाने खळखळून हसली. त्या माणसाने तिला हवेत उंच उडवले आणि झेलले. ती मोठ्याने हसत सुटली. काही वेळा हवेत उंच उडवल्यावर तो

माणूस थांबला. त्याने नुसतेच तिला कडेवर धरले.

"ते कोण आहेत? ते किती गोरे आहेत." उमाने दुसऱ्या माणसाकडे बोट दाखवित विचारले. ते दुसरे गृहस्थ शांतपणे तिच्याकडे पाहत होते. जणू तिच्यावरून नजर हटविणे त्यांना अशक्य वाटत होते.

ते पुढे आले. तिला न समजणाऱ्या भाषेत ते काहीतरी बोलले.

तिला कडेवर घेतलेल्या माणसाने तिला हळुवार स्वरात सांगितले, "ते म्हणत आहेत की त्यांना तुझे वडील व्हायचे आहे, तुझे पपा."

उमाने त्यांच्याकडे एकटक पाहिले. नवीन नाते अजमावून पाहिले, तिला ते आवडले. 'पपा' ती म्हणाली. त्या माणसाच्याही डोळ्यांत पाणी का आले, ते तिला समजले नाही. त्यांनी हात पुढे केले. तेसुद्धा आपल्याला हवेत उडवतील का, असे विचारत ती त्यांच्याकडे गेली. हसून त्यांनी तिला आपल्या खांद्यावर बसविले.

तिच्या मोक्याच्या उच्च स्थानावरून तिने काळ्या माणसाला विचारले, "ते माझे पपा आहेत, तर मग तुम्ही कोण आहात?"

त्या काळ्या माणसाला काय उत्तर द्यावे ते सुचत नसल्यासारखे दिसले. गोऱ्या माणसानेच त्यांच्या वतीने उत्तर दिले. "ते तुझे महाराज आहेत."

त्या काळ्या माणसाने एक आवंढा गिळला. मग दाटल्या गळ्याने उत्तरला, "नाही. माझ्या सोन्या, मी तुझा गुलाम आहे."

३७

अ‍ॅश्टनवर रोखलेली बंदूकच तेवढी उमाला दिसत होती. ती उत्स्फूर्तपणे अ‍ॅश्टन आणि त्या खतरनाकपणे डुगडुगणाऱ्या बंदुकीच्या मध्ये उभी राहिली.

अ‍ॅश्टनने पाठीमागून उमाचे हात धरले. त्या हाडांचा चुरा करणाऱ्या मजबूत पकडीमुळे कळवळून तिने वळून त्याच्याकडे पाहिले. त्याच्या कपाळावरील शीर थाडथाड उडत होती. त्याच्या डोळ्यांत भय होते. त्याचे तोंड पांढरेफटक पडले होते आणि हात थरथर कापत होते. अशा अवस्थेत त्याला कधीही न पाहिल्यामुळे गोंधळून ती त्याच्याकडे पाहत राहिली.

"...तिच्याकडे कदाचित..." त्याच्या तोंडून तुटक तुटक शब्द बाहेर पडले.

त्यांच्यावर एक बंदूक रोखलेली होती; पण उमाला त्याची पर्वा नव्हती. तिच्या डोळ्यांपुढे सूर्य चमकत होता. पक्षी गात होते आणि 'त्याला माझ्याविषयी काहीतरी वाटते, काहीतरी वाटते' हे शब्द तिच्याभोवती फेर धरून नाचत होते.

अ‍ॅश्टनला अर्थातच असे काही शब्द ऐकू येत नव्हते. भानावर येऊन काही पावले टाकीत तो खोलीत पुढे आला आणि शांतपणे म्हणाला, "मिसेस स्मिथ? तुम्हाला पुन्हा बघून आनंद झाला असे काही मी म्हणू शकत नाही; परंतु तुम्हाला पाहून आश्चर्य मात्र वाटले."

अद्ययावत परिधानात रुबाबदार दिसणाऱ्या मिसेस स्मिथच्या डोळ्यांत कठोरता आणि हातात बंदूक नसती, तर ती खरोखरच भेटायला आलेल्या परिचितासारखी वाटत होती.

"या अवेळी भेटीला येण्याचे कारण कळेल, असे मी धरून चालतो." अ‍ॅश्टन म्हणाला. भेटीला आलेल्या माणसाशी तो हास्यविनोद करत असल्यासारखे वाटत होते; परंतु त्याच्या डोळ्यांत त्वेष होता.

उमाने चट्कन दाराकडे दृष्टिक्षेप टाकला. खानसामा आपल्या खोलीत गेला

असला पाहिजे. त्यांनी घंटा वाजविल्याखेरीज तो पाहुण्यांच्या भेटीचा भंग करण्याची शक्यता नव्हती. तिच्या सासऱ्यांना परतायला अजून एक तास होता.

"मेजर, एका जागी स्थिर उभे राहा. मी तणावग्रस्त आणि भयचकित झाले आहे." स्थिर नजरेने त्यांच्याकडे पाहत तिने हुकूम सोडला. ॲश्टन उमाच्या पुढे आल्यामुळे तिची बंदूक एकाकडून दुसऱ्याचा वेध घेत हलत होती.

"अशा नाट्यमय प्रसंगांची मला सवय नाही; पण माझ्याकडे वेळ कमी आहे. मला हे आता संपवायचे आहे." ती अत्यंत सभ्यपणे उमाला म्हणाली. "तो भुक्कड नग, तुमच्या पायातील ते कडे काढून माझ्याकडे द्या आणि मोकळे व्हा. त्यासाठी तुमच्यावर गोळी मारावी लागू नये, असे मला वाटते."

"कृपा करून आपण याविषयी बोलू या." तिच्या बैठकीच्या खोलीत बंदूक रोखून उभ्या असलेल्या मिसेस स्मिथच्या अविश्वसनीय दर्शनाचा अर्थ लावत उमा म्हणाली.

"मिसेस ट्रेव्हेलियन, काहीही न बोलता ते माझ्याकडे द्या." मिसेस स्मिथ कष्टाने म्हणाली. "तुमच्यावर गोळी चालविण्याइतके माझ्यात निर्ढावलेपण नाही, असे तुम्हाला वाटत असेल आणि ते कदाचित खरेही असेल; पण त्याच्यावर गोळी चालविण्यासाठी मी फेरविचार करणार नाही. कदाचित आधी त्याच्या पायावरच. आता तो लंगडत नसल्याचे मला दिसते."

उमा काही न बोलता खाली बसली. आपला गाउन वर उचलून पायातील कडे खाली ढकलत नेले आणि पायातून बाहेर काढले. मिसेस स्मिथला याची माहिती कशी झाली, हाच विचार तेव्हा तिच्या मनात घोळत होता. ॲश्टनच्या जिवापुढे हे बेंगळूर दिसणारे कडे दीडदमडीचे होते. खरेतर त्याच्या जिवापुढे काहीही, तिचे स्वत:चे आयुष्यसुद्धा तुच्छ होते.

मिसेस स्मिथचे डोळे चमकले. ओठांवरून जीभ फिरवत आपला डावा हात उमाच्या दिशेने पुढे करत ती म्हणाली, "ते माझ्याकडे द्या."

"ते मूल्यवान नाही. तुम्हाला ते का हवे आहे?" उमाने विचारले.

बंदूक अजूनही थेट ॲश्टनवर रोखली होती. मिसेस स्मिथचे डोळे आळीपाळीने त्या दोघांमध्ये फिरत होते.

"ते मूल्यवान आहे. ते लोखंडाचे बनलेले आहे." ॲश्टन मिसेस स्मिथकडे बारकाईने निरखून पाहत म्हणाला.

मिसेस स्मिथने आश्चर्याने ॲश्टनकडे पाहिले.

"या विशिष्ट कड्यासाठी एवढा त्रास घेण्याचे कारण काय, मिसेस स्मिथ? बाजारात कुणाला तरी पैसे चारून तुम्ही याहून चांगला नग बनवून घेऊ शकला असतात. ते कठीण आहे हे कबूल आहे. सुलतानाचे लोहार स्वामिनिष्ठ आहेत;

परंतु ते अशक्य वाटत नाही.''

''ते जाऊ दे. उशीर होत आहे. संभाषण लांबवण्याच्या मन:स्थितीत मी नाही.'' तिने उत्तर दिले. हातात कडे घेऊन उभ्या असलेल्या उमाला तिने जवळ येण्याची खूण केली.

''मिसेस स्मिथजवळ बंदूक आहे. वर्ममचा प्रयोग नको.'' ॲश्टन मोठ्या आणि स्पष्ट आवाजात म्हणाला. गोंधळून उमाने त्याच्याकडे वळून पाहिले.

''थांबा.'' मिसेस स्मिथ म्हणाली. तिने आळीपाळीने त्या दोघांकडे पाहिले. तिने ओठांवरून जीभ फिरवली. तिचा निर्णय होत नव्हता. ''हिंदुस्थानात माझ्या रक्षकाला तू काय केलेस ते मला चांगलेच आठवते. फेरविचार करता तूच ते माझ्याकडे घेऊन येणे हेच ठीक राहील.'' ती ॲश्टनला म्हणाली. बंदूक वळवून तिने उमावर रोखली.

ॲश्टन उमाजवळ गेला, उमाकडून ते कडे हातात घेतले आणि मिसेस स्मिथजवळ गेला.

मिसेस स्मिथला आता धीर आला होता. ते घेण्यासाठी ती किंचित पुढे झुकली. तिची बंदूक अजूनही उमाच्या दिशेने रोखलेली होती; परंतु ॲश्टनच्या हातातील कड्याकडे अधाशीपणे बघण्यासाठी तिने उमावरून आपली दृष्टी हटवली. झडप घालून ॲश्टन तिच्यावर जाऊन आदळला. उमा पट्कन खाली वाकली. मिसेस स्मिथ आणि ॲश्टन दोघेही खाली पडले. नेम चुकलेल्या गोळीचा कानठळ्या बसविणारा आवाज घुमला. बंदूक हातातून खाली पडली. उमा वेगाने त्यांच्यापर्यंत पोहोचली. मिसेस स्मिथच्या पोटाच्या दिशेने विजेच्या वेगाने हात नेत तिने तो बिंदू पकडला आणि पिरगळला. ॲश्टनने लाथेने बंदूक दूर उडवली.

ॲश्टन आणि उमा धावत एकमेकांकडे गेले. नजरेने एकदुसऱ्याला कोणतीही दुखापत झाली नसल्याची खात्री केली. ॲश्टनने उमाला जवळ घेतले, तिचे आवेगाने चुंबन घेतले आणि तिला किंचित दूर सारले.

''ती शुद्धीवर आहे ना?'' मिसेस स्मिथच्या गालावर चापट्या मारत त्याने विचारले.

''अर्धवट ग्लानीत आहे. हा तो प्रहार नाही.'' उमा हलकेच म्हणाली.

''तुला त्याच्यावरील उतारा माहीत आहे ना?''

''माहीत आहे, असे वाटते.'' उमा म्हणाली; परंतु तिचा स्वर इतका साशंक होता, की ॲश्टनने डोळे विस्फारले. ''उमा!'' हसू, हतबुद्धता आणि रागाने त्याच्या तोंडून शब्द फुटला नाही.

मिसेस स्मिथला शुद्धीवर आणण्यासाठी तिने प्रयत्न सुरू केले. गोळीबाराचा आवाज ऐकल्यावर धावत आलेल्या खानसाम्याला आणि वरदनला सूचना देण्यासाठी ॲश्टन गेला. ॲश्टनने खाली पडलेली बंदूक आणि कडे उचलले. दिव्याजवळ

उंच नेत त्याने त्याची तपासणी केली.

मिसेस स्मिथ धडपडत जमिनीवर उठून बसली. ॲश्टन काय करतो ते बघत उमा उभी राहिली.

ॲश्टनने कडे जवळून निरखून पाहिले. डोळे किलकिले करत कड्याचे कोडे सोडविण्यासाठी तो तर्क लढवत होता. त्याला कड्याला कळ असल्यासारखे काहीतरी दिसले. कळ दाबताच ते उघडले. बाहेर आलेला दोरा त्याने सावकाशपणे ओढला. दोऱ्याबरोबर कापडाचा एक तुकडा बाहेर आला. त्याबरोबरच किमती खडे घरंगळत बाहेर पडले. कापडाची गुंडाळी उघडून त्याने ती अभ्यासली.

''हिरे आणि पाचू?'' त्याच्या हातात चमकणाऱ्या वस्तूंकडे पाहत तिने विचारले.

''हे कुणाला विकायचा तुमचा विचार होता?'' त्याच्या आवाजात कुतूहलापेक्षा जरब होती.

''शासनातील कुणीतरी यासाठी चांगली किंमत मोजेल, अशी मला आशा होती.'' तिने उत्तर दिले.

''मला कळायला हवे होते.'' ॲश्टन म्हणाला. मग रत्नांकडे दुर्लक्ष करून त्याने न बोलता कपडा उमाकडे दिला. ''यात काय आहे, हे तुला जास्त चांगले समजेल.''

उमाने जरा भीतभीतच कपडा हातात घेतला. त्याच्या हावभावावरून तिला कोणताच बोध झाला नाही. कापड्यावर रेखाटलेले क्रमांक, रेषा, कंस, शंकू, वृत्तचिती या आकृतींचा सुरुवातीला कोणताच अर्थ लागेना; पण हळूहळू तिला अर्थबोध होऊ लागला. त्यात काय होते, याचा तिला यथार्थपणे उलगडा झाला. म्हैसूर क्षेपणास्त्रांचे पूर्ण विवरण त्यात होते.

''वीस वर्षांपूर्वीच?'' ॲश्टनने विस्मयाने विचारले.

''हो. हिच्या वडिलांना रॉकेट्सने भुरळ घातली होती. लोहार, सैनिक, रॉकेट्सशी संबंधित सगळ्यांना तो लाच द्यायचा. कधी गोडीगुलाबीने, तर कधी धमक्या देऊन माहिती गोळा करायचा. युद्धभूमीवर जाऊनसुद्धा तो रॉकेट्स गोळा करायचा. तो तारामंडलपेटलाही जाऊन आला होता.''

अनुक्रमांक आणि इतर तपशील उमाने वाचून काढले. क्षेपणास्त्राचे प्रक्षेपक, आकार, आकारमान, स्फोटके, क्षेपणास्त्रांची लांबी आणि नळकांड्यांची लांबी यांचे गुणोत्तर, कापणारे अंतर, उताराचा कोन, यात सर्व काही दिलेले आहे.

विभेदक सोडून सर्व काही. लवकरच वॉरेनच्या लक्षात आले, की त्याला लोखंडाच्या प्रतिकृतीची गरज आहे. प्रक्षेपकाचे लोखंडी कवच हा त्यातील सर्वांत महत्त्वाचा भाग होता. तारामंडलपेटेमध्ये काम करणाऱ्या एका लोहाराला त्याने तशाच नरम लोखंडापासून नळीचा एक नमुना बनविण्यास सांगितले.

"तुमचा या सर्वांशी काय संबंध आहे, मिसेस स्मिथ? तुम्हाला हे सर्व कसे कळले?" ॲश्टनने विचारले. उमा भान हरपून रेखाचित्रे पाहत होती.

"आमच्या सैन्यातील काही अधिकाऱ्यांना या रॉकेट्सच्या संभाव्य उपयुक्ततेची खात्री पटली."

"तुमचे सैन्य?" उमाने गोंधळून विचारले.

"फ्रेंच." ॲश्टन खांदे उडवत म्हणाला.

उमाने आश्चर्याने मिसेस स्मिथकडे पाहिले. "तुम्ही फ्रेंच आहात?"

"प्रत्यक्षात, मादमॉईझेल डी लेर्ट." मिसेस स्मिथ क्षीणपणे हसत म्हणाली. "माझ्या वडिलांकडे, कॅप्टन डी लेर्टकडे, या नगाचे महत्त्व ओळखण्याएवढी कल्पकता होती. एकदा मद्यपानानंतर वॉरेनने अनवधानाने त्यांच्याजवळ केलेल्या विधानावरून त्यांना याची माहिती झाली; परंतु ते कडे मात्र त्यांना मिळवता आले नाही. वॉरेनचे एका देशी स्त्रीबरोबर संबंध होते, हे त्यांना माहीत होते; पण तिचे महत्त्व कळेपर्यंत खूप उशीर झाला होता. एक दिवस बहुधा तुझी आई अचानक नाहीशी झाली असावी. काही महिने वॉरेनने तिचा शोध घेण्याचा प्रयत्न केला; परंतु त्याचा देशी लोकांशी फारसा संपर्क नव्हता आणि हीच गोष्ट त्याला नडली. वॉरेनजवळ या कड्यातील एकमेव नमुनाच फक्त होता. रॉकेटची संपूर्ण माहिती असलेला तो केवळ एकच दस्तावेज होता. त्याने त्याची वही जाळून टाकली होती. वहीतील सर्व मजकूर त्याने या कापडावर लिहून काढला होता. त्याने पुन्हा एकदा तारामंडलपेटेत जाण्यासाठी प्रयत्न केला होता; परंतु तोपर्यंत पहिल्या युद्धातील मोहिमा संपूर्ण कर्नाटकात पसरल्या होत्या आणि कोणतीही माहिती मिळवणे जवळजवळ अशक्यप्राय झाले होते. वॉरेनला सैन्यात हजर राहण्याचा हुकूम मिळाला होता; परंतु त्याने इंग्लंडला परत जाण्याचा निर्णय घेतला."

"तिला ही माहिती होती. माझ्या आईने हे शोधून काढले असले पाहिजे." उमा कापऱ्या आवाजात ॲश्टनकडे वळून बघत म्हणाली. तो बारकाईने तिचे निरीक्षण करत होता. तिने जवळील एका खुर्चीचा आधार घेतला. ती हताशपणे खाली बसली. तिच्या बोलण्याचा अर्थ कळल्याचे मानेने दर्शवत तो तिच्या जवळ बसला.

जमिनीवरून उठत मिसेस स्मिथ समोरील खुर्चीत बसली. आपण एक नेहमीची परिचित स्नेही असल्याचा तिचा पवित्रा आणि वर्तन होते. "इंग्रज लोकांहून फ्रेंच लोक स्थानिक लोकांच्या जास्त संपर्कात राहत होते. माझ्या वडिलांनी काही कालावधीनंतर उमाची आई कोण होती हे शोधून काढले; परंतु ती कुठे होती हे त्यांना कळू शकले नाही. काही वर्षांनंतर ते मरणासन्न असताना त्यांनी सर्व माहिती मला दिली. पाँडिचेरीला वेढा पडला होता. त्या दरम्यान ते मरण पावले. मी तिथे

प्रस्थापित झाल्यावर त्यांचे अर्धवट राहिलेले काम मी हाती घेतले. अनेक वर्षांनंतर तुमच्या आईच्या जुन्या अंगरक्षकाचा मी माग काढला. त्याने मला तुमच्याविषयी सांगितले. तुम्हाला पाहिल्यावर माझे प्रयत्न योग्य दिशेने चालल्याचे मला समजले. तुम्ही मदुराईत असताना मी आणि माझ्या सहकाऱ्याने अनेक निष्फळ प्रयत्न केले; परंतु कालांतरानंतर ते प्रयत्न आम्हाला सोडून द्यावे लागले.''

मिसेस स्मिथ आठवणीत रमून गेल्यासारखी बोलत होती. ॲश्टन आणि उमा भान हरपून तिच्याकडे पाहत होते. ''तुमचे अपहरण करण्यासाठी आम्ही भाडोत्री माणसे आणली. त्याचा उपयोग झाला नाही. राजवाड्यातील कोषागारात पोहोचणे कठीण होते. फक्त स्थानिक दरोडेखोर ती तिजोरी उघडू शकत होते; परंतु त्यांनी तसे करण्यास नकार दिला. मी हताश झाले होते; परंतु तुम्ही सेंट जॉर्ज किल्ल्यात येत असल्याचे कळल्यावर आपले काम सोपे झाले, असे मला वाटले. तिथे आम्ही तुमच्या सामानाची कसून तपासणी केली. माझा सहकारी तुमची किल्ली हस्तगत करणार होता.''

''तुमचा सहकारी, तो देशी माणूस होता, हो ना?'' उमाने विचारले.

''हो.'' मिसेस स्मिथने नाखुशीने उत्तर दिले. ''एक वेळ ते कडे तुमच्याजवळ आहे, याची मला खात्री नव्हती. तुमच्या आयाने सांगितले, की तुम्हाला ते मुळीच आवडत नव्हते आणि तुम्ही ते फेकूनही दिले असण्याची शक्यता आहे.''

''तुम्ही आयाला काय केलंत?'' संतापाने उठून उभे राहत उमा ओरडली.

''काही केले नाही, काही केले नाही. आपण साधू असल्याचे सांगत माझा सहकारी तिच्याशी बोलला.'' मिसेस स्मिथ घाईघाईने म्हणाली.

''त्यानंतर तुम्ही बोटीत चढत होता त्या दिवशी तुम्ही ते पायात घातले असल्याचे मी पाहिले. त्या बोटीवर मला जागा मिळाली नाही. म्हणून मी नंतरच्या बोटीने निघून दोन दिवस अगोदर सेंट हेलेनाला पोहोचले.'' मिसेस स्मिथने एक खोल उसासा सोडला. ''त्याचे काय आहे, की पॅरिसमध्ये राहून, अद्ययावत कपडे घालून नाटके बघत माझ्या पात्रतेनुसार जगण्याचे स्वप्न पुरे करण्याचे कडे एकमेव साधन होते. पाँडिचेरीमध्ये, जगाच्या एका कोपऱ्यात, उर्वरित आयुष्य काढण्याची माझी इच्छा नाही.''

''ते ठीक आहे; पण आता तुम्ही कुठेही जाणार नाही आहात.'' ॲश्टनने कडक स्वरात सांगितले. ''तिच्यावर लक्ष ठेव.'' त्याने उमाला सांगितले. तिला बंदूक देऊन तो खोलीबाहेर गेला.

उमा मिसेस स्मिथकडे शून्य नजरेने बघत बसली. वरदनला घेऊन ॲश्टन परतला, तरी तिचे लक्ष नव्हते. ते दोघे मिसेस स्मिथला दुसऱ्या खोलीत घेऊन गेले.

काही मिनिटांनी तो परतला आणि रागाने म्हणाला, ''तिचे काय करायचे याचा

विचार करण्याचेही आता माझ्यात त्राण नाही. ती बाई म्हणते, की मी मोठ्या मनाने तिला कॅलेसचे तिकीट काढून द्यावे. हात-पाय बांधून मी तिला लायब्ररीत सोडून आलो. वरदन तिच्यावर पहारा ठेवत आहे.''

ॲश्टनने वर चलण्याची उमाला विनवणी केली. तिच्या हाताला धरून पायऱ्यांकडे नेले. उमा पायऱ्या चढताना किंचित धडपडली, तेव्हा त्याने तिला उचलून तिच्या खोलीत नेले. तिला हळूच पलंगावर ठेवत तो तिथेच घुटमळत उभा राहिला.

''मी मेरीला बोलावून घेऊ का?'' त्याने विचारले.

''माझी आईच त्यांना सोडून गेली असली पाहिजे.'' ती स्वत:शीच म्हणाली.

''हं.'' तो पुटपुटला. तिच्या जवळ बसत त्याने तिचा हात हातात घेतला.

''कदाचित भविष्यात केव्हातरी उदार मनाने त्यांचा सहज निष्ठुरपणा मी विसरून जाईन; पण इतक्यात मी तो विसरू शकत नाही. आयुष्यभर मी माझ्या आईला मूर्ख ठरविले; पण ती मूर्ख नव्हती.'' ती गहिवरून म्हणाली. उठून बसत तिने गुडघ्याभोवती हाताचा विळखा घातला. ॲश्टन तिचे हात थोपटत बसून राहिला. मग एक दीर्घ सुस्कारा सोडत तो उठून उभा राहिला. त्याने आपल्या केसावरून हात फिरवला आणि एक आवंढा गिळला. मान खाली करून तिच्याकडे पाहिले.

''तुला हे कसे सांगावे मला कळत नाही. बोटीवरील खोली...''

''त्याचे काय?''

''मूळची क्षेपणास्त्रे. स्फोट झालेली काही क्षेपणास्त्रे मी मिळवली. त्यातील दोन माझ्याबरोबर घेऊन आलो. आम्हाला त्यांचा नीटपणे अभ्यास करता यावा म्हणून. माझ्यावर ती कामगिरी सोपवली नव्हती. मलाच तसे करायचे होते म्हणून.'' त्याने अत्यंत शांत आवाजात सांगितले.

''अस्सं.'' उमा यांत्रिकपणे म्हणाली. ''तुम्ही हेसुद्धा तुमच्या सरकारकडे सुपूर्द करणार असाल.'' माहिती लिहिलेले कापड हलवीत ती म्हणाली.

ॲश्टन काही क्षण स्तब्ध उभा राहिला. मग त्याने सावकाशपणे मानेने होकार दिला.

''मलासुद्धा तुम्हाला काही सांगायचे आहे...'' उमा अडखळत म्हणाली. ''मला माझ्या पूर्वीच्या वर्तनाची माफी मागायची आहे. ते अत्यंत चुकीचे आणि प्रयोजनशून्य होते. मी जाणूनबुजून तुमचा अपमान करीत होते, वाईट वागत होते आणि...''

''शीघ्रकोपी आणि उत्साही होते.'' ॲश्टनने हसत मध्येच तोंड उघडले.

उमा थांबली. मग खांदे उडवून हसली. ''माझ्या समर्थनार्थ मी एवढेच म्हणेन,

की मला तुमची भीती वाटत होती. मागे वळून पाहताना मला ते कळून येते.''

''भीती?'' ॲश्टन उद्विग्न होत म्हणाला. ''मी तुला कधीच अपाय करणार नाही. पहिल्यापासूनच ते तुझ्या लक्षात आले असेल.''

''तशी भीती नाही.'' उमा हसली. ''तुम्ही जवळ असताना, तुमच्यात हरवून जाण्याची भीती, मूर्खपणा करून बसण्याची भीती; जसा माझ्या आईने केला होता, असा माझा समज होता. तुम्हाला भुयाराजवळ बघितले, त्या क्षणापासूनच बहुधा माझे मानसिक संतुलन ढळणार, असे माझे अंतर्मन मला सांगत होते.''

या कबुलीजबाबावर ॲश्टनने भुवया उंचावल्या; परंतु तो हसला नाही. तो घुटमळला. अंदाज घेत त्याने विचारले, ''उमा, मी क्षेपणास्त्रांबद्दल आधी जे सांगितले, ते तू नीटपणे ऐकलेस?''

''हो; परंतु तुम्ही एक सैनिक आहात आणि इंग्लिश आहात. तुमच्याकडून मला हीच अपेक्षा होती. महाराजसुद्धा सैनिकच होते... मी त्या भावना समजू शकते. वॉरेनसुद्धा सैनिक होता; पण प्रत्येक गोष्टीला काही मर्यादा असतात. रिचर्ड वॉरेनने त्या मर्यादा झुगारल्या. कोणताही सन्माननीय माणूस त्या मर्यादांचे उल्लंघन करणार नाही. तुम्ही त्या मर्यादांचे उल्लंघन करणार नाही, हे मला माहीत आहे.'' त्याच्या चेहऱ्यावरील विस्मयाचा आणि सुटकेचा भाव पाहून तिला आश्चर्य वाटले.

ॲश्टनच्या डोळ्यांत अजूनही संशय असल्याचे पाहून ती खोडकरपणे हसत म्हणाली, ''मिसेस स्मिथलाही मी तिच्या वर्तनाबद्दल दोष देणार नाही. तुम्ही झोपल्यावर कदाचित मी तिची सुटका करेन आणि कडे तिला देऊन टाकेन, म्हणजे आपल्या दोघांत फिट्टंफाट होईल.''

''असे असेल, तर मला तुला माझ्यासोबत रात्रभर डांबूनच ठेवावे लागेल.'' ॲश्टन तिच्याकडे झुकत म्हणताच ती लाजल्याचे त्याने पाहिले. मग सरळ उभे राहत त्याने मान हलवली. ''मी तिला इतक्या सहजपणे क्षमा करू शकणार नाही. नशीब बलवत्तर होते म्हणून तुला काही इजा झाली नाही.'' तो संतापावर काबू ठेवत म्हणाला. हात मागे गुंफून त्याने थोड्या येरझारा घातल्या. मग तिच्या वर उचलेल्या चेहऱ्याकडे बघत काही क्षण उभा राहिला. ''मी एक सन्माननीय माणूस असल्याचे तू काही वेळापूर्वी मोठ्या मनाने म्हणालीस. ते सार्थ ठरावे, असे मी फारसे काही केलेले नाही; परंतु मी नेहमीच सन्माननीय वागण्याची माझी जी व्याख्या होती, त्यानुसार वागत आलो आहे.''

त्याने तिचे हात हातात घेतले आणि तिच्याकडे आर्जवी नजरेने पाहिले. ''मीसुद्धा एका उद्दाम, मूर्ख माणसासारखे वागलो आहे. कोणत्याही बंधनात न

पडता एकट्याने राहणे पुरेसे आहे, असे मला वाटत होते. तू भेटली नसतीस तर मी असेच आत्मकेंद्रित आयुष्य जगलो असतो. हिंदुस्थानात, त्या रणभूमीवर, जबाबदारी स्वीकारण्यात, दुसऱ्यांच्या उपयोगी पडण्यात जे समाधान, जो आनंद असतो तो मला अनुभवायला मिळाला. त्या मागे तुझी भावनोत्कटता, समरसताही प्रेरणाभूत होती. यापुढील आयुष्य सत्कारणी कसे लावता येईल, या विषयी मी खूप आशावादी आहे, हे मी अभिमानाने सांगू शकतो.''

आवेगाने पुढे झुकून त्याने तिच्या हाताला स्पर्श करून तो सोडला. त्याची उत्कटता पाहून उमा रोमांचित झाली. तिला समाधान वाटले. त्यापेक्षाही तिचे मन हेलावले.

''मला वाटते तू आता विश्रांती घ्यावीस.'' तो अडखळत म्हणाला. मग उघड अनिच्छेने म्हणाला. ''जर तुला कशाची जरूर पडलीच, तर दरवाजा ठोठव. मी तो उघडा ठेवतो.'' त्याने तिच्याकडे शोधक नजरेने पाहिले. त्याच्या चेहऱ्यावर एक विलक्षण भाव होता. मग वळून तो मधल्या दरवाजाकडे चालू लागला.

उमा खाकरली. ती खाकरताच तो इतक्या झपाट्याने गर्रकन वळला की उमाला हसू आले. लाजेने चूर होत तिने विचारले, ''तुम्ही... तुम्ही इथे... सोबत थांबलात तर...''

वाक्य पूर्ण करण्याची तिला गरजच पडली नाही. दोन ढेंगांत तो तिच्या जवळ पोहोचला. तिला धरून उचलून धरलेल्या तिच्या चेहऱ्यावर त्याने चुंबनांचा वर्षाव केला.

''माझ्या लाडके, आभारी आहे. मी तुझ्यावर प्रेम करतो. तू मला खूप खूप आवडतेस.'' उत्कट प्रेमाची कबुली देताना तो चक्क अडखळला.

भेटलेल्या प्रत्येक स्त्रीला बोटाच्या इशाऱ्यावर नाचविणाऱ्या माणसाला शोभून दिसणार नाही, अशा असंबद्धपणे आणि वेंधळेपणाने त्याने घेतलेल्या प्रेमाच्या आणाभाकांवर मोहित झालेल्या उमाने चवड्यांवर उभे राहून त्याला आलिंगन दिले. भान हरपून कुजबुजत तिने त्याला प्रतिसाद झाला.

परस्पर प्रेमाच्या आवेगात, त्यांच्या अभ्यासिकेत कैद करून ठेवलेल्या घुसखोराची यत्किंचितही फिकीर न करता, तिचे चुंबन घेण्यासाठी तो वाकला. ते कधी संपवूच नये, या इराद्याने त्याने आपले ओठ तिच्या ओठांवर टेकले.

■